AF758736

കെ.കെ. സുധാകരൻ

മാവേലിക്കരയിൽ ജനനം. ബിഷപ്പ്മൂർ കോളേജ്, കേരള യൂണിവേഴ്സിറ്റി ഡിപ്പാർട്ട്മെന്റ് എന്നിവിടങ്ങളിൽ വിദ്യാഭ്യാസം. ലൈബ്രറിസയൻസിൽ മാസ്റ്റർ ബിരുദം. ഇപ്പോൾ കോട്ടയത്ത് മഹാത്മാഗാന്ധി യൂണിവേഴ്സിറ്റിയിൽ ഡെപ്യൂട്ടി ലൈബ്രേറിയൻ.

1984- ൽ ആദ്യ നോവലായ 'ഒരു ഞായറാഴ്ചയുടെ ഓർമ്മയ്ക്ക്' പ്രസിദ്ധീകരിച്ചു. രണ്ടാമത്തെ നോവൽ 'നമുക്ക് ഗ്രാമങ്ങളിൽ ചെന്ന് രാപാർക്കാം'. നോവലുകളും നോവലെറ്റുകളും ചെറുകഥകളുമായി ഇരുപതിലധികം പുസ്തകങ്ങൾ പ്രസിദ്ധീകരിച്ചിട്ടുണ്ട്.

നമുക്കുപാർക്കാൻ മുന്തിരിത്തോപ്പുകൾ, നീയെത്ര ധന്യ, ആയുർ രേഖ എന്നിവ സിനിമകൾ. പല നോവലുകളും ടെലിവിഷൻ സീരിയലുകൾ ആയിട്ടുണ്ട്.

ഭാര്യ : ശ്രീദേവി. മക്കൾ: നീന, ചിത്ര.

വിലാസം: 'ലാവണ്യ,' കല്ലുമല, മാവേലിക്കര. 690 110.

ഫോൺ: 9447456179

Malayalam Language
Anupallavi
Part - 1
(Novel)
by
K. K. Sudhakaran
♦
Published in May 2023
by Kairali Books Private Limited
Thalikkavu Road, Kannur.
Ph : 0497-2761200
Email : kairalibooksknr@gmail.com
♦
Cover Design
Prasanth Mangad
♦
Printed at
Printing Park, Tly

16/23-24//Sl.No.1442/250/NS 18.6
ISBN 978-93-93397-83-6

അനുപല്ലവി

(ഭാഗം ഒന്ന്)

കെ. കെ. സുധാകരൻ

കൈരളി ബുക്സ്

ഒന്ന്

സിനിമാതിയറ്ററിലെ അരണ്ട വെളിച്ചത്തിൽ അനുരാഗിന്റെ ചുമലിലേക്ക് തല ചേർത്തുവച്ചുകൊണ്ട് രേഖ ഇരുന്നു. വെള്ളിത്തിരയിൽ അപ്പോൾ ഒരു ഗാനരംഗമായിരുന്നു. നായകനും നായികയും ഇഴുകിച്ചേർന്ന് അഭിനയിക്കുന്നു.

'കണ്ടിട്ട് കൊതി വരുന്നുണ്ടോ?' ശബ്ദം താഴ്ത്തി അവൾ ചോദിച്ചു.

തൊട്ടടുത്ത കസേരകളിലെല്ലാം ആളുകളുണ്ടായിരുന്നു. പടം ഹിറ്റായതുകാരണം ബാൽക്കണിയിൽ സീറ്റ് ഒഴിവുണ്ടായിരുന്നില്ല.

'ഉം.'

സ്ക്രീനിൽനിന്ന് കണ്ണുകളെടുക്കാതെ അനുരാഗ് മൂളി.

'എങ്കിൽ നമുക്ക് പോകാം.'

അവൾ മന്ത്രിക്കുന്ന സ്വരത്തിൽ പറഞ്ഞു.

'എങ്ങോട്ട്?'

'നിനക്കിഷ്ടമുള്ളിടത്തേക്ക്.'

തിയറ്ററിനുള്ളിലെ കുളിർമയിലും അവളുടെ ശരീരം ഒന്നുണർന്നു. നീണ്ട കൈവിരലുകൾകൊണ്ട് അവൾ അവന്റെ കൈവിരലുകൾ കോർത്തു. അപ്പോഴും സ്ക്രീനിലായിരുന്നു അവന്റെ കണ്ണുകൾ.

നല്ല സിനിമ.

അവൻ അതിൽ ലയിച്ച് ഇരുന്നു.

'അനുരാഗ്...' രേഖ വിളിച്ചു.

'ഉം.'

'എനിക്ക് ബോറടിക്കുന്നുണ്ട്. നമുക്കു പോകാം.' അവൾ അവന്റെ ഷർട്ടിന്റെ ബട്ടൺ അഴിച്ച് നെഞ്ചിൽ വിരലുകൾ ഉഴിഞ്ഞു. പക്ഷേ, അവൻ ഒന്നും അറിഞ്ഞില്ല.

പെട്ടെന്ന് ലൈറ്റുകൾ തെളിഞ്ഞു.

ഇന്റർവെൽ.

രേഖ കൈ പിൻവലിച്ചു.

'പോകുന്നില്ലേ?' അവന്റെ മുഖത്തേക്ക് നോക്കി അവൾ ചോദിച്ചു.

'ഇല്ല.'

അനുരാഗിനെപ്പോലെ സൗന്ദര്യമുള്ള ഒരു യുവാവിനെ അവൾ കണ്ടിട്ടേയില്ല. തുടുത്ത മുഖം. ചുവപ്പുരാശിയുള്ള ചുണ്ടുകൾ. അല്പമൊന്ന് വളർന്ന സമൃദ്ധമായ മുടി.

'എനിക്ക് കുടിക്കാനെന്തെങ്കിലും വേണം.' അവൾ പറഞ്ഞു.

'എന്തുവേണം?'

അവൻ മെല്ലെ എഴുന്നേറ്റു.

'ജ്യൂസ് മതി. അല്ലെങ്കിൽ കോള.'

അവൻ വാതിലിനടുത്തേക്ക് നടന്നു. വെളിയിലുള്ള ഫുഡ് കൗണ്ടറിലേക്ക് ആളുകൾ പോവുന്നുണ്ടായിരുന്നു.

അനുരാഗ് ചെന്നു രേഖയ്ക്കുവേണ്ടി ടെട്രാപാക്കിലുള്ള മാംഗോ ജ്യൂസും അവനുവേണ്ടി ചോക്ലേറ്റും വാങ്ങി.

തിരിച്ചുവന്നപ്പോഴാണ് ബാൽക്കണിയിൽ ഏറ്റവും മുന്നിലുള്ള വരിയിൽ കൂട്ടുകാരികളുടെ നടുവിലിരുന്ന 'പെൺകുട്ടിയെ' അവൻ കണ്ടത്. നല്ല ഓമനത്തമുള്ള മുഖം. ചിത്രപ്പണികളുള്ള വെള്ള ചൂരിദാറും ടോപ്പുമായിരുന്നു അവളുടെ വേഷം.

അറിയാതെ അവന്റെ കണ്ണുകൾ ഒരുനിമിഷം അവളുടെ മുഖത്തു തന്നെ തങ്ങിനിന്നു.

കൈയിലെ പേപ്പർകുമ്പിളിൽനിന്നു പോപ്കോൺ ഓരോന്നായി എടുത്തു തിന്നുകയായിരുന്നു അവൾ. കൂട്ടുകാരികൾ പറഞ്ഞ ഏതോ തമാശ കേട്ടു ചിരിച്ചപ്പോൾ അവളുടെ കവിളുകളിൽ നുണക്കുഴി തെളിയുന്ന മുഖം. ചലിക്കുമ്പോൾ ഒറ്റനക്ഷത്രം പോലെ അവളുടെ മൂക്കുത്തിയിലെ വെള്ളക്കല്ല് മിന്നുന്നു.

ഇടതുവശത്തിരുന്ന കൂട്ടുകാരി എന്തോ പറഞ്ഞപ്പോൾ അവൾ ആ ഭാഗത്തേക്ക് തിരിഞ്ഞു. അവളുടെ വിതർത്തിയിട്ട മുടിയിൽ റോസാപ്പൂവിതളുകൾ തങ്ങിനിൽക്കുന്നത് അപ്പോൾ അവൻ കണ്ടു.

തിയറ്ററിലെ ലൈറ്റുകൾ പെട്ടെന്ന് മങ്ങി.

പടം വീണ്ടും തുടങ്ങുന്നു. അവൻ രേഖയുടെ അടുത്തേക്ക് മടങ്ങി. മാംഗോ ജ്യൂസ് അവൻ അവൾക്കുകൊടുത്തു.

സിനിമ തുടങ്ങിയെങ്കിലും അനുരാഗിന് അത് ശ്രദ്ധിക്കാൻ കഴിഞ്ഞില്ല. മൂക്കുത്തിയണിഞ്ഞ ആ പെൺകുട്ടിയുടെ മുഖമായിരുന്നു അവന്റെ മനസ്സിൽ. എന്താണ് അവളുടെ പേര്? അവൾ ഏതു കോളേജിലാണ് പഠിക്കുന്നത്? അവളുടെ വീടെവിടെയാണ്?

'ചോക്കലേറ്റ് വേണ്ടേ നിനക്ക്?' രേഖ ചോദിച്ചപ്പോഴാണ് അവൻ ചിന്തയിൽനിന്നും ഉണർന്നത്.

അനുപല്ലവി

ചോക്കലേറ്റ് ബാർ അപ്പോഴും അതേപടി കൈയിൽ ഇരിക്കുകയായിരുന്നു.

'നിനക്കു വേണോ?'

അവൾ അതു വാങ്ങി റാപ്പർ പൊളിച്ചു. എന്നിട്ട് അല്പം മുറിച്ചെടുത്ത് അവന്റെ വായിലേക്ക് വച്ചുകൊടുത്തു.

സിനിമ തീർന്നു പുറത്തിറങ്ങുമ്പോൾ ആ പെൺകുട്ടിയെ ഒരിക്കൽകൂടി കാണണം, പറ്റുമെങ്കിൽ അവളുടെ പിന്നാലെ പോകണം. അവൾ വണ്ടിയിലാണ് വന്നതെങ്കിൽ അവൾ താമസിക്കുന്നത് എവിടെയാണെന്ന് അറിയണം. എത്രയോ പെൺകുട്ടികളുമായി അടുത്തിടപഴകിയിട്ടുണ്ട്. പക്ഷേ, ഇതുപോലൊരു മുഖം.

അല്പനേരം കഴിഞ്ഞപ്പോൾ അനുരാഗ് സിനിമയിൽ മുഴുകിപ്പോയി.

ഒടുവിൽ പടം അവസാനിച്ചു.

തിയറ്ററിലെ ലൈറ്റുകൾ തെളിഞ്ഞു. കാണികൾ സീറ്റിൽനിന്ന് എഴുന്നേറ്റു. ആ പെൺകുട്ടിയും കൂട്ടുകാരികളും എഴുന്നേൽക്കുന്നത് അവൻ കണ്ടു.

'വാ നമുക്ക് പോകാം.'

അവനും എഴുന്നേറ്റു.

'വേണ്ടാ. തിരക്കൊഴിയട്ടെ.' രേഖ അവന്റെ കൈയിൽ പിടിച്ചുനിർത്തി.

'തിരക്ക് സാരമില്ല. നീ വാ.'

അവൻ നിർബന്ധിച്ചു.

'കണ്ടില്ലേ...നമ്മളിനി പോയാലും ഇഴഞ്ഞുനീങ്ങി...'

വാതിൽ നിറഞ്ഞ് ആളുകൾ പുറത്തേക്ക് ഇറങ്ങുന്നത് അവൻ കണ്ടു. അവർക്കിടയിൽ ആ പെൺകുട്ടി അപ്രത്യക്ഷയായി. അവന് നിരാശയും രേഖയോട് കോപവും തോന്നി. ഇനി പുറത്തിറങ്ങിയാലും ആ കുട്ടിയെ കാണാൻ പറ്റുമെന്ന് തോന്നുന്നില്ല. ഹാൾ മിക്കവാറും ഒഴിഞ്ഞുകഴിഞ്ഞപ്പോഴാണ് രേഖ എഴുന്നേറ്റത്.

'കണ്ടില്ലേ...നമുക്കിനി തള്ളുകിട്ടാതെ ഫ്രീയായി ഇറങ്ങാമല്ലോ.'

അവൾ പറഞ്ഞത് അവൻ കേട്ടഭാവം നടിച്ചില്ല. വാതിലിനു നേർക്ക് നടക്കുമ്പോഴാണ് ആ കുട്ടിയിരുന്ന സീറ്റിൽ നിലത്ത് റോസാപ്പൂവിതളുകൾ വീണുകിടക്കുന്നത് അനുരാഗ് കണ്ടത്. അവൻ പെട്ടെന്ന് അത് വാരിയെടുത്തു.

'അനൂ നീയെന്തു പണിയാ ഈ കാണിക്കുന്നേ. ഏതോ ഒരുത്തി തലയിൽ വച്ച പൂവല്ലേ അത്. ഛീ..അതു കളഞ്ഞേക്ക്.' രേഖ വെറുപ്പോടെ പറഞ്ഞു.

അവൻ ആ പൂവിതളുകൾ മുഖത്തേക്കടുപ്പിച്ചു. നാടൻ റോസാപ്പൂവിന്റെ നേർത്ത സുഗന്ധം അവന്റെ മൂക്കിലേക്ക് കയറിച്ചെന്നു.

'അനൂ..' ശാസനാരൂപത്തിൽ രേഖ അവനെ ഒന്നുനോക്കി.

അതു ശ്രദ്ധിക്കാതെ അവൻ തിടുക്കത്തിൽ വാതിലിനടുത്തേക്ക് നടന്നു. പുറത്തെ വരാന്ത വിജനമായിരുന്നു. അവൻ വേഗം പടികളിറങ്ങി താഴേക്കു ചേന്നു. പിന്നാലെ കിതച്ചുകൊണ്ട് രേഖ ഓടിവന്നു.

അനുരാഗ് കണ്ണുകൾകൊണ്ട് പരിസരം മുഴുവൻ പരതി. അടുത്ത ഷോ കാണാൻ വന്ന ചിലരല്ലാതെ ആരും ഉണ്ടായിരുന്നില്ല. വാഹനങ്ങൾ പുറത്തേക്ക് ഇറങ്ങിപ്പോകുന്നുണ്ടായിരുന്നു. അവന്റെ പ്രതീക്ഷ അതോടെ നശിച്ചു.

'നീയാരെയാ നോക്കണേ?'

സംശയത്തോടെ രേഖ ചോദിച്ചു.

അവൻ മിണ്ടിയില്ല. അവൻ കാർ പാർക്കിലേക്ക് നടന്നു. അപ്പോഴും അവന്റെ കൈയ്ക്കുള്ളിൽ ആ റോസാദളങ്ങൾ ഉണ്ടായിരുന്നു.

കഴിഞ്ഞ മാസം വാങ്ങിയ പുതിയ കാർ ആയിരുന്നു അനുരാഗിന്റേത്. അവൻ ഡോർ തുറന്ന് കാറിലേക്ക് കയറി. ഓടിവന്ന് രേഖയും കാറിൽ കയറി.

'നമ്മളെങ്ങോട്ടാ പോകുന്നത്?' കാർ സ്റ്റാർട്ട് ചെയ്തപ്പോൾ അവൾ ചോദിച്ചു.

'നിനക്ക് എവിടെയാണ് പോകേണ്ടതെന്ന് പറ. അവിടെ കൊണ്ടു ചെന്ന് വിടാം.' അവൻ പറഞ്ഞു.

'ഞാനിന്ന് പോകുന്നില്ല. പോകാനല്ലല്ലോ വന്നത്.'

'എനിക്കിന്ന് മൂഡില്ല.'

'അതെന്താ?'

'ഇങ്ങോട്ട് ചോദ്യമൊന്നും വേണ്ട.'

കാർ ഗേറ്റ് കടന്ന് പുറത്തിറങ്ങി മെയിൻ റോഡിലേക്ക് പ്രവേശിച്ചു.

'നിന്റെ ഈ സ്വഭാവം എനിക്കൊട്ടും ഇഷ്ടപ്പെടുന്നില്ല.' രേഖ പെട്ടെന്ന് പറഞ്ഞു.

'ഏതു സ്വഭാവം?'

'ഈ മനംമാറ്റം. എന്താ വേറേതെങ്കിലും പെണ്ണിനെ കിട്ടിയിട്ടുണ്ടോ പുതിയതായിട്ട്.?'

'ഉണ്ടെങ്കിൽ?'

'ഞാനതു സമ്മതിക്കില്ല.'

'അതു പറയാൻ നിനക്കെന്ത് അർഹത? വേണ്ടതിലധികം കാശ് തന്നി

ട്ടില്ലേ ഞാൻ?'

'എങ്കിൽ കേട്ടോ...നീ വിചാരിക്കുന്നതുപോലെ ഒരു വിഡ്ഢിപ്പെണ്ണല്ല ഞാൻ. അത്തരം പെണ്ണുങ്ങളെയേ നീയിതുവരെ കണ്ടുകാണുകയുള്ളൂ.' അവൾ പരിഹാസത്തോടെ പറഞ്ഞു.

നിരത്തിന്റെ ഓരം ചേർത്ത് അനുരാഗ് കാർ നിർത്തി.

'ഇറങ്ങ്.' അവൻ പറഞ്ഞു.

മനസ്സിലാകാത്ത മട്ടിൽ അവൾ അവനെ നോക്കി.

'കാറിൽനിന്ന് ഇറങ്ങാനാ ഞാൻ പറഞ്ഞത്.'

അവന്റെ മുഖഭാവം കണ്ടപ്പോൾ അവൾ പേടിച്ചുപോയി.

'അനൂ...ഞാൻ.'

'ഐ സേ യു ഗെറ്റ് ഔട്ട്.' അവൻ അലറി.

രേഖ ഭയത്തോടെ ഡോർ തുറന്ന് വെളിയിലേക്കിറങ്ങി. കൈ നീട്ടി ഡോർ അടച്ച് അനുരാഗ് വണ്ടി മുന്നോട്ടെടുത്തു. അകന്നുപോകുന്ന കാർ നോക്കി രേഖ പല്ലുകൾ ഞെരിച്ചുനിന്നു.

***

പാന്റ്സിനുള്ളിൽ ഷർട്ട് ഇൻസേർട്ട് ചെയ്ത് ബെൽട്ട് കെട്ടുകയായിരുന്നു രാഹുൽ.

'രാഹുൽ...'

താഴെനിന്ന് ഗിരിജാകുമാരിയുടെ വിളി വന്നു.

'എന്താമ്മേ?' അയാൾ വിളിച്ചുചോദിച്ചു.

'ചായ റെഡി.'

'ഇതാ വരുന്നു.'

പത്തുമിനുട്ടുകൊണ്ട് ബ്രേക്ക്ഫാസ്റ്റ് കഴിക്കണം. കലക്ട്രേറ്റിൽനിന്ന് കാർ തിരിച്ചിട്ടുണ്ട്.

നിലക്കണ്ണാടിയിൽ നോക്കി അയാൾ മുടി ചീകിവെച്ചു. അല്പനേരം മുമ്പാണ് കുളിച്ചതെങ്കിലും മുടി ഉണങ്ങിക്കഴിഞ്ഞിരുന്നു.

ചാരനിറത്തിലുള്ള പാന്റ്സും തവിട്ടുനിറത്തിലുള്ള ഷർട്ടും. കുഴപ്പമില്ല. പുതിയ സബ് കലക്ടർ സുന്ദരനാണ് എന്നൊരു സംസാരം പൊതുവെ ഉണ്ടായിട്ടുണ്ടെന്ന് പലരും പറയുന്നതായി ഒരു സൂചന കിട്ടിയിട്ടുണ്ട്. പാവങ്ങൾ. അയാൾ ഒന്നു പുഞ്ചിരിച്ചു.

വേഷം ധരിച്ചുകഴിഞ്ഞ് രാഹുൽ സ്റ്റെയർകേസ് ഓടിയിറങ്ങി. എത്രയുംവേഗം ബ്രേക്ക്ഫാസ്റ്റ് കഴിക്കണം.

ഓഫീസിൽ പോകണം.

ഡൈനിംഗ് ടേബിളിൽ പൂവുപോലെ മൃദുവായ ഇഡ്ഡലിയും തേങ്ങാചട്ണിയും എണ്ണയൊഴിച്ച് ചാലിച്ച മുളകുചമ്മന്തിയും എടുത്തുവെച്ചിട്ടുണ്ടായിരുന്നു.

അയാൾ കസേര നീക്കിയിട്ട് ഇരുന്നിട്ട് ഒരു പ്ലേറ്റിൽ മൂന്ന് ഇഡ്ഡലി എടുത്തുവെച്ചു.

'അച്ഛൻ വന്നില്ലേ ഇതുവരെ?'

'മരണവീട്ടിൽ പോയതല്ലേ. കോളേജ് അവധിയായതുകൊണ്ട് ഇനി അതെല്ലാം കഴിഞ്ഞേ വരൂ. എനിക്കതെല്ല വിഷമം. ഒരു ഗ്ലാസ് ചായ മാത്രം കുടിച്ചിട്ടാ പോയത്. ഇനി എപ്പം വല്ലതും കഴിക്കാൻ പറ്റുമോ ആവോ?'

ഗിരിജാകുമാരി എതിർവശത്തുള്ള കസേരയിൽ ഇരുന്നു. കോളേജിൽ പ്രൊഫസറാണ് ശിവപ്രസാദ്. അതേ കോളേജിലാണ് രാഹുൽ എം.എ വരെ പഠിച്ചതും ഫസ്റ്റ് റാങ്ക് വാങ്ങി പാസ്സായതും പിന്നെ ഐ.എ.എസ് പരീക്ഷയിൽ വിജയം വരിച്ചതും.

കോളേജിലെ ഒരു ഓഫീസ്സ്റ്റാഫ് ഇന്നലെ രാത്രിയിൽ അറ്റാക്ക് വന്ന് മരിച്ചു.

'അടുത്ത സൺഡേ നീ ഫ്രീയാണോ?'

ഗിരിജാകുമാരി ചോദിച്ചു.

'എന്താമ്മേ?'

'ഒരു സ്ഥലംവരെ പോകാനാ.'

'എവിടെ?'

'പെരുന്നയിൽ നിനക്കൊരു പ്രപ്പോസൽ വന്നിട്ടുണ്ട്.'

അയാൾ ഒന്നു ചിരിച്ചു.

'കുട്ടി ഡോക്ടറാണ്. ഹൗസ് സർജൻസി കഴിഞ്ഞ് ഇപ്പോൾ പിജി അഡ്മിഷനുവേണ്ടി കോച്ചിംഗ് ക്ലാസിൽ പോയിക്കൊണ്ടിരിക്കുകയാ. ഒരു ആങ്ങളച്ചെറുക്കനുണ്ട്. ബിടെക്കിന് പഠിക്കുന്നു. അച്ഛൻ ഇറിഗേഷൻ വകുപ്പിൽ സൂപ്രണ്ടിംഗ് എഞ്ചിനീയറാ. അമ്മ ജില്ലാ ജഡ്ജിയും. കേട്ടിട്ട് നല്ല ആലോചനയാണെന്ന് തോന്നുന്നു.'

'അമ്മയോട് ഞാൻ പലവട്ടം പറഞ്ഞതല്ലേ, എനിക്കിപ്പോൾ ട്രെയിനിംഗ് പീരിയഡാണ്. ഒരു ആറുമാസം കൂടി കഴിയട്ടെ. എന്നിട്ടുമതി എനിക്കു കല്യാണം.' അയാൾ പറഞ്ഞു.

'മതി. ആറുമാസം കഴിഞ്ഞിട്ട് നടത്തണമെങ്കിൽ ഇപ്പഴേ ആലോചിച്ചുതുടങ്ങണം.'

'അടുത്ത സൺഡേ ഞാൻ ഫ്രീയല്ല. എന്റെ കൂടെ പഠിച്ച ഒരു കുട്ടി

യുടെ മാര്യേജാണ്. അതിന് പോകാതിരിക്കാൻ പറ്റില്ല.'

അയാൾ ഒഴിഞ്ഞു.

'അച്ഛനും ഞാനുംകൂടി പോയി കുട്ടിയെ ഒന്ന് കണ്ടിട്ട് വരാം.'

ഗിരിജാകുമാരി വിട്ടില്ല.

'ആറുമാസം കഴിയട്ടെ. എന്നിട്ടുമതി ആലോചന തുടങ്ങുന്നത്. അമ്മ ആ ടീവി ഒന്ന് ഓൺ ചെയ്യ്. അവിടെ വല്ല ഹർത്താലോ ബസ് പണിമുടക്കോ പ്രഖ്യാപിച്ചിട്ടുണ്ടോ എന്നറിയില്ലല്ലോ.'

നിരാശയോടെ ഗിരിജാകുമാരി ചെന്ന് ടിവി ഓൺചെയ്തു. ന്യൂസ് ചാനലിൽ അപ്പോൾ ഒരു പെൺകുട്ടിയുമായുള്ള ഇന്റർവ്യൂ നടക്കുകയായിരുന്നു. മൂക്കുത്തി അണിഞ്ഞ സുന്ദരിയായ ഒരു പെൺകുട്ടി.

'രക്തത്തിൽ അലിഞ്ഞതാണ് നൃത്തം ചെയ്യുവാനുള്ള വാസന എന്നു പറഞ്ഞാൽ അത് എത്രമാത്രം ശരിയായിരിക്കും?'

ഇന്റർവ്യൂ നടത്തുന്ന സ്ത്രീ ചോദിക്കുന്നു. പെൺകുട്ടി ചിരിക്കുന്നു. അപ്പോൾ അവളുടെ ഇരുകവിളിലും നുണക്കുഴികൾ തെളിയുന്നു.

'കലാമണ്ഡലത്തിൽനിന്ന് മോഹിനിയാട്ടം പഠിച്ചയാളാണ് എന്റെ അമ്മ പത്മിനി. ഇപ്പോൾ നാട്ടിലെ ഒരു സ്കൂളിലെ നൃത്താദ്ധ്യാപികയാണ്. അമ്മയാണ് എന്റെ ഗുരുവും പ്രചോദനവും.'

രാഹുൽ തലതിരിച്ച് അമ്മയെ ഒന്നുനോക്കി. ഗിരിജാകുമാരി അപ്പോൾത്തന്നെ അടുക്കളയിലേക്ക് പോയിരുന്നു.

'യൂണിവേഴ്സിറ്റി തലത്തിൽ മോഹിനിയാട്ടത്തിന് ഒന്നാംസമ്മാനം നേടിയ സ്ഥിതിക്ക് ഒരു നർത്തകിയായി ഭാവിയിൽ അറിയപ്പെടാനാണോ ആഗ്രഹിക്കുന്നത്?'

'അല്ല. നൃത്തം എനിക്ക് പാഷനാണ്. സിവിൽ സർവ്വീസാണ് എന്റെ ലക്ഷ്യം.'

'അമ്മേ...' പെട്ടെന്ന് രാഹുൽ ഉറക്കെ വിളിച്ചു.

'എന്താ മോനേ.' അവർ വിളി കേട്ടു.

'ഒന്നു വേഗം വന്നേ.'

ഗിരിജാകുമാരി ഡൈനിംഗ് റൂമിലേക്ക് വന്നു.

'ദാ ആ കുട്ടിയെ ഒന്നു നോക്കിക്കേ.'

ഗിരിജാകുമാരി വന്ന് ടിവിയിൽത്തന്നെ നോക്കിനിന്നു.

'ഏതാ ഈ കുട്ടി?'

'അറിയില്ലമ്മേ. പക്ഷേ കണ്ടിട്ട് ഒരിഷ്ടം തോന്നുന്നില്ലേ? നൃത്തത്തിന് സമ്മാനം കിട്ടിയ കുട്ടിയാണെന്നു മാത്രമേ എനിക്ക് മനസ്സിലായുള്ളു.'

പെട്ടെന്ന് ഇന്റർവ്യു അവസാനിച്ചു. അതുകാരണം അവളെക്കുറിച്ച്

കൂടുതൽ ഒന്നും അറിയാൻ കഴിഞ്ഞില്ല.

'അമ്മേ നമുക്കൊന്ന് അന്വേഷിച്ചാലോ?'

താല്പര്യത്തോടെ അയാൾ ചോദിച്ചു.

'നിനക്കിഷ്ടപ്പെട്ടോ?'

കൗതുകത്തോടെ ഗിരിജാകുമാരി അയാളെ നോക്കി.

'ഉം.' രാഹുൽ എഴുന്നേറ്റ് കൈകഴുകി.

'എങ്ങനെ അന്വേഷിക്കും?'

'ചാനലിൽ എന്റെയൊരു ഫ്രന്റുണ്ട്.'

അപ്പോഴേക്ക് പുറത്ത് കാർ വന്നു നിന്നു.

'ഞാൻ പോയിട്ടുവരാം അമ്മേ.' അയാൾ തിടുക്കത്തിൽ ഇറങ്ങിപ്പോയി. ഗിരിജാകുമാരി അറിയാതെ ചിരിച്ചു. ഈ കുട്ടികളുടെ ഓരോ സ്വഭാവം.

ശിവദാസ് വന്നപ്പോൾ ഉച്ചയായി. കുളിച്ചു വേഷംമാറി അദ്ദേഹം ഊണുകഴിക്കാനിരുന്നു.

'രാവിലെ ടീവിയിൽ ഒരു കുട്ടിയെ കണ്ടു രാഹുലിന് നന്നായി ബോധിച്ച മട്ടുണ്ട്.' ഗിരിജാകുമാരി പറഞ്ഞു.

'അതാരാ?'

അദ്ദേഹം തലയുയർത്തി നോക്കി.

നടന്ന കാര്യങ്ങൾ ഗിരിജാകുമാരി പറഞ്ഞു.

'അപ്പോൾ പെരുന്നയിൽ നിന്നുവന്ന പ്രപ്പോസലോ?'

'അവന്റെ ഇഷ്ടമല്ലേ പ്രധാനം.'

മൂന്നുമണിയായപ്പോൾ രാഹുൽ വിളിച്ചു.

'അമ്മേ ഈ കുട്ടിയെക്കുറിച്ചുള്ള ഡീറ്റെയിൽസ് അറിഞ്ഞു. മൂവാറ്റുപുഴയാണ് വീട്. അച്ഛൻ ഡെപ്യൂട്ടി കലക്ടർ. പല്ലവി എന്നാ കുട്ടിയുടെ പേര്. എം.എ യ്ക്ക് രണ്ടാംവർഷം പഠിക്കുന്നു.'

'പഠിച്ചുകൊണ്ടിരിക്കുന്നേയുള്ളൂ?'

'നമുക്ക് ആലോചിക്കാം അമ്മേ.'

പെട്ടെന്ന് കോൾ കട്ട് ആയി.

ഗിരിജാകുമാരി ശിവദാസിന്റെ അടുത്തേക്ക് ചെന്നു. അദ്ദേഹം ഉറക്കത്തിലായിരുന്നു.

പല്ലവി.

നല്ല പേര്.

ഗിരിജാകുമാരി മനസ്സിൽ പറഞ്ഞു.

***

അനുപല്ലവി

മൊബൈലിലെ അലാറം കേട്ടുകൊണ്ടാണ് പല്ലവി ഉണർന്നത്. മണി നാലര. ശീതളും പൗർണമിയും മൂടിപ്പുതച്ചുകിടന്നുറങ്ങുന്നത് മങ്ങിയ വെളിച്ചത്തിൽ അവൾ കണ്ടു. ഹോസ്റ്റൽ സുഖസുഷുപ്തിയിലായിരുന്നു. ലൈറ്റിട്ട് ബ്രഷിൽ പേസ്റ്റെടുത്ത് ശബ്ദമുണ്ടാക്കാതെ വാതിൽ തുറന്ന് അവൾ ബാത്ത് റൂമിലേക്ക് പോയി.

ഇടനാഴി വിജനം. പുറത്ത് നല്ല തണുപ്പ്. ഇരുവശത്തുമുള്ള മുറികളുടെ വാതിലുകൾ അടഞ്ഞുകിടക്കുന്നു. ആരും ഉണർന്നിട്ടില്ല.

ബാത്ത്റൂമിൽനിന്നു വന്നു കഴിഞ്ഞ് അവൾ ഗ്ലാസുമെടുത്ത് സ്റ്റെയർകേസിറങ്ങി താഴത്തെ നിലയിലുള്ള മെസ് ഹാളിലേക്ക് പോയി. മെസ്സിനോട് ചേർന്നാണ് കിച്ചൺ. അവൾ പ്രതീക്ഷിച്ചതുപോലെ കിച്ചണിൽ ലൈറ്റുണ്ടായിരുന്നു. അവൾ വാതിലിൽ ചെറുതായൊന്ന് മുട്ടി.

അന്നമ്മച്ചേടത്തി പെട്ടെന്ന് വാതിൽ തുറന്നു.

'ഞാൻ നോക്കിയിരിക്കുകയായിരുന്നു.'

അന്നമ്മച്ചേടത്തി ഗ്ലാസ് വാങ്ങി ചൂടുകാപ്പി പകർന്ന് അവൾക്ക് കൊടുത്തു. ഇതൊരു പതിവു രഹസ്യമാണ്. കിച്ചണിലെ ത്രേസ്യയ്ക്കും ലില്ലിക്കും മാത്രമേ ഇക്കാര്യം അറിയൂ.

'ഇന്നലെ മോളെ ടിവിയിൽ കണ്ടെന്ന് സുനിതയും രാജിയുമൊക്കെ പറഞ്ഞാരുന്നു.'

'ഒരു ഇന്റർവ്യൂ ഉണ്ടായിരുന്നു ചേടത്തീ. അതായിരിക്കും.'

അവൾ പറഞ്ഞു.

'ഞങ്ങൾ വിചാരിച്ചു ഡാൻസിന്റെയായിരിക്കുമെന്ന്. കാണാനൊത്തില്ല. ഇനീം വരുമ്പം പറയണേ.'

'പറയാം.' കാപ്പിയുമായി അവൾ റൂമിലേക്കു മടങ്ങി.

അപ്പോഴും ശീതളും പൗർണമിയും സുഖനിദ്രയിൽ.

കാപ്പി കുടിച്ചുകഴിഞ്ഞ് പല്ലവി ഒരു കമ്പളവുമെടുത്ത് മൂന്നാമത്തെ നിലയിലെ ടെറസ്സിലേക്കു പോയി. എന്നിട്ട് ടെറസ്സിൽ കമ്പളം വിരിച്ചു.

മാനത്ത് അപ്പോഴും വിളറിയ ചന്ദ്രക്കല ഉണ്ടായിരുന്നു. മിന്നിത്തിളങ്ങുന്ന അനേകം നക്ഷത്രങ്ങളും. കമ്പളത്തിൽ ഇരുന്നും കിടന്നും അവൾ അരമണിക്കൂറോളം യോഗ ചെയ്തു. കഴിയുന്നതും അവൾ യോഗ മുടക്കാറില്ല.

തിരിച്ചെത്തിയപ്പോൾ ഹോസ്റ്റലിലെ ജനറൽറൂമിൽ പത്രങ്ങൾ എത്തിയിരുന്നു. ഒരു ഇംഗ്ലീഷ് പത്രവും രണ്ടു മലയാളപത്രവും രണ്ടും വായിച്ചിട്ടാണ് അവൾ റൂമിലേക്കു പോയത്. അപ്പോൾ ആറുമണി കഴിഞ്ഞിരുന്നു.

ഹോസ്റ്റൽ ഉണർന്നുതുടങ്ങിയിരുന്നു. പല്ലവി കുളി കഴിഞ്ഞുവന്നപ്പോഴാണ് ശീതൾ ഉണർന്നത്.

'ഓ രാജകുമാരി പള്ളിയുറക്കം ഉണർന്നോ?'

കളിയായി പല്ലവി ചോദിച്ചു.

ശീതൾ പെട്ടെന്ന് എഴുന്നേറ്റ് ബെഡിൽ ഇരുന്നു.

'ദാ ഒരുത്തി പോത്തുപോലെ കിടന്ന് ഉറങ്ങുന്നു. അതിലും ഭേദമല്ലേ ഞാൻ.' പൗർണമിയെ ഉദ്ദേശിച്ച് അവൾ പറഞ്ഞു.

'നീ പറഞ്ഞതിൽ പിശകുണ്ട്. എരുമപോലെ എന്നാണ് പറയേണ്ടത്.' പല്ലവി തിരുത്തി.

ശീതൾ പൊട്ടിച്ചിരിച്ചു.

ആ ചിരികേട്ടുകൊണ്ടാണ് പൗർണമി എഴുന്നേറ്റത്.

'മനുഷ്യനെ ഒന്ന് സ്വസ്ഥമായിട്ട് ഉറങ്ങാൻ സമ്മതിക്കൂലേ നീ.?'

അവൾ അരിശത്തോടെ ചോദിച്ചു.

'എടീ പെണ്ണേ മണി എട്ടായി. നീയിന്ന് കോളേജിൽ വരുന്നില്ലേ?'

അതിന് മറുപടി ഉണ്ടായില്ല. പൗർണമി വീണ്ടും ഉറങ്ങിക്കഴിഞ്ഞിരുന്നു. ശീതൾ മുഖം തിരിച്ച് പല്ലവിയെ ഒന്നു നോക്കി.

'ഞാൻ ഇത്തിരി സാഹിത്യം പറയട്ടെ?' അവൾ ചോദിച്ചു.

മലയാളം എം.എയ്ക്കാണ് ശീതൾ പഠിക്കുന്നത്. പല്ലവി എം.എ ഇക്കണോമിക്സിനും.

'ശരി കേൾക്കാം.'

'പ്രഭാതത്തിൽ വിടർന്ന ഒരു വെള്ള പനിനീർപ്പൂവിനെപ്പോലെയാണ് ഇപ്പോൾ നിന്നെ കണാൻ.' ശീതൾ പറഞ്ഞു.

പല്ലവി ഒന്നു പുഞ്ചിരിച്ചു.

'ഒന്നും തോന്നിയില്ലേ നിനക്കിത് കേട്ടിട്ട്?'

'വല്ല ആൺപിള്ളേരുമാണ് ഇങ്ങനെ പറഞ്ഞിരുന്നതെങ്കിൽ ഞാൻ ഒന്ന് കോരിത്തരിച്ചേനേ.' അവൾ പറഞ്ഞു.

'അപ്പോൾ ഞാൻ പറഞ്ഞതുകേട്ടിട്ട് ഒരു ഫീലിംഗും ഉണ്ടായില്ലേ?' നിരാശാഭാവത്തിൽ ശീതൾ ചോദിച്ചു.

'പ്രശംസ ആർക്കാ മോളേ ഇഷ്ടപ്പെടാത്തത്. ഒരു സുഖമൊക്കെ തോന്നി.'

'ഞാൻ തമാശയായിട്ടല്ല പറഞ്ഞത്.'

'നീ സീരിയസ്സാണെന്ന് എനിക്കറിയാമല്ലോ. പോയി പല്ല് ബ്രഷ് ചെയ്തിട്ട് വാ. എനിക്ക് കുറച്ച് വായിക്കാനുണ്ട്.'

തലേന്ന് ലൈബ്രറിയിൽനിന്ന് എടുത്ത ഇന്റർനാഷണൽ എക്കണോ

മിക്സിന്റെ തടിച്ച പുസ്തകമെടുത്ത് പല്ലവി തുറന്നു.

'നിനക്ക് ഐ.എ.എസ് കിട്ടും. ഞങ്ങൾക്ക് വല്ല എൽ.ഡി. ക്ലാർക്കിന്റെ പണി കിട്ടിയാലും മതിയാർന്നു.' കണ്ണുതുറക്കാതെ പൗർണമി പറഞ്ഞു.

'അപ്പോൾ നീ ഉറക്കം നടിച്ച് കിടക്കുകയാരുന്നോ കള്ളീ?'

പല്ലവി ചോദിച്ചു.

പൗർണമി കണ്ണുതുറന്ന് അവളെ നോക്കി ചിരിച്ചു. പത്തുമണിക്കാണ് ക്ലാസ് തുടങ്ങുന്നത്. ഒൻപതേ മുക്കാലായിട്ടാണ് മൂന്നുപേരും വേഷം ധരിച്ച് മുറിപൂട്ടി കോളേജിലേക്ക് പോകാനിറങ്ങിയത്. ഹോസ്റ്റലിൽനിന്ന് അഞ്ചുമിനിറ്റ് നടക്കാനുള്ള ദൂരമേയുള്ളു. കോളേജിൽ ചെന്നപ്പോൾ മൂന്നു കൂട്ടുകാരികളിൽ ശീതൾമാത്രം മലയാളം ക്ലാസിലേക്ക് പോയി. പല്ലവിയും പൗർണമിയും ഇക്കണോമിക്സ് ക്ലാസിലേക്കും.

ക്ലാസിൽ ഇരുപതു കുട്ടികളാണ് ഉണ്ടായിരുന്നത്. പാതിയിലേറെയും പെൺകുട്ടികൾ. മൈക്രോ എക്കണോമിക്സിന്റെ ക്ലാസായിരുന്നു ആദ്യത്തെ പീരിയഡ്. രണ്ടാത്തെ പീരിയഡ് ക്ലാസെടുക്കേണ്ടിയിരുന്ന മെറ്റിൽഡ മിസ് അന്ന് ലീവിലായിരുന്നതുകൊണ്ട് കുട്ടികൾ ലൈബ്രറിയിൽ പോയിക്കൊള്ളാൻ പ്രൊഫസറുടെ നിർദ്ദേശം വന്നു.

'നമുക്ക് ഒരു കോഫി കുടിച്ചിട്ട് പോകാമെടീ.'

പൗർണമി പറഞ്ഞു.

'ശരി, നിന്റെ ഇഷ്ടം നടക്കട്ടെ.' പല്ലവി അവളോടൊപ്പം കാന്റീനിലേക്കു പോയി.

വലിയ ഹാളായിരുന്നു കാന്റീൻ. നിറയെ ചതുരാകൃതിയിലുള്ള മേശകൾ. അവയ്ക്കുചുറ്റും നാലുവീതം കസേരകൾ.

അവർ ചെന്നപ്പോൾ ക്ലാസില്ലാത്ത കുറച്ചുകുട്ടികൾ അവിടെ ഉണ്ടായിരുന്നു. അവർ ഒരു ടേബിളിന്റെ അടുത്ത് ചെന്നിരിക്കുന്നത് മറ്റൊരു ടേബിളിന് ചുറ്റും ഇരുന്ന ഫിറോസും ജഗനും ബിമലും കണ്ടു.

ഇവരെ കണ്ടാൽ പെൺകുട്ടികൾ വഴി മാറി നടക്കുന്ന തെമ്മാടികളായിരുന്നു മൂന്നുപേരും.

'എടാ എനിക്കൊരു ഐഡിയ. നമ്മുടെ നാളത്തെ ബെറ്റ് അവളാണ്.'

ജഗൻ പറഞ്ഞു.

'ആര്?' ഫിറോസ് ചോദിച്ചു.

'ആ ആട്ടക്കാരിയില്ലേ. പല്ലവി. കണ്ടില്ലേ ചരക്കിന്റെ ഇരിപ്പ്.'

മൂന്നുപേരും അവളെ തുറിച്ചുനോക്കി.

ഓരോ ദിവസവും അവർ എന്തെങ്കിലും പന്തയം വയ്ക്കും. അതിൽ

തോൽക്കുന്ന ആളാണ് അന്നത്തെ ചെലവു മുഴുവൻ വഹിക്കേണ്ടത്. ഭക്ഷണം, സിനിമ, ബാർ....

'എന്താണ് ബെറ്റ്?'

ഉത്സാഹത്തോടെ ബിമൽ ചോദിച്ചു.

ജഗൻ അതോർത്ത് ചിരിച്ചു.

രണ്ട്

'പറയെടാ. എന്താ ബെറ്റ്?' ഫിറോസ് അക്ഷമനായി.

'ഇത്തിരി കടന്ന കൈയാണ്.' ജഗൻ പറഞ്ഞു.

'എന്നുവെച്ചാൽ?' ബിമൽ ചോദിച്ചു.

'കുറച്ച് അശ്ലീലമുണ്ട്.'

ഫിറോസിന്റെയും ബിമലിന്റെയും കണ്ണുകൾ പെട്ടെന്ന് തിളങ്ങി.

'പറയെടാ. നീ ഞങ്ങളെ ഇങ്ങനെ മുൾമുനയിൽ നിർത്താതെ.'

ബിമൽ അവന്റെ കൈയിൽ കയറിപ്പിടിച്ചു.

'നാളെ പല്ലവി കോളേജിൽ വരുമ്പോൾ നമ്മൾ അവളെ സമീപിക്കുന്നു.' ജഗൻ പറഞ്ഞു

'എന്നിട്ടോ?'

'എന്നിട്ട് നമ്മൾ പറയുന്നു. ഞങ്ങൾ മൂന്നുപേരുംകൂടി ഒരു ബെറ്റ് വച്ചിട്ടുണ്ട്. ജയിക്കുന്ന ആളിന് ആയിരത്തഞ്ഞൂറു രൂപ സമ്മാനം കിട്ടും. അതിന് പല്ലവിയുടെ ഒരു സഹായം വേണമെന്ന്.' ജഗൻ പറഞ്ഞു.

'നമ്മൾ ബെറ്റ് വയ്ക്കുന്നതിന് അവളുടെ സഹായമെന്തിനാടാ?'

ഫിറോസിന് മനസ്സിലായില്ല.

'അവളാണ് ബെറ്റിന്റെ ചോദ്യത്തിന് മറുപടി പറയേണ്ടത്.'

'നീ വെറുതെ വട്ടാക്കല്ലേ ജഗാ. നീ പറയുന്നതൊന്നും എനിക്കു മനസ്സിലാകുന്നില്ല.'

ജഗൻ ഒന്നു ചിരിച്ചു.

'അവൾ ടോപ്പിനടിയിൽ ധരിക്കുന്ന ഒരു സാധനമില്ലേ. അതിന്റെ കളർ നമ്മൾ ഗസ്സ് ചെയ്യും. എന്നിട്ട് നമ്മൾ അവളോട് ചെന്ന് ചോദിക്കും. നമ്മൾ ഒരാൾ പറയുന്നതായിരിക്കും കറക്ട് ആൻസർ.'

'സൂപ്പർ ഐഡിയ. പക്ഷേ, അവൾ നമ്മളോട് ആൻസർ പറയുമോ? നാണമായിരിക്കത്തില്ലേ?' ഫിറോസ് സംശയിച്ചു.

'അവൾ മറുപടി പറഞ്ഞില്ലെങ്കിലും വേണ്ടില്ല. അതൊരു രസമുള്ള

സംഭവമല്ലേ. നാളത്തെ ചെലവ് നമ്മൾ മൂന്നുപേരും ഈക്വലായി ഷെയർ ചെയ്യുന്നു.' ജഗൻ പറഞ്ഞു.

'ഓകെ. എഗ്രീഡ്.'

സംഭവം രസകരമായിരിക്കുമെന്ന് ബിമലിനും തോന്നി.

പല്ലവിയും പൗർണമിയും കാപ്പി കുടിച്ച് കഴിഞ്ഞ് എഴുന്നേറ്റുപോകുന്നത് മൂന്നുപേരും കൗതുകത്തോടെ നോക്കി ഇരുന്നു.

'അവൻ എന്തായാലും ഒരു ഭാഗ്യവാനായിരിക്കും.' ആരോടെന്നില്ലാതെ ജഗൻ പറഞ്ഞു.

'ആര്?'

'അവളെ കെട്ടുന്നവൻ. കണ്ടില്ലേ എന്തൊരു ബോഡി ഷെയ്പ്പാണ്.'

ആരാധനയോടെ അവൻ പറഞ്ഞു.

'ഡാൻസ് കളിക്കുന്നവളല്ലേ. നല്ലൊരു എക്സർസൈസാ. അതിന്റെ മെച്ചമാ.' ബിമൽ പറഞ്ഞു.

അല്പനേരം കഴിഞ്ഞ് ജഗൻ ഒറ്റയ്ക്ക് മാറിനിന്ന് ശീതളിനെ വിളിച്ചു. അവർ ഒരേ നാട്ടുകാരാണ്. അതിന്റെ സൗഹൃദവുമുണ്ട് അവർ തമ്മിൽ.

'ശീതൾ, എനിക്ക് നിന്റെ ഒരു ഹെൽപ്പ് വേണം.'

'എന്താടോ?'

'ഞാനും ബിമലും ഫിറോസും കൂടി ഒരു ബെറ്റ് വച്ചിട്ടുണ്ട്.'

'എന്താ ബെറ്റ്?'

അവൻ അതിനെക്കുറിച്ച് അവളോട് പറഞ്ഞു.

'ഛീ, നാണക്കേട്. തനിക്ക് വേറെ പണിയൊന്നുമില്ലേ?'

അവൾ അരിശം പ്രകടിപ്പിച്ചു.

'നിങ്ങൾ ഒരേ റൂമിലല്ലേ താമസം. അതിന്റെ കളർ എനിക്കൊന്ന് മെസേജ് ചെയ്തു തരണം. ആർക്കും നഷ്ടമില്ലാത്ത ഒരു ഉപകാരമല്ലേ എന്റെ ശീതളേ.'

'എന്നെക്കൊണ്ട് പറ്റില്ല ജഗനേ.'

'നമ്മൾ രണ്ടുപേരുമല്ലാതെ ഇക്കാര്യം ആരും അറിയില്ല. എന്റെ മെസേജ് വന്നുകഴിഞ്ഞാൽ നിന്റെ മൊബൈലിൽ ഒരു മാസത്തേക്കുള്ള അൺലിമിറ്റഡ് കോൾസ് ആന്റ് ഡാറ്റാ ഞാൻ ചാർജ്ജ് ചെയ്തിരിക്കും.'

'ഉം. നോക്കട്ടെ.' അവൾ പാതി സമ്മതം പറഞ്ഞു.

'ഉം. നോക്കിയാൽ മതി.'

അവന് സന്തോഷമായി. ജഗൻ ഒരു മൂളിപ്പാട്ടോടെ കൂട്ടുകാരുടെ അടുത്തേക്ക് പോയി. നാളത്തെ പൂരം കണ്ടുതന്നെ അറിയണം..

***

അനുരാഗ് ഉണർന്നപ്പോൾ മുറിയിൽ നല്ല വെളിച്ചമുണ്ടായിരുന്നു. നേരം വെളുത്തിട്ട് ഒരുപാട് നേരമായിരിക്കുന്നുവെന്ന് അവനു മനസ്സിലായി.

ബെഡ്ഡിൽ കിടന്നിരുന്ന മൊബൈൽ എടുത്ത് അവൻ സമയം നോക്കി.

പതിനൊന്നര.

കണ്ണുകൾ തുറക്കാൻ വയ്യ. തലയ്ക്ക് നല്ല ഭാരം. ഇന്നലെ രാത്രിയിൽ എത്ര ലാർജ്ജ് കഴിച്ചു എന്ന് ഒരു പിടിയുമില്ല. നാലോ അതോ അഞ്ചോ അതോ ആറോ?

പാർട്ടി തീർന്നപ്പോൾ പാതിരാ കഴിഞ്ഞിരുന്നു. എത്ര കുടിച്ചാലും ഡ്രൈവ് ചെയ്യുമ്പോൾ കൈകൾ വിറയ്ക്കില്ല. കണ്ണുകൾ ചിമ്മുകയില്ല. അത് ഭാഗ്യം. ബ്ലാങ്കറ്റിനുള്ളിൽനിന്ന് പുറത്തിറങ്ങി അവൻ ഏസി ഓഫ് ചെയ്തു. തണുപ്പ് സഹിക്കാൻ വയ്യ.

അമ്മ പലവട്ടം വന്ന് വിളിച്ചുകാണും. ഇനിയിപ്പോൾ കാരണം ബോധിപ്പിക്കേണ്ടിവരും.

ബാത്ത്റൂമിൽ പോയിട്ട് ആശങ്കയോടെയാണ് അനുരാഗ് കോണിപ്പടികളിറങ്ങി താഴേക്ക് ചെന്നത്. സ്വീകരണമുറിയിൽ ഗായത്രിദേവി ഉണ്ടായിരുന്നില്ല. താഴത്തെ നിലയിലാണ് അമ്മയുടെ മുറി. മാസ്റ്റർ ബെഡ്റൂം. ചെന്നുനോക്കിയപ്പോൾ വാതിൽ അടച്ചിരിക്കുന്നു. ചെറുതായി മുട്ടിനോക്കി. ഉള്ളിൽ അനക്കമൊന്നും കേട്ടില്ല. ഡോർ ഹാൻഡിലിൽ പിടിച്ച് തിരിച്ച് വാതിൽ തുറന്നു. ഉള്ളിൽ ഗായത്രിദേവി ഉണ്ടായിരുന്നില്ല.

'അമ്മേ....' അവൻ വിളിച്ചു.

പ്രതികരണം ഉണ്ടായില്ല.

വാതിൽ അടച്ചിട്ട് അവൻ കിച്ചണിലേക്ക് ചെന്നു. മാറത്ത് ഏപ്രൺ കെട്ടി സുമിത്ര എന്തോ പാചകജോലിയിലായിരുന്നു. അടുക്കളജോലിക്കാരിയാണ് സുമിത്ര. നാല്പതു കഴിഞ്ഞ അല്പമൊന്ന് തടിച്ച സ്ത്രീ.

'ചേച്ചീ....' അവന്റെ വിളി കേട്ട് അവൾ തലതിരിച്ച് നോക്കി.

'അല്ലാ ഉണർന്നോ?'

അവളുടെ നോട്ടം കണ്ട് അവൻ മുഖം കുനിച്ചു. അവൻ കൈക്കുഞ്ഞ് ആയിരിക്കുന്ന കാലത്തേ കൃഷ്ണകൃപയിൽ ജോലിക്കാരിയായി വന്നവളാണ് സുമിത്ര. അതുകൊണ്ടുതന്നെ ഇരുപത്തിമൂന്നു വയസ്സായെങ്കിലും അവൻ ഇപ്പോഴും അവൾക്കു മിട്ടുമോനാണ്. അവന് അവൾ ചേച്ചിയും.

'ഇന്നലെ എത്ര മണിക്കാ വന്നതെന്ന് വല്ല ഓർമ്മയുമുണ്ടോ?'

അവൾ ചോദിച്ചു.

'ഇല്ല.'

'ഒന്നര കഴിഞ്ഞു.'

'അമ്മയെവിടെ?' അവൻ പെട്ടെന്ന് വിഷയം മാറ്റി.

'ദേവിയേടത്തി അമ്പലത്തിൽ പോയി. ഇന്ന് ഷഷ്ഠിയല്ലേ. പുത്രന് ആയുരാരോഗ്യസൗഖ്യം കിട്ടാൻ അമ്മ വ്രതമെടുക്കുന്നു. പക്ഷേ മോനോ...'

അവന് ആശ്വാസമായി. അമ്മ രാവിലെ പോയിക്കാണും. താൻ ഉണർന്നത് പതിനൊന്നരയക്കാണെന്ന് അമ്മ അറിയില്ല.

'എത്രയോ തവണ പറഞ്ഞിട്ടുണ്ട്, പത്തുമണിക്കുമുമ്പ് വീട്ടിൽ വരണമെന്ന്. എന്താ മോനത് മനസ്സിലാവാത്തേ?'

'ഇന്നലെ കിരണിന്റെ ബർത്ത്ഡേ ആയിരുന്നു.'

'മിനിഞ്ഞാന്നോ?'

'മിനിഞ്ഞാന്ന് ഞാൻ നേരത്തെ വന്നില്ലേ?'

'പന്ത്രണ്ടുമണിക്ക്.'

അനുരാഗ് മിണ്ടിയില്ല.

'വാതിൽ തുറന്നുതരാൻവേണ്ടി ഞാൻ ഉറങ്ങാതെ കാത്തിരിക്കും. അതെങ്കിലും എന്താ മിട്ടുമോൻ ഓർക്കാത്തേ?'

'ഇനി നേരത്തെ വരാം.' അവൻ ഏറ്റു.

'ഓ...എന്തൊരു അനുസരണ.'

അവൾ ചിരിച്ചു. ഗായത്രിദേവിക്ക് അവൻ മിട്ടുവാണ്. സുമിത്രയ്ക്ക് മിട്ടുമോനും. അവന്റെ അച്ഛൻ കൃഷ്ണദാസാണ് അനുരാഗ് എന്നു പേരിട്ടത്. പക്ഷേ വിളിക്കാൻ പാകത്തിന് അമ്മ മിട്ടു എന്നും പേരിട്ടു. അനുരാഗിന് പത്തുവയസ്സുള്ളപ്പോൾ കൃഷ്ണദാസ് മരിച്ചു, ആർ.കെ അസോസിയേറ്റ്സ് എന്ന വലിയ ബിസിനസ്സ് സാമ്രാജ്യം ഗായത്രിദേവിയുടെ ചുമലുകളിൽ വച്ചുകൊടുത്തിട്ട്. ഹോട്ടൽ അനുരാഗ്, ഗായത്രി സിനിമ എന്ന തിയറ്റർ കോംപ്ലക്സ്, ആർ.കെ മോട്ടേഴ്സ് എന്ന പ്രൈവറ്റ് ബസ് ശൃംഖല, ഗായത്രി കല്യാണമണ്ഡപം.

കൃഷ്ണദാസിന്റെ മാനേജരും വലംകൈയുമായിരുന്ന ഗോപിനാഥ് ആണ് ഇപ്പോൾ എല്ലാം നോക്കിനടത്തുന്നത്. വിശ്വസ്തനായതുകൊണ്ട് ഗായത്രിദേവിക്ക് എന്നും ഓഫീസിൽ ചെന്ന് കൃഷ്ണദാസിന്റെ കസേരയിൽ ഇരിക്കേണ്ടിവരാറുമില്ല.

'ചായ വേണോ?' സുമിത്ര ചോദിച്ചു.

'നല്ല വിശപ്പുണ്ട്.' അനുരാഗ് പറഞ്ഞു.

'ഇടിയപ്പം തരാം. ഇരുന്നോളൂ.'

അവൻ കൈ കഴുകി വന്ന് ഇരുന്നപ്പോൾ അവൾ ഒരു പ്ലേറ്റിൽ ഇടിയപ്പവും മുട്ടറോസ്റ്റും കൊണ്ടുവന്ന് കൊടുത്തു. ഷഷ്ഠിയായതുകൊണ്ട് ഗായത്രിദേവി ഒന്നും കഴിക്കാതെയാണ് പോയത്. ബ്രേക്ക് ഫാസ്റ്റ് കഴിച്ചിട്ട് അവൻ മുകളിലത്തെ മുറിയിൽ ചെന്ന് മൊബൈലെടുത്തു നോക്കി. നാലഞ്ച് മിസ്ഡ് കോളുകൾ. അതിൽ രണ്ടെണ്ണം രേഖയുടേതായിരുന്നു. അവൻ അവളുടെ നമ്പറിൽ വിളിച്ചു.

'എന്താ?' അവൾ കോൾ എടുത്തപ്പോൾ അവൻ ചോദിച്ചു.

'സോറി അനൂ. ഞാൻ ഇന്നലെ അങ്ങനെയൊക്കെ...'

'എന്റെ പേഴ്സണൽ കാര്യത്തിൽ ആരും ഇടപെടുന്നത് എനിക്കിഷ്ടമല്ല.' അവൻ പറഞ്ഞു.

'മനസ്സിലായി. ഞാൻ സോറി പറഞ്ഞല്ലോ.'

'വേറെ വിശേഷം ഒന്നുമില്ലല്ലോ.'

സംസാരം അവസാനിപ്പിക്കാനായി അവൻ ചോദിച്ചു.

'അയ്യോ കട്ട് ചെയ്യല്ലേ.' അവൾ അപേക്ഷിച്ചു.

'വേറെ എന്താണ്?'

'നമ്മൾ ഒരു യാത്ര പോകുന്ന കാര്യം നീ പറഞ്ഞില്ലേ. കുമരകത്തിന്. എന്നാണ്? ഞാനതുതന്നെ ഓർത്തുകൊണ്ടിരിക്കുകയാണ്.'

'നാളെ പറയാം. ശരി.. വച്ചോ.'

അവൻ കോൾ കട്ട് ചെയ്തു.

സിതാരയും ജീവയും വിളിച്ചിരിക്കുന്നു. രണ്ടുപേരേയും അവൻ തിരിച്ചുവിളിച്ചില്ല. രണ്ടുപേരുടെയും കാലാവധി തീർന്നതാണ്.

റൂമിലെ ടിവി ഓൺ ചെയ്ത് വെറുതെ അവൻ ചാനലുകൾ മാറ്റി മാറ്റി ഇരുന്നു.

ഗായത്രിദേവി അമ്പലത്തിൽനിന്ന് വന്നപ്പോൾ ഒരുമണിയായി. പോർച്ചിൽ കാർ നിർത്തിയിട്ട് ഡ്രൈവർ ദിനേശൻ അടുക്കളഭാഗത്തേക്ക് പോയി. ഊണു കാലമായിട്ടുണ്ടെങ്കിൽ സുമിത്ര ചോറു കൊടുക്കുമെന്ന് അയാൾക്കറിയാമായിരുന്നു.

കാർ വന്ന ശബ്ദം കേട്ട് അനുരാഗ് താഴേക്ക് ഇറങ്ങിച്ചെന്നു. അമ്പതു വയസ്സിലും അതിസുന്ദരിയായ സ്ത്രീയായിരുന്നു ഗായത്രിദേവി.

പുറത്തേക്ക് പോകുമ്പോൾ സിൽക്കുസാരിയാണ് വേഷം. രണ്ടു കൈത്തണ്ടകളിലും ഓരോ സ്വർണ്ണവള. കഴുത്തിൽ ഒരു മാല. വെള്ളക്കല്ല് പതിച്ച കമ്മൽ. അതിൽ കൂടുതൽ ആഭരണങ്ങൾ അവർ ഉപയോഗിക്കാറില്ല. കാരുണ്യം നിറഞ്ഞ ചിരിയായിരുന്നു അവരുടെ ഏറ്റവും

വലിയ ആഭരണം.

'നീയിവിടുണ്ടാരുന്നോ മോനേ. നന്നായി. ഞാൻ വിചാരിച്ചു പുറത്തെവിടെയെങ്കിലും പോയിക്കാണുമെന്ന്.'

അനുരാഗിനെ കണ്ട് അവർ പറഞ്ഞു.

'അമ്മ അമ്പലത്തിൽ പോയതാണെന്ന് സുമിത്രചേച്ചി പറഞ്ഞപ്പഴാ അറിഞ്ഞത്.'

'നിനക്ക് പ്രസാദം വേണ്ടേ?' കൈയിൽ ഉണ്ടായിരുന്ന അടപ്പുള്ള സ്റ്റീൽപാത്രം തുറന്ന് കുറച്ച് കടുംപായസമെടുത്ത് ഗായത്രിദേവി അവനു കൊടുത്തു. അവനതു കഴിച്ചു.

'അമ്മയ്ക്ക് വിശക്കുന്നില്ലേ? ഇനി എന്തെങ്കിലും കഴിച്ചിട്ട് ഇരുന്നാൽ മതി.' അവൻ പറഞ്ഞു.

'അമ്പലത്തിൽനിന്ന് പ്രസാദം കഴിച്ചിട്ടാ മോനേ ഞാൻ വരുന്നത്. അവിടന്ന് വെള്ളച്ചോറും മോരും കിട്ടും.'

'എങ്കിൽ ഞാൻ പുറത്തൊന്നു പോയിട്ട് വരാം.' അവൻ എഴുന്നേറ്റു.

'ഇനി ചോറുണ്ടിട്ട് പോയാൽ പോരേ?'

'ഞാൻ ലേറ്റായിട്ടാണ് കഴിച്ചത്. പോയിട്ട് വരാം അമ്മേ.'

ഗായത്രിദേവി പിന്നെ തടസ്സമൊന്നും പറഞ്ഞില്ല. അവർ ശരിക്കും അവന്റെ ഒരാഗ്രഹത്തിനും എതിരുനിന്നിട്ടില്ല.

മുറിയിൽചെന്ന് വേഷം ധരിച്ച് കാറെടുത്ത് അവൻ ടൗണിലേക്ക് പോയി. എടിഎം കണ്ടപ്പോഴാണ് പേഴ്സിൽ ക്യാഷ് കുറവാണല്ലോ എന്ന കാര്യം അവന് ഓർമ്മ വന്നത്. റോഡുവക്കിൽ കാർ നിർത്തിയിട്ട് അവൻ ചെന്ന് കാർഡ് ഉപയോഗിച്ച് നാൽപ്പതിനായിരം രൂപ പിൻവലിച്ചു. രണ്ടു മൂന്നുദിവസത്തെ ചെലവിന് അത് മതിയാകും.

എടിഎമ്മിൽനിന്ന് ഇറങ്ങാൻ തുടങ്ങുമ്പോഴാണ് അതിനുള്ളിൽ ഒരു മൊബൈൽ ബെല്ലടിക്കുന്നത് അവൻ കേട്ടത്. ചുറ്റും നോക്കിയപ്പോൾ നിലത്ത് ഉപേക്ഷിക്കപ്പെട്ട രസീതുകളുടെ കൂമ്പാരത്തിന്റെ ചുവട്ടിൽ ഒരു ഹാൻഡ് സെറ്റ് കിടക്കുന്നത് അവൻ കണ്ടത്. അനുരാഗ് അതെടുത്ത് നോക്കി. അത്ര പഴക്കമില്ലാത്ത ഒരു ഹാൻഡ് സെറ്റ് ആയിരുന്നു അത്. ആരോ വിളിച്ചുകൊണ്ടിരിക്കുന്നു. ബെല്ല് മുഴങ്ങുന്നു. അവൻ എടിഎമ്മിൽനിന്ന് മൊബൈലുമായി വെളിയിലേക്കിറങ്ങി. ആരോ മറന്നുവച്ചതോ അറിയാതെ നിലത്തുവീണതോ ആയിരിക്കും അതെന്ന് അവനു മനസ്സിലായി.

'ഹലോ...' അവൻ കോളെടുത്തു.

'ഹലോ ഇതാരാണ്?' പെട്ടെന്ന് പരിഭ്രമസ്വരത്തിൽ ഒരു പെൺസ്വരം

ചോദിച്ചു.

'എന്റെ പേര് അനുരാഗ്. ഇതാരാണ്?'

'ഈ മൊബൈൽ എന്റെ കൂട്ടുകാരിയുടെതാണ്. എവിടെയോ നഷ്ടപ്പെട്ടു. താങ്കൾക്ക് ഇതെവിടെനിന്നാണ് കിട്ടിയത്?'

'വിമലാകോളേജിന്റെ തൊട്ടടുത്തുള്ള എടിഎമ്മിൽനിന്ന്.'

'പ്ലീസ് അവിടെ നിൽക്കാമോ. ഞങ്ങൾ ഉടനെ വരാം. ഒരു അഞ്ചുമിനുട്ട്.'

ഏതോ ഒരു പെൺകുട്ടി. സ്വരം കേട്ടിട്ട് സുന്ദരിയായിരിക്കുമെന്ന് അവനു തോന്നി. ഇങ്ങോട്ട് വന്ന് വീഴുമ്പോൾ എന്തിന് വേണ്ടെന്ന് വയ്ക്കണം.

അനുരാഗ് കാറിനടുത്ത് കാത്തുനിന്നു. അഞ്ചുമിനിറ്റ് എടുത്തില്ല. അതിനുമുമ്പ് ഒരു സ്കൂട്ടർ പാഞ്ഞുവന്ന് എടിഎമ്മിന്റെ മുമ്പിൽ നിന്നു. രണ്ടു പെൺകുട്ടികളാണ് വന്നത്. സ്കൂട്ടറിന്റെ പിന്നിൽ നിന്നിറങ്ങിയ പെൺകുട്ടിയെ കണ്ട് അവൻ അത്ഭുതസ്തബ്ധനായി നിന്നു. സിനിമാതിയറ്ററിൽ വച്ച് കണ്ട അതേ കുട്ടി. അതേ മുഖം. അതേ മൂക്കുത്തി.

അവർ തിടുക്കത്തിൽ അനുരാഗിന്റെ അടുത്തേക്ക് വന്നു.

'മൊബൈൽ കിട്ടിയത്...' കൂട്ടുകാരി അവനോട് ചോദിച്ചു.

'അതെ. എനിക്കാണ്.' അവൻ ജീൻസിന്റെ പോക്കറ്റിൽനിന്നും മൊബൈൽ എടുത്തു.

'അതെ. ഇതുതന്നെ. ഇത് ഇവളുടേതാണ്. കുറച്ചുമുമ്പ് ക്യാഷ് എടുക്കാൻ ഇവിടെ വന്നിരുന്നു. ബാഗിൽനിന്ന് അറിയാതെ വീണുപോയതാണ്.'

'എന്താണ് പേര്?' അവൻ തിരക്കി.

'എന്റെ പേര് പൗർണമി.'

'അല്ല. കൂട്ടുകാരിയുടെ?'

'പല്ലവി'

അവൻ പല്ലവിയുടെ നേർക്ക് മൊബൈൽ നീട്ടി. അവൾ അത് ആശ്വാസത്തോടെ വാങ്ങി.

'താങ്ക്സ്.' അവൾ നന്ദിപൂർവ്വം പറഞ്ഞു.

'വിമലാകോളേജിലാണോ പഠിക്കുന്നത്?' അവൻ ചോദിച്ചു.

'അതെ.'

'ഏതു കോഴ്സിൽ?'

'എം.എയ്ക്ക്.'

'വീടെവിടെയാണ്?'

'മൂവാറ്റുപുഴ. ഇവിടെ ഹോസ്റ്റലിലാണ് താമസം.'

'ശരി. മൊബൈലിന്റെ ഉടമസ്ഥയുടെ ഒരു ഫോട്ടോ ഞാനെടുക്കുകയാണ്. പിന്നീട് ഒരു പരാതി വന്നാൽ ആളിനെ തിരിച്ചറിയണമല്ലോ.'

പല്ലവിക്ക് എന്തെങ്കിലും പറയാൻ കഴിയുംമുമ്പ് അവൻ മൊബൈൽ എടുത്ത് ക്ലിക്ക് ചെയ്തു.

'ഞങ്ങൾ...ഞങ്ങളിനി പോയിക്കോട്ടേ.' പൗർണമി ചോദിച്ചു.

'ഉം.' അവൻ തലകുലുക്കി.

പെൺകുട്ടികൾ രണ്ടുപേരും സ്കൂട്ടറിൽ കയറി ഓടിച്ചുപോയി. അനുരാഗ് അതു നോക്കി ആശ്ചര്യത്തോടെ നിന്നു. ഒക്കെ ഒരു നിമിത്തമാണ്. അല്ലെങ്കിൽ പിന്നെ അവളുടെ മൊബൈൽ എന്തിന് നഷ്ടപ്പെടണം? അത് എന്റെ കയ്യിൽതന്നെ കിട്ടണം?

അവൻ ആർ.കെ അസോസിയേറ്റ്സിന്റെ ഓഫീസിലേക്കാണ് പോയത്. വലിയ മൂന്നുനില കെട്ടിടമായിരുന്നു അത്. താഴത്തെ നിലയിൽ ഷോപ്പുകൾ, രണ്ടാമത്തെ നിലയിൽ ബാങ്ക്, എൽ.ഐ.സി ഓഫീസ് തുടങ്ങിയവ. ഏറ്റവും മുകളിലത്തെ നിലയിലായിരുന്നു ആർ.കെ അസോസിയേറ്റ്സ്. ബാക്കിയെല്ലാം വാടകയ്ക്ക് കൊടുത്തിരിക്കുകയായിരുന്നു.

അവൻ നേരെ മദനഗോപാലിന്റെ മുറിയിലേക്കാണ് ചെന്നത്. മാനേജരാണ് അയാൾ. അന്നദാതാവ് എന്ന് അവൻ കളിയായി വിളിക്കാറുള്ള മദനൻ അങ്കിൾ.

ടൈ ധരിച്ച സുമുഖനായ മധ്യവയസ്കനാണ് മദനഗോപാൽ. ആർ.കെ അസോസിയേറ്റ്സിന്റെ പണമിടപാടുകളുടെ ചുമതല അയാളെയാണ് ഗോപിനാഥ് എൽപ്പിച്ചിരിക്കുന്നത്.

'എന്താ മോനേ?'

അനുരാഗ് കയറിച്ചെന്നപ്പോൾ മദനഗോപാൽ ചോദിച്ചു.

എതിരെയുള്ള കസേരയിൽ ഇരുന്നിട്ട് മൊബൈൽ എടുത്ത് അവൻ അയാളെ ഒരു ഫോട്ടോ കാണിച്ചു.

'ഏതാ ഈ കുട്ടി?' അയാൾ അതു വാങ്ങിനോക്കി.

'പേര് പല്ലവി. വിമലാകോളേജിൽ ഫൈനൽ എം.എയ്ക്ക് പഠിക്കുന്നു. കോളേജ് ഹോസ്റ്റലിൽ താമസം. എനിക്കവളെ വേണം അങ്കിൾ.'

അയാൾ നിഷേധാർത്ഥത്തിൽ തലയാട്ടി.

'എത്ര ലക്ഷം മുടക്കിയാലും ഇതിനെ കിട്ടുമെന്ന് തോന്നുന്നില്ല. ഇത് ഏതോ നല്ല തറവാട്ടിൽ പിറന്ന കുട്ടിയാ. മുഖത്തെ ഐശ്വര്യം കണ്ടാൽ അറിയാം.'

'തറവാട്ടിൽ പിറന്ന എത്രയോ പെൺപിള്ളാരെ നമ്മൾ പാട്ടിലാക്കി

യിട്ടില്ലേ. പിന്നാണോ ഇത്?' നിസ്സാരമട്ടിൽ അവൻ ചോദിച്ചു.

'ഇപ്പോൾ നിലവിൽ ചിലരുണ്ടല്ലോ.'

'ഒരു പൂവിലെ തേൻ മുഴുവൻ കുടിച്ചുകഴിഞ്ഞാൽ പൂമ്പാറ്റ എന്താണ് ചെയ്യാറുള്ളത്? അടുത്ത പൂവുതേടി പോവും. ശരിയല്ലേ അങ്കിൾ?'

അനുരാഗ് പൊട്ടിച്ചിരിച്ചു.

അവന്റെ മുഖത്തേക്ക് നോക്കി മദനഗോപാൽ ഇരുന്നു.

***

മെസ് ഹാളിൽ ചെന്ന് രാത്രിയിൽ ഭക്ഷണം കഴിച്ചുവന്നപ്പോഴാണ് വീട്ടിൽനിന്ന് പല്ലവിയുടെ അമ്മ രാജേശ്വരിയുടെ വിളി വന്നത്.

'നീ കഴിച്ചോ മോളേ?'

'കഴിച്ചിട്ട് വന്നതേയുള്ളമ്മേ. അച്ഛനെവിടെ?' അവൾ ചോദിച്ചു.

'കുളിക്കുന്നു.'

'ലേറ്റായാണോ വന്നത്?'

'ഉം. അരമണിക്കൂറായി. അമ്പലത്തിൽ ഉത്സവത്തിന് കൊണ്ടുവന്ന ആനയിടഞ്ഞു. അവിടാരുന്നു ഇതുവരെ. പാപ്പാന്മാർ അവനെ തളക്കുന്നതുവരെ അവിടെ നിൽക്കേണ്ടിവന്നു.'

ഡെപ്യൂട്ടി കലക്ടർ ആയതുകൊണ്ട് ചിലപ്പോൾ മജിസ്ട്രേറ്റിന്റെ പദവി ഉപയോഗിക്കേണ്ടിവരും. അപകടസ്ഥലത്ത് അച്ഛൻ പാഞ്ഞെത്തും. അതാണ് സ്വഭാവം.

'ഈ ഞായറാഴ്ച നിനക്ക് വീട്ടിലേക്കൊന്ന് വരാൻ പറ്റുമോ മോളേ.' രാജേശ്വരി ചോദിച്ചു.

'എന്തിനാണമ്മേ?'

'ഒരു വിശേഷമുണ്ട്.'

സന്തോഷകരമായ ഏതോ വിശേഷമാണെന്ന് അമ്മയുടെ സ്വരം കേട്ടപ്പോൾ പല്ലവിക്കു തോന്നി.

'നീ വരുമെങ്കിൽ ഒരാൾക്ക് വന്ന് നിന്നെയൊന്ന് കാണാനാ.'

ഒരു കല്യാണാലോചന മണത്തപ്പോൾ അവൾ ഒന്നു ഞെട്ടി. ഏയ് അതാവില്ല എന്ന് അവൾ അപ്പോൾത്തന്നെ ആശ്വസിച്ചു. കല്യാണത്തേക്കാൾ മുമ്പ് നേടേണ്ട വേറെ ചില ലക്ഷ്യങ്ങൾ ഉണ്ടെന്ന് അച്ഛനും അമ്മയ്ക്കും അറിയാമല്ലോ.

'ആരാണമ്മേ.?'

'നിനക്കൊരു പ്രപ്പോസൽ. നിസ്സാരസംഭവമൊന്നുമല്ല. പയ്യൻ സബ് കലക്ടർ. പയ്യന്റെ അച്ഛൻ വിളിച്ചു ഇന്ന് അച്ഛനെ. കോളേജിലെ പ്രഫസറാണ് അദ്ദേഹം.'

'എന്താ ഇപ്പോ പെട്ടെന്നൊരു...' അവൾക്ക് അതറിയാനായിരുന്നു തിടുക്കം.

'അച്ഛൻ വലിയ സന്തോഷത്തിലാ. ഇങ്ങോട്ട് വന്ന മഹാലക്ഷ്മി എന്നാണ് അച്ഛൻ പറഞ്ഞത്. ഒരുപാട് ചെറുപ്പക്കാരായ ഐ.എ.എസ് ഓഫീസർമാരെ അച്ഛൻ കണ്ടിട്ടുള്ളതല്ലേ. അന്നേ മോഹിച്ചതാണ് അതുപോലെ നിന്നേയും. അതിനുമുമ്പേ വീട്ടിൽ ഒരു ഐ.എ.എസ് ഉണ്ടാവുന്നത് സന്തോഷമല്ലേ മോളേ.'

'കല്യാണം കഴിഞ്ഞാൽ എന്റെ മോഹം അതോടെ വേണ്ടെന്ന് വെയ്ക്കേണ്ടിവരും. ഇത്രയും പഠിച്ചിട്ട് ഞാൻ വെറും ഹൗസ് വൈഫായി... ഒന്നൂടെ ഒന്ന് ആലോചിച്ചിട്ട് മതിയെന്ന് അച്ഛനോട് പറ.'

അവൾ സ്വന്തം അഭിപ്രായം പറഞ്ഞു.

'ഇനി കഷ്ടിച്ച് മൂന്നുമാസം കൂടിയല്ലേ ക്ലാസുള്ളു. അതു കഴിഞ്ഞു മതി കല്യാണം. നമുക്ക് സംസാരിച്ചുനോക്കാം. നിന്റെ ആഗ്രഹത്തിന് തടസ്സം നിൽക്കുന്നവരല്ലെങ്കിൽ ഇത് നമുക്ക് നടത്താം മോളേ.'

അച്ഛന്റെയും അമ്മയുടെയും ആഗ്രഹത്തിന് എതിരു നിൽക്കുന്നവളല്ല താൻ. അവരെ നിരാശപ്പെടുത്താനും വയ്യ. ഇങ്ങോട്ട് ഇഷ്ടപ്പെട്ട് ഒരാൾ വരുമ്പോൾ....

'ഈ ഞായറാഴ്ച വരാൻ പറ്റില്ലമ്മേ. കോളേജിൽനിന്ന് ഒരു വൺഡേ ടൂറുണ്ട്.' അവൾ പറഞ്ഞു.

'പിന്നത്തെ സൺഡേ ആയാലോ?' രാജേശ്വരി ചോദിച്ചു.

'ഉം. വരാം.'

'അപ്പോൾ അതുമതി. അവരെ അറിയിക്കാം. ഒന്നു കണ്ടിരിക്കുന്നതിൽ തെറ്റൊന്നുമില്ല മോളേ. നമുക്ക് വിധിച്ചതാണെങ്കിൽ നടക്കും. അല്ലെങ്കിൽ ഇല്ല.'

'ഉം.'

'അച്ഛനോട് പറയട്ടെ ഇക്കാര്യം?'

'ഉം. സമയം കിട്ടുമ്പോൾ അച്ഛനോട് പറയണേ എന്നെയൊന്ന് വിളിക്കാൻ.'

'പറയാം.'

പല്ലവി കോൾ കട്ട് ചെയ്തു.

പൗർണമിയും ശീതളും അവളുടെ സംസാരം കേൾക്കുന്നുണ്ടായിരുന്നു.

'നിന്നെ പിടിച്ചുകെട്ടിക്കാൻ പോവാണോടീ?' ശീതൾ ചോദിച്ചു.

'ഉം. പ്രപ്പോസൽ വന്നിരിക്കുന്നു.' അവൾ പറഞ്ഞു.

'ആരാ കക്ഷി?'

രാഹുൽ എന്ന പയ്യനെക്കുറിച്ചുള്ള വിവരങ്ങൾ അറിഞ്ഞതെല്ലാം അവൾ കൂട്ടുകാരികളോട് പറഞ്ഞു.

'നീ രക്ഷപ്പെട്ടു. ഇനി ഞാനൊക്കെ ഒരു കോന്തൻ പെണ്ണ് ചോദിച്ചു വരുന്നതുവരെ കാത്തിരിക്കേണ്ടിവരും. എത്രകൊല്ലം കഴിഞ്ഞിട്ടായിരിക്കുമെന്ന് ആർക്കറിയാം.' ശീതൾ നെടുവീർപ്പിട്ടു.

നഷ്ടപ്പെട്ട മൊബൈൽ ഉടൻതന്നെ തിരിച്ചുകിട്ടിയത് മഹാഭാഗ്യമാണെന്ന് പല്ലവിക്കു തോന്നി. അല്ലെങ്കിൽ അമ്മ വിളിക്കുമ്പോൾ കോൾ കിട്ടുന്നത് മറ്റാർക്കെങ്കിലുമായിരുന്നേനെ. പിന്നെ നമ്പർ ബ്ലോക്ക് ചെയ്യണം. ഹാൻഡ് സെറ്റിലെ വിവരങ്ങളും ഫോട്ടോകളും.

ഈശ്വരൻ രക്ഷിച്ചു. ഈശ്വരൻ മാത്രമോ. അനുരാഗ്. അയാളൊരു നല്ലവനായതുകൊണ്ടാണ്...അല്ലായിരുന്നുവെങ്കിൽ. പിറ്റേന്ന് രാവിലെ കോളേജിൽ പോകാൻ അവർ വേഷം ധരിച്ച് ഒരുങ്ങി.

'ടുഡേ പിങ്ക്.'

അപ്പോൾ ജഗന്റെ മൊബൈലിലേക്ക് ശീതൾ ഒരു മെസേജ് വിട്ടു.

ധരിക്കുന്ന വേഷത്തിന്റെ നിറം അനുസരിച്ചാണ് പല്ലവി അടിയുടുപ്പുകൾ സെലക്ട് ചെയ്യുന്നത്. നാലഞ്ചുനിറത്തിലുണ്ട് എല്ലാം.

മൂന്നുപേരും കോളേജിൽ ചെന്നപ്പോൾ വാകമരത്തിന്റെ ചുവട്ടിൽ ജഗനും ഫിറോസും ബിമലും കാത്തുനിൽക്കുന്നുണ്ടായിരുന്നു. മൂന്നുപേരും പെട്ടെന്ന് കൂട്ടുകാരികളുടെ മുന്നിലേക്ക് ചെന്നുനിന്നു.

പല്ലവിക്ക് അപകടം മണത്തു. അത്ര നല്ല പേരൊന്നുമല്ല മൂന്നുപേർക്കും കാമ്പസിലുള്ളത്.

'ഗുഡ്മോണിംഗ് പല്ലവീ.' പുഞ്ചിരിയോടെ ജഗൻ പറഞ്ഞു.

'മോണിംഗ്.' ഉള്ളിലെ ആശങ്ക പുറത്തുകാണിക്കാതെ അവളും പുഞ്ചിരിച്ചു.

'ബിമലും ഫിറോസും ഞാനും കൂടി പല്ലവിയെക്കുറിച്ച് ഒരു ബെറ്റു വച്ചിട്ടുണ്ട്. ഒരു കാര്യം ചോദിച്ചാൽ അതിന് മറുപടി തന്ന് പല്ലവി സഹായിക്കണം.' ജഗൻ പറഞ്ഞു.

'എന്താണ് ചോദിക്കൂ.' പല്ലവി പറഞ്ഞു.

'ജഗന്റേയും ശീതളിന്റേയും കണ്ണുകൾ തമ്മിൽ അപ്പോൾ ഒന്ന് കൂട്ടിമുട്ടി. അവൻ പതിയെ പല്ലവിയുടെ നേർക്ക് തിരിഞ്ഞു.

മൂന്ന്

പല്ലവിയുടെ മുഖത്തേക്കു നോക്കി ജഗൻ വീണ്ടും ഒന്ന് ചിരിച്ചു. അവന്റെ ഇരുവശങ്ങളിലുമായി ഫിറോസും ബിമലും നിലയുറപ്പിച്ചിരുന്നു. പക്ഷേ, പല്ലവിക്ക് ഒരു ഭയവും തോന്നിയില്ല. ഒപ്പം ശീതളും പൗർണമിയും ഉണ്ടായിരുന്നല്ലോ.

'ഞങ്ങളുടെ ബെറ്റ് വളരെ സിമ്പിൾ ആണ്. പല്ലിക്ക് ഒറ്റവാക്കിൽ ആൻസർ പറയാവുന്നതേയുള്ളു. ചിലപ്പോൾ ഓർമ്മയിൽ ഒന്ന് പരതേണ്ടിവരും.' ജഗൻ പറഞ്ഞു.

'പണ്ടത്തെ കാര്യം വല്ലതുമാണോ?' അവൾ ചോദിച്ചു.

'ഏയ് അല്ല. ഇന്നു രാവിലെ നടന്ന് സംഭവമാണ്. പക്ഷേ, ചോദ്യം കേൾക്കുമ്പോൾ പല്ലവി ഒന്ന് നാണിക്കും. അതുവേണമല്ലോ. ഞങ്ങൾ മൂന്നുപേർക്കും സുന്ദരിമാരുടെ നാണം കാണാൻ വലിയ ഇഷ്ടമാ.'

കാര്യം അത്ര നിസ്സാരമല്ലെന്ന് അവൾക്ക് അപ്പോൾ തോന്നി. എന്തോ മനസ്സിലുറപ്പിച്ചാണ് മൂന്നുപേരും.

അവൾ ഇടംകണ്ണിട്ട് കൂട്ടുകാരികളെ ഒന്നു നോക്കി. പൗർണമി വീർപ്പടക്കി നിൽക്കുന്നു. ശീതളിന്റെ മുഖത്ത് ഒരുതരം പരിഭ്രാന്തി.

'ചോദ്യത്തിന് ഒരേയൊരുത്തരം മാത്രമേയുള്ളു. പക്ഷേ, ഞങ്ങൾ മൂന്നുപേരും ഊഹിച്ച് ഓരോ ഉത്തരം കണ്ടുവച്ചിട്ടുണ്ട്. അതിൽ കറക്ട് ഏതാണെന്നു മാത്രം പല്ലവി പറഞ്ഞാൽ മതി.'

ഒരു വഷളൻ ചിരിയോടെ ജഗൻ അവളെ നോക്കി.

'ഞങ്ങൾക്ക് ക്ലാസിലേക്ക് പോകാൻ സമയമായി. ജഗൻ മുന്നിൽനിന്ന് മാറിനിൽക്കൂ.' പല്ലവി ആവശ്യപ്പെട്ടു.

'അയ്യോ പോകല്ലേ. ഒരു മിനിറ്റ്. ഒരേയൊരു മിനിറ്റ്. ചോദ്യം ഇതാണ്. പല്ലവി ഇന്ന് ധരിച്ചിരിക്കുന്ന ബ്രായുടെ കളർ ഏതാണ്? ഫിറോസ് പറയുന്നു ബ്ലാക്ക് ആണെന്ന്. ബിമൽ പറഞ്ഞത് വൈറ്റ്എന്നാണ്. പക്ഷേ എന്റെ വിശ്വാസം പിങ്ക് ആണെന്നാണ്'

ചോദ്യംകേട്ട് പല്ലവിയുടെ ശരീരം അറിയാതെ ഒന്നു വിറച്ചു. അവളുടെ മുഖത്തേക്ക് രക്തം ഇരച്ചുകയറി വന്നു. അവളുടെ മുഖം തുടുത്തു ചുവന്നു.

'ആരു പറഞ്ഞതാണ് കറക്ട് ആൻസർ? ഞാനാണെങ്കിൽ എനിക്ക് ആയിരം രൂപ ഇവന്മാർ തരും. അല്ലെങ്കിൽ ജയിക്കുന്ന ആളിന് മറ്റേ രണ്ടുപേരും കൊടുക്കണം. പല്ലവി ദയവായി സഹായിക്കണം.'

വൃത്തികെട്ട ഒരു ചിരിയോടെ ജഗൻ പറഞ്ഞു.

കോപം നിയന്ത്രിച്ച് അവൾ ഒരുനിമിഷം നിന്നു.

'നിങ്ങൾ മൂന്നുപേരും പറഞ്ഞത് തെറ്റാണെങ്കിലോ?' ശാന്തമായ സ്വരത്തിൽ പല്ലവി ചോദിച്ചു.

'അപ്പോൾപ്പിന്നെ ബ്ലൂ ആയിരിക്കും.' ഫിറോസ് അടുത്ത ഉത്തരം പറഞ്ഞു.

ചോദ്യഭാവത്തിൽ ശീതളിന്റെ മുഖത്തേക്ക് ജഗൻ ഒന്നുനോക്കി. ഒന്നും പേടിക്കണ്ട എന്ന് അവൾ കണ്ണടച്ചുകാട്ടി.

'അതു നുണയാ. പല്ലവി കള്ളം പറയുവാ. ഞങ്ങൾ പറഞ്ഞതിലൊന്ന് കറക്ട് ആൻസർ.' ജഗൻ വിട്ടില്ല.

'കണ്ടാൽ ബോധ്യപ്പെടുമോ?' ചുണ്ടുകളിൽ ഒരു കുസൃതി ചിരി വിരിയിച്ച് പല്ലവി ചോദിച്ചു.

'കാണിക്കുമോ?'

വിശ്വാസം വരാതെ ജഗൻ അവളെ നോക്കി.

'പിന്നെന്താ...ഇവിടെവച്ച് പറ്റില്ല. ഗേൾസ് വെയിറ്റിംഗ് റൂം വരെ വരണം. പറ്റുമോ?'

'വരാം. സന്തോഷമേയുള്ളു.'

'മൂന്നുപേരുടെയും ആൻസർ തെറ്റാണെങ്കിൽ നിങ്ങൾ മൂവായിരം രൂപ എനിക്കു തരും അല്ലേ?'

മൂന്നുപേരും പരസ്പരം നോക്കി.

'അതെ. തരും.' ജഗൻ ഏറ്റു.

മൂന്നുകൂട്ടുകാരികളും തൊട്ടടുത്തുതന്നെയുള്ള ഗേൾസ് വെയിറ്റിംഗ് ഹാളിനു നേരെ നടന്നു. പെൺകുട്ടികൾക്ക് വിശ്രമിക്കാനും ഭക്ഷണം കഴിക്കാനുമുള്ള ഒരു വലിയ ഹാൾ ആയിരുന്നു അത്.

അവർ ചെന്നപ്പോൾ ഇരുപത്തിയഞ്ചോ മുപ്പതോ പെൺകുട്ടികൾ അവിടെ ഉണ്ടായിരുന്നു. അവർ ചോദ്യഭാവത്തിൽ ജഗനേയും ബിമലിനേയും ഫിറോസിനെയും ഒന്നു നോക്കി. ആൺകുട്ടികൾക്ക് പ്രവേശനവുമില്ലാത്ത മേഖലയായിരുന്നു അത്.

'നീ ഈ ബാഗൊന്ന് പിടിച്ചേ.' കൈകൾ സ്വതന്ത്രമാക്കാനായി സ്വന്തം ബാഗ് ശീതളിന്റെ നേർക്ക് പല്ലവി നീട്ടി. ശീതൾ അത് ഉൾഭയത്തോടെ വാങ്ങി. ഈ പെണ്ണിന് ഭ്രാന്താണോ...പൗർണമി ഭയപ്പെട്ടു.

ജഗന്റെ മുന്നിലേക്ക് പല്ലവി ചെന്നുനിന്നു. അവൾ അവന്റെ കണ്ണുകളിലേക്ക് ഒന്നു നോക്കി.

'കാണണോ?' അവൾ ചോദിച്ചു.

'ഉം.' അവന്റെ കണ്ണുകൾ തിളങ്ങി.

ശ്വാസം വിടാതെ ഫിറോസും ബിമലും നിന്നു.

'നിനക്ക് പെണ്ണുങ്ങളില്ലെന്ന് എനിക്കു മനസ്സിലായി. അല്ലെങ്കിൽ എന്നോട് ഇങ്ങനെ വന്ന് ചോദിക്കത്തില്ലായിരുന്നു. 'പെണ്ണുങ്ങളുടെ അടിയുടുപ്പ് കാണണമെങ്കിൽ നേരെ വീട്ടിലോട്ട് ചെല്ല്. അമ്മയുടേത് അവിടെ കാണും.' പരിഹാസത്തോടെ പല്ലവി പറഞ്ഞു.

'എടീ...' ജഗൻ കോപത്തോടെ ശബ്ദമുയർത്തി.

അവൾ പെട്ടെന്ന് കൈയുയർത്തി അവന്റെ വലതുകവിളിൽ ആഞ്ഞടിച്ചു. പടക്കം പൊട്ടുന്നതുപോലെ ആ ശബ്ദം ഹാളിൽ മുഴങ്ങി. പെൺകുട്ടികൾ അമ്പരപ്പോടെ അതു കണ്ടുനിന്നു.

'എടീ നിന്നെ ഞാൻ...' ജഗൻ അവളെ കടന്നുപിടിക്കാനായി മുന്നോട്ടാഞ്ഞു.

'തൊടരുതെന്നെ.' കൈചൂണ്ടി അവൾ ഈറ്റപ്പുലിയെപ്പോലെ ചീറി.

അവളുടെ കണ്ണുകളിലെ തീപ്പൊരികൾ കണ്ട് ജഗൻ പെട്ടെന്ന് നിന്നു. എല്ലാവരും സ്തബ്ധരായി നിന്നു. ഹാളിൽ പരിപൂർണ്ണനിശ്ശബ്ദത.

'ഇനി ഒരു പെണ്ണിനോടും നീ ഇത്തരം വേണ്ടാതീനം പറയരുത്. അടിയുടെ ചൂട് അപ്പോൾ നിനക്ക് ഓർമ്മ വരും. നമുക്ക് പോകാം. വാടീ.'

പെട്ടെന്ന് ഹാളിൽ ഒരു കരഘോഷം മുഴങ്ങി.

ജഗനും ബിമലും ഫിറോസും ഹാളിൽനിന്ന് ഇറങ്ങിയപ്പോൾ പെൺകുട്ടികൾ അവരെ കൂവി വിളിച്ചു. ആർക്കും മുഖം കൊടുക്കാതെ മൂന്നുപേരും കാമ്പസിൽ നിന്ന് അപ്രത്യക്ഷരായി.

പല്ലവിയും പൗർണമിയും ശീതളും നേരെ ക്ലാസിലേക്കാണ് പോയത്. അവിടെ വാർത്ത എത്തിയിട്ടില്ലായിരുന്നു. അതുകാരണം അവർക്ക് അനാവശ്യചോദ്യങ്ങളേയും തുറിച്ചുനോട്ടങ്ങളേയും നേരിടേണ്ടി വന്നില്ല. പക്ഷേ, സംഭവം അപ്പോൾത്തന്നെ കോളേജിന്റെ ഓഫീസിൽ അറിഞ്ഞുകഴിഞ്ഞിരുന്നു.

ആദ്യത്തെ പീരീഡ് തുടങ്ങി അരമണിക്കൂർ കഴിഞ്ഞപ്പോൾ ഓഫീസിലെ അറ്റൻഡർ ആന്റണി ചേട്ടൻ ഒരു സ്ലിപ്പുമായി ക്ലാസിലേക്ക് കയറിവന്നു. സിജിത ടീച്ചറായിരുന്നു പഠിപ്പിച്ചുകൊണ്ടിരുന്നത്.

'പല്ലവി വാണ്ടഡ് ബൈ ദ പ്രിൻസിപ്പൾ.' സ്ലിപ്പ് വാങ്ങി വായിച്ചിട്ട് ടീച്ചർ പറഞ്ഞു.

അവൾ അറിയാതെ ഒന്നു ഞെട്ടി. അപ്പോഴേക്കും കാരിമറ്റച്ചച്ചൻ സംഭവം അറിഞ്ഞോ? പല്ലവി മെല്ലെ എഴുന്നേറ്റ് ക്ലാസിൽനിന്ന് പുറത്തേക്ക് നടന്നു. എല്ലാ കുട്ടികളുടെയും കണ്ണുകൾ അവളെ പിന്തുടർന്നു. ശീത

ളിനും പൗർണമിക്കും ഒഴികെ ആർക്കും ഒന്നും മനസ്സിലായില്ല.

'മോള് അവനിട്ട് ഒന്ന് പൊട്ടിച്ചതിൽ യാതൊരു തെറ്റുമില്ല.'

പല്ലവിയോടൊപ്പം നടന്ന് ആന്റണിചേട്ടൻ ആഹ്ലാദത്തോടെ പറഞ്ഞു. അവൾ ഒന്നും മിണ്ടാതെ അയാളെ ഒന്നുനോക്കി.

'നല്ല ചുണയുള്ള പെൺപിള്ളേരും നമ്മുടെ കോളേജിലുണ്ടെന്ന് അവന്മാരൊന്ന് അറിയട്ടെ.'

പ്രധാന കെട്ടിടത്തിന്റെ നിലയിൽ പോർച്ചിന് മുകളിലേക്ക് തള്ളിനിൽക്കുന്ന വിശാലമുറിയായിരുന്നു. കോളേജ് പ്രിൻസിപ്പാൾ ഫാദർ പോൾ കാരിമറ്റത്തിന്റെ ഓഫീസ്. ഹാഫ് ഡോർ അല്പം തുറന്ന് പല്ലവി അകത്തേക്കു നോക്കി.

'മേ ഐ കമിൻ ഫാദർ.' അവൾ അനുവാദം ചോദിച്ചു.

'യേസ് കമിൻ.'

വലിയ മേശയ്ക്കു പിന്നിൽ തൂവെള്ളനിറത്തിലുള്ള ളോഹ ധരിച്ച ഫാദർ ഇരിക്കുന്നുണ്ടായിരുന്നു. മേശയുടെ മുന്നിലുണ്ടായിരുന്ന കസേരകളിലൊന്നിൽ വൈസ് പ്രിൻസിപ്പൽ സിസ്റ്റർ ബ്രിജിത്തയും.

അവൾ അകത്തേക്ക് കയറിച്ചെന്നു. ഫാദർ അവളെ ഒന്നു നോക്കി.

'പല്ലവിനായർ, ഫൈനൽ എംഎ ഇക്കണോമിക്സ് അല്ലേ?'

അദ്ദേഹം ചോദിച്ചു.

'യേസ് ഫാദർ.'

'ഇയാൾക്കല്ലേ ഡാൻസ് കോമ്പറ്റീഷൻ ഫസ്റ്റ് പ്രൈസ് കിട്ടിയത്?'

'യേസ് ഫാദർ.' അദ്ദേഹത്തിന്റെ മുഖത്തെ ഗൗരവത്തിന് അല്പമൊരു അയവു വന്നു.,

'ടെൽ മി. രാവിലെ ഗേൾസ് വെയിറ്റിംഗ് റൂമിൽ വച്ച് എന്താണ് സംഭവിച്ചത്? ഡു യു അണ്ടർസ്റ്റാൻഡ് വാട്ട് ഐ മീൻ?'

'യേസ് ഫാദർ.' അവൾ സിസ്റ്റർ ബ്രിജിത്തയെ ഒന്ന് നോക്കി.

'ഡോണ്ട് ബി എഫ്രെയിഡ്. എന്താണ് സംഭവിച്ചതെന്ന് തുറന്നുപറയൂ.' സിസ്റ്റർ അവൾക്ക് ധൈര്യം കൊടുത്തു.

'രാവിലെ ഞാനും ഫ്രണ്ട്സായ പൗർണമിയും ശീതളും കൂടി ഹോസ്റ്റലിൽനിന്ന് കോളേജിലേക്ക് വരികയായിരുന്നു. ക്യാംപസിലെത്തിയപ്പോൾ ജഗന്നാഥൻ ഞങ്ങളെ തടഞ്ഞുനിർത്തി.' പിന്നീടുണ്ടായ സംഭവങ്ങൾ പല്ലവി ചുരുക്കത്തിൽ പറഞ്ഞുകേൾപ്പിച്ചു.

'ഹൗ ഡേർ ഹി. കൂടെ പഠിക്കുന്ന ഒരു പെൺകുട്ടിയോട് എത്ര വൃത്തികെട്ട രീതിയിലാണ്....' ഫാദർ കോപംകൊണ്ട് ചുവന്ന മുഖത്തോടെ പറഞ്ഞു.

'കുട്ടി അവനെ തല്ലി അല്ലേ?' സിസ്റ്റർ ചോദിച്ചു.

'യേസ് സിസ്റ്റർ.'

'ദാറ്റ്സ് ക്വയറ്റ് നാച്വറൽ റിയാക്ഷൻ.'

'യു ഗിവ് മി എ റിട്ടൺ കംപ്ലയിന്റ്. ഐ വിൽ സീ ഹിം എക്സ്പെൽഡ് ഫ്രം ദിസ് കോളേജ്.' ഫാദർ പറഞ്ഞു.

പല്ലവി മിണ്ടിയില്ല.

'പാരന്റ്സിനോട് കൺസൽട്ട് ചെയ്യണമെങ്കിൽ അതു കഴിഞ്ഞുമതി. ഗെറ്റ് ഡു ഇറ്റ് ഇമ്മീഡിയറ്റ്‌ലി.' സിസ്റ്റർ പറഞ്ഞു.

അവൾ തലകുലുക്കി.

'നൗ യു ക്യാൻ ഗോ.' പ്രിൻസിപ്പലിന്റെ അനുവാദം കിട്ടിയപ്പോൾ പല്ലവി പുറത്തേക്ക് ഇറങ്ങി. ക്ലാസിലെത്തുംമുമ്പേ അവൾ അക്കാര്യത്തിൽ ഒരു തീരുമാനമെടുത്തു.

***

പതിവുപോലെ കൃത്യം പന്ത്രണ്ടേ മുക്കാലായപ്പോൾ പ്രൊഫ. ശിവദാസിന്റെ കാർ ഗേറ്റ് കടന്നുവന്നു. കോളേജ് അടുത്തായിരുന്നിതിനാൽ ഉച്ചയ്ക്ക് വീട്ടിൽ വന്നാണ് അദ്ദേഹം ഉച്ചഭക്ഷണം കഴിക്കാറുള്ളത്.

പോർച്ചിൽ കാറിട്ടിട്ട് അദ്ദേഹം ചെന്ന് ഗേറ്റ് അടച്ചിട്ട് വന്നു.

'രാഹുൽ വരുമോ കഴിക്കാൻ?' വാഷ് ബേസിന്റെ അടുത്തുചെന്ന് കൈ കഴുകുന്നതിനിടയിൽ ശിവദാസ് തിരക്കി.

'അവൻ വിളിച്ചില്ല ഇതുവരെ.' ഗിരിജാകുമാരി പറഞ്ഞു.

കലക്ട്രേറ്റിൽ ഉണ്ടെങ്കിൽ മാത്രമേ രാഹുൽ ഉച്ചയ്ക്ക് ഊണുകഴിക്കാൻ വീട്ടിൽ വരാറുള്ളു. മിക്കദിവസവും കാണുകയില്ല.

'ഇന്ന് മീനെന്താ കിട്ടിയത്?' കൈ കഴുകിവന്ന് ഇരുന്നപ്പോൾ അദ്ദേഹം ചോദിച്ചു.

ഊണിന് മത്സ്യം അത്യാവശ്യമാണ് അദ്ദേഹത്തിന്.

'ഇന്ന് നല്ല പിടയ്ക്കുന്ന ആവോലി കിട്ടി. ഇത്തിരി മുഴുത്തതാരുന്നു. ഞാൻ രണ്ടുകിലോ മേടിച്ചു. വിലയൊന്നും ചോദിക്കല്ലേ.'

'ആവോലിക്ക് നല്ല വിലയാ. ചോദിക്കുന്നത് കൊടുക്കണം.'

തേങ്ങയരച്ചുവെച്ച ആവോലിക്കറിയും ചമ്പാവരി ചോറും ചുവന്ന ചീരയുടെ തോരനും കാളനും...രണ്ടാമതും മൂന്നാമതും ചോറു വാങ്ങി അദ്ദേഹം കഴിച്ചു. ഊണുകഴിഞ്ഞ് വിശ്രമിക്കുമ്പോഴാണ് ലാൻഡ് ഫോൺ ബെല്ലടിച്ചത്. ഗിരിജാകുമാരി ചെന്ന് റിസീവറെടുത്തു.

'ഹലോ.'

'ഇത് പ്രൊഫസർ ശിവദാസന്റെ വീടല്ലേ?'

ഒരു പുരുഷസ്വരം ചോദിച്ചു.

'അതെ.'

'ഞാൻ ബാലകൃഷ്ണൻ. മൂവാറ്റുപുഴയിൽനിന്ന് വിളിക്കുന്നു.'

ഗിരിജാകുമാരിക്ക് പെട്ടെന്ന് ആളിനെ പിടികിട്ടി.

'പല്ലവിമോളുടെ അച്ഛനല്ലേ?'

'അതെ.'

'ഒന്ന് ഹോൾഡ് ചെയ്താട്ടേ...രാഹുലിന്റെ അച്ഛന് കൊടുക്കാം.'

അവർ ശിവദാസിനെ വിളിച്ച് റിസീവർ കൊടുത്തു.

'ഞാൻ സാറിന്റെ മൊബൈലിൽ വിളിച്ചുനോക്കി. കിട്ടാഞ്ഞിട്ടാ ലാൻഡ് ഫോണിൽ...'

'സോറി. മൊബൈൽ കാറിനുള്ളിലാണെന്ന് തോന്നുന്നു. എടുക്കാൻ മറന്നു. പറഞ്ഞാട്ടെ.എന്തൊക്കയുണ്ട് വിശേഷം?' സൗഹൃദത്തോടെ അദ്ദേഹം ചോദിച്ചു.

'നല്ല വിശേഷം തന്നെ. ഞാൻ പല്ലവിയോട് ഇക്കാര്യം സംസാരിച്ചു. അടുത്ത സൺഡേ അവൾ കോളേജിൽനിന്ന് ഒരു വൺഡേ ടൂർ അറേഞ്ച് ചെയ്തിട്ടുണ്ടെന്ന് പറഞ്ഞു.'

'അപ്പോൾ അടുത്ത സൺഡേ മോൾ വീട്ടിൽ വരില്ല.'

'ഇല്ല സാർ. അക്കാര്യം പറയാനാണ് ഞാൻ വിളിച്ചത്.'

'നോ പ്രോബ്ലം. പിന്നത്തെ സൺഡേ ആയാലോ? രാവിലെതന്നെ ഞങ്ങൾ രാഹുലിനെയും കൂട്ടി അങ്ങു വരാം. എന്താ?'

'ഒരു അസൗകര്യവുമില്ല. അന്ന് മോളിവിടെ കാണും. ശനി ക്ലാസില്ല ല്ലോ. വെള്ളിയാഴ്ച വൈകുന്നേരമേ അവളിങ്ങ് പോരും.'

'ഹോസ്റ്റലിൽ ചെന്ന് കണ്ടാലോ എന്ന് അവന്റമ്മ പറഞ്ഞതാ. മോളെ കാണാനുള്ള ധൃതികൊണ്ടാ. പക്ഷേ, അതു ശരിയല്ലല്ലോ. നമുക്കും പര സ്പരം കാണണ്ടേ.'

'അതുവേണം.'

'എന്റെയൊരു കസിൻ പണ്ട് സാറിന്റെ കൂടെ താലൂക്ക് ഓഫീസിൽ വർക്ക് ചെയ്തിട്ടുണ്ട്. പ്രസന്നകുമാർ. അവൻ അന്ന് റവന്യൂ ഇൻസ്പെ ക്ടറോ മറ്റോ ആയിരുന്നു.' ശിവദാസ് പറഞ്ഞു.

'സാറിന്റെ കസിനായിരുന്നോ പ്രസന്നൻ? എനിക്ക് നല്ല ഓർമ്മയു ണ്ട്.'

'സാറിനെക്കുറിച്ച് പറഞ്ഞപ്പോഴാണ് അവൻ അക്കാര്യം പറഞ്ഞത്. നെസ്സിമൂട്ടിലെ ബാലകൃഷ്ണൻസാറിന്റെ മോളാണെങ്കിൽ പിന്നെ

വേറൊന്നും നോക്കാനില്ലെന്നാ അവൻ പറഞ്ഞത്. ഒരു വിവാഹബന്ധം ഉണ്ടാകുമ്പോൾ കുലമഹിമയും നോക്കണമെന്നാ പഴമക്കാരും പറഞ്ഞിട്ടുള്ളത്.'

അവർ രണ്ടുപേരും അല്പനേരം സംസാരിച്ചു. രണ്ടുപേർക്കും വളരെ സന്തോഷമായി.

'അപ്പോൾ പതിനാലാം തീയ്യതി ഞങ്ങൾ അങ്ങോട്ടു വരാം.'

'രാഹുൽ ആയിരിക്കും വണ്ടിയോടിക്കുന്നത്. ഇപ്പഴത്തെ കുട്ടികൾക്ക് വഴി പ്രശ്നമേയല്ലല്ലോ. ഗൂഗിൾമാപ്പ് നോക്കി അവർ വീട്ടുമുറ്റത്ത് വന്നു നിൽക്കും.' ബാലകൃഷ്ണൻനായർ അതുകേട്ട് പൊട്ടിച്ചിരിച്ചു.

'അതു നേരാ. നമ്മളൊക്കെ ഒരു തലമുറ പിന്നിലാണല്ലോ. പഴയശീലങ്ങൾ നമുക്ക് അങ്ങനെയങ്ങ് കയ്യൊഴിയാൻ പറ്റുമോ?'

'ശരിയാണ്. കുട്ടികൾ അവരുടെ രീതിയിൽ ചിന്തിക്കട്ടെ. പെരുമാറട്ടെ. നമ്മൾ അതിൽ ഇടപെടാൻ പോകാതിരിക്കുന്നതാണ് ബുദ്ധി.'

'എന്നാലും ജാതകപ്പൊരുത്തം ഒന്നു നോക്കണ്ടേ.?'

ബാലകൃഷ്ണൻനായർ ചോദിച്ചു.

'അതു വേണം. ആ ഭാഗമൊന്നും നമ്മൾ അവർക്കു വിട്ടുകൊടുക്കുന്നില്ല. മോൾടെ ജനനസമയം പറഞ്ഞാൽ ഞാനിവിടെനിന്ന് നോക്കിക്കാം. എന്റെ ഒരു സുഹൃത്ത് ഇക്കാര്യത്തിൽ നല്ല പിടിപാടുള്ളവനാ. പക്ഷേ, തൊഴിലായി സ്വീകരിച്ചിട്ടില്ല.'

ശിവദാസ് പറഞ്ഞു.

'അതിനെന്താ സാർ. പേനയെടുത്താട്ടെ?' ടെലിഫോൺ സ്റ്റാൻഡിനരികെ ഡയറിയും പേനയും ഉണ്ടായിരുന്നു. ബാലകൃഷ്ണൻനായർ പറഞ്ഞുകൊടുത്ത തീയ്യതിയും സമയവും നക്ഷത്രവും അദ്ദേഹം എഴുതിയെടുത്തു.

'എന്തായാലും ഞങ്ങൾ അടുത്തതിന്റെ പിന്നത്തെ ഞായറാഴ്ച അങ്ങോട്ടു വരുന്നു.' ശിവദാസ് പറഞ്ഞു.

'അങ്ങനെയാവട്ടെ.'

റിസീവർ വച്ചുകഴിഞ്ഞ് അദ്ദേഹം ഗിരിജാകുമാരിയെ ഒന്നു നോക്കി. എല്ലാം കേട്ടുകൊണ്ട് അടുത്തുതന്നെ നിൽക്കുന്നുണ്ടായിരുന്നു അവർ.

'നല്ല ജാതകപ്പൊരുത്തം കാണും. എന്റെ മനസ്സ് പറയുന്നു. ഈ കല്യാണം നടക്കും. അവന് ഇഷ്ടപ്പെട്ട പെൺകുട്ടിയല്ലേ. അവൻതന്നെ താല്പര്യപ്പെട്ട സ്ഥിതിക്ക് ഇത് നടക്കണം.'

'ഉം. ' ശിവദാസ് ഒന്നു മൂളുക മാത്രമേ ചെയ്തുള്ളൂ.

***

കടലിന് അഭിമുഖമായി നിർമ്മിച്ച ഹോട്ടൽ അനുരാഗ് എന്ന അഞ്ചു നിലകെട്ടിടത്തിന്റെ നാലാമത്തെ നിലയിലെ സ്യൂട്ട് ആയിരുന്നു അത്. നേർമയുള്ള തൂവെള്ള കർട്ടൻ ഒരു വശത്തേക്ക് മാറ്റിയിട്ടിരുന്നതിനാൽ ജനാലയിലൂടെ അൽപമകലെ നീലനിറമുള്ള കടൽ കാണാമായിരുന്നു. യൂണിഫോം ധരിച്ച റൂംബോയ് രണ്ട് നീണ്ട ഗ്ലാസുകളിലേക്ക് ശ്രദ്ധാ പൂർവ്വം തണുപ്പിച്ച ബിയർ നിറച്ചു. എന്നിട്ട് നിശ്ശബ്ദമായി പിൻവാങ്ങി. പീയുഷ് ഒരു ഗ്ലാസ് ബിയറെടുത്ത് അനുരാഗിന് നീട്ടി. മൂന്നാല് തലയ ണകൾ ചേർത്തുവച്ച് അതിൽ ചാരി ബഡ്ഡിൽ ഇരിക്കുകയായിരുന്നു അവൻ.

അനുരാഗ് അത് വാങ്ങി ഒരു കവിൾ കുടിച്ചു. അവന്റെ തുടുത്ത് ചുവന്ന ചുണ്ടുകളിൽ ബിയറിന്റെ പത ചുറ്റിപ്പറ്റിനിന്നു.

'നിന്നെ ഇതുപോലെ ഡിസ്റ്റർബായിട്ട് ഞാനിതുവരെ കണ്ടിട്ടില്ല.'

പീയുഷ് പറഞ്ഞു.

'ഇതുപോലെ ഞാനൊരു പെണ്ണിനെയും ആഗ്രഹിച്ചിട്ടില്ല.'

അനുരാഗ് പറഞ്ഞു.

'നിനക്ക് വട്ടാണ്. ഏതോ ഒരു പെണ്ണിനെ കണ്ടപ്പോഴേക്കും സക ലതും മറന്നു.'

'വട്ടല്ലെടാ. എനിക്ക് ഭ്രാന്താണ്. അവളെ കിട്ടാതെ എന്റെയീ ഭ്രാന്ത് മാറത്തില്ല.'

ആശ്ചര്യത്തോടെ പീയുഷ് അവന്റെ മുഖത്തേക്കുതന്നെ നോക്കിയി രുന്നു. കോളേജിൽ അനുരാഗിന്റെ ഏറ്റവുമടുത്ത സുഹൃത്തായിരുന്നു പീയുഷ്. വെളുത്തു മെലിഞ്ഞ ഒരു ചെറുപ്പക്കാരൻ. താടി വളർത്തി മനോഹരമായി ട്രിം ചെയ്തിട്ടുണ്ട്. അത്ര സമ്പന്നനൊന്നുമല്ല പീയുഷ്. അച്ഛൻ സർക്കാർ ഉദ്യോഗസ്ഥൻ. അമ്മ പ്രൈമറി സ്കൂൾ ടീച്ചർ. കോളേ ജിൽ പഠിക്കുന്ന ഒരു അനുജത്തിയുണ്ട് അവന്. അനുപമ.

'നീ വിചാരിക്കുന്നതുപോലെ ഒന്നോ രണ്ടോ ദിവസത്തേക്ക് കിട്ടുന്ന പെണ്ണല്ല പല്ലവി. നീ ആ ആഗ്രഹമങ്ങ് ഉപേക്ഷിക്കുന്നതായിരിക്കും നല്ല ത്.' പീയുഷ് പറഞ്ഞു.

'ആഗ്രഹിച്ച ഒരു പെണ്ണിനെയും കിട്ടാതിരുന്നിട്ടില്ല അനുരാഗിന് ഇതു വരെ. അതു നീ മറന്നു.' അവൻ ഒരു കവിൾ ബിയർ കൂടി കുടിച്ചു. എന്നിട്ട് വാതിൽ തുറന്ന് ബാൽക്കണിയിലേക്ക് ചെന്നുനിന്നു. മുന്നിൽ നീല സമുദ്രം. ഉപ്പുരസമുള്ള ഒരു കാറ്റ് വന്ന് അവനെ തഴുകി. അപ്പോൾ കാറ്റിൽ അവന്റെ നീണ്ട മുടിയിഴകൾ ഒന്നുയർന്നുതാഴ്ന്നു.

'ഒരു വഴിയുണ്ട്.' പിന്നിൽ പീയുഷ് വന്നുനിന്നു.

'എന്താണ്?' അനുരാഗ് തിരിഞ്ഞുനക്കി.

'നിനക്കിപ്പോൾ വയസ്സ് ഇരുപത്തിമൂന്ന് തികഞ്ഞു.'

'ഉം.'

'വേണമെങ്കിൽ കല്യാണം കഴിക്കാവുന്ന പ്രായം.' മനസ്സിലാകാതെ അനുരാഗ് അവനെ നോക്കി.

'നീ ഒരു പ്രപ്പോസലുമായി ചെല്ല്. അവളെ നിനക്ക് കെട്ടിച്ചുതരും വീട്ടുകാർ.'

'ഞാൻ കല്യാണം കഴിക്കാനോ?' പരിഹാസത്തോടെ അനുരാഗ് ഒന്ന് ചിരിച്ചു.

'അതെന്താ നിനക്ക് എന്നായാലും ഒരു ഫാമിലി വേണ്ടേ? ഇക്കണ്ട സ്വത്തിന് പിന്നെ ആരാണ് ഒരവകാശി?' പീയുഷ് ചോദിച്ചു.

'ഇല്ലെടാ. വിവാഹം എന്നൊരു സംഭവം എന്റെ ജീവിതത്തിൽ ഉണ്ടാവുകയില്ല.'

'അതെന്താ?'

'ഭാര്യയെ വഞ്ചിക്കുന്നത് തെറ്റായതുകൊണ്ട്.'

'മാര്യേജിന്റെ മുൻപ് ആണിന്റെയും പെണ്ണിന്റെയും ജീവിതത്തിൽ പലതും സംഭവിച്ചെന്നിരിക്കും. അതൊരു തെറ്റല്ല. മാര്യേജിനുശേഷം അത് ആവർത്തിക്കരുതെന്നേയുള്ളൂ.' പീയുഷ് പറഞ്ഞു.

'എന്റെ ഈ സ്വഭാവത്തിന് ഒരിക്കലും മാറ്റം വരാൻ പോകുന്നില്ലെടാ. ഒരു പെണ്ണിൽമാത്രം തളച്ചിടാനുള്ളതല്ല എന്റെ മോഹങ്ങൾ. ജീവിതകാലം മുഴുവൻ ഒരു ചിത്രശലഭത്തെപ്പോലെ.'

പീയുഷ് ഒന്നും മിണ്ടിയില്ല. അനുരാഗിന്റെ അച്ഛൻ നിർമ്മിച്ചതാണ് ഈ കൂറ്റൻ ഹോട്ടൽ. കടൽത്തീരത്തായതുകൊണ്ട് ബുക്കിംഗിന് ഒരു കുറവുമില്ല. പക്ഷേ, ഈ സ്യൂട്ട് മാത്രം എന്നും അനുരാഗിനുവേണ്ടി ഒഴിച്ചിട്ടിരിക്കും. സോഫകൾ ഉള്ള ഇരിപ്പുമുറി. തൊട്ടുപിന്നിൽ മനോഹരമായ ബെഡ്റൂം. പുറത്തേക്ക് തുറന്നാൽ ബാൽക്കണി.

'അവൾ കോളേജ് സ്റ്റുഡന്റ് ആയിപ്പോയി. താമസം ഹോസ്റ്റലിലും. തമ്മിൽ കാണാൻ ഒരു വഴിയുമില്ല. പതിവായി എന്നും ഒരാഴ്ച കണ്ടുമുട്ടാൻ പറ്റിയിരുന്നെങ്കിൽ നിഷ്പ്രയാസം ഞാൻ അവളെ...'

അനുരാഗ് പറഞ്ഞത് അക്ഷരംപ്രതി ശരിയായിരുന്നു. പെൺകുട്ടികളെ വലയിലാക്കാൻ അവൻ അസാമാന്യമിടുക്കനാണെന്ന് പീയുഷിന് നേരിട്ട് ബോധ്യപ്പെട്ടിട്ടുള്ളതാണ്.

'ഞാൻ ഒരു ഐഡിയ പറയട്ടെ.'അല്പനേരത്തെ ആലോചനയ്ക്കുശേഷം പീയുഷ് പറഞ്ഞു.

'എന്താണ്?' അനുരാഗ് തിരക്കി.

'നമ്മൾ ഒരു ആഡ് ഫിലിം എടുക്കുന്നു. ആർ.കെ അസോസിയേറ്റ്സിനുവേണ്ടി ഒരു പരസ്യചിത്രം.'

'അതുകൊണ്ടെന്താ പ്രയോജനം?'

'അവൾ ആയിരിക്കും അഭിനയിക്കുന്നത്. ആ പല്ലവി. ഒരാഴ്ച നിന്നോടൊപ്പം അവൾ ഷൂട്ടിംഗ് ലൊക്കേഷനിൽ കാണും. അതു പോരേ?'

പെട്ടെന്ന് അനുരാഗിന്റെ കണ്ണുകൾ നക്ഷത്രങ്ങൾപോലെ തിളങ്ങി. ബിയർ ഗ്ലാസ് നിലത്തേക്കിട്ടിട്ട് അവൻ പീയുഷിനെ കെട്ടിപ്പിടിച്ചു.

'ഗ്രേറ്റ് ഐഡിയ. താങ്ക് യു മൈ ഫ്രണ്ട്. നമ്മൾ അവളെവെച്ച് ഒരു ആഡ് ഫിലിം എടുക്കുന്നു.'

'ഇരുപത്തിയഞ്ചു ലക്ഷമെങ്കിലും വേണ്ടിവരും.'

പീയുഷ് ഓർമ്മിപ്പിച്ചു.

'അമ്പതുലക്ഷം മുടക്കാൻ ഞാൻ തയ്യാറാണ്.'

'പക്ഷേ അതിലും വലിയ പ്രോബ്ലം അവൾ തയ്യാറാകുമോ എന്നാണ്.'

'ഞാൻ പറഞ്ഞാൽ അവൾ അത് ആക്സപ്റ്റ് ചെയ്യും. എനിക്കുറപ്പുണ്ട്.' ആത്മവിശ്വാസത്തോടെ അനുരാഗ് പറഞ്ഞു. അവൻ പെട്ടെന്ന് മൊബൈൽ എടുത്ത് മാനേജർ മദനഗോപാലിനെ വിളിച്ചു.

'അങ്കിൾ, ആർ.കെ അസോസിയേറ്റ്സിനുവേണ്ടി നമ്മൾ ഉടൻ ഒരു ആഡ് ഫിലിം ചെയ്യുന്നു. ബജറ്റ് ഒരു ട്വൊന്റി ഫൈവ് ലാക്സ് വരും. പ്രോബ്ലം ഇല്ലല്ലോ.'

'നോ പ്രോബ്ലം. പക്ഷേ, ഗോപിനാഥ് സാറിന്റെ ഒരു പെർമിഷൻ വേണ്ടിവരും.'

'ഗോപിയങ്കിളിനോട് ഞാൻ സംസാരിച്ചോളാം.'അനുരാഗ് പറഞ്ഞു.

അമ്മ പറഞ്ഞാൽ ഗോപിയങ്കിൾ എതിർക്കുകയില്ല. അനുരാഗ് ബിയർകുപ്പിയെടുത്ത് വായിലേക്ക് കമഴ്ത്തി.

***

ബാറിലെ സിഗരറ്റ് പുകയുള്ള ഇരുണ്ട മൂലയിലെ മേശയ്ക്കു ചുറ്റുമിരുന്ന് ജഗനും ബിമലും ഫിറോസും മൂന്ന് റൗണ്ട് ബ്രാണ്ടി കുടിച്ചുകഴിഞ്ഞു.

'കഷ്ടിച്ച് മൂന്നുമാസം കൂടി മാത്രമേ അവൾ കോളേജിൽ കാണൂ. അപ്പോഴേക്കും എക്സാം ആകും. അതിനുള്ളിൽ നീ പറഞ്ഞ കാര്യം വല്ലതും നടത്താൻ പറ്റുമോ?' ഫിറോസ് ചോദിച്ചു.

കലങ്ങിച്ചുവന്ന കണ്ണുകളോടെ ജഗൻ അവനെ ഒന്നു നോക്കി.

'നടക്കണം. നടന്നേ പറ്റൂ. അവളെക്കൊണ്ട് കോഴ്സ് കംപ്ലീറ്റ് ചെയ്യിക്കില്ല ഞാൻ. അവൾ എക്സാം എഴുതില്ല. ചങ്കുപൊട്ടിക്കരഞ്ഞുകൊണ്ട് അവൾ പഠിപ്പു നിർത്തി കോളേജിൽനിന്ന് ഇറങ്ങിപ്പോകും. അതെനിക്കു കാണണം. എന്നാലേ എന്റെ കലിയടങ്ങൂ.' അവൻ പല്ലുകൾ ഞെരിച്ചു. ഗ്ലാസിലുണ്ടായിരുന്ന ബ്രാണ്ടി മൂന്നുപേരും കൂടി തീർത്തു.

'പുള്ളി വിചാരിച്ചാൽ നീ പറഞ്ഞതൊക്കെ നടക്കും. അക്കാര്യം ഉറപ്പാ. പക്ഷേ, വിചാരിക്കുമോ?' ബിമൽ സംശയിച്ചു.

'ഞാനെന്തു പറഞ്ഞാലും പുള്ളിയത് തള്ളിക്കളയത്തില്ല. പുള്ളി എന്റെ അച്ഛനല്ലെങ്കിലും സ്വന്തം മോനെപ്പോലെയാ ഞാൻ.'

ജഗൻ പറഞ്ഞു.

'അയാൾ വിചാരിച്ചാൽ നടക്കാത്ത ഒന്നുമില്ല. ഈ ടൗണിൽ അയാൾ അറിയാതെ ഒരു കാറ്റുപോലും വീശത്തില്ല. അധോലോകത്ത് ആളൊരു രാജാവ് തന്നെയാ.'

ഫിറോസ് തലകുലുക്കി.

'ഒന്നിടവിട്ട ദിവസങ്ങളിൽ വീട്ടിൽ വരും. ഇന്നലെ വന്നു. ഇനി നാളെ. അവളുടെ കുടുംബംപോലും കുളംതോണ്ടും.'

ഒഴിഞ്ഞ ഗ്ലാസ് ജഗൻ അമർത്തിപ്പിടിച്ചു. അപ്പോഴാണ് പല്ലവിയുടെ പരിഹാസം നിറഞ്ഞ ചിരി അവന് ഓർമ്മ വന്നത്. അവൻ കോപത്തോടെ ഗ്ലാസ് മേശയിൽ ഇടിച്ചു.

ഗ്രാനെറ്റ് ടോപ്പിൽ ഇടിച്ച ഗ്ലാസ് ആയിരം കഷണങ്ങളായി നുറുങ്ങിച്ചിതറിയപ്പോൾ സ്ഫോടനം നടന്നതുപോലെ ബാറിലുണ്ടായിരുന്നവർ ഞെട്ടി. മൂന്നുപേരും മെല്ലെ എഴുന്നേറ്റ് സിഗററ്റ് പുകയിലൂടെ പുറത്തേക്ക് നടന്നു.

നാല്

സമയം രാത്രി എട്ടുമണി.

വിമലകോളേജ് ഗേൾസ് ഹോസ്റ്റലിലെ മുപ്പത്തിമൂന്നാം നമ്പർ മുറി. മെസ്സിൽ പോയി അത്താഴം കഴിച്ചിട്ട് പല്ലവിയും ശീതളും പൗർണമിയും വന്നുകയറി വാതിലടച്ചു.

പല്ലവി ചെന്ന് അവളുടെ മേശയുടെ അടുത്തുള്ള കസേരയിലിരുന്ന് ഇന്റർനാഷണൽ ഇക്കണോമിക്സിന്റെ തടിച്ച പുസ്തകമെടുത്ത് തുറ

ന്നു. ശീതൾ അവളെ ഇടംകണ്ണിട്ട് നോക്കി.

'എന്താണ് നിന്റെ ഡിസിഷൻ? ഇതുവരെ ഒന്നും പറഞ്ഞില്ലല്ലോ.'

പെട്ടെന്ന് ശീതൾ ചോദിച്ചു.

പല്ലവി മുഖം തിരിച്ച് അവളെ ഒന്നു നോക്കി.

'മനസ്സിലായില്ല.'

'അല്ലാ ആ ജഗന്റെ കാര്യത്തിൽ. പ്രിൻസിപ്പലിന് കംപ്ലെയിന്റ് കൊടുക്കുന്നുണ്ടോ?'

'കംപ്ലെയിന്റ് കൊടുക്കണമെന്നുതന്നെയാണെന്റെ അഭിപ്രായം. അവന്റെയും ആ ശിങ്കിടികളുടെയും വിളയാട്ടം കോളേജിൽ അതിരുകടക്കുന്നുണ്ട്. ഇനിയങ്ങനെ വിടാൻ പറ്റത്തില്ല.' പൗർണമി പറഞ്ഞു.

പല്ലവി ഒന്നും മിണ്ടിയില്ല.

'പോകുന്ന പോക്കിൽ എന്തിനാ കേസും വഴക്കുമുണ്ടാക്കി നീ പ്രശ്നമുണ്ടാക്കണേ. സംഭവം പുറത്തറിഞ്ഞാൽ നീയും നാറും. നീയത് വിട്ടേക്ക് പല്ലവീ.' ശീതൾ പറഞ്ഞു.

'നീയായിട്ടൊരു തീരുമാനമെടുക്കണ്ട മോളേ. നീ വീട്ടിൽ വിളിച്ച് കാര്യം പറ. നിന്റെ അച്ഛനും അമ്മയും എന്തു പറയുന്നോ അതുപോലെ ചെയ്യ്.' പൗർണമി ഉപദേശിച്ചു.

അപ്പോഴാണ് പല്ലവിയുടെ മൊബൈലിൽ ഒരു കോൾ വന്നത്. അതു വീട്ടിൽ നിന്നുള്ള വിളിയാണെന്ന് അവൾക്ക് അറിയാമായിരുന്നു. പതിവായി ഈ നേരത്താണ്.

'അമ്മയാ.'

മൊബൈൽ എടുത്തുകൊണ്ട് അവൾ വാതിൽ പുറത്ത് ഇടനാഴിയിലേക്ക് ഇറങ്ങി. ഇടനാഴിയുടെ ഇരുവശത്തുമായിരുന്നു മുറികൾ.

'അമ്മേ...' അവൾ കോളെടുത്തു.

'ഫുഡ് കഴിച്ചോ മോളേ.' രാജേശ്വരി ചോദിച്ചു.

'കഴിച്ചമ്മേ.'

'ഇന്ന് എന്തായിരുന്നു ഐറ്റം?'

'ചപ്പാത്തിയും പരിപ്പുകറിയും.'

'രണ്ടുമൂന്നുമാസം കൂടി സഹിച്ചാൽ മതിയല്ലോ മോളേ. പിന്നെ വേറൊരു വിശേഷമുണ്ട്. അതു പറയാനും കൂടാ ഞാനിപ്പം വിളിച്ചത്.'

'എന്താണമ്മേ?'

'അടുത്തതിന്റെ പിന്നത്തെ സൺഡേ അവർ വീട്ടിൽ വരുന്നു. നിന്നെ കാണാൻ.'

'പെണ്ണുകാണൽ?'

രാജേശ്വരി ചിരിച്ചു.

'അതെ. ആ അമ്മയ്ക്ക് ഒട്ടും ക്ഷമയില്ലെന്നു തോന്നുന്നു. ഹോസ്റ്റലിൽ വന്ന് നിന്നെ കണ്ടാലോന്ന് വരെ അവർ ആലോചിച്ചതാ. അവിടത്തെ അച്ഛൻ പറഞ്ഞു വീട്ടിൽ ചെന്ന് കണ്ടാൽ മതിയെന്ന്.'

'പാവം അമ്മ.' അവൾ ചിരിച്ചു.

'നക്ഷത്രം വച്ച് നോക്കിയപ്പോൾ ജാതകപ്പൊരുത്തമുണ്ടെന്നാ അച്ഛൻ പറഞ്ഞത്. അങ്ങനാണെങ്കിൽ നിന്റെ എക്സാം കഴിഞ്ഞാലുടൻ കല്യാണം നടത്തേണ്ടിവരും.'

'എല്ലാരും കൂടി എന്റെ സിവിൽ സർവ്വീസ് മോഹം കുഴിച്ചുമൂടും.'

അവൾ നിരാശ അഭിനയിച്ചു.

'ഏയ്...അങ്ങനൊന്നും വരത്തില്ല മോളേ. കല്യാണം കഴിഞ്ഞാൽ അവർ നിന്നെ വീട്ടിലിരുത്താനൊന്നും നോക്കത്തില്ല. അവന്റെ ഹെൽപ്പ് നിനക്ക് കിട്ടും. അല്ലെങ്കിൽ നേരിട്ടു കാണുമ്പോ നിന്റെ ആഗ്രഹം പറഞ്ഞേക്കണം.'

'അതു ഞാൻ പറയാം.'

'അച്ഛൻ വലിയ സന്തോഷത്തിലാ. നിലത്തൊന്നുമല്ല ഇപ്പം നടപ്പ്.'

കോളേജിൽവച്ച് രാവിലെ ഉണ്ടായ സംഭവം പറഞ്ഞ് അച്ഛന്റെയും അമ്മയുടെയും സന്തോഷം കെടുത്തേണ്ട. അറിഞ്ഞാൽ അവർ ഭയന്നു പോകും. കംപ്ലെയിന്റ് കൊടുക്കാൻ സമ്മതിക്കുകയില്ല.

'നീ ഈ സൺഡേ വരില്ലല്ലോ?' രാജേശ്വരി ചോദിച്ചു.

'ഇല്ലമ്മേ. ഞങ്ങൾ വാഗമൺ പോകുന്നു. രാവിലെ ഏഴിനു പോകും വൈകുന്നേരം ആറിന് മുമ്പ് തിരിച്ചെത്തും.'

'പറ്റിയാൽ പിന്നത്തെ വെള്ളിയാഴ്ചതന്നെ വരണേ. എറണാകുളത്ത് അച്ഛൻ വെയിറ്റ് ചെയ്യും. അവിടന്ന് നിങ്ങൾക്ക് ഒന്നിച്ചിങ്ങ് പോരാമല്ലോ.'

'വരാം അമ്മേ.' അല്പനേരം കൂടി സംസാരിച്ചിട്ടാണ് രാജേശ്വരി കോൾ കട്ട് ചെയ്തത്.

പല്ലവി വീണ്ടും റൂമിലേക്ക് ചെന്നപ്പോൾ ശീതളും പൗർണമിയും ആകാംക്ഷയോടെ കാത്തിരിക്കുകയായിരുന്നു.

'കംപ്ലെയിന്റ് കൊടുക്കണമെന്നാണോ വീട്ടിലെ അഭിപ്രായം?'

ശീതൾ ചോദിച്ചു.

'അക്കാര്യം ഞാൻ അമ്മയോട് പറഞ്ഞില്ല.'

'അതെന്താ?' പൗർണമിക്ക് നിരാശയായി.

'അവൻ എന്നെ അപമാനിക്കാൻ ശ്രമിച്ചു. അപ്പോൾത്തന്നെ അതിനുള്ള ശിക്ഷയും അവന് കൊടുത്തു. ഇനി വേറൊന്നും ആവശ്യമില്ല.'

ശീതൾ ആശ്വാസത്തോടെ ഒന്ന് നിശ്വസിച്ചു.

'എന്താ നിനക്ക് പേടിയാണോ അവനെ?' പൗർണമി ചോദിച്ചു.

'പേടിയുണ്ടായിരുന്നെങ്കിൽ ഞാനവനെ തല്ലുമായിരുന്നോ? അവൻ ചെയ്തത് തെറ്റുതന്നെയാണ്. പക്ഷേ, ആ തെറ്റിന്റെ പേരിൽ അവന്റെ ഭാവി നശിപ്പിക്കാൻ ഞാനാഗ്രഹിക്കുന്നില്ല. കംപ്ലെയിന്റ് കൊടുത്താൽ അവനെ കോളേജിൽനിന്ന് പുറത്താക്കും. അവന്റെ പഠനം അതോടെ അവസാനിച്ചെന്നുവരും.'

ശീതളോ പൗർണമിയോ ഒന്നും പറഞ്ഞില്ല.

'ചോരത്തിളപ്പുകാരണം അവൻ കാട്ടിയ ഒരു വഴിവിട്ട കുസൃതി. അത് അങ്ങനെയങ്ങ് അവസാനിക്കട്ടെ.' പല്ലവി പറഞ്ഞു.

അവൾ വീണ്ടും പുസ്തകം എടുത്തു തുറന്ന് വായിക്കാനാരംഭിച്ചു. കൂട്ടുകാരികൾ പിന്നെ അവളെ ശല്യപ്പെടുത്തിയില്ല.

പിറ്റേന്ന് ശനി. അന്ന് കോളേജ് ഇല്ലായിരുന്നു. ശീതളും പൗർണമിയും ഷോപ്പിംഗിന് പോയി. പല്ലവിയെ അവർ വിളിച്ചെങ്കിലും അവൾ പോയില്ല. അവൾ ടെക്സ്റ്റ് ബുക്കിൽ നിന്ന് നോട്സ് എഴുതിക്കൊണ്ടിരുന്നു. അപ്പോഴാണ് കോളേജിൽ അവളുടെ ജൂനിയർ ക്ലാസിലുള്ള പ്രസീദ വന്ന് വാതിലിൽ മുട്ടിയത്.

'എന്താ പ്രസീദാ?' വാതിൽ തുറന്ന് പല്ലവി തിരക്കി.

'ചേച്ചിക്ക് ഒരു വിസിറ്ററുണ്ട്.'

അങ്ങനെ ആരും ഇതുവരെ കോളേജ് ഹോസ്റ്റലിൽ അവളെ കാണാൻ വന്നിട്ടില്ല, വീട്ടിൽ നിന്നല്ലാതെ.

'ആരാ വന്നത്?' അവൾ ചോദിച്ചു.

'ഞാൻ കണ്ടില്ല. റൂബിയാ പറഞ്ഞത്.'

നൈറ്റ് ഡ്രസ്സായിരുന്നു പല്ലവിയുടെ വേഷം. അവൾ അത് മാറ്റി ചൂരിദാറും ടോപ്പും ധരിച്ച് മുടിയൊന്ന് ചീകി സ്റ്റെയർകേസിറങ്ങി താഴേക്കു ചെന്നു.

ഹോസ്റ്റലിന്റെ പോർച്ചിന് എതിർവശത്തായിരുന്നു വിശാലമായ വിസിറ്റേഴ്സ് റൂം. ഭിത്തിയോട് ചേർത്ത് നിരയായി കസേരകൾ ഉണ്ടായിരുന്നു. വിസിറ്റേഴ്സ് റൂമിൽ സുമുഖനായ ഒരു ചെറുപ്പക്കാരനും ഒരു മധ്യവയസ്കനുമാണ് ഉണ്ടായിരുന്നത്. രണ്ടുപേരെയും അവൾ മുമ്പ് കണ്ടിട്ടുണ്ടായിരുന്നില്ല.

അവൾ ഒന്ന് മടിച്ചുനിന്നു.

'പല്ലവി അല്ലേ?' ചെറുപ്പക്കാരൻ ചോദിച്ചു.

'അതെ.'

'ഞങ്ങൾ പല്ലവിയെ ഒന്ന് കാണാൻ വന്നതാണ്. എന്റെ പേര് പീയുഷ്. ഇത് മദനഗോപാൽ. ഇദ്ദേഹം ആർ.കെ അസോസിയേറ്റ്സ് ഗ്രൂപ്പിന്റെ ജനറൽ മാനേജർ.'

'പല്ലവി ഇവിടെ വന്ന് ഇരിക്കൂ. ഒരു കാര്യം സംസാരിക്കാനാണ് ഞങ്ങൾ വന്നത്.' മദനഗോപാൽ പറഞ്ഞു.

അവർ ഇരുന്നിരുന്ന കസേരകളിൽ നിന്ന് അല്പം മാറി അവൾ ചെന്ന് ഇരുന്നു. എന്തായിരിക്കും കാര്യമെന്ന് അവൾക്ക് ഒരു പിടിയും കിട്ടിയില്ല. അവർ വന്ന പുതിയ തിളങ്ങുന്ന കാർ ഹോസ്റ്റലിന്റെ മുറ്റത്ത് അല്പം മാറി പാർക്ക് ചെയ്തിരിക്കുന്നത് അവിടെയിരുന്നുകൊണ്ട് ജനാലയിലൂടെ അവൾക്കു കാണാൻ കഴിഞ്ഞു.

'ആർ.കെ. അസോസിയേറ്റ്സ് എന്ന് പല്ലവി കേട്ടിട്ടുണ്ടോ?'

പീയുഷ് ചോദിച്ചു.

'ഇല്ല.' അവൾ നിഷ്ക്കളങ്കമായ മുഖത്തോടെ പറഞ്ഞു.

'ഹോട്ടൽ അനുരാഗ് അറിയാമോ?'

'അറിയാം. ബീച്ച് റോഡിലല്ലേ. ഞങ്ങൾ ഒരിക്കൽ അവിടെ പോയി ലഞ്ച് കഴിച്ചിട്ടുണ്ട്.'

'ഗായത്രി സിനിമ?'

'ഞങ്ങൾ ആ തിയേറ്ററിൽ സിനിമ കാണാൻ പോയിട്ടുണ്ട്.'

'ഗായത്രി കല്യാണമണ്ഡപം?'

'എന്റെ ഒരു കൂട്ടുകാരിയുടെ ചേച്ചിയുടെ മാര്യേജ് അവിടെ വച്ചായിരുന്നു.'

'വെരി ഗുഡ്. അപ്പോൾ ഇനി കൂടുതൽ ഒന്നും വിശദീകരിക്കണ്ട. ആർ.കെ. അസോസിയേറ്റ്സ് എന്ന ബിസിനസ്സ് ഗ്രൂപ്പിന്റെ ഉടമസ്ഥതയിലുള്ളതാണ് ഇതൊക്കെ.' പീയുഷ് പറഞ്ഞു.

'ശരി. പക്ഷേ നിങ്ങൾ എന്നെ കാണാൻ വന്നത് എന്തിനാണെന്ന് മാത്രം മനസ്സിലായില്ല.'

'അതുപറയാൻ വേണ്ടിയാണ് ഇത്രയും കാര്യങ്ങൾ വിശദീകരിച്ചത്. ഞങ്ങൾ ഈ സ്ഥാപനങ്ങൾക്കുവേണ്ടി ഒരു ആഡ് ഫിലിം നിർമ്മിക്കാൻ ആഗ്രഹിക്കുന്നു. അതായത് രണ്ടോ മൂന്നോ മിനിറ്റ് ദൈർഘ്യമുള്ള ഒരു പരസ്യചിത്രം. അതിൽ മോഡലായി അഭിനയിക്കാൻ പല്ലവിയെ ബുക്ക് ചെയ്യാൻ വേണ്ടിയാണ് ഞങ്ങൾ വന്നത്.'

'അയ്യോ മോഡലായോ?'

അവൾ ഞെട്ടിപ്പോയി.

'അതെ. പല്ലവി ഒന്നാംതരം നർത്തകിയല്ലേ. മനോഹരമായ മുഖവും

അതിനൊത്ത ആകാരവുമുണ്ട്. ലോകം പല്ലവിയെ കൂടുതൽ കാണ ട്ടെ.' പീയുഷ് പറഞ്ഞു.

'എന്റെ വന്യമായ സ്വപ്നങ്ങളിൽപോലും ഇല്ലാത്ത കാര്യമാണിത്. സോറി. അഭിനയിക്കാനോ മോഡലാകാനോ എനിക്ക് താല്പര്യമില്ല.'

അവൾ പറഞ്ഞു.

'അങ്ങനെ പറയരുത്. മൂന്നോ നാലോ ദിവസത്തെ ഷൂട്ട് ഇവിടെ ആല പ്പുഴയിൽത്തന്നെയായിരിക്കും ലൊക്കേഷൻ. നല്ല പ്രതിഫലവും നൽകു ന്നതാണ്.'

'സോറി. ഞാനില്ല. എന്നെ കാണാൻ വന്നതിന് നന്ദി. പക്ഷേ, മോഡ ലിങ്ങ് എന്റെ ഫീൽഡല്ല. ഒട്ടും താല്പര്യവുമില്ല.'

അവൾ പറഞ്ഞത് അവസാനത്തെ വാക്കാണെന്ന് പീയുഷിന് മന സ്സിലായി.

'ശരി. ഞങ്ങൾ പോയേക്കാം. അതിനുമുമ്പ് ഞങ്ങളുടെ കമ്പനിയുടെ ഉടമയോട് ഇക്കാര്യം നേരിട്ട് ഒന്ന് പറയാമോ? അദ്ദേഹത്തിന്റെ നിർബ ന്ധപ്രകാരമാണ് ഞങ്ങൾ വന്നത്.' പീയുഷ് പറഞ്ഞു.

'അതാരാണ്?' അവൾ ചോദിച്ചു.

'ഒരു മിനിറ്റ്.'

പീയുഷ് വിസിറ്റേഴ്സ് റൂമിൽ നിന്നിറങ്ങി വെളിയിലേക്കു പോയി. അയാൾ കാറിനടുത്തേക്കാണ് പോയത്. കാറിന്റെ ബാക്ക് സീറ്റിൽനിന്ന് മെല്ലെ അനുരാഗ് പുറത്തേക്ക് ഇറങ്ങി. അവൻ ഒരു കറുത്ത കണ്ണട ധരിച്ചിരുന്നു. അനുരാഗിനോട് പീയുഷ് എന്തോ പറഞ്ഞു. അവൻ തല ഒന്നു കുലുക്കി. പല്ലവി നോക്കിയിരിക്കെ അനുരാഗിനോടൊപ്പം പീയുഷ് വിസിറ്റേഴ്സ് റൂമിലേക്ക് കയറിവന്നു. അനുരാഗിനെ കണ്ട് അവൾ അറി യാതെ എഴുന്നേറ്റു.

'എന്നെ ഓർമ്മയുണ്ടോ കുട്ടിക്ക്?' കണ്ണട മുഖത്തുനിന്നും എടുത്തു മാറ്റിക്കൊണ്ട് അനുരാഗ് ചോദിച്ചു.

'ഉണ്ട്. അന്ന് എന്റെ മൊബൈൽ നഷ്ടപ്പെട്ടപ്പോൾ...' അവൾ ആശ്ച ര്യത്തോടെ പറഞ്ഞു. 'ഒരിക്കലും മറക്കാത്ത ഒരു ഉപകാരമായിരുന്നു അത്.'

'പകരം ഒരു സഹായം ചോദിക്കുകയാണെന്ന് ദയവായി വിചാരിക്ക രുത്. ഞങ്ങളുടെ ഫിലിമിൽ അഭിനയിച്ചുകൂടേ പല്ലവിക്ക്.'

അനുരാഗ് പുഞ്ചിരിയോടെ ചോദിച്ചു.

'വീട്ടിൽ ചോദിച്ചിട്ട് പെർമിഷൻ കിട്ടിയാൽ...' അവൾ പാതിമനസ്സോടെ പറഞ്ഞു.

'വീട്ടിൽനിന്ന് ഞങ്ങൾ പെർമിഷൻ മേടിച്ചോളാം. പല്ലവി സമ്മതിച്ചാൽ.'

'എനിക്ക് സമ്മതക്കുറവില്ല.' അവൾ പറഞ്ഞു.

അവൻ മെല്ലെ അവളുടെ നേർക്ക് വലതു കൈ നീട്ടി. ഒന്നു മടിച്ചെങ്കിലും അവൾ കൈനീട്ടി അവന്റെ കൈയിൽ പിടിച്ചു. പൂവിതളുകൾപോലെയുള്ള വിരലുകൾ.

അനുരാഗിന്റെ ശരീരം ഒന്ന് പ്രകമ്പനം കൊണ്ടു.

***

സന്ധ്യ കഴിഞ്ഞിരുന്നു അപ്പോൾ.

മുകൾനിലയിലെ ബാൽക്കണിയിലിട്ട ചൂരൽക്കസേരയിൽ ഇരുന്നുകൊണ്ട് ജഗൻ റോഡിലേക്ക് കണ്ണുനട്ടു.

ഏഴുമണി കഴിഞ്ഞ് ഏഴരയ്ക്കുള്ളിൽ ഗോപിയങ്കിൾ വരും. അതാണ് പതിവ്. ആ സമയത്ത് ഗേറ്റ് മലർക്കെ തുറന്നുവച്ചിരിക്കും. ഗോപിയങ്കിളിന്റെ തൊണ്ണൂറ്റിയൊമ്പത് മോഡൽ കറുത്ത ബെൻസ് കാർ അകത്തേക്ക് കടന്നാലുടൻ ഗേറ്റ് അടയും.

കാറിന്റെ ഫ്രണ്ട് സീറ്റിൽ ഡ്രൈവർക്ക് പുറമേ ബോഡി ഗാർഡും ഉണ്ടാകും. ബോഡിഗാർഡിന്റെ അരപ്പട്ടയിൽ ഒരു റിവോൾവർ തൂക്കിയിട്ടിരിക്കും. ഓവർകോട്ട് ധരിക്കുന്നതുകൊണ്ട് തോക്ക് പുറമെ കാണുകയില്ല.

'ചേട്ടാ...' പിന്നിൽനിന്ന് സാരംഗിയുടെ വിളി ഗേട്ട് ജഗൻ തിരിഞ്ഞുനോക്കി.

അവന്റെ അനുജത്തിയാണ്. സെന്റ് ജോസഫ് ഹയർസെക്കണ്ടറി സ്കൂളിൽ പ്ലസ്ടുവിന് പഠിക്കുകയാണ് അവൾ.

'ഉം?' അവൻ ചോദ്യഭാവത്തിൽ മൂളി.

അവൾ അവന്റെ അടുത്തേക്ക് വന്നു.

'അമ്മയ്ക്ക് നല്ല ടെൻഷനുണ്ട്. ഗോപിയങ്കിൾ എന്തു പറയുമെന്നറിയില്ലല്ലോ.'

സാരംഗി മുടിയിൽ ചൂടിയിരുന്ന പിച്ചിപ്പൂവിന്റെ ഗന്ധം അവന് അനുഭവപ്പെട്ടു. പട്ടുപാവാടയും ബ്ലൗസുമായിരുന്നു അവളുടെ വേഷം. വാലിട്ട് കണ്ണെഴുതിയിരുന്നു. നെറ്റിയിൽ ഗോപിപ്പൊട്ട്. അമ്മയുടെ സൗന്ദര്യമാണ് അവൾക്ക് കിട്ടിയിരിക്കുന്നത്.

'അമ്മ പറഞ്ഞാൽ അങ്കിൾ അത് തള്ളിക്കളയത്തില്ല.' അതായിരുന്നു അവന്റെ പ്രതീക്ഷ.

അവളും ഒരു പെണ്ണല്ലേ എന്നാ അമ്മേടെ ചോദ്യം.

'അമ്മേടെ ഒടുക്കത്തെ ഒരു സെന്റിമെന്റ്സ്. ഞാൻ നാണം കെട്ടതിൽ അമ്മയ്ക്കൊരു വിഷമവുമില്ലേ?' അറിയാതെ അവന്റെ ഒച്ച ഉയർന്നു.

സാരംഗി ഒന്നും മിണ്ടിയില്ല.

'അവളെ കൊല്ലാനൊന്നുമല്ലല്ലോ ഞാൻ പറഞ്ഞത്. ഒരു പാഠം പഠിപ്പിക്കണം. അതുമാത്രം മതി. അവളുടെ പഠിപ്പ് അവസാനിപ്പിക്കണം.'

അപ്പോൾ അകലെനിന്ന് ഒരു കാറിന്റെ ഹോൺ മുഴങ്ങുന്നത് അവർ കേട്ടു.

'അങ്കിളാ...ഞാൻ പോവാ.' സാരംഗി ഓടിപ്പോയി.

ബെൻസ് കാറിന്റെ ഹോൺ ഏത് തിരക്കിലും ഇപ്പോൾ തിരിച്ചറിയും. സത്യത്തിൽ ഗോപിയങ്കിൾ വരുന്നത് അമ്മയെമാത്രം കാണാനല്ല. സാരംഗിയെ കാണാൻ കൂടിയാണ്. കാരണം അങ്കിളിന്റെ മോളാണ് അവൾ. ജഗൻ നോക്കിയിരിക്കെ, വ്യാപാരവ്യവസായരംഗത്തുള്ളവരുടെ ഇടയിൽ ജി.എൻ എന്ന ചുരുക്കപ്പേരിൽ അറിയപ്പെടുന്ന ഗോപിനാഥിന്റെ കാറ് ഗേറ്റ് കടന്ന് അകത്തേക്കു കയറി.

ആർ.കെ അസോസിയേറ്റ്സ് എന്ന ബിസിനസ്സ് സാമ്രാജ്യത്തിന്റെ ഉടമ ആർ.കൃഷ്ണദാസിന്റെ വലംകൈ ആയിരുന്നു ഗോപിനാഥ്. അന്ന് അവിടെ ഓഫീസ് ക്ലാർക്കായിരുന്നു ജഗന്റെ അച്ഛൻ അമ്പലപ്പുഴക്കാരനായ സൂര്യനാരായണപ്രഭു.

കമ്പനി ആവശ്യത്തിന് ഇടയ്ക്കൊക്കെ കൊൽക്കത്തയിലും മുംബൈയിലും അഹമ്മദാബാദിലുമൊക്കെ പോകുമായിരുന്നു സൂര്യനാരായണപ്രഭു. ഒരിക്കൽ കൊൽക്കത്തയിൽ പോയ പ്രഭു ജീവനോടെയല്ല മടങ്ങിവന്നത്. പെട്ടിയിലാക്കിയ ബോഡി അവിടത്തെ ഒരു ആംബുലൻസിൽ. അപകടമരണം എന്നാണ് നാട്ടിൽ പരന്ന വാർത്ത.

ജഗന് അന്ന് ആറുവയസ്സാണ് പ്രായം. സാരംഗിക്ക് രണ്ടും. അന്ന് പഴയ തിരുമല റോഡിലുള്ള ഒരു ചെറിയ ഓടിട്ട വീട്ടിലായിരുന്നു അവർ താമസം.

സൂര്യനാരായണപ്രഭുവിന്റെ മരണത്തിനുശേഷമാണ് തൊണ്ടൻകുളങ്ങര അമ്പലത്തിനടുത്തുള്ള ഈ വലിയ ഇരുനില വീട്ടിലേക്ക് ഗോപിയങ്കിൾ അവരെ കൊണ്ടുവന്ന് താമസിപ്പിച്ചത്. അതിനുശേഷമാണ് നല്ല കാലം തുടങ്ങിയത്. രുചികരമായ ഭക്ഷണം, വിലപിടിപ്പുള്ള ഉടുപ്പുകൾ. ഇഷ്ടംപോലെ പോക്കറ്റ്മണി.

കായംകുളത്താണ് അമ്മയുടെ വീട്. സംഗീതജ്ഞനായ ഗോവിന്ദ

റാവുവിന്റെ മകൾ. അമ്മ നന്നായി പാടും. മനോഹരമായി നൃത്തം ചെയ്യും. സന്ധ്യ കഴിഞ്ഞാൽ എന്നും ഗോപിയങ്കിൾ വരും. അങ്കിൾ വന്നു കഴിഞ്ഞാൽ ജഗൻ മുകളിലത്തെ മുറിയിൽത്തന്നെ ഇരിക്കേണ്ടി വരും. താഴേക്ക് ചെല്ലാൻ അനുവാദമില്ല. മുകളിലത്തെ നിലയിലിരുന്നുകൊണ്ട് താഴെ അമ്മയുടെ പാട്ടും ചിലങ്കകളുടെ ഒച്ചയും ജഗൻ കേൾക്കും രാത്രി യിൽ എപ്പോഴെങ്കിലും അങ്കിൾ പോകും. പോകാത്ത രാത്രികളുമുണ്ട്.

അങ്കിളും അമ്മയും തമ്മിലുള്ള ബന്ധത്തെക്കുറിച്ച് മുതിർന്നപ്പോ ഴാണ് ജഗനു മനസ്സിലായത്. അവന് അതിൽ വിഷമമൊന്നും തോന്നിയ തുമില്ല. പക്ഷേ, സ്കൂളിൽവച്ച് ഒരു സഹപാഠി അമ്മയെക്കുറിച്ച് മോശ മായി സംസാരിച്ചപ്പോൾ അവന് സഹിച്ചില്ല. ദൂഷ്യം പറഞ്ഞവന്റെ മൂക്കിൽ ഇടിച്ചു. ചോരയൊഴുകിയിട്ടും അവന് ഒരു കൂസലുമുണ്ടായില്ല. അന്ന് സ്കൂളിൽനിന്ന് അവനെ പുറത്താക്കാൻ ശ്രമം നടന്നെങ്കിലും ഗോപിയങ്കിൾ ഇടപെട്ട് അത് തടഞ്ഞു. അന്നുമുതൽ അങ്കിളാണ് അവന്റെ രക്ഷകൻ.

എല്ലാം ഓർത്ത് ജഗൻ ഒന്ന് നെടുവീർപ്പിട്ടു. ഇപ്പോഴും ഗോപിയങ്കി ളിന്റെ സഹായം കിട്ടിയേ പറ്റൂ.

അല്പനേരം കഴിഞ്ഞപ്പോൾ ഫിൽട്ടർ കോഫിയുടെ സുഗന്ധം മുക ളിലേക്ക് കയറിവന്നു. അമ്മ ഉണ്ടാക്കുന്ന കാപ്പി വലിയ ഇഷ്ടമാണ് ഗോപി യങ്കിളിന്.

'ചേട്ടാ...' പെട്ടെന്ന് സാരംഗി ഓടിക്കയറി വന്നു.

ജഗൻ വേഗം എഴുന്നേറ്റു.

'ചേട്ടനെ അങ്കിൾ വിളിക്കുന്നു. അമ്മ കാര്യമെല്ലാം പറഞ്ഞിട്ടുണ്ട്..'

ഒറ്റശ്വാസത്തിൽ അവൾ അറിയിച്ചു.

'അങ്കിൾ എന്തുപറഞ്ഞു?'

'ഒന്നും പറഞ്ഞില്ല. അതിനാ ചേട്ടനെ വിളിക്കുന്നേ.' വിറയ്ക്കുന്ന കാലുകളോടെ ജഗൻ കോണിപ്പടികളിറങ്ങി താഴേക്കു ചെന്നു. വിശാല മായ സ്വീകരണമുറിയിലെ കൂറ്റൻ സെറ്റിയിൽ ഗോപിനാഥ് ഇരിക്കുന്നു ണ്ടായിരുന്നു.

തൂവെള്ളനിറത്തിലുള്ള ജുബ്ബയും കറുത്ത കരയുള്ള തൂവെള്ള മുണ്ടു മാണ് സ്ഥിരം വേഷം. ആറടി ഉയരത്തിൽ വെളുത്തുതുടുത്ത അമ്പതു കാരൻ. നീണ്ട കൈവിരലുകൾ. വലതുകൈ വിരലിൽ നവരത്നങ്ങൾ പതിച്ച മോതിരം. തൊട്ടടുത്ത് സെറ്റിയിൽ പട്ടുസാരിയുടുത്ത് മുടിയിൽ പൂവുചൂടി മൂക്കുത്തിയും രത്നമാലയും അണിഞ്ഞ് റാണിയെപ്പോലെ അമ്മ. അവൻ ചെന്ന് അമ്മയുടെ പിന്നിൽ ഗോപിനാഥിന് അഭിമുഖമായി

നിന്നു.

'ജഗന്നാഥാ....' അയാൾ സൗമ്യമായ സ്വരത്തിൽ വിളിച്ചു. ജഗൻ എന്ന് ഒരിക്കലും അയാൾ അവനെ വിളിച്ചിട്ടില്ല.

'എന്തോ...' അവൻ ബഹുമാനത്തോടെ വിളി കേട്ടു.

'ജയന്തി എല്ലാം പറഞ്ഞു. എന്താണ് ആ പെണ്ണിന്റെ പേര്?'

'പല്ലവി.' അവൻ പറഞ്ഞു.

'എവിടെയാണ് അവളുടെ വീട്?'

'മൂവാറ്റുപുഴ.'

'അച്ഛൻ?'

'ഡെപ്യൂട്ടി കലക്ടറാണ്. ബാലകൃഷ്ണൻനായർ.'

'ശരി. അവളെ അങ്കിൾ ശരിപ്പെടുത്തിക്കോളാം. അവൾ ഇനി തല പൊക്കത്തില്ല. പോരേ?'

'മതി, അങ്കിൾ.'

'സമാധാനമായിട്ട് പോയ്ക്കോ.'

അവൻ നന്ദിപൂർവ്വം അയാളെ ഒന്നുനോക്കിയിട്ട് വീണ്ടും മുകളി ലേക്കു പോയി.

ഗോപിനാഥിനെ നോക്കി ജയന്തി ഒന്നു ചിരിച്ചു. അപ്പോൾ അവരുടെ മൂക്കുത്തിയിലെ രത്നക്കല്ല് ഒന്ന് പ്രകാശിച്ചു. അയാളും പുഞ്ചിരിച്ചു.

***

പീയുഷ് രാവിലെ ഉണർന്നെഴുന്നേറ്റ് ചായക്കപ്പുമായി ഇരുന്ന് പത്ര ത്തിന്റെ തലക്കെട്ടുകൾ നോക്കിക്കൊണ്ടിരിക്കുമ്പോഴാണ് അനുരാഗിന്റെ വിളി വന്നത്.

'എന്താടാ?' പീയുഷ് കോളെടുത്തു.

'ഞാൻ ഒരു മണിക്കൂറിനകം അവിടെ വരും. കുളിച്ച് റെഡിയായി നിൽക്കണം. നമുക്ക് ഒരു സ്ഥലംവരെ പോകാനുണ്ട്.'

അനുരാഗ് പറഞ്ഞു.

'എവിടാടാ?'

'അമ്പലപ്പുഴെ.'

'എന്തിന്?'

'അവിടെ ഒരാളെ കാണാനാണ്?'

'ആരെ?'

'പറഞ്ഞത് അനുസരിച്ചാൽ മാത്രം മതി.'

പെട്ടെന്ന് കോൾ കട്ട് ആയി.

അമ്പലപ്പുഴയിൽ ഏതു പെണ്ണിനെയാണ് അവൻ കണ്ടുവച്ചിരിക്കു

ന്നത്? അവന്റെ തോന്ന്യാസങ്ങൾക്കൊക്കെ കൂട്ടുനിന്ന് എന്നെങ്കിലുമൊരിക്കൽ പോലീസ് സ്റ്റേഷനിൽ കയറേണ്ടിവരും. അല്ലെങ്കിൽ കരുത്തുള്ള ആങ്ങളമാർ കൈവച്ചെന്നും വരും.

'ആരാ മോനേ വിളിച്ചത്?' ഒഴിഞ്ഞ ചായഗ്ലാസ് എടുക്കാൻ വന്ന കാർത്തിക ചോദിച്ചു. പീയുഷിന്റെ അമ്മയാണ് കാർത്തിക.

'അനുവാണമ്മേ. രാവിലെ എവിടെയോ പോകാനുണ്ട്. അവൻ ഒരു മണിക്കൂറിനകം വരും.'

'അവന്റെ പ്രൈവറ്റ് സെക്രട്ടറി എന്ന പദവിയുണ്ട്. മാസംതോറും തരക്കേടില്ലാത്ത ശമ്പളവും തരുന്നുണ്ട്. എന്നാലും നിനക്ക് ഒരു ഓഫീസോ ഇരിക്കാൻ ഒരു കസേരയോ ഉണ്ടോ?'

'അത്...അമ്മേ ഞാൻ...'

അതായിരുന്നു കാർത്തികയുടെ വിഷമം. അനുരാഗ് പറയുന്നിടത്തൊക്കെ കൂടെ ചെല്ലുക എന്നത് മാത്രമാണ് പീയുഷിന്റെ ജോലി. അതത്ര സുഖമുള്ള ഏർപ്പാടല്ല.

'അതുകൊണ്ട് സൗകര്യം കിട്ടുമ്പോൾ നീ ഇക്കാര്യം അവനോട് പറയണം. ഇഷ്ടംപോലെ മുറികളില്ലേ അവരുടെ ഓഫീസിൽ. ഒരെണ്ണം ഫർണിഷ് ചെയ്ത് നിനക്കു തരാൻ പറ.'

'പറയാം.' അവൻ ഏറ്റു.

പീയുഷ് അപ്പോൾത്തന്നെ പോയി ഷേവ് ചെയ്ത് കുളിച്ചു. തിരുവമ്പാടിയിലാണ് അനുരാഗിന്റെ വൃന്ദാവനം എന്ന കൂറ്റൻ ബംഗ്ലാവ്. അവിടെനിന്ന് കിടങ്ങാംപറമ്പ് വരെ വരാൻ അധികസമയമൊന്നും എടുക്കുകയില്ല. ജില്ലാകോടതിയുടെ പിൻഭാഗത്താണ് പീയുഷിന്റെ വീട്. കുളികഴിഞ്ഞ് ജീൻസും ഷർട്ടും ധരിച്ച് അവൻ കാത്തുനിന്നു. അപ്പോഴേക്ക് അനുരാഗിന്റെ കാർ ഗേറ്റിനു വെളിയിൽ വന്നുനിന്നു.

'അമ്മേ ഞാൻ പോകുന്നേ...' കാർത്തികയോട് വിളിച്ച് പറഞ്ഞിട്ട് അവൻ ചെന്ന് അനുരാഗിന്റെ കാറിൽ കയറി. കസവുമുണ്ടും ഷർട്ടുമായിരുന്നു അനുരാഗിന്റെ വേഷം. അതുകണ്ട് പീയുഷ് ഒന്ന് പകച്ചു.

'എന്താ നിന്റെ ഉദ്ദേശ്യം?'

'നമ്മൾ അമ്പലപ്പുഴ അമ്പലത്തിൽ പോകുന്നു.' അനുരാഗ് പുഞ്ചിരിയോടെ കാർ മുന്നോട്ടെടുത്തു.

'ഏതു കാമുകിയുടെ കല്യാണമാ ഇന്ന് അവിടെവച്ച് നടക്കുന്നത്? വണ്ടി നിർത്ത്. നിനക്ക് നാണമെന്നൊന്ന് ഇല്ലെങ്കിലും എനിക്കൊണ്ട്.'

പീയുഷ് പറഞ്ഞു.

'കാമുകിയുടെ കല്യാണത്തിന് ഞാൻ പോകാറില്ല. അത് നിനക്ക്

അറിയില്ലേ? നമ്മളിന്ന് പോകുന്നത് അമ്പലപ്പുഴ ഉണ്ണിക്കണ്ണനെ കാണാനാണ്. ഒരു നേർച്ചയുണ്ട്. അത് നടത്തണം.'

ഇരുമ്പുപാലം കഴിഞ്ഞ് കാർ നേരെ അമ്പലപ്പുഴയ്ക്ക് പാഞ്ഞു. ഏറിയാൽ അരമണിക്കൂർ.

'എന്തു നേർച്ച?'

'കദളിപ്പഴം.'

'കളി മതിയാക്ക് അനൂ. എന്തിനുവേണ്ടിയാണ് നീ നേർച്ച നേർന്നത്?'

പീയുഷ് ഗൗരവത്തോടെ ചോദിച്ചു.

'നമ്മുടെ ആഡ് ഫിലിമിൽ അവൾ അഭിനയിക്കാൻ സമ്മതിക്കുമോ എന്ന് എനിക്കൊരു സംശയമുണ്ടായിരുന്നു. അവളെക്കൊണ്ട് സമ്മതിപ്പിക്കാൻ കണ്ണന് ഞാനൊരു കദളിക്കുല നേർന്നു.'

'എടാ ഭയങ്കര കാമുകാ...' ആശ്ചര്യഭാവത്തിൽ പീയുഷ് അവനെ നോക്കി.

'ഇക്കാര്യത്തിൽ ഒരു റിസ്ക്കെടുക്കാൻ വയ്യാരുന്നു. ഏതു വിധേനയും എനിക്ക് അവളെ കിട്ടിയേ തീരൂ. ഇതുപോലെ ഒരു പെണ്ണിനെയും ഞാൻ ആശിച്ചിട്ടില്ല.'

'നിന്റെ വൃത്തികെട്ട പരിപാടികൾക്ക് ദൈവത്തിനെ കൂട്ടുപിടിക്കല്ലേ അനൂ. അതു മോശമാണ്.'

'ഇക്കാര്യത്തിൽ കൃഷ്ണനേക്കാൾ അനുയോജ്യനായ ഏതു ദൈവമുണ്ട് വേറെ. അതല്ലേ പുഷ്പംപോലെ അവൾ എന്റെ മുമ്പിൽ അടിയറവ് പറഞ്ഞത്.' അനുരാഗ് വീമ്പടിച്ചു.

'അതു പറയാൻ വരട്ടെ. അവളുടെ വിരൽത്തുമ്പിൽപ്പോലും നിനക്ക് തൊടാൻ പറ്റിയെന്നു വരില്ല.'

'നിന്റേത് കരിനാക്കല്ലല്ലോ. അത്രയും ഭാഗ്യം.'

അമ്പലപ്പുഴ അമ്പലത്തിൽ ചെന്ന് ഒരു കദളിക്കുല വാങ്ങി അനുരാഗ് വഴിപാട് സമർപ്പിച്ചു. പിന്നെ ഭക്തിപുരസ്സരം പ്രാർത്ഥിച്ചു.

'കൃഷ്ണാ എന്റെ ആഗ്രഹം സഫലമാക്കിത്തരണേ.' ഉണ്ണികൃഷ്ണൻ കള്ളപ്പുഞ്ചിരിയുമായി നിന്നു.

'നമുക്ക് വീട്ടിൽ ചെന്ന് ബ്രേക്ക്ഫാസ്റ്റ് കഴിക്കാം. എന്താ?'

തിരിച്ചുപോകുമ്പോൾ അനുരാഗ് ചോദിച്ചു.

'അതുമതി.' അവർ വൃന്ദാവനത്തിലെത്തിയപ്പോൾ മണി ഒമ്പതു കഴിഞ്ഞിരുന്നു. അനുരാഗിന്റെ നെറ്റിയിൽ ചന്ദനക്കുറി കണ്ടപ്പോൾ ഗായത്രീദേവിക്ക് സന്തോഷമായി.

'ഏതമ്പലത്തിലാ നിങ്ങൾ പോയേ?' അവർ ചോദിച്ചു.

'അമ്പലപ്പുഴെ.' അനുരാഗ് പറഞ്ഞു.

'മിട്ടൂ നീ നന്നാവാൻ തീരുമാനിച്ചോ?'

മനം മയക്കുന്ന ഒരു ചിരിയായിരുന്നു അതിന് അനുരാഗിന്റെ മറുപടി. മകന്റെ പോക്ക് അത്ര ശരിയല്ലെന്ന് ഗായത്രീദേവിക്ക് അറിയാമായിരുന്നു.

ദോശയും ചട്ണിയും അരിപ്പുട്ടും കടലക്കറിയും പപ്പടവുമൊക്കെ സുമിത്ര ഉണ്ടാക്കിവച്ചിരുന്നു. ചായ കുടിച്ചിട്ട് അനുരാഗ് അവന്റെ മുറിയിലേക്കു പോയി.

'എനിക്ക് അമ്മയോടൊരു കാര്യം പറയാനുണ്ട്.'

പീയുഷ് അപ്പോൾ ഗായത്രീദേവിയോട് പറഞ്ഞു.

'എന്താ പീയുഷ്?'

പല്ലവിയെക്കുറിച്ച് അറിയാവുന്ന കാര്യങ്ങളെല്ലാം അവൻ അവരോട് പറഞ്ഞു.

'ആ കുട്ടിയെ അവന് വലിയ ഇഷ്ടമാണ്. ആ വിവാഹം നടത്തിയാൽ അവന്റെ സ്വഭാവത്തിന് വലിയ മാറ്റം വരും. അവൻ രക്ഷപ്പെടും.'

'ശരി പീയുഷ്. നമുക്കത് നടത്താം.'

അല്പനേരം കഴിഞ്ഞ് ഗോപിനാഥിനെ ഗായത്രീദേവി വിളിച്ചു.

'ഗോപീ അത്യാവശ്യമായി ഒന്നിങ്ങോട്ട് വരണം.'

'വരാം ദേവിയേടത്തീ.' അയാൾ പറഞ്ഞു.

ഒരുമണിക്കൂർ കഴിഞ്ഞപ്പോൾ ഗോപിനാഥ് വൃന്ദാവനത്തിൽ എത്തി. അപ്പോഴേക്കും അനുരാഗും പീയുഷും സ്ഥലം വിട്ടിരുന്നു.

'എന്താ ദേവിയേടത്തീ വരാൻ പറഞ്ഞത്?'

'ഗോപി ഇരിക്ക്. ഒരു സന്തോഷവാർത്തയുണ്ട്. മിട്ടുവിന് ഒരു പെൺകുട്ടിയെ വല്ലാതെ ഇഷ്ടപ്പെട്ടു. നമുക്ക് എത്രയും വേഗം ആ കല്യാണം നടത്തണം. ഗോപി മുൻകൈ എടുത്തേ പറ്റൂ.' ഗായത്രീദേവി പറഞ്ഞു.

'നടന്നു എന്നുതന്നെ ദേവിയേടത്തി വിചാരിച്ചോ. ഇനി മുഹൂർത്തം മാത്രം നിശ്ചയിച്ചാൽ മതി.' അയാൾ ഉറപ്പുകൊടുത്തു.

'മതി. സമാധാനമായി എനിക്ക്. ഗോപി ഒരു കാര്യം ഏറ്റാൽ ജീവൻ കളഞ്ഞും അതു നടത്തിയിരിക്കും. എനിക്കറിയാം.'

'ഏതാണ് പെൺകുട്ടി?'

'വിമലാകോളേജിൽ എം.എ ഫൈനൽ ഇയർ. പേര് പല്ലവി. മൂവാറ്റുപുഴക്കാരിയാ. കുട്ടിയുടെ അച്ഛൻ ഡെപ്യൂട്ടി കലക്ടറാ. പേര് ബാലകൃഷ്ണൻനായർ.'

ഗോപിനാഥ് സ്തബ്ധനായി ഇരുന്നു.

അഞ്ച്

‘ഗോപി എന്താണൊന്നും പറയാത്തത്?’ അയാളുടെ നിശ്ശബ്ദത കണ്ട് ഗായത്രിദേവി ചോദിച്ചു.

‘ഞാൻ ആലോചിക്കുകയായിരുന്നു. അച്ഛൻ ഡെപ്യൂട്ടി കലക്ടറാണെങ്കിലും ഒരു സർക്കാർ ഉദ്യോഗസ്ഥനല്ലേ. വീട്ടിലെ സാമ്പത്തിക സ്ഥിതി നമുക്ക് ഊഹിക്കാവുന്നതല്ലേയുള്ളു ദേവിയേടത്തീ.’

ഗോപിനാഥ് പറഞ്ഞു.

‘ആ കുട്ടിയുടെ വീട്ടിൽനിന്ന് സ്ത്രീധനം കൊണ്ടുവന്നിട്ട് വേണോ മിട്ടുവിന് ചെലവു കഴിയാൻ. നാലഞ്ചു തലമുറയ്ക്ക് ജീവിക്കാനുള്ള വക ഇപ്പോൾത്തന്നെ നമുക്കില്ലേ ഗോപീ?’

‘അതല്ല. നമ്മുടേത് ഒരു ബിസിനസ്സ് കുടുംബമാണ്. നമ്മുടെ തരത്തിന് യോജിച്ച ഒരു ബിസിനസ്സ് കുടുംബത്തിൽനിന്ന് പെണ്ണെടുക്കുന്നതാണ് എല്ലാംകൊണ്ടും നല്ലത് എന്നാണ് എന്റെയൊരു...’

‘അതു മതിയാരുന്നു ഗോപീ. നമ്മൾ അതുപോലെയുള്ള കുട്ടികളെ മുമ്പ് അവനുവേണ്ടി ആലോചിച്ചിട്ടുള്ളതല്ലേ. എന്നിട്ട് അവൻ അടുത്തിട്ടുണ്ടോ? ഇത് അവന് ഇഷ്ടം തോന്നിയ കുട്ടിയാ. നമ്മൾ ഒന്ന് ആഞ്ഞുപിടിച്ചാൽ ഇതങ്ങ് നടക്കും ഗോപീ.’

‘കാര്യത്തോടടുക്കുമ്പോൾ അനുമോൻ കാലുമാറുമോ?’ അയാൾ ചോദിച്ചു. ‘മുൻപ് പലതവണ അങ്ങനെ സംഭവിച്ചിട്ടുണ്ട്.’

‘ഇല്ല. ഇത്തവണ അവൻ സീരിയസ്സാണ്. എന്റെ ജീവിതത്തിൽ എനിക്കിനി ഒരേയൊരു ആഗ്രഹം മാത്രമേയുള്ളൂ ഗോപീ...അവൻ ഒരു പെൺകുട്ടിയുടെ കൈ പിടിച്ച് ഈ വീടിന്റെ പടി കയറിവരുമ്പോൾ അഞ്ചുതിരിയിട്ട നിലവിളക്ക് കൊടുത്ത് എനിക്കവളെ സ്വീകരിക്കണം.’

ആ സ്വപ്നത്തിന്റെ തിളക്കം ഗായത്രിദേവിയുടെ കണ്ണുകളിൽ അയാൾ കണ്ടു.

‘ദേവിയേടത്തി സമാധാനമായിട്ടിരിക്കൂ. ഇക്കാര്യം ഞാനേറ്റു.’

ഗോപിനാഥ് വാക്കുകൊടുത്തു.

ഗായത്രിദേവിയുടെ മുഖം സന്തോഷംകൊണ്ട് വിടർന്നു. പോകാനായി അയാൾ എഴുന്നേറ്റു.

‘എത്രയും വേഗം ആ കുട്ടിയുടെ അച്ഛനെ ഗോപി കോൺടാക്ട് ചെയ്യണം.’

‘അതിനുമുമ്പ് അനുമോന്റെ അഭിപ്രായം ഒന്നറിയണ്ടേ?’

‘വേണ്ട. അവനിഷ്ടമാണ്. അക്കാര്യത്തിൽ എനിക്കൊരു സംശയ

വുമില്ല. എനിക്ക് ഈ കല്യാണം നടത്തിയേ പറ്റൂ. അറിയാമല്ലോ അവന്റെ സ്വഭാവം. അവനെ നിയന്ത്രിക്കാൻ ഒരു പെണ്ണിനുമാത്രമേ കഴിയൂ.'

മകന്റെ സ്വഭാവം അമ്മയ്ക്കും കുറച്ചൊക്കെ അറിയാം. അവൻ നേരെയാകാനാണ് അമ്മ ഷഷ്ഠി വ്രതമെടുക്കുന്നതും പ്രദോഷം നോക്കുന്നതും നോമ്പെടുക്കുന്നതും വഴിപാടുകൾ നേരുന്നതും.

'നമുക്കു ശരിയാക്കാം ദേവിയേടത്തീ.'

ഗോപിനാഥ് പുറത്തേക്കിറങ്ങി. ബംഗ്ലാവിന്റെ മുറ്റത്ത് വാതിൽ തുറന്നുപിടിച്ച അംഗരക്ഷകൻ പെട്ടെന്നു തയ്യാറായി. ഗോപിനാഥ് കാറിന്റെ ബാക്ക് സീറ്റിൽ കയറിയിരുന്നതും ഡോർ അടഞ്ഞു. അംഗരക്ഷകൻ മുൻസീറ്റിൽ കയറി. അതോടെ കാർ മുന്നോട്ട് ഒഴുകി ഗേറ്റ് കടന്ന് റോഡിലേക്കിറങ്ങി.

ഓഫീസിലെ തന്റെ വിശാലമായ മുറിയിലെത്തുന്നതുവരെ അയാൾ ചിന്താമഗ്നനായിരുന്നു. പരിഹരിക്കാൻ ബുദ്ധിമുട്ടുള്ള അസാധാരണമായ ഒരു സാഹചര്യമാണ് ഉണ്ടായിരിക്കുന്നത്.

മകന്റെ അഭിമാനം കാക്കാൻ ആ പെണ്ണിനെ ഇല്ലായ്മ ചെയ്യാമെന്ന് ജയന്തിക്ക് വാക്കു കൊടുത്തതാണ്. അവളെ മകന് വധുവാക്കികൊടുക്കാമെന്ന് ദേവിയേടത്തിക്കും വാക്കു കൊടുത്തു. രണ്ടിലൊരാളെ നിരാശപ്പെടുത്താതെ വഴിയില്ല. ആർക്കു കൊടുത്ത വാക്കാണ് പാലിക്കേണ്ടത്.?

അന്ന് സന്ധ്യ കഴിഞ്ഞു. പതിവുസമയത്ത് അയാൾ ജയന്തിയെ സന്ദർശിക്കാനെത്തി. അവൾ പതിവിലേറെ സുന്ദരിയായിരുന്നു അന്ന്. ഇളംചുവപ്പുള്ള പട്ടുചേല ചുറ്റി ചുവപ്പിക്കാതെ ചുവന്ന ചുണ്ടുകളും മഷിയെഴുതിയ കണ്ണുകളും മുടിയിൽ പിച്ചിപ്പൂമാലയും.

'എന്താ ഒരു വിഷമംപോലെ?' അയാളുടെ മുഖത്ത് അന്ന് ഒട്ടും പ്രസന്നതയില്ലെന്നു കണ്ടപ്പോൾത്തന്നെ അവൾ ശ്രദ്ധിച്ചു.

'ജഗന്നാഥനെവിടെ?' മറുപടി പറയാതെ അയാൾ ചോദിച്ചു.

'മുകളിലുണ്ട്.'

'മോളോ?'

'അവൾ മുറിയിലുണ്ട്.'

'ഞാൻ അകത്തിരിക്കാം. കാപ്പി വേണം.' അയാൾ പറഞ്ഞു.

ഗൗരവമുള്ള എന്തോ കാര്യം അയാൾക്ക് സംസാരിക്കാനുണ്ടെന്ന് ജയന്തിക്കു മനസ്സിലായി. ബെഡ്റൂമിൽവച്ചേ അത്തരം കാര്യങ്ങൾ പറയാറുള്ളൂ. വാതിൽ തിരശ്ശീല വകഞ്ഞുമാറ്റി ഗോപിനാഥൻ കിടപ്പുമുറിയിലേക്കു പോയി. രാജകീയമായ അലങ്കരിച്ച ഒരു മുറിയായിരുന്നു അത്.

അല്പസമയത്തിനുള്ളിൽ ആവി പറക്കുന്ന ഫിൽട്ടർ കോഫി ഒരു

മഗ്ഗ് നിറയെ പകർന്ന് ജയന്തി അയാളുടെ അടുത്തെത്തി. തലയണകൾ ഉയർത്തിവച്ച് ബെഡിൽ ചാരിയിരിക്കുകയായിരുന്നു അയാൾ. അവൾ കൊടുത്ത കോഫി അയാൾ വാങ്ങി.

'ഇരിക്ക്.'

അവൾ അയാളുടെ അടുത്ത് ബെഡിൽ ഇരുന്നു.

'അനുരാഗിന് അവന്റെ അമ്മ ഒരു പെണ്ണിനെ കണ്ടുപിടിച്ചിരിക്കുന്നു. ആ കല്യാണം നടത്തണമെന്ന് അവർക്ക് നിർബന്ധം.'

'അതിന് അവന് കല്യാണപ്രായമായോ? ഇരുപത്തിമൂന്ന് വയസ്സ് കഴിഞ്ഞുകാണും. അത്രയല്ലേയുള്ളൂ...'

'അതെ. പക്ഷേ ആ പ്രായത്തിൽ വിവാഹം കഴിക്കുന്നതുകൊണ്ട് വലിയ കുഴപ്പമൊന്നുമില്ല.'

ഗോപിനാഥ് അല്പം കാപ്പി കുടിച്ചു. പാകത്തിന് കടുപ്പം. പാകത്തിന് മധുരം.

'പെണ്ണ് ഏതാണെന്ന് നീയെന്താ ചോദിക്കാത്തത്?'

അതൊരു സാധാരണ ചോദ്യമല്ലെന്ന് പെട്ടെന്ന് ജയന്തിക്ക് മനസ്സിലായി.

'ഏതാണ് പെണ്ണ്?'

'ഡപ്യൂട്ടി കലക്ടർ ബാലകൃഷ്ണൻനായരുടെ മകൾ പല്ലവി.'

ജയന്തി ഞെട്ടിപ്പോയി.

'അവളോ?'

'ഉം.'

'എന്നിട്ട്?' ഉയരുന്ന നെഞ്ചിടിപ്പോടെ അവൾ അയാളുടെ മുഖത്തേക്ക് നോക്കി.

'അതു നടത്തിക്കൊടുക്കാമെന്ന് ഞാൻ സമ്മതിച്ചു.'

പെട്ടെന്ന് ജയന്തിയുടെ കണ്ണുകൾ രണ്ടും നിറഞ്ഞു.

'അപ്പോൾ എനിക്കുതന്ന വാക്ക്?'

'ഞാൻ ഒന്നും കാണാതെ ഒരു തീരുമാനം എടുക്കില്ലെന്ന് നിനക്കറിയാമല്ലോ ജയന്തീ. ഈ ലോകത്ത് നീ കഴിഞ്ഞേയുള്ളൂ എനിക്ക് എന്തും.'

അയാൾ പറഞ്ഞു.

'എന്നിട്ടാണോ നശിപ്പിച്ചുകളയാമെന്നു പറഞ്ഞ ആ പെണ്ണിനെ രാജകുമാരിയായി വാഴിക്കാൻ പോകുന്നത്?'

'അങ്ങനെയല്ല.'

ഗോപിനാഥ് മഗ്ഗിലെ കാപ്പി മുഴുവൻ കുടിച്ചുതീർത്തു. എന്നിട്ട് പാത്രം മാറ്റിവെച്ചു.

'ആ പെണ്ണിന് കിട്ടാവുന്ന ഏറ്റവും വലിയ ശിക്ഷയായിരിക്കും ആ ചെറുക്കന്റെ ഭാര്യയാകുന്നത്.' അയാൾ പറഞ്ഞു.

മനസ്സിലാകാത്ത മട്ടിൽ അവൾ അയാളെ നോക്കി.

'പതിനെട്ട് വയസ്സ് തികയുംമുമ്പേ അവൻ പെണ്ണിനെ ആസ്വദിച്ചുതുടങ്ങി. നൂറുകണക്കിന് പെൺപിള്ളേരെ അവൻ അനുഭവിച്ചിട്ടുണ്ട്. അതിന് എല്ലാ ഒത്താശകളും ചെയ്തുകൊടുത്തത് മദനൻ ആണ്. എന്റെ നിർദ്ദേശപ്രകാരം.'

വിശ്വാസം വരാതെ ജയന്തി ഇരുന്നു.

'സ്നേഹം നടിച്ച് വശത്താക്കുക. എന്നിട്ട് അനുഭവിക്കുക. അതിനുശേഷം വലിച്ചെറിയുക. അവരുടെയൊക്കെ ശാപം അവന്റെമേൽ തൂങ്ങി നിൽക്കുന്നുണ്ട്. ഒരു പെണ്ണിൽമാത്രം മനസ്സ് നിയന്ത്രിച്ചു നിർത്താൻ ഇനി അവനെക്കൊണ്ട് സാധിക്കില്ല. കല്യാണം കഴിഞ്ഞാലും പുതിയ ഇരകളെ തേടി അവൻ പോകും. ഏതെങ്കിലും ഭാര്യക്ക് അതു സഹിക്കാൻ പറ്റുമോ?'

'ഇല്ല. പക്ഷേ....'

'അതിൽ ഏതെങ്കിലും ഒരു പെണ്ണ് പീഡന പരാതി കൊടുത്താൽ അവനെ അന്ന് അറസ്റ്റ് ചെയ്ത് ജയിലിലാക്കും. പല പെൺപിള്ളാരും അതിന് ശ്രമിച്ചിട്ടുണ്ട്. അവരെയൊക്കെ നിശ്ശബ്ദരാക്കിയത് മദനന്റെ സഹായത്തോടെ ഞാനാണ്. ഇക്കാര്യങ്ങളൊക്കെ അവന് അറിയാം.'

ജയന്തി മിണ്ടിയില്ല.

'അവൻ ഇപ്പോൾ എന്റെ വിരലിനൊത്ത് ചലിക്കുന്ന കളിപ്പാവയാണ്. കാരണം അവനെ പ്രൊട്ടക്ട് ചെയ്തു നിർത്തുന്നത് ഞാനാണെന്ന് അവനറിയാം.'

'പക്ഷേ, അവൾ ഒരു കോടീശ്വരകുമാരന്റെ ഭാര്യയാകുന്നത് അത്ര നിസ്സാരമല്ലല്ലോ.'

ജയന്തിക്ക് എന്നിട്ടും തൃപ്തി വന്നില്ല.

'ആർ.കെ അസോസിയേറ്റ്സ് എന്ന കമ്പനിയുടെ ഏറ്റവും പുതിയ കണക്കനുസരിച്ച് മൊത്തം ആസ്തി ഏതാണ്ട് ഇരുന്നൂറ്റിഅൻപതു കോടി വരും. പക്ഷേ, അതിന്റെ അവകാശി ഗായത്രിദേവിയല്ല. അവരുടെ മകൻ അനുരാഗുമല്ല.'

ജയന്തിയുടെ കണ്ണുകൾ ഒന്ന് ഇടുങ്ങി.

'പിന്നെ?'

'ജി.എൻ എന്ന ഈ ഗോപിനാഥ്. അതിനുള്ള കടലാസൊക്കെ നേരത്തെതന്നെ ഞാൻ തയ്യാറാക്കിവച്ചിട്ടുണ്ട്. എന്റെ ഒപ്പില്ലാതെ ഒരു നൂറു

രൂപ പോലും അമ്മയ്ക്കോ മകനോ ബാങ്കിൽനിന്ന് പിൻവലിക്കാൻ പറ്റില്ല. രണ്ടുപേരും ഇന്നനുഭവിക്കുന്ന സുഖസൗകര്യങ്ങൾ എന്റെ ഔദാര്യം മാത്രം.'

'എന്റെ ഭഗവതീ....'

വിശ്വാസം വരാതെ ജയന്തി നെഞ്ചിൽ കൈവച്ചു.

'കല്യാണം കഴിഞ്ഞാൽ ഒരു കുപ്പി നെയിൽപോളിഷ് മേടിക്കണമെങ്കിൽ അവൾ ചെന്ന് കൈനീട്ടേണ്ടത് അവന്റെ മുന്നിലല്ല. എന്റെ മുന്നിലാണ്'

'എന്റെ പൊന്നേ...' സന്തോഷം സഹിക്കവയ്യാതെ ജയന്തി അയാളുടെ നെഞ്ചിലേക്ക് നെഞ്ചമർത്തി. അയാൾ അവളെ ഇറുകെ പുണർന്നു.

'എന്താ ഇതൊക്കെ എന്നോട് നേരത്തെ പറയാഞ്ഞത്?'

അവൾ ചോദിച്ചു.

'രഹസ്യങ്ങൾ വെളിപ്പെടുത്താൻ അതിന്റേതായ ഒരു സമയമുണ്ട്. ഇപ്പോൾ ആ സമയം വന്നു.'

'എനിക്ക് ഈ സന്തോഷം ആഘോഷിക്കണം. അല്ലാതെ എനിക്കിന്ന് ഉറങ്ങാൻ പറ്റത്തില്ല.'

'ഉം.' അയാൾ ഒന്നുമൂളി.

അനുവാദം കിട്ടിയപ്പോൾ ജയന്തി എഴുന്നേറ്റ് ചെന്ന് ശബ്ദമുണ്ടാക്കാതെ വാതിലടച്ച് ബോൾട്ടിട്ടു. എന്നിട്ട് അയാളുടെ അടുത്തേക്ക് വന്ന് സാരിക്കുത്ത് മെല്ലെ അഴിച്ചു.

***

രാവിലെ കോളേജിലേക്ക് പോകാൻ ഒരുങ്ങുംമുമ്പ് ഷോൾഡർ ബാഗിൽ രണ്ടുദിവസത്തേക്കുള്ള വസ്ത്രങ്ങൾ പല്ലവി എടുത്തുവച്ചു.

'ഇന്ന് നീ വീട്ടിൽ പോകുന്നുണ്ടോ?' പൗർണമി ചോദിച്ചു.

'ഉം.'

'സൺഡേ അവളുടെ കടിഞ്ഞൂൽ പെണ്ണുകാണലല്ലേ.'

ശീതൾ പറഞ്ഞു.

'ഇഷ്ടപ്പെട്ടാ എക്സാമിനുമുമ്പ് മാര്യേജ് കാണുമോടീ?'

'അതൊന്നുമില്ല.'

'അങ്ങനെ ഉറപ്പിക്കണ്ട. അയാളെ കാണുമ്പം ചിലപ്പോ ഇവളുടെ കൺട്രോൾ പോകും. എക്സാം വേണ്ടാ, കല്യാണം മതിയെന്ന് അവൾ പറയും.'

പല്ലവി ഒന്ന് പുഞ്ചിരിച്ചതല്ലാതെ മറുപടി പറഞ്ഞില്ല. പൗർണമി ചെന്ന്

അവളുടെ ചുമലിൽ തൊട്ടു.

'എന്താടീ?'

'രണ്ടുപേരും കൂടി ഒരു സെൽഫിയെടുക്കണേ. ഞങ്ങൾക്ക് ഒന്ന് കാണാനാ നിന്റെ പ്രതിശ്രുതവരനെ.'

'എടീ പെണ്ണുകാണൽ നടക്കാൻ പോകുന്നതേയുള്ളൂ. ബാക്കി കാര്യങ്ങൾ ഇപ്പോൾ ഒന്നും പറയാൻ പറ്റത്തില്ല. മാര്യേജ് കഴിഞ്ഞാലും എനിക്ക് സിവിൽ സർവ്വീസ് എഴുതണമെന്ന് ഞാൻ പറയും. അത് എഗ്രി ചെയ്താലേ...' പല്ലവി പറഞ്ഞു.

'അവർ നിന്നെ കണ്ട് ഇഷ്ടപ്പെട്ടുവന്നതല്ലേ. നിന്റെ ഡിമാന്റ് അംഗീകരിക്കും.'

'നോക്കാം.'

അവർ മൂന്നുപേരും കോളേജിലേക്ക് പോയി. കാമ്പസിലെത്തിയപ്പോൾ കാറ്റാടിമരത്തിന്റെ ചുവട്ടിൽ എന്തോ സംസാരിച്ചുകൊണ്ട് ജഗനും ബിമലും ഫിറോസും നിൽക്കുന്നുണ്ടായിരുന്നു. പല്ലവിയെ കണ്ടതോടെ മൂവരും നിശ്ശബ്ദരായി.

ജഗന്റെ പല്ലുകൾ ഞെരിഞ്ഞു.

'കോളേജിലെ ഇവളുടെ ദിവസങ്ങൾ എണ്ണപ്പെട്ടുകഴിഞ്ഞു. ഗോപിയങ്കിൾ വാക്കുപറഞ്ഞാൽ വാക്കാ.'

'പുള്ളി എന്തു ചെയ്യുമെന്നാ?'

'തണ്ണീർമുക്കം ബണ്ടിൽ ഒരു ശവം പൊന്തിയെന്നുവരും.'

'പോടാ, കാണാൻ നല്ലൊരു പെണ്ണാ. ശരിക്കൊന്ന് അനുഭവിച്ചിട്ടു മതി കൊല്ലാക്കൊല ചെയ്യുന്നേ.' ബിമൽ പറഞ്ഞു.

'പറ്റുമെങ്കിൽ നിന്റെ മുന്നിൽ കൊണ്ടുവന്നിട്ടുതരാൻ പറയെടാ.'

ഫിറോസ് കൊതിപ്പിച്ചു.

'കാത്തിരുന്നു കണ്ടോ എന്താ സംഭവിക്കാൻ പോകുന്നതെന്ന്.

ഗോപിനാഥ് എന്താണ് അവളെ ചെയ്യാൻ പോകുന്നതെന്ന് ജഗന് ഒരു രൂപവും ഉണ്ടായിരുന്നില്ല.

പല്ലവി മൂന്നുപേരെയും കണ്ടെങ്കിലും കണ്ടില്ലെന്ന് നടിച്ച് അവൾ ഇക്കണോമിക്സ് ഡിപ്പാർട്ട്മെന്റിലേക്ക് നടന്നു. അപ്പോൾ നീണ്ട വരാന്തയിലൂടെ വൈസ് പ്രിൻസിപ്പൽ സിസ്റ്റർ ബ്രിജിത്ത മെല്ലെ നടന്നുവരുന്നുണ്ടായിരുന്നു. ഹിസ്റ്ററി ഡിപ്പാർട്ട്മെന്റ് മേധാവിയായിരുന്നു സിസ്റ്റർ.

പല്ലവിയെ കണ്ട് അവർ ഒന്നുനിന്നു.

'കുട്ടിയുടേത് ഫൈനൽ ഡിസിഷനാണോ?' അവർ ചോദിച്ചു.

'അതേ സിസ്റ്റർ.' വിനയാന്വിതയായി അവൾ മറുപടി പറഞ്ഞു.

'കുട്ടി ക്ഷമിച്ചാൽ അത് അവന്റെ വൃത്തികെട്ട സ്വഭാവത്തിന് വളം വച്ചുകൊടുക്കുകയാവും ഫലം.'

'ഏഴ് എഴുപതുവട്ടം ക്ഷമിക്കണമെന്നല്ലേ സിസ്റ്റർ...'

അവർക്ക് അതിന് മറുപടിയുണ്ടായിരുന്നില്ല. കണ്ണടച്ചില്ലിനുള്ളിലൂടെ അവളെ ഒന്നുനോക്കിയിട്ട് അവർ തിടുക്കത്തിൽ നടന്നുപോയി.

പല്ലവിക്ക് മനസ്സമാധാനം തോന്നി. ആ പ്രശ്നം അങ്ങനെയങ്ങ് പരിഹരിക്കപ്പെട്ടിരിക്കുന്നു. ഇനി അതേക്കുറിച്ച് ചിന്തിച്ച് വ്യാകുലപ്പെടേണ്ട.

അന്നുച്ചകഴിഞ്ഞ് മൂന്നരയ്ക്ക് കോളേജ് വിട്ടു. പല്ലവി ഹോസ്റ്റലിൽ വന്ന് ബാഗുമെടുത്ത് അപ്പോൾത്തന്നെ വീട്ടിൽ പോകാൻ ഇറങ്ങി.

'എടീ ഞാൻ പറഞ്ഞത് മറക്കല്ലേ.' ശീതൾ ഓർമ്മിപ്പിച്ചു.

'എന്ത്?'

'ഫോട്ടോ.'

'നോക്കട്ടെ.' പല്ലവി വലിയ പ്രതീക്ഷ കൊടുത്തില്ല.

ഹോസ്റ്റലിൽനിന്നിറങ്ങി അവൾ ഓട്ടോ പിടിച്ച് ആലപ്പുഴ കെ.എസ്.ആർ.ടി.സി സ്റ്റാൻഡിലേക്കുപോയി.

ചെന്നപ്പോൾ കോട്ടയം ഫാസ്റ്റ് പാസഞ്ചർ പുറപ്പെടാൻ തയ്യാറായി നിൽക്കുന്നു. കോട്ടയത്തു ചെന്നാൽ മൂവാറ്റുപുഴ ബസ് കിട്ടാൻ ഒരു പ്രയാസവുമില്ല.

പക്ഷേ, അച്ഛൻ എറണാകുളത്ത് വെയിറ്റ് ചെയ്യും. അവിടുന്ന് കാറിൽ പോകാനാണല്ലോ പ്ലാൻ. സീറ്റ് ഒഴിവുള്ള എറണാകുളം ബസ്സ് കിട്ടാൻ അവൾക്ക് പത്തുമിനുട്ട് നോക്കിനിൽക്കേണ്ടിവന്നു.

സൈഡ് സീറ്റ് തന്നെ പല്ലവിക്കു കിട്ടി. മുല്ലയ്ക്കൽ ചിറപ്പ് നടക്കുന്ന സമയമാണ്. റോഡിന്റെ ഇരുവശത്തും കച്ചവടക്കാർ തമ്പടിച്ചിരിക്കുന്നു. നല്ല ആൾത്തിരക്ക്. അതു കാരണം ടൗണിൽ ഇഴഞ്ഞിഴഞ്ഞാണ് ബസ്സ് നീങ്ങിയത്.

അവൾ മൊബൈൽ എടുത്തു ബാലകൃഷ്ണൻനായരെ വിളിച്ചു.

'അച്ഛാ ഇവിടെ നല്ല ബ്ലോക്കാണ്. അവിടെയെത്താൻ ചിലപ്പോ വൈകും.'

'ബസ്സിൽ കേറിയോ നീ?'

'ഉം.'

'സീറ്റ് കിട്ടിയോ?'

'കിട്ടി.'

'എന്നാൽ പിന്നെ കുഴപ്പമില്ല. അരൂർ എത്തുമ്പോ അച്ഛനെയൊന്ന് വിളിച്ചാ മതി. അച്ഛൻ തോപ്പുംപടി വെയിറ്റ് ചെയ്യാം. നീ അവിടെ ഇറ

ങ്ങിയാൽ മതി.'

'ശരി അച്ഛാ.'

'രണ്ടുമണിക്കൂർ എടുത്തു ബസ്സ് തോപ്പുംപടിയെത്താൻ. കാറുമായി അവിടെ കാത്തുനിൽക്കുന്നുണ്ടായിരുന്നു ബാലകൃഷ്ണൻനായർ.

ബസ്സിൽനിന്നിറങ്ങി അവൾ വേഗം കാറിൽ വന്നു കയറി.

'അച്ഛൻ വന്നിട്ട് ഒരുപാട് നേരമായോ?'

'ഇല്ല മോളേ...പത്തുമിനിറ്റ്. നിനക്ക് ചായ കുടിക്കണമെന്നുണ്ടോ?'

കാർ മുന്നോട്ടെടുത്തുകൊണ്ട് അദ്ദേഹം ചോദിച്ചു.

'വേണ്ടച്ഛാ. ഇടയ്ക്കെങ്ങും വണ്ടി നിർത്തണ്ട. അമ്മ ഉണ്ണിയപ്പമുണ്ടാക്കുന്നുണ്ടെന്ന് വിളിച്ചുപറഞ്ഞാരുന്നു. വീട്ടിൽ ചെന്നിട്ട്മതി ചായ കുടിക്കുന്നത്.'

ബാലകൃഷ്ണൻനായർ പുഞ്ചിരിച്ചു.

വെളുത്തു സുമുഖനായ അമ്പതുകാരനായിരുന്നു അദ്ദേഹം. നല്ല ഉയരം. ഒട്ടും മേദസ്സില്ലാത്ത ശരീരം. ചെവികൾക്കുമീതെ മുടി വെളുത്തു തുടങ്ങിയിരുന്നു.

അമ്മയുടെ സൗന്ദര്യമാണ് അവൾക്ക് കിട്ടിയിരിക്കുന്നതെന്ന് അച്ഛൻ പറയും. പക്ഷേ, അമ്മ അതു സമ്മതിച്ചുകൊടുക്കുകയില്ല. അച്ഛന്റെ സൗന്ദര്യമാണ് മോൾക്ക് കിട്ടിയിരിക്കുന്നതെന്ന് അമ്മ ഉറപ്പിച്ചുപറയും.

'അവർ ഞായറാഴ്ച രാവിലെ പത്തുമണി കഴിയുമ്പം വരും.,'

ഡ്രൈവ് ചെയ്യുന്നതിനിടയിൽ ബാലകൃഷ്ണൻനായർ പറഞ്ഞു.

'ഉം.' പെണ്ണുകാണാൻ വരുന്നവരുടെ കാര്യമാണ് അച്ഛൻ പറയുന്നതെന്ന് അവൾക്കുമനസ്സിലായി.

'അവർ വലിയ സന്തോഷത്തിലാണ്. ജാതകപ്പൊരുത്തം നോക്കിയപ്പോ നല്ല ചേർച്ച.'

'അവർക്കു മാത്രമേയുള്ളോ സന്തോഷം?'

അവൾ കളിയായി ചോദിച്ചു.

ബാലകൃഷ്ണൻനായർ പൊട്ടിച്ചിരിച്ചു.

'അതുപിന്നെ പ്രത്യേകിച്ച് പറയണോ...അയാം മോർദാൻ ഹാപ്പി. നിന്നെ ഇഷ്ടപ്പെട്ട് ഒരാൾ കല്യാണം ആലോചിച്ച് വരിക എന്നുപറഞ്ഞാൽ അതിൽപ്പരം ഭാഗ്യം വേറൊന്നുമില്ല മോളേ.'

മൂവാറ്റുപുഴ ടൗണിൽ എത്തിയപ്പോൾ ഏഴരമണി കഴിഞ്ഞിരുന്നു. പുഴക്കരക്കാവ് ദേവീക്ഷേത്രത്തിനടുത്തായിരുന്നു അവരുടെ സൗപർണ്ണിക എന്ന ഇരുനില വീട്. കിഴക്കേനടയിൽ ഇടതുവശത്ത് അഞ്ചാമത്തെ വീട്.

സൗപർണ്ണികയുടെ മുന്നിലെത്തിയപ്പോൾ ഗേറ്റ് തുറന്നുവച്ചിരുന്നു. മുനിസിപ്പൽ ഓഫീസ് ജംഗ്ഷനിൽ എത്തിയപ്പോൾത്തന്നെ പല്ലവി വിളിച്ചുപറഞ്ഞതുകാരണം ജോലിക്കാരി രേണുക ചെന്ന് ഗേറ്റ് തുറന്നിരുന്നു

പോർച്ചിൽ ചെന്ന് കാർ നിന്നു. അപ്പോഴേക്കും രാജേശ്വരി പുറത്തേക്കിറങ്ങിവന്നു.

'അമ്മേ...' പല്ലവി കാറിൽനിന്ന് ഓടിയിറങ്ങിച്ചെന്ന് അമ്മയെ കെട്ടിപ്പിടിച്ചു.

'അവൾ വിശന്നുപൊരിഞ്ഞാ വന്നിരിക്കുന്നത്. വേഗം വല്ലതും കഴിക്കാൻ കൊടുക്ക്.' കാറിൽനിന്ന് ബ്രീഫ് കേസുമായി ബാലകൃഷ്ണൻനായർ ഇറങ്ങി.

'വാ മോളേ'

ഡൈനിംഗ് ടേബിളിലെ പ്ലേറ്റിൽ എടുത്തുവച്ചിരുന്ന മൃദുവായ ഉണ്ണിയപ്പം ഓരോന്നായി എടുത്തുതിന്ന് ചായയും കുടിച്ചുകൊണ്ടാണ് പല്ലവി കോളേജിലെ വിശേഷങ്ങൾ ഓരോന്നായി പറഞ്ഞത്. എല്ലാം കേട്ടു ചിരിയോടെ രാജേശ്വരി ഇരുന്നു.

ജഗനുമായുണ്ടായ അനിഷ്ടസംഭവം മാത്രം അവൾ പറഞ്ഞില്ല. അതറിഞ്ഞാൽ അച്ഛന്റെയും അമ്മയുടെയും മനഃസമാധാനവും സന്തോഷവും അതോടെ നഷ്ടപ്പെടും എന്ന് അവൾക്കറിയാമായിരുന്നു.

'ഇനി മോൾ പോയി കുളിച്ചിട്ടു വാ.' രാജേശ്വരി പറഞ്ഞു.

ബാഗുമെടുത്ത് അവൾ മുകൾനിലയിലെ അവളുടെ മുറിയിലേക്കു പോയി.

'രാവിലെ നമുക്ക് അമ്പലത്തിൽ പോണം. ദേവിയുടെ അനുഗ്രഹം മേടിക്കണം.'

അവൾ കുളി കഴിഞ്ഞുവന്നപ്പോൾ രാജേശ്വരി പറഞ്ഞു. അമ്മ പറഞ്ഞതിന്റെ അർത്ഥം അവൾക്കു മനസ്സിലായി. പിറ്റേന്ന് പുലർച്ചെ രണ്ടുപേരും എഴുന്നേറ്റു കുളിച്ചു വേഷം മാറി. അവർ പുഴക്കരക്കാവ് ദേവിയെ തൊഴുതു പ്രസാദം വാങ്ങി. പത്തുമണി മുതൽ കൊല്ലത്തുനിന്നുള്ളവരുടെ വിളി കാത്ത് ബാലകൃഷ്ണൻനായർ ഇരുന്നു. ആറുമണിക്ക് അവിടെനിന്ന് പുറപ്പെടുമെന്നാണ് പ്രൊഫസർ ശിവദാസ് തലേന്ന് വിളിച്ചുപറഞ്ഞത്.

പത്തരയായിട്ടും ഒരു വിവരവും കിട്ടിയില്ല.

'ടൗണിലെത്തിയിട്ടില്ല. അല്ലെങ്കിൽ വിളിക്കാതിരിക്കുമോ?'

അദ്ദേഹത്തിന് ആശങ്കയായി.

'ഒന്നുവിളിച്ചുനോക്കിയാലോ...വഴി തെറ്റിക്കാണുമോന്ന് അറിയത്തി

ല്ലല്ലോ.' രാജേശ്വരി പറഞ്ഞു.

അപ്പോഴേക്ക് വെള്ളനിറത്തിലുള്ള ഒരു കാർ വന്ന് ഗേറ്റിനു വെളിയിൽ നിന്നു.

'അത് അവരാണെന്ന് തോന്നുന്നു.'

ബാലകൃഷ്ണൻനായർ വെളിയിലേക്കിറങ്ങിച്ചെന്നു ഗേറ്റ് തുറന്നുവച്ചു. കാർ ഉള്ളിലേക്ക് കയറിവന്നു. മുറ്റത്തുനിന്നു.

കാറിൽനിന്ന് ആദ്യമിറങ്ങിയത് പ്രൊഫസർ ശിവദാസാണ്.

ബാലകൃഷ്ണൻനായർ?' അദ്ദേഹം ചോദിച്ചു.

'അതെ.' സന്തോഷത്തോടെ രണ്ടുപേരും കൈ പിടിച്ചുകുലുക്കി.

'ഞാനങ്ങോട്ട് വിളിക്കാൻ തുടങ്ങുകയായിരുന്നു.'

അപ്പോഴേക്കും ബാക്ക് സീറ്റിൽനിന്നും ഗിരിജാകുമാരി ഇറങ്ങി. ഡ്രൈവിംഗ് സീറ്റിൽനിന്ന് രാഹുലും.

ജീൻസും ഇളംനീലയും വെള്ളയും കലർന്ന ചെക്ക് ഷർട്ടാണ് അയാളുടെ വേഷം.

'രാഹുൽ.'

ശിവദാസ് അയാളെ പരിചയപ്പെടുത്തി.

'നമസ്തേ.' ബാലകൃഷ്ണൻനായരെ രാഹുൽ തൊഴുതു.

'വരൂ രാഹുൽ.'

പതിനേഴോ പതിനെട്ടോ വയസ്സു തോന്നിക്കുന്ന ഒരു പെൺകുട്ടി അപ്പോഴും കാറിൽത്തന്നെ ഇരിക്കുന്നുണ്ടായിരുന്നു.

'പ്രിയേ ഇറങ്ങിവരൂ.' ഗിരിജാകുമാരി അവളെ വിളിച്ചു. നാണത്തോടെ അവൾ കാറിൽനിന്നും ഇറങ്ങിവന്നു.

'എന്റെ അനിയന്റെ മോളാണ്. മൂന്നുപേർ ഒരു നല്ല കാര്യത്തിന് പോകാൻ പാടില്ലെന്നാണല്ലോ ശാസ്ത്രം. അതുകൊണ്ട് അവളെക്കൂടി കൂട്ടിയതാ.' ശിവദാസ് പറഞ്ഞു.

'അതു നന്നായി.' ബാലകൃഷ്ണൻനായർ ശരിവച്ചു. എല്ലാവരും കൂടി സ്വീകരണമുറിയിലേക്കു കയറിച്ചെന്നു. അവിടെ രാജേശ്വരി സ്വീകരിക്കാൻ നിൽക്കുന്നുണ്ടായിരുന്നു.

'പല്ലവിയുടെ അമ്മ...രാജേശ്വരി.' ബാലകൃഷ്ണൻനായർ പരിചയപ്പെടുത്തി. സൗഹൃദത്തോടെ രാജേശ്വരി ചെന്നു ഗിരിജാകുമാരിയുടെ കൈ പിടിച്ചു.

'എല്ലാരും ഇരുന്നാട്ടെ.'

അല്പനേരം അവർ നാട്ടുകാര്യങ്ങൾ പറഞ്ഞ് ഇരുന്നു. ഉള്ളിലെ മുറിയിൽ എല്ലാം കേട്ട് പല്ലവി നിൽക്കുന്നുണ്ടായിരുന്നു. കാറിൽനിന്ന് ഇറ

ങ്ങുമ്പോൾത്തന്നെ അവൾ രാഹുലിനെ കണ്ടിരുന്നു. അവൾക്ക് അയാളെ ഇഷ്ടമാവുകയും ചെയ്തു. അല്പനേരം കഴിഞ്ഞപ്പോൾ രാജേശ്വരി അവളുടെ അടുത്തേക്ക് വന്നു.

'വാ മോളേ. അവർ നിന്നെ കാണാൻ കാത്തിരിക്കുകയാ.'

അവൾ അത്ര കടുംനിറത്തിലല്ലാത്ത ചുരിദാറും ടോപ്പുമാണ് ധരിച്ചിരുന്നത്. മാറത്തു ഷാളും ഇട്ടിരുന്നു.

ഊണുമുറിയിൽ ചായയും കുടിച്ച് എല്ലാവരും ഇരിക്കുന്നുണ്ടായിരുന്നു. അവിടേക്ക് രാജേശ്വരി അവളെ കൊണ്ടുചെന്നു. എല്ലാവരും കൗതുകത്തോടെ അവളെ നോക്കി.

എല്ലാവർക്കും അവളെ ഇഷ്ടമായി എന്ന് അവരുടെ മുഖഭാവം കണ്ടപ്പോൾ രാജേശ്വരിക്കു മനസ്സിലായി. അവരുടെ ഉള്ളംനിറഞ്ഞു.

അവളുടെ പഠിത്തത്തെക്കുറിച്ചും കോളേജിനെക്കുറിച്ചും ശിവദാസും ഗിരിജാകുമാരിയും പൊതുവായ ചില ചോദ്യങ്ങൾ ചോദിച്ചു. അവൾ അതിനെല്ലാം പ്രസന്നമായ സ്വരത്തിൽ മറുപടി പറഞ്ഞു. രാഹുൽ എല്ലാം കേട്ട് പുഞ്ചിരിയോടെ ഇരുന്നതേയുള്ളൂ.

'നിനക്ക് ഒന്നും സംസാരിക്കാനില്ലേ പല്ലവിമോളോട്.'

ഒടുവിൽ ഗിരിജകുമാരി ചോദിച്ചു.

'ഉണ്ട്.' അയാൾ മെല്ലെ എഴുന്നേറ്റു.

'പല്ലവി ഒന്നു വരൂ.'

രാഹുൽ വെളിയിലേക്കിറങ്ങി. പല്ലവി അയാളുടെ പിന്നാലെ ചെന്നു. ആറ്റുമണൽ വിരിച്ച മുറ്റമായിരുന്നു. അതിനാൽ കനകാംബരവും നന്ത്യാർവട്ടവും തുളസിയും മുല്ലയും പൂവിട്ടുനിന്നിരുന്നു.

അവർ മുറ്റത്ത് പരസ്പരം നോക്കിനിന്നു.

'ടിവിയിൽ അന്ന് ഒരു ഇന്റർവ്യൂ വന്നില്ലേ. അതു ഞാൻ കണ്ടിരുന്നു. എനിക്ക് പല്ലവിയെ ശരിക്കും ഇഷ്ടമായി. അമ്മയോട് അക്കാര്യം പറയുകയും ചെയ്തു. അങ്ങനെയാണ് ഇന്നത്തെ ഈ വരവ് ഉണ്ടായത്.'

അവൾ പുഞ്ചിരിച്ചു.

'എനിക്കിപ്പോൾ ട്രെയിനിംഗ് പിരീഡാണ്. ആറുമാസത്തിനുള്ളിൽ പോസ്റ്റിംഗ് ആകും. പക്ഷേ, കല്യാണത്തിന് അതൊരു തടസ്സമല്ല. പല്ലവി എന്തുപറയുന്നു?'

'എന്റെ മനസ്സിൽ ഒരു ആഗ്രഹമുണ്ട്. സിവിൽ സർവ്വീസ് പരീക്ഷ എഴുതണമെന്ന്. മൂന്നുമാസം കൂടി കഴിഞ്ഞാൽ ഫൈനൽ എക്സാം. അതുകഴിഞ്ഞ് പ്രിപ്പയർ ചെയ്യണമെന്നായിരുന്നു ആഗ്രഹം.'

അവൾ പറഞ്ഞു.

'മാര്യേജ് അതിനൊരു തടസ്സമാവുകയില്ല. എന്നുതന്നെയുമല്ല അക്കാര്യത്തിൽ എന്റെ ഫുൾ സപ്പോർട്ട് ഉണ്ടാവുകയും ചെയ്യും.'

അയാൾ പറഞ്ഞു.

'അതുമതി.'

'അല്പനേരം കൂടി അവർ സംസാരിച്ചുനിന്നു.

'നമുക്ക് ഒരു സെൽഫിയെടുത്താലോ?'

രാഹുൽ ചോദിച്ചു.

അവൾ തലകുലുക്കി.

അല്പം ചേർന്നുനിന്ന് അയാൾ ഒരു സെൽഫി മൊബൈലിൽ എടുത്തു. എന്നിട്ട് അത് അവളെ കാണിച്ചു. നന്നായിട്ടുണ്ടായിരുന്നു ഫോട്ടോ.

'നമ്പർ തന്നാൽ ഞാനിത് അയച്ചുതരാം.'

അയാൾ പറഞ്ഞു.

പല്ലവി നമ്പർ പറഞ്ഞുകൊടുത്തത് അയാൾ സേവ് ചെയ്തു.

സന്തോഷത്തോടെയാണ് അവർ കൊല്ലത്തേക്ക് മടങ്ങിയത്. ്ടുത്ത മാസം മോതിരം മാറ്റം നടത്താനും പല്ലവിയുടെ പരീക്ഷ കഴിഞ്ഞ് കല്യാണം നടത്താനും തീരുമാനിച്ചിട്ടാണ് അവർ പോയത്.

അന്ന് ഉച്ച കഴിഞ്ഞപ്പോൾ ബാലകൃഷ്ണൻനായരുടെ മൊബൈലിൽ ഒരു കോൾ വന്നു.

'എന്റെ പേര് ഗോപിനാഥ്. ആലപ്പുഴയിൽനിന്നാണ്. ഞാനിപ്പോൾ മൂവാറ്റുപുഴ ടൗണിലുണ്ട്. എനിക്ക് താങ്കളെ ഒന്നുകാണണമെന്നുണ്ട്.'

'ഒഫീഷ്യലാണെങ്കിൽ നാളെ കലക്ട്രേറ്റിൽ വരുന്നതാണ് നല്ലത്.'

ബാലകൃഷ്ണൻനായർ പറഞ്ഞു.

'അല്ല. ഇത് വ്യക്തിപരമാണ്.'

'എങ്കിൽ വന്നോളൂ.'

പത്തുമിനിറ്റ് കഴിഞ്ഞപ്പോൾ കറുത്ത ബെൻസ് കാർ സൗപർണ്ണികയുടെ മുറ്റത്ത് വന്നുനിന്നു. കാറിൽനിന്ന് അംഗരക്ഷകൻ ഇറങ്ങി. ബാക്ക് ഡോർ തുറന്നുകൊടുത്തു.

ഗോപിനാഥ് മുറ്റത്തേക്ക് കാലുവച്ചതും സൗപർണ്ണികയുടെ മട്ടുപ്പാവിൽ സല്ലപിച്ചുകൊണ്ടിരുന്ന ഒരു കൂട്ടം പ്രാവുകൾ ഭയത്തോടെ ചിറകടിച്ച് എങ്ങോട്ടോ പറന്നുപോയി.

ആറ്

കാറിന്റെ ശബ്ദം കേട്ട് ബാലകൃഷ്ണൻനായർ വെളിയിലേക്കു വന്നു നോക്കി. അജാനുബാഹുവായ ഒരു മധ്യവയസ്കൻ കാറിൽനിന്ന് ഇറങ്ങുന്നു.

തൂവെള്ള ജുബ്ബയും കറുത്ത കരയുള്ള മുണ്ടുമായിരുന്നു അയാളുടെ വേഷം കാലുകളിൽ വെള്ളനിറത്തിലുള്ള ഷൂസ്.

ബെൻസ് കാറിൽ വന്ന അയാൾ ചില്ലറക്കാരനല്ലെന്ന് ഒറ്റനോട്ടത്തിൽത്തന്നെ ബാലകൃഷ്ണൻനായർക്ക് മനസ്സിലായി. കാറിൽനിന്നിറങ്ങിയ അയാൾ മെല്ലെ പൂമുഖത്തേക്ക് കയറിവന്നു.

'ഞാനാണ് നേരത്തെ വിളിച്ച ഗോപിനാഥ്.' അയാൾ സ്വയം പരിചയപ്പെടുത്തി.

'വരൂ.' ബാലകൃഷ്ണൻനായർ ക്ഷണിച്ചു. അദ്ദേഹത്തിന്റെ പിന്നാലെ അയാൾ ഇരിപ്പുമുറിയിലേക്ക് കയറിച്ചെന്നു.

'ഇരിക്കൂ.'

പരസ്പരം കണ്ടു സംസാരിക്കാൻ പാകത്തിൽ അവർ രണ്ടു സെറ്റികളിലിരുന്നു.

'താങ്കൾ ആലപ്പുഴയിൽ വർക്ക് ചെയ്തിട്ടുണ്ടോ?' ഗോപിനാഥ് ആദ്യമായി ചോദിച്ചു.

'ഇല്ല. പക്ഷേ സർവ്വീസിന്റെ തുടക്കകാലത്ത് ഒന്നരവർഷം ചേർത്തലയിൽ ഉണ്ടായിരുന്നു.'

'ആർ.കെ.അസോസിയേറ്റ്സ് എന്നൊരു ബിസ്സിനസ് സ്ഥാപനം ആലപ്പുഴയിലുണ്ട്.'

'കേട്ടിട്ടുണ്ട്.' ബാലകൃഷ്ണൻനായർ പറഞ്ഞു.

'അതിന്റെ ജനറൽമാനേജറാണ് ഞാൻ.' കമ്പനി ആവശ്യത്തിനുവേണ്ടിയാണ് അയാൾ വന്നിരിക്കുന്നതെന്ന് ബാലകൃഷ്ണൻനായർക്കു തോന്നി.

'ഒഫീഷ്യൽ കാര്യത്തിനാണെങ്കിൽ....'

'അല്ല. ഇത് തികച്ചും വ്യക്തിപരമാണ്. എന്നെക്കുറിച്ച് മനസ്സിലാക്കാൻവേണ്ടി പറഞ്ഞെന്നേയുള്ളു. ഏതാണ്ട് 250 കോടിയുടെ ആസ്തിയുള്ള സ്ഥാപനമാണത്.'

അദ്ദേഹം മിണ്ടിയില്ല. വന്ന കാര്യം അയാൾ പറയട്ടെ.

'ആർ.കൃഷ്ണദാസ് എന്ന വ്യവസായി ആയിരുന്നു സ്ഥാപകൻ. അദ്ദേഹം മരണപ്പെട്ടതിനുശേഷം ഭാര്യ ഗായത്രീദേവിയാണ് ഇപ്പോൾ

അതിന്റെ ഉടമസ്ഥ.'

ഇരിപ്പുമുറിയിലെ സംസാരം രാജേശ്വരിയും പല്ലവിയും കേട്ടെങ്കിലും അവർ അത് ശ്രദ്ധിക്കാൻ പോയില്ല. അച്ഛനെ കാണാൻ ആരോ വന്നിരിക്കുന്നു. അത് പതിവുസംഭവമാണല്ലോ.

'ഗായത്രീദേവിക്ക് ഒരു മകനുണ്ട്. അനുരാഗ്. വേറെ മക്കളില്ല. അനുരാഗാണ് സകലസ്വത്തിനും ഏക അവകാശി.'

അയാൾ പറയുന്നതെല്ലാം ബാലകൃഷ്ണൻനായർ ശ്രദ്ധയോടെ കേട്ടു.

'അനുരാഗ് ഒരുദിവസം വളരെ യാദൃച്ഛികമായി ഇവിടുത്തെ മോളെ കണ്ടു. മോന് കുട്ടിയെ വല്ലാതെ ഇഷ്ടപ്പെട്ടു. മോളെ കല്യാണമാലോചിക്കാൻ വേണ്ടി എന്നെ വിട്ടതാണ് അവിടത്തെ അമ്മ.'

ബാലകൃഷ്ണൻനായർക്ക് വിശ്വസിക്കാൻ കഴിഞ്ഞില്ല. ഇത്രയും സമ്പന്നമായ ഒരു വീട്ടിൽനിന്നും പല്ലവിക്ക് കല്യാണാലോചന.

'സോറി. അവളുടെ കല്യാണം തീരുമാനിച്ചുകഴിഞ്ഞല്ലോ'

അദ്ദേഹം പറഞ്ഞു.

ഗോപിനാഥ് അറിയാതെ ഒന്നു ഞെട്ടി.

'നേരത്തെ ഫിക്സ് ചെയ്തതാണോ?'

'അല്ല. ഇന്ന് ഉച്ചയ്ക്കുമുമ്പ്...അടുത്തമാസം റിങ് എക്സ്ചേഞ്ച്. മോൾടെ ഫൈനൽ എക്സാം കഴിഞ്ഞ് മാര്യേജ്.'

പെട്ടെന്ന് ഗോപിനാഥിന്റെ മുഖം മങ്ങി. വിരലിൽ വൈരക്കല്ല് മോതിരം അണിഞ്ഞ അയാളുടെ വലതു മുഷ്ടി ഒന്ന് ചുരുണ്ടു. പല്ലുകൾ അറിയാതെ ഒന്ന് അമർന്നു.

'പരസ്പരം ഒരു ധാരണയിലെത്തിയതല്ലേയുള്ളൂ.' പിന്മാറാതെ അയാൾ ചോദിച്ചു.

'അതെ.'

'ആരാണ് പയ്യൻ?'

'കൊല്ലം സബ് കലക്ടറാണ്.'

'പേര്?'

'രാഹുൽ.'

'അച്ഛനും അമ്മയും?'

'അച്ഛൻ കോളേജ് പ്രൊഫസറാണ്. അമ്മയ്ക്ക് ജോലിയൊന്നുമില്ല.'

ഗോപിനാഥ് ഒന്ന് ചിരിച്ചു.

'വെറും സബ് കലക്ടർ. അഥവാ ഇനി കലക്ടർ ആണെങ്കിൽത്തന്നെ എന്താണ് പ്രയോജനം? എന്തെങ്കിലും അധികാരമുണ്ടോ? മന്ത്രി പറ

യുന്ന കാര്യങ്ങൾ നടപ്പാക്കികൊടുക്കുന്ന വെറുമൊരു ഉദ്യോഗസ്ഥൻ. മാസം തോറും കിട്ടുന്ന ശമ്പളം മാത്രം വരുമാനം.'

ഗോപിനാഥ് പറഞ്ഞത് അദ്ദേഹത്തിന് ഒട്ടും രസിച്ചില്ല. പക്ഷേ,വീട്ടിൽ വന്നുകയറിയ അതിഥിയെ അപമാനിച്ച് സംസാരിക്കുന്നത് മര്യാദയല്ലല്ലോ. അതുകാരണം മറുപടിയൊന്നും പറഞ്ഞില്ല.

'അതുപോലെ പത്ത് കലക്ടർമാരെ വിലയ്ക്കു വാങ്ങാൻ നിഷ്പ്രയാസം കഴിയും ആർ.കെ അസോസിയേറ്റ്സിന്. വീട്ടിൽ കയറിവന്ന മഹാലക്ഷ്മിയെ പിണക്കി അയക്കരുതെന്ന് മാത്രമേ എനിക്ക് പറയാനുള്ളൂ.'

'സോറി. ഞങ്ങൾ കോടീശ്വരന്മാരല്ല. സർക്കാർ ഉദ്യോഗസ്ഥനാണ് ഞാൻ. ഒരു സർക്കാർ ഉദ്യോഗസ്ഥനുമായുള്ള ബന്ധമാണ് ഞങ്ങൾ ആഗ്രഹിക്കുന്നത്.' ബാലകൃഷ്ണൻനായർ പറഞ്ഞു.

കഷ്ടം എന്ന മട്ടിൽ ഗോപിനാഥ് തലയാട്ടി.

'മകളോട് താങ്കൾ ചെയ്യുന്ന വലിയ അപരാധമാണിത്. രാജകുമാരിയെപ്പോലുള്ള ഒരു ജീവിതമാണ് താങ്കൾ അവൾക്ക് നിഷേധിക്കുന്നത്.'

'ഈ വിഷയത്തെക്കുറിച്ച് എനിക്ക് കൂടുതൽ സംസാരിക്കാൻ താല്പര്യമില്ല.' അവസാനമെന്ന മട്ടിൽ അദ്ദേഹം പറഞ്ഞു.

ഒരു നിമിഷം ഗോപിനാഥ് ആലോചനയോടെ നിശ്ശബ്ദനായി ഇരുന്നു. 'ശരി ഞാൻ പോവുകയാണ്. അതിനുമുമ്പ് എനിക്ക് മോളെ ഒന്ന് കണ്ടാൽ കൊള്ളാമെന്നുണ്ട്.'

ബാലകൃഷ്ണൻനായർ ഒന്നു മടിച്ചു.

'ഇതേക്കുറിച്ച് സംസാരിക്കാനല്ല. അനുരാഗ് മോൻ കണ്ടു മോഹിച്ച കുട്ടിയെ ഒന്നുകാണാൻ വേണ്ടിമാത്രം. താങ്കൾക്ക് അതിന് വിരോധമുണ്ടെങ്കിൽ വേണ്ട. ' അയാൾ പരഞ്ഞഞ്ഞു.

'ഞാൻ വിളിക്കാം.' ബാലകൃഷ്ണൻനായർ പല്ലവിയെ ഉറക്കെ വിളിച്ചു. അവൾ ഇരിപ്പുമുറിയിലേക്ക് വന്നു. ഗോപിനാഥ് അവളെ അടിമുടി ഒന്നുനോക്കി. ചെറുക്കൻ വീണുപോയതിൽ കുറ്റം പറയാൻ പറ്റില്ലെന്ന് അവളെ കണ്ടപ്പോൾ അയാൾക്കു തോന്നി.

'ശരി. ഞാനിറങ്ങുകയാണ്. ബുദ്ധിമുട്ടിച്ചതിൽ ക്ഷമിക്കുക.' ഗോപിനാഥ് പുറത്തേക്ക് നടന്നു. അയാൾ കാറിനടുത്തേക്ക് ചെന്നപ്പോൾ അംഗരക്ഷകൻ ഡോർ തുറന്ന് കാത്തുനിൽക്കുന്നുണ്ടായിരുന്നു. അയാൾ കാറിൽ കയറി. കാർ പെട്ടെന്ന് റിവേഴ്സ് എടുത്തു ഗേറ്റ് കടന്ന് റോഡിലേക്കിറങ്ങി.

കാറിന് വേഗം ഏറിയപ്പോൾ ഗോപിനാഥ് മൊബൈൽ എടുത്ത് മദനഗോപാലിനെ വിളിച്ചു.

'സാർ.' മദനഗോപാൽ പെട്ടെന്ന് ലൈനിൽ വന്നു.

'അതു നടക്കില്ല മദനാ. അവൾക്ക് വേറെ കല്യാണം തീരുമാനിച്ചു.

'ഇനിയെന്തു ചെയ്യും സാർ?'

'വിചാരിച്ചത് നടപ്പാക്കാതെ പിൻമാറുന്നവനല്ലല്ലോ ഈ ജി.എൻ. അത് ആ ഡെപ്യൂട്ടി കലക്ടർക്ക് ബോധ്യപ്പെടുത്തികൊടുക്കണ്ടേ?'

'വേണം.'

'വന്നിട്ട് സംസാരിക്കാം.' അയാൾ കോൾ കട്ട് ചെയ്തു. കാർ ആലപ്പുഴയിലേക്ക് കുതിച്ചുപാഞ്ഞു. ഗോപിനാഥ് കണ്ണുകളടച്ച് സീറ്റിലേക്ക് ചാരിയിരുന്നു.

***

ഗിരിജാകുമാരി സ്വീകരണമുറിയിലേക്ക് ചെന്നപ്പോൾ സെറ്റിയിൽ ആലോചനാമഗ്നനായി ഇരിക്കുകയായിരുന്നു ബാലകൃഷ്ണൻനായർ.

'ആരാ വന്നിട്ടു പോയേ?' അവർ വെറുതെ ചോദിച്ചു.

'പല്ലവിമോൾക്ക് വേറൊരു കല്യാണാലോചന.'

'അയ്യോ അതാരാ?' കൗതുകത്തോടെ ഗിരിജാകുമാരി അദ്ദേഹത്തിന്റെ അടുത്ത് സെറ്റിയിൽ ഇരുന്നു.

'ആലപ്പുഴനിന്നാ. മോളെ അവർ കണ്ടിട്ടുണ്ട്. ഇഷ്ടപ്പെട്ടിട്ട് ആളിനെ അയച്ചതാ.'

ഗോപിനാഥ് പറഞ്ഞതെല്ലാം ബാലകൃഷ്ണൻ ഗിരിജാകുമാരിയോട് പറഞ്ഞു.

'ഈശ്വരാ...വിശ്വസിക്കാൻ വയ്യാ. ഇത്രയും വലിയ ഒരു കോടീശ്വരൻ. നമ്മുടെ നാട്ടിൽപോലും കാണുമെന്ന് തോന്നുന്നില്ല.'

ഗിരിജാകുമാരിക്ക് ആശ്ചര്യമായി.

'വമ്പൻ പാർട്ടികളാ ഗിരിജേ. നമ്മുടെ കൊക്കിലൊതുങ്ങുന്നതല്ല.'

'എന്നിട്ട് ഇവിടുന്നെന്തു പറഞ്ഞു?'

'അവളുടെ വിവാഹം തീരുമാനിച്ചു കഴിഞ്ഞെന്ന് പറഞ്ഞു. നമുക്ക് വാക്കുവ്യത്യാസം കാണിക്കാൻ പറ്റില്ല. തീരുമാനിച്ചതു തീരുമാനിച്ചതു തന്നെ.'

'ശരിയാ. അങ്ങനെ പറയാനേ പാടുള്ളൂ.' അല്പമൊരു നിരാശ തോന്നിയെങ്കിലും അവർ പറഞ്ഞു.

'അയാൾ ആവുന്നത്ര നിർബന്ധിച്ചു. ഞാൻ ഉറച്ചുനിന്നു. നമ്മുടെ

നിലയ്ക്കു പറ്റിയ ബന്ധം കൊല്ലങ്കാരുടേതു തന്നെയാണ്. വല്യ കുബേരന് മോളെ കൊടുത്താൽ നമ്മൾ ആ വീട്ടിൽ ചെന്നാൽ ഒരു വിലയും കിട്ടത്തില്ല.'

'എന്നാലും ഈ ആലോചനയാണ് ആദ്യം വന്നിരുന്നതെങ്കിൽ വേണ്ടെന്ന് ഞാൻ പറയത്തില്ലായിരുന്നു.' ഗിരിജാകുമാരി പറഞ്ഞു.

'ഇനിയെന്തിനാ അതേക്കുറിച്ച് ചിന്തിക്കുന്നത്. ഒരു പ്രയോജനവുമില്ല. അത് വിട്ടേക്ക് ഗിരിജേ.' ബാലകൃഷ്ണൻനായർ എഴുന്നേറ്റുപോയി.

ഗിരിജാകുമാരി നേരെ പല്ലവിയുടെ മുറിയിലേക്കു ചെന്നു. അവൾ ആർക്കോ മെസെജ് ടൈപ്പ് ചെയ്യുകയായിരുന്നു. അമ്മയെ കണ്ട് പെട്ടെന്ന് അവളുടെ മുഖം വിടർന്നു.

'അമ്മയിത് കണ്ടോ. നല്ല ഫോട്ടോ അല്ലേ?'

രാഹുൽ എടുത്ത സെൽഫി അയാൾ അവളുടെ വാട്സാപ്പിലേക്ക് അയച്ചുകൊടുത്തിരുന്നു. അയാളും അവളും കൂടി മുറ്റത്തുവച്ച് എടുത്തത്.

ഗിരിജാകുമാരി മൊബൈൽ വാങ്ങി ആ ഫോട്ടോ നോക്കി. രണ്ടു പേരും അടുത്തടുത്ത് നിൽക്കുന്നു. പിന്നിൽ നിറയെ മഞ്ഞനിറമുള്ള സീനിയാപ്പൂക്കൾ. രണ്ടുപേരും നല്ല ചേർച്ച. അവളുടെ അച്ഛൻ പറഞ്ഞതുതന്നെയാണ് ശരി. എങ്കിലും അവരുടെ മനസ്സിൽ നേർത്ത ഒരു നിരാശ വിട്ടുപോകാതെ നിന്നു.

'നല്ല ഫോട്ടോ അല്ലേ?' പല്ലവി ചോദിച്ചു.

'ഉം.'

'ഇപ്പഴാ വന്നത്. ഞാൻ ഒരു താങ്ക്സ് അയച്ചു.' സന്തോഷത്തിലായിരുന്നു പല്ലവി.

'ആലപ്പുഴ ഒരു ആർ.കെ അസോസിയേറ്റ്സ് ഉണ്ട്. നിനക്കറിയാമോ മോളേ.'

അപ്രതീക്ഷിതമായി അമ്മയുടെ ചോദ്യം കേട്ട് അവൾ ഒന്നു പകച്ചു.

'അറിയാം.'

'എങ്ങനറിയാം?'

'ബീച്ചിൽ അവർക്കൊരു സ്റ്റാർ ഹോട്ടലുണ്ട്. അനുരാഗ്. പിന്നെ സിനിമാതിയറ്റർ, ബസ് സർവ്വീസ്, ഗായത്രി കല്യാണമണ്ഡപം. എന്താ അമ്മ ചോദിച്ചേ?'

'അതിന്റെ ഉടമസ്ഥനെ അറിയാമോ?'

അവൾ ഒന്നു ഞെട്ടി. എന്തോ അറിഞ്ഞിട്ടാണല്ലോ അമ്മ ഇതൊക്കെ

ചോദിക്കുന്നത്. ആരു പറഞ്ഞു അമ്മയോട്.

'അറിയാം.' അവൾ സമ്മതിച്ചു.

'ആരാ?'

'അനുരാഗ്.'

'നീ കണ്ടിട്ടുണ്ടോ?'

'ഉം.'

'രാഹുലിനേക്കാൾ?'

'അമ്മയെന്തിനാ ഇങ്ങനെയൊക്കെ ചോദിക്കുന്നത്.' സംശയത്തോടെ അവൾ ഗിരിജാകുമാരിയുടെ മുഖത്തേക്കു നോക്കി.

'ഞാൻ ചോദിച്ചതിന് മറുപടി പറ.' അവർ ആവശ്യപ്പെട്ടു.

'എന്ത്?'

'രാഹുലിനേക്കാൾ സുന്ദരനാണോ അനുരാഗ്?'

'ഉം.'

'അനുരാഗിന്റെ കല്യാണാലോചന വന്നാൽ നീ ഏതായിരിക്കും തെരഞ്ഞെടുക്കുക?'

'ഇനി അങ്ങിനെയൊരു തെരഞ്ഞെടുപ്പിന്റെ ആവശ്യമില്ലല്ലോ. അച്ഛൻ തീരുമാനിച്ചുകഴിഞ്ഞില്ലേ.'

'എന്നാലും നിന്റെ ഇഷ്ടം പറ.'

'ഇങ്ങിനെ ചോദിക്കാൻ ഇപ്പോൾ എന്താണ് കാരണം?'

അവൾ ചോദിച്ചു.

'കാരണമുണ്ട്. അതു പറയാം. രണ്ടുപേരിൽ നീ ആരെ സെലക്ട് ചെയ്യും?'

'അച്ഛനും അമ്മയും പറയുന്ന ആളിനെ. എനിക്കങ്ങനെ പ്രത്യേകിച്ച് ഇഷ്ടാനിഷ്ടങ്ങളൊന്നുമില്ല.' ഗിരിജാകുമാരി ഒരുനിമിഷം അവളുടെ മുഖത്തേക്കുതന്നെ നോക്കി ഇരുന്നു. അമ്മ ഏതോ കള്ളം കണ്ടുപിടിക്കാൻ ശ്രമിക്കുകയാണെന്ന് പല്ലവിക്കു തോന്നി. അതിന് താൻ ഒരു തെറ്റും ചെയ്തിട്ടില്ലല്ലോ.

'നിനക്ക് അനുരാഗിന്റെ കല്യാണാലോചന വന്നിട്ടുണ്ട്.'

'അമ്മേ...' അവൾ വിശ്വാസം വരാതെ വിളിച്ചു.

'അവരുടെ മാനേജർ ഗോപിനാഥ് ആണ് ഇപ്പോൾ അച്ഛനെ വന്നു കണ്ടിട്ട് പോയത്. നിന്റെ കല്യാണം തീരുമാനിച്ചു കഴിഞ്ഞു എന്നു പറഞ്ഞാണ് അച്ഛൻ അയാളെ മടക്കി അയച്ചത്.'

അവൾ സ്തബ്ധയായി ഇരുന്നു.

'നിങ്ങൾ തമ്മിൽ പരിചയമുണ്ടോ?' ഗിരിജാകുമാരി ചോദിച്ചു.

'ഉം.'

'എങ്ങനെ?'

എടിഎം ബൂത്തിൽവച്ച് അവളുടെ മൊബൈൽ നഷ്ടപ്പെട്ടതും അത് അനുരാഗിന്റെ കൈയിൽ കിട്ടിയതും അയാൾ തിരിച്ചേൽപ്പിച്ചതും അവൾ അമ്മയോട് പറഞ്ഞു.

'അവന് നിന്നെ വല്ലാതെ ഇഷ്ടമായിരിക്കുന്നു. അതുകൊണ്ടാ പണമോ സമ്പത്തോ നോക്കാതെ...'

അഡ്വർടൈസ്മെന്റ് ഫിലിമിൽ അഭിനയിക്കാമോ എന്ന് അനുരാഗ് വന്നു ചോദിച്ച കാര്യം അവൾ പറയാൻ മടിച്ചു. വെറുതെ അമ്മയ്ക്ക് സംശയമുണ്ടാക്കണ്ട.'

'സാരമില്ല. കാണാൻ കൊള്ളാവുന്ന പെൺകുട്ടികളെ സ്വന്തമാക്കാൻ ഒരു പാടുപേർ ആഗ്രഹിക്കും. അതിൽ ഒരാൾ മാത്രമേ വിജയിക്കൂ. അതൊക്കെ ഒരു ഭാഗ്യമാ.'

ഒന്ന് നെടുവീർപ്പിട്ടിട്ട് ഗിരിജാകുമാരി എഴുന്നേറ്റുപോയി. വായിക്കാനായി പല്ലവി ഒരു പുസ്തകമെടുത്തെങ്കിലും അവൾക്ക് ഒരു വരിപോലും വായിച്ച് മുഴുമിപ്പിക്കാൻ കഴിഞ്ഞില്ല.

അനുരാഗും രാഹുലും അവളുടെ മനസ്സിൽ കയറിയിറങ്ങിനടന്നു. രണ്ടുപേരും ഓരോ തരത്തിൽ മികവുള്ളവർ.

പക്ഷേ, അച്ഛൻ പറഞ്ഞ വാക്കിനാണ് വില. അതു പാലിക്കപ്പെടണം. അനുരാഗിനെക്കുറിച്ചുള്ള ചിന്ത അവൾ മനസ്സിൽനിന്ന് തുടച്ചുകളയാൻ ശ്രമിച്ചു. പക്ഷേ, ആ ശ്രമത്തിൽ അവൾക്ക് പൂർണ്ണമായി വിജയിക്കാൻ കഴിഞ്ഞില്ല.

തിങ്കളാഴ്ച പുലർച്ചെ അവൾ ആലപ്പുഴയ്ക്ക് പുറപ്പെട്ടു. എട്ടരയായപ്പോൾ അവൾ ഹോസ്റ്റലിൽ എത്തി.

പൗർണമിയും ശീതളും കാത്തിരിക്കുന്നുണ്ടായിരുന്നു. പെണ്ണുകാണൽ വിശേഷങ്ങൾ അറിയാൻ അന്നുതന്നെ പൗർണമി ഫോൺ ചെയ്ത് ചോദിച്ചെങ്കിലും നേരിട്ടു കാണുമ്പോൾ എല്ലാം വിശദമായി പറയാം എന്ന് ഒഴിയുകയാണ് പല്ലവി ചെയ്തത്.

'പറയെടീ തുടക്കം മുതൽ. ആരൊക്കെയാ നിന്നെ കാണാൻ വന്നത്?' ശീതൾ ചോദിച്ചു.

കോളേജിലേക്ക് പോകാൻ ഡ്രസ്സ് മാറുന്നതിനിടയിൽ പല്ലവി എല്ലാം വിശദമായിത്തന്നെ അവരോട് പറഞ്ഞു.

'അപ്പോൾ എക്സാം കഴിഞ്ഞാലുടൻ മാര്യേജ്.' ശീതൾ ചോദിച്ചു.

'യേസ്.'

'നീ ലക്കിയാടീ. കൺഗ്രാറ്റ്സ് മോളേ.' പൗർണമി പറഞ്ഞു.

'അന്നുതന്നെ വേറൊരു സംഭവമുണ്ടായെടീ.' പല്ലവി ചെറിയ ഒരു സസ്പെൻസിട്ടു.

'അതെന്താണ്?'

'വേറൊരാളിന്റെ ആലോചനയും വന്നു.'

'ആരുടെ?'

'അനുരാഗ്.'

'ആ മുതലാളിപ്പയ്യൻ. നിന്നെ പരസ്യസിനിമയിൽ അഭിനയിക്കണ മെന്ന് വന്നു പറഞ്ഞ...'

'അതെ.'

'എന്റെ മോളേ നീ അയാളെ കെട്ടിയാ മതി. സ്വന്തമായിട്ട് ഹോട്ടലു ണ്ട്. ഒരു ചായപോലും ഉണ്ടാക്കണ്ട. അവിടന്ന് കഴിക്കാം.'

ശീതൾ പറഞ്ഞു.

'സിനിമ കാണാൻ കാൽക്കാശ് മുടക്കണ്ട. ടിക്കറ്റ് റിസർവ് ചെയ്യണ്ട. ചുമ്മാ പോയിരുന്ന് കാണാം എല്ലാ സിനിമയും.'

അതായിരുന്നു പൗർണമിയെ ആകർഷിച്ചത്.

'ഇല്ലെടീ. അച്ഛന് ഇഷ്ടം രാഹുലിനെയാണ്.' പല്ലവി പറഞ്ഞു.

'നിന്റച്ഛന് സർക്കാരുദ്യോഗസ്ഥനെ മതി അതുകൊണ്ടാ. കല്യാണം കഴിഞ്ഞാൽ അയാൾക്ക് ചോറും കറിയും ഉണ്ടാക്കി കൊടുത്ത് അയാ ളുടെ കുഞ്ഞുങ്ങളെയും പ്രസവിച്ച് ഒരു ഹൗസ് വൈഫായി ജീവിക്കാനാ നിന്റെ വിധി.' സഹതാപത്തോടെ ശീതൾ പറഞ്ഞു.

'ഇല്ല ശീതൾ. അച്ഛന്റെ തീരുമാനത്തിന് മാറ്റം ഉണ്ടാകാൻ പോകു ന്നില്ല. എനിക്ക് അതാണിഷ്ടം.' ഉറച്ച സ്വരത്തിൽ പല്ലവി പറഞ്ഞു.

'നീ ഒരു ഫൂളാണ്.'

'അതു ഞാൻ സഹിച്ചു.'

രാഹുലിന്റെയും പല്ലവിയുടെയും സെൽഫി ഫോട്ടോ രണ്ടുകൂട്ടുകാ രികളും വീണ്ടുംവീണ്ടും നോക്കി.

'ഇയാളേക്കാൾ എത്രയോ സുന്ദരനാ അനുരാഗ്. ഞാനതു കണ്ടത ല്ലേ.' പൗർണമി പറഞ്ഞു.

'സമയമായി. നമുക്ക് കോളേജിലേക്ക് പോകാം.' പല്ലവി ബാക്കി കേൾക്കാൻ തയ്യാറായില്ല.

***

അനുരാഗിന്റെ കാർ പാഞ്ഞുവന്നു നിൽക്കുന്നത് മുകൾനിലയിലെ ബാൽക്കണിയിൽനിന്നുകൊണ്ട് ഗായത്രീദേവി കണ്ടു. അവന് ഇഷ്ട

പ്പെടാത്ത എന്തോ സംഭവിച്ചിട്ടുണ്ടെന്ന് അവർക്ക് മനസ്സിലായി. അവർ പെട്ടെന്ന് കോണിപ്പടികളിറങ്ങി താഴേക്കു ചെന്നു. അനുരാഗ് ഓടിക്കയറി അകത്തേക്ക് വന്നു.

'ഞാൻ കേട്ടതു ശരിയാണോ അമ്മേ?' അവൻ ദേഷ്യത്തോടെ ഗായത്രീദേവിയോട് ചോദിച്ചു.

'നീയെന്താ കേട്ടത്?' ശാന്തമായ സ്വരത്തിൽ അവർ തിരക്കി.

'എനിക്ക് കല്യാണാലോചിക്കാൻ ഗോപിയങ്കിളിനെ അമ്മ മൂവാറ്റുപുഴയ്ക്ക് വിട്ടോ?'

'ഉം. വിട്ടു.'

'എന്നിട്ട് നാണംകെട്ട് മടങ്ങി. ഇതിന്റെ വല്ല ആവശ്യോമുണ്ടാരുന്നോ? എന്നോടൊരു വാക്ക് ചോദിച്ചിട്ട് പോരായിരുന്നോ?'

'നിനക്ക് ആ കുട്ടിയെ ഇഷ്ടമാണെന്ന് ഞാനറിഞ്ഞു. അക്കാര്യം ഗോപിയോട് പറഞ്ഞു. ഗോപി ചെന്ന് അന്വേഷിച്ചപ്പോഴാണ് അതിന്റെ കല്യാണം ഫിക്സ് ചെയ്തെന്ന് അറിഞ്ഞത്.' നിരാശ പുറത്തുകാണിക്കാതെ ഗായത്രീദേവി പറഞ്ഞു.

'ഞാനീക്കാര്യം അറിഞ്ഞിരുന്നെങ്കിൽ സമ്മതിക്കത്തില്ലാരുന്നു ഗോപിയങ്കിളിനെ അവിടവരെ വിടാൻ.'

'എന്താ നിനക്കവളെ ഇഷ്ടമല്ലേ?' അവർ ചോദിച്ചു.

'ആണെന്ന് അമ്മയോട് പറഞ്ഞോ?'

'പീയുഷ് ആണ് എന്നോട് പറഞ്ഞത്.'

'അവനു ഭ്രാന്താ. ഞാനവനോട് അങ്ങനെയൊന്നും പറഞ്ഞിട്ടേയില്ല.'

ഗായത്രീദേവിക്ക് കുറച്ച് സമാധാനം അനുഭവപ്പെട്ടു. കല്യാണം നടക്കില്ലെന്ന് അറിയുമ്പോൾ മിട്ടുമോന് വിഷമമാകുമെന്നായിരുന്നു അവരുടെ ഭയം.

'ഞാൻ വിചാരിച്ചു...'

'ഇനിയെങ്കിലും എന്നോട് പറയാതെ അമ്മ ഇത്തരം മണ്ടത്തരങ്ങളൊന്നും ചെയ്യല്ലേ.'

'നിന്റെ കല്യാണം നടന്നുകാണാൻ അമ്മയ്ക്ക് വലിയ ആശയുണ്ട് മോനേ.'

'സമയമാകുമ്പോൾ അതു നടക്കും. അമ്മ ഇപ്പഴേ അക്കാര്യം പറഞ്ഞ് എന്നെ ശല്യപ്പെടുത്തല്ലേ.' വന്ന അതേ വേഗത്തിൽ അനുരാഗ് കാറെടുത്ത് പുറത്തേക്ക് ഓടിച്ചുപോയി. കാറിലിരുന്നുകൊണ്ട് അവൻ പീയുഷിനെ വിളിച്ചു.

'നീയിപ്പം എവിടുണ്ട്?'

'വീട്ടിലുണ്ട്. എന്താ അനൂ?'

'വേഗം റെഡിയായി പുറത്തേക്കിറങ്ങി നിൽക്ക്. ഞാനങ്ങോട്ട് വന്നോണ്ടിരിക്കുവാ.'

'ശരി.'

അനുരാഗ് ചെന്നപ്പോൾ വീടിനു വെളിയിൽ പീയുഷ് കാത്തുനിൽക്കുന്നുണ്ടായിരുന്നു. വണ്ടി നിർത്തിയപ്പോൾ അവൻ ഫ്രണ്ട്ഡോർ തുറന്ന് കയറി ഇരുന്നു. കാർ വീണ്ടും മുന്നോട്ടു നീങ്ങി. രണ്ടുപേരും ഒന്നും മിണ്ടിയില്ല. ബീച്ച് റോഡിലേക്കാണ് അനുരാഗ് ഡ്രൈവ് ചെയ്തത്.

'നീയൊരുത്തനാണ് എല്ലാം കുളമാക്കിയത്.' ഒടുവിൽ അനുരാഗ് വായ് തുറന്നു.

'എടാ എനിക്കു തോന്നി അവളെ നിനക്കു കിട്ടാൻ ഈയൊരു മാർഗ്ഗമേയുള്ളെന്ന്. അതുകൊണ്ടാ ഞാൻ.'

ക്ഷമാപണത്തോടെ പീയുഷ് പറഞ്ഞു.

'എനിക്ക് ഒരു പെണ്ണിനെയും കല്യാണം കഴിക്കാൻ താല്പര്യമില്ലെന്ന് നിന്നോട് നൂറുവട്ടം ഞാൻ പറഞ്ഞിട്ടുള്ളതല്ലേ.'

'പക്ഷേ പല്ലവിയെ നീ ആഗ്രഹിക്കുന്നതുപോലെ വേറെ ഏതെങ്കിലും പെണ്ണിനെ നിന്റെ ഇത്രയും കാലത്തെ ജീവിതത്തിനിടയിൽ മോഹിച്ചിട്ടുണ്ടോ?'

'ഇല്ല. ശരിയാണ്. പക്ഷേ എനിക്ക് അവളെ ഒരൊറ്റ ദിവസത്തേക്ക് മതി. ഏറിയാൽ ഒരാഴ്ചത്തേക്ക്. അപ്പോഴേക്കും എനിക്ക് മടുക്കും.'

'അതിനിപ്പം എന്താണ് സംഭവിച്ചത്. നമ്മുടെ പ്ലാനുമായി നമ്മൾ മുന്നോട്ട് പോകുന്നു. നമ്മൾ അവളെ വച്ച് ആഡ് ഫിലിം എടുക്കുന്നു.'

പീയുഷ് പറഞ്ഞു.

'കല്യാണാലോചന പൊളിഞ്ഞ സ്ഥിതിക്ക് അവൾ സമ്മതിക്കില്ല.' ബീച്ചിൽ ചെന്ന് റോഡിൽനിന്ന് കടൽത്തീരത്തേക്ക് ഇറങ്ങി കാർ നിന്നു. രണ്ടുപേരും വണ്ടിയിൽനിന്നും പുറത്തേക്കിറങ്ങി. കടലിൽനിന്ന് ഒരു കാറ്റ് വന്ന് അനുരാഗിന്റെ മുടിയെ തഴുകി കടന്നുപോയി.

'നമ്മൾ ചെന്ന് അവളോട് സംസാരിക്കുന്നു. ഇത്തിരി സെന്റിമെന്റ്സൊക്കെ വർക്ക് ചെയ്യണം. നിനക്കത് പറ്റും. നിന്റെ വാക്കുകളിൽ അവൾ വീഴും.' പീയുഷ് അവന് ആത്മവിശ്വാസത്തിന്റെ കരുത്ത് പകർന്നു.

'നടക്കുമോടാ?' എങ്കിലും അവൻ ഒന്ന് സംശയിച്ചു.

'ഒന്ന് ശ്രമിക്കുന്നതിൽ എന്താണ് തെറ്റ്?'

'ഒരു മൂന്നുദിവസം അവളെ അടുത്തു കിട്ടിയാൽ മതി. ബാക്കി ഞാനേറ്റു.' അനുരാഗ് പറഞ്ഞു.

'എങ്കിൽ ഇന്നുതന്നെ പോകാം.'

അന്നു വൈകുന്നേരം രണ്ടുപേരും വിമലാകോളേജിന്റെ വിമൻസ് ഹോസ്റ്റലിൽ എത്തി. ഒരു വിസിറ്റർ ഉണ്ടെന്നാണ് പല്ലവിയെ അറിയിച്ചത്. അവൾ വിസിറ്റേഴ്സ് റൂമിൽ വന്നുനോക്കിയപ്പോൾ വിസിറ്റർ അനുരാഗാണെന്ന് മനസ്സിലായി. പീയുഷ് കാറിൽ ഇരുന്നതേയുള്ളു.

'സോറി. ഞാനറിയാതെയാണ് അമ്മ ഗോപിയങ്കിളിനെ വീട്ടിലേക്ക് വിട്ടത്. പല്ലവിക്ക് ബുദ്ധിമുട്ടായി അല്ലേ?' അവൻ ചോദിച്ചു.

'ഞാൻ...ഞാൻ...' പറയാൻ വാക്കുകൾക്കായി അവൾ പരതി.

'സാരമില്ല. അതു മറന്നേക്കൂ. ചില കാര്യങ്ങൾ അങ്ങനെയാണ്. നമ്മളെ വല്ലാതെ കൊതിപ്പിക്കും. പക്ഷെ പിടി തരില്ല. അത് അകന്നുപോകുന്നതു നോക്കി നമ്മൾ ഒരു ചെറുചിരിയോടെ നിൽക്കുകയാണ് വേണ്ടത്. ഞാൻ അങ്ങനെ നിൽക്കുകയാണ്.'

പല്ലവി അവന്റെ കണ്ണുകളിലേക്ക് നോക്കി. സുന്ദരമായ ആ മുഖം നിറയെ നിരാശയായിരുന്നു. കണ്ണുകളിൽ വേദനയായിരുന്നു.

പെട്ടെന്ന് അവൻ ചിരിച്ചു.

'ഞാൻ വന്നത് എന്തിനാണെന്ന് പല്ലവിക്ക് മനസ്സിലായോ? നമ്മുടെ ആഡ് ഫിലിമിന്റെ കാര്യം വീണ്ടും ഓർമ്മിപ്പിക്കാൻ വേണ്ടിയാണ്. ദയവായി അതിനെങ്കിലും തടസ്സം പറയരുത്.'

'പക്ഷേ, ഞാൻ എനിക്ക്...'

'വീട്ടിൽനിന്ന് പെർമിഷൻ വേണം അല്ലേ? വീട്ടിൽ ചോദിച്ചാൽ അവർ പറയും, കല്യാണം കഴിക്കാൻ പോകുന്ന പയ്യന്റെ സമ്മതമാണ് വേണ്ടതെന്ന്. ആ ആൾ സമ്മതിച്ചാൽ അച്ഛനും അമ്മയ്ക്കും എതിർപ്പില്ല.'

അവൾക്ക് ഒന്നും മിണ്ടാൻ കഴിഞ്ഞില്ല.

'മൂന്നുദിവസത്തെ ഷൂട്ടിംഗ്. കുട്ടനാട് പുഷ്പം മാഡത്തിന്റെ ഹൗസ്ബോട്ടിൽ വച്ച് ഒരുദിവസം. പിന്നെ കുമരകത്ത് ഒരു ഹോട്ടലിന്റെ ലോണിൽവച്ച്. അതുകഴിഞ്ഞ് ഫോർട്ട് കൊച്ചിയിൽ മെൻഡസ് അങ്കിളിന്റെ വിന്റേജ് കാറുകളുടെ പശ്ചാത്തലത്തിൽ. അഞ്ചുലക്ഷം രൂപയായിരിക്കും പ്രതിഫലം. സ്വന്തമായി പല്ലവിക്ക് ഒരു ഡയമണ്ട് നെക്ലേസ് വാങ്ങിക്കാം.' നാളെ മറുപടി പറഞ്ഞാൽ മതി.

അനുരാഗ് എഴുന്നേറ്റ് വിസിറ്റിംഗ് റൂമിൽനിന്ന് ഇറങ്ങി കാറിൽ ചെന്നുകയറി. കാർ പോകുന്നതു നോക്കി പല്ലവി പ്രതിമയെപ്പോലെ നിന്നു. റൂമിൽ ചെന്ന് പൗർണമിയോടും ശീതളിനോടും അവൾ വിവരം പറഞ്ഞു.

'ഇപ്പത്തന്നെ നിന്റെ പ്രതിശ്രുതവരനെ വിളിക്കെടീ. കല്യാണത്തിനുമുമ്പ് ഈ ആണുങ്ങൾ നമുക്ക് സുന്ദരമോഹന വാഗ്ദാനങ്ങൾ തരും. ഐഎഎസിന് പഠിപ്പിക്കും. കലക്ടറാക്കും.' പൗർണമി പറഞ്ഞു.

'അതെ. നിന്റെ ആഗ്രഹങ്ങൾക്കും സ്വാതന്ത്ര്യത്തിനും ഉന്നമനത്തിനെങ്കിലും അല്പമെങ്കിലും വിലകൊടുക്കുന്ന ആളാണെങ്കിൽ അല്പസ്വല്പം മോഡലിങ്ങിന് അയാൾ നിനക്ക് അനുവാദം തരും. പ്രോത്സാഹിപ്പിക്കും.'

ശീതൾ പറഞ്ഞു.

'രണ്ടുപേരിൽ ആരെയാണ് സെലക്ട് ചെയ്യേണ്ടതെന്ന് തീരുമാനിക്കാൻ നിനക്ക് കിട്ടുന്ന ഒരു ഗോൾഡൻ ചാൻസാണിത്. നീ വിളിക്ക് അയാളെ.'

പല്ലവി മൊബൈൽ എടുത്ത് രാഹുലിനെ വിളിച്ചു. ഫോൺ ബെല്ലടിക്കുന്നതു കേട്ട് കുതിച്ചുയരുന്ന ഹൃദയമിടിപ്പോടെ അവൾ ഇരുന്നു.

ഏഴ്

'ഹലോ പല്ലവീ...' പെട്ടെന്ന് രാഹുലിന്റെ സ്വരം വന്നു. കൂട്ടുകാരികൾ രണ്ടുപേരും അവളുടെ മുഖത്തേക്കുതന്നെ നോക്കി ഇരിക്കുന്നുണ്ടായിരുന്നു.

'ഹലോ...തിരക്കിലാണെങ്കിൽ ഞാൻ പിന്നെ വിളിക്കാം.'

അവൾ പറഞ്ഞു.

'അതുസാരമില്ല. ആദ്യായിട്ട് വിളിക്കുകയല്ലേ. സംസാരിക്കാം.' രാഹുൽ പറഞ്ഞു.

'ഏതെങ്കിലും മീറ്റിംഗിൽ ആണോ എന്ന് അറിയില്ലല്ലോ. അതുകൊണ്ടാണ് ഞാൻ...'

'ഞാൻ ഓഫീസിലാണ്. പല്ലവിക്കുവേണ്ടി മാറ്റിവെക്കാവുന്ന തിരക്കേയുള്ളു ഇപ്പോൾ.' പ്രസന്നമായിരുന്നു അയാളുടെ സ്വരം. അതുകേട്ടപ്പോൾ അവൾക്ക് ഒരു സുഖം തോന്നി.

'ഒരു കാര്യം പറയാൻവേണ്ടിയാണ് ഞാൻ വിളിച്ചത്. അഭിപ്രായം എനിക്കറിയണം. അതു കഴിഞ്ഞേ ഞാൻ തീരുമാനമെടുക്കൂ.' അവൾ പറഞ്ഞു.

'അപ്പോൾ ഏതോ പ്രധാനപ്പെട്ട സംഭവമാണെന്ന് തോന്നുന്നല്ലോ.

പറയൂ.'

'കലാപ്രതിഭയായതുകൊണ്ട് പത്രത്തിലും ടിവിയിലുമൊക്കെ കുറച്ച് കവറേജ് കിട്ടിയില്ലേ. അതുകൊണ്ടായിരിക്കാം മോഡലിംഗിന് ഒരു ഓഫർ വന്നിട്ടുണ്ട്.' പല്ലവി പറഞ്ഞു.

'അതെയോ. ഏതെങ്കിലും കമ്പനിക്കുവേണ്ടിയാണോ?' ആശ്ചര്യത്തോടെ രാഹുൽ ചോദിച്ചു.

'ഇവിടെയുള്ള ഒരു ബിസിനസ്സ് ഗ്രൂപ്പിനുവേണ്ടിയാണ്. മൂന്നുദിവസത്തെ ഷൂട്ട് വേണ്ടിവരുമെന്നാണ് പറഞ്ഞത്. ക്ലാസുകൾ നഷ്ടപ്പെടുത്താതെ തന്നെ അത് അറേഞ്ച് ചെയ്യാമെന്നും അവർ പറയുന്നു.'

'മോഡിലിംഗ് അത്ര മോശം കാര്യമൊന്നുമല്ല. അത്തരം ഒരു ഓഫർ വന്നതിൽ അഭിമാനിക്കുകയാണ് വേണ്ടത്. അത് നമ്മുടെ കഴിവുകൾക്കുള്ള ഒരു അംഗീകാരം കൂടിയാണ്. ഇക്കാര്യത്തിൽ എന്റെ ഫുൾ സപ്പോർട്ട് ഞാൻ പല്ലവിക്കു തരുന്നു.'

'താങ്ക്സ്. ഇതുവരെ അച്ഛന്റെയും അമ്മയുടെയും പെർമിഷൻ മതിയാരുന്നു. ഇനിയിപ്പോൾ അങ്ങനെയല്ലല്ലോ. ഏട്ടന്റെ സമ്മതവും പ്രധാനമാണ്. നോ എന്ന് അവിടുന്ന് പറഞ്ഞിരുന്നെങ്കിൽ അപ്പോൾത്തന്നെ ഞാനിത് ഡ്രോപ്പ് ചെയ്തേനെ.' പല്ലവി പറഞ്ഞു.

'പെൺകുട്ടികൾ വീടിന്റെ നാലുചുവരുകൾക്കുള്ളിൽ കഴിയേണ്ടവരല്ല. പറന്നുയരണം. അതിരുകൾ ആകാശം മാത്രം. ഓൾ ദ ബെസ്റ്റ് പല്ലവീ.' അയാൾ അവൾക്ക് ആശംസകൾ നേർന്നു.

'പക്ഷേ ഞാനിതുവരെ ഇക്കാര്യം വീട്ടിൽ അവതരിപ്പിച്ചിട്ടില്ല. അവർ സമ്മതിക്കുന്ന കാര്യത്തിൽ എനിക്ക് സംശയമുണ്ട്. എങ്കിലും ഞാൻ പറഞ്ഞുനോക്കാം.'

'ബാലകൃഷ്ണനങ്കിളിനോട് ഞാൻ വേണമെങ്കിൽ സംസാരിക്കാം.'

'അയ്യോ അതൊന്നും വേണ്ടാ. അച്ഛൻ എന്തു പറയുമെന്ന് അറിയട്ടെ. അതു കഴിഞ്ഞുമതി.' അവൾ പറഞ്ഞു.

'അതുമതി. അങ്കിൾ തടസ്സം വല്ലതും ഉന്നയിച്ചാൽ ഞാനിടപെടാം. എന്താ?'

'അതുമതി.'

'ഇടയ്ക്ക് ഞാൻ വിളിക്കാം.' അയാൾ പറഞ്ഞു.

'ഉം.'

'ഓകെ. വച്ചോളൂ.'

ഫോൺ ലൗഡ് സ്പീക്കറിലായിരുന്നു. അതുകാരണം ആ സംഭാഷണം മുഴുവൻ ശീതളും പൗർണമിയും കേട്ടു. പല്ലവി രണ്ടുപേരേയും

ഒന്നു നോക്കി.

'ആള് കൊള്ളാമെടീ. നല്ല മോഡേൺ ആണ്. ഇങ്ങനെയുള്ള ആണുങ്ങളെയാ എനിക്കിഷ്ടം.' ശീതൾ പറഞ്ഞു.

'നിന്റെ ആഗ്രഹത്തിന് എതിരുനിൽക്കാത്ത ഒരാളാണ് രാഹുൽ എന്ന് എനിക്ക് തോന്നുന്നെടീ. നീ ലക്കിയാ.' പൗർണമിയും അവളെ അഭിനന്ദിച്ചു.

'പക്ഷേ, സംഗതി നടക്കുമെന്ന് എനിക്കു തോന്നുന്നില്ല.' വാടിയ മുഖത്തോടെ പല്ലവി ഇരുന്നു.

'അതെന്താ?'

'എന്റെ അച്ഛനെ എനിക്കറിയില്ലേ. നൃത്തം പഠിക്കാൻപോലും അച്ഛൻ ആദ്യമൊന്നും സമ്മതിച്ചതല്ല. പിന്നെ അമ്മയുടെ പിടിവാശി കാരണമാണ്.'

'പക്ഷേ രാഹുലിന് താല്പര്യമുണ്ടെന്ന് അറിയുമ്പോൾ നിന്റെ അച്ഛൻ അനുകൂലിക്കാതിരിക്കില്ല മോളേ.'

പൗർണമി അവൾക്ക് പ്രതീക്ഷ കൊടുത്തു.

'എന്തായാലും ഞാനായിട്ട് ചോദിക്കുന്നില്ല. അമ്മവഴി അവതരിപ്പിക്കാം. അതാണ് നല്ലത്.'

പല്ലവി പറഞ്ഞു.

'അഞ്ചുലക്ഷമാണ് കിട്ടാൻ പോകുന്നത്. അത് വിടരുത്.'

ശീതൾ ഓർമ്മിപ്പിച്ചു.

'ഏയ് അതല്ല പ്രധാനം. ഒരു പരസ്യചിത്രത്തിൽ പ്രത്യക്ഷപ്പെടുക എന്നതാണ് ത്രില്ല്. അത് എങ്ങനെയുണ്ടാവും എന്ന് അറിയാനുള്ള ആകാംക്ഷ.'

'നീ നന്നായിരിക്കൂ മോളേ. ദൈവം കനിഞ്ഞുതന്ന മുഖസൗന്ദര്യമുണ്ട് നിനക്ക്. നല്ല അംഗവടിവും. ഒട്ടും മോശമാവുകയില്ല. ചിലപ്പോൾ സിനിമയിൽനിന്നുപോലും വിളി വന്നെന്നും വരാം.'

പൗർണമി പറഞ്ഞു.

'അതിലൊന്നും എനിക്കു താല്പര്യമില്ലെടീ. സ്വസ്ഥമായ ഒരു ജീവിതം. അതുമാത്രം കൊതിക്കുന്നവളാണ് ഞാൻ.'

സന്ധ്യയായി. പല്ലവി കുളി കഴിഞ്ഞ് വന്നപ്പോൾ അവളുടെ മൊബൈലിൽ രണ്ട് മിസ്ഡ് കോളുകൾ വന്നുകിടക്കുന്നുണ്ടായിരുന്നു. രണ്ടും അനുരാഗിന്റേതായിരുന്നു. തിരിച്ചുവിളിക്കണോ? അവൾ ഒന്ന് ആലോചിച്ചു.

***

സൂര്യൻ താഴ്ന്നുകഴിഞ്ഞ കടലിലേക്ക് നോക്കി അനുരാഗ് നിന്നു. അവന്റെ കൈയിൽ പാതിയൊഴിഞ്ഞ വിസ്കി ഗ്ലാസ് ഉണ്ടായിരുന്നു. റൂമിൽനിന്നിറങ്ങി പീയുഷ് അവന്റെ അടുത്തേക്ക് ചെന്നു.

'എന്താടാ നിനക്കിത്ര ടെൻഷൻ?' അവന്റെ മുഖം കണ്ട് പീയുഷ് ചോദിച്ചു.

'രണ്ടുതവണ ഞാൻ വിളിച്ചിട്ടും അവൾ എടുത്തില്ലെടാ. പിന്നെ ടെൻഷൻ ഉണ്ടാകാതിരിക്കുമോ?' നിരാശയോടെ അനുരാഗ് അവന്റെ മുഖത്തേക്കു നോക്കി.

'നിനക്കു ഭ്രാന്താ.' പീയുഷ് അവനെ പരിഹസിച്ചു.

'അതെ. എനിക്ക് ഭ്രാന്താ. മുഴുഭ്രാന്ത്.'

'അവളെ കിട്ടിയില്ലെങ്കിൽ പോവാൻ പറയണം. അവളെക്കാൾ സൗന്ദര്യമുള്ള എത്രയോ പെണ്ണുങ്ങളുണ്ട് ഈ നാട്ടിൽ. നാളെ വൈകുന്നേരം മുല്ലയ്ക്കൽ അമ്പലത്തിന്റെ മുമ്പിലൊന്നു പോയി നിന്നാൽ മതി. നിന്റെ കണ്ണുകൾ മഞ്ഞളിച്ചുപോകും.'

ഗ്ലാസിൽനിന്ന് അല്പം വിസ്കി കൂടി അനുരാഗ് കഴിച്ചു.

'അങ്ങനെയല്ല പീയുഷ്. പല്ലവിക്കു പകരം വെക്കാൻ വേറൊരു പെണ്ണുമില്ല. ഞാൻ അത്രയ്ക്ക് ആഗ്രഹിച്ചുപോയി. വേറൊരു നിവൃത്തിയുമില്ലെങ്കിൽ അവളെ കല്യാണം കഴിക്കാൻ പോലും ഞാൻ തയ്യാറാകുമായിരുന്നു. പക്ഷേ, അതും അലസിപ്പോയില്ലേ.'

പടിഞ്ഞാറൻ മാനത്ത് അപ്പോൾ ചുവപ്പുകലർന്ന ഓറഞ്ച് നിറമായിരുന്നു. അതും മെല്ലെ മാഞ്ഞുകൊണ്ടിരുന്നു.

'നോട്ടുകെട്ടുകൾ കൊടുത്ത് എന്തും വിലയ്ക്കു വാങ്ങാൻ പറ്റും എന്ന നിന്റെ അഹന്തക്ക് അറുതി വരുത്താൻ ദൈവം അയച്ച പെണ്ണാണ് പല്ലവി. നിന്നെ ഒരു ഒരു പാഠം പഠിപ്പിക്കാൻ.' പീയുഷ് പറഞ്ഞു.

അനുരാഗ് അതു കേട്ട ഭാവം നടിച്ചില്ല.

'നിന്നെ നിരുത്സാഹപ്പെടുത്തുകയല്ല. അവളുടെ മാര്യേജ് ഫിക്സ് ചെയ്ത സ്ഥിതിക്ക് നമ്മുടെ പ്ലാനിംഗ് നടക്കുകയില്ല അനൂ. അവളുടെ അച്ഛനും അമ്മയും സമ്മതിച്ചാൽത്തന്നെ അവളെ കല്യാണം കഴിക്കാൻ പോകുന്ന സബ് കലക്ടർ പെർമിഷൻ കൊടുക്കുമെന്ന് നിനക്ക് തോന്നുന്നുണ്ടോ. ഒരിക്കലുമില്ല. ആണുങ്ങൾ പൊതുവെ പൊസസ്സീവ് ആണ്. സ്വന്തം ഭാര്യയെ മറ്റ് ആണുങ്ങളുടെ മുമ്പിൽ ആടാനും പാടാനും ഒരു പുരുഷനും വിടില്ല.' പെട്ടെന്നാണ് അനുരാഗിന്റെ മൊബൈൽ ബെല്ലടിച്ചത് അവൻ അതെടുത്തു നോക്കി.

'പല്ലവി കോളിംഗ്.'

'എടാ അവളാണ്.' ആശങ്കയോടെ അവൻ പറഞ്ഞു.

'എടുക്ക്. എന്താണെന്നറിയാമല്ലോ.'

കൈയിലിരുന്ന വിസ്കി ഗ്ലാസ് അവൻ പീയുഷിനെ ഏൽപ്പിച്ചു. എന്നിട്ട് കോൾ എടുത്തു.

'ഹലോ പല്ലവീ...' സ്നേഹം വഴിഞ്ഞൊഴുകുന്ന സ്വരത്തിലാണ് അവൻ പറഞ്ഞത്.

അടുപ്പത്തോടെയുള്ള മധുരസ്വരത്തിലും വീണുപോകുന്ന ചില പെൺകുട്ടികൾ ഉണ്ട്. അത് അവനു നന്നായി അറിയാം.

'അനുരാഗ് വിളിച്ചിരുന്നു അല്ലേ? ഇപ്പോഴാണ് മിസ്ഡ് കോൾ കണ്ടത്.' അവൾ പറഞ്ഞു.

'റൂമിൽ ഇല്ലായിരുന്നോ?' അവൻ ചോദിച്ചു.

'ഇല്ലായിരുന്നു.'

'എവിടെപ്പോയി?'

'കുളിക്കാൻ.'

'ഓ...കുളി കഴിഞ്ഞ് ഈറൻമുടിയൊക്കെ വിതർത്തിയിട്ട്...എനിക്ക് സങ്കല്പിക്കാൻ കഴിയുന്നുണ്ട്. എന്റെ അമ്മയ്ക്ക് പല്ലവിയെപ്പോലെ ധാരാളം മുടിയുണ്ട്. കുളി കഴിഞ്ഞാൽ അമ്മ മുടിത്തുമ്പിൽ തുളസിക്കതിരോ അല്ലെങ്കിൽ മന്ദാരത്തിന്റെ ഒരിതളോ ചൂടും.'

'അമ്മ നല്ല സുന്ദരിയാ അല്ലേ?' അവൾ ചോദിച്ചു.

'എങ്ങനെ മനസ്സിലായി?' ആശ്ചര്യം കലർന്ന സ്വരത്തിൽ അനുരാഗ് ചോദിച്ചു.

'ഈ മകന്റെ അമ്മ സുന്ദരിയല്ലാതിരിക്കുമോ?' അവളുടെ ചോദ്യം കേട്ട് അവൻ ഒന്നു ചിരിച്ചു.

'ഒരുദിവസം വീട്ടിലേക്ക് വരൂ. എന്റെ അമ്മയെ പരിചയപ്പെടാം.'

'നോക്കട്ടെ.'

'പക്ഷേ, പല്ലവിയെ കാണുമ്പോൾ അമ്മയുടെ സങ്കടം ഇരട്ടിക്കുകയേയുള്ളൂ.' അവൻ പറഞ്ഞു.

'അതെന്താ?'

'മകന്റെ ഭാര്യയായി വരണമെന്ന് ആശിച്ച അമ്മയ്ക്ക് പല്ലവിയെ കാണുമ്പോൾ വല്ലാത്ത നഷ്ടബോധം തോന്നും.'

അവൾ മിണ്ടിയില്ല.

'സോറി. ഞാൻ അബദ്ധം വല്ലതും പറഞ്ഞോ?' അവൻ ക്ഷമാപണ സ്വരത്തിൽ ചോദിച്ചു.

'ഇല്ല. അനുരാഗ് എന്തിനാണ് വിളിച്ചത്?'

'എനിക്ക് തീരെ ക്ഷമയില്ല. അതുകൊണ്ടാണ്. ആഡ് ഫിലിമിൽ അഭിനയിക്കുന്ന കാര്യം പല്ലവി വുഡ്ബിയോട് സംസാരിച്ചോ എന്നറിയാനായിരുന്നു.'

'അപ്പോൾത്തന്നെ സംസാരിച്ചു.'

'എന്നിട്ട്?' ഉത്കണ്ഠ കാരണം ഹൃദയം പൊട്ടിപ്പോകുമെന്ന് തോന്നി അനുരാഗിന്.

'വിരോധമൊന്നുമില്ല എന്നുമാത്രമല്ല സന്തോഷത്തോടെ സമ്മതിച്ചു.

'ഈശ്വരാ ഞാനെന്തായീ കേൾക്കുന്നത്. നാളത്തന്നെ ഗുരുവായൂർക്ക് പോകേണ്ടിവരുമല്ലോ.' അവൻ പറഞ്ഞു.

'എന്തിന്?' മനസ്സിലാകാത്ത മട്ടിൽ അവൾ ചോദിച്ചു.

'പല്ലവിയുടെ പ്രതിശ്രുതവരന്റെ സമ്മതം കിട്ടിയാൽ ഗുരുവായൂർ ചെന്ന് കണ്ണന് ഒരു കദളിക്കുല സമർപ്പിക്കാമെന്ന് ഞാൻ നേർന്നിട്ടുണ്ട്.'

അവൻ പറഞ്ഞതുകേട്ട് പീയുഷ് പുഞ്ചിരിയോടെ നിന്നു. കള്ളൻ എത്ര സമർത്ഥമായിട്ടാണ് ഓരോന്നൊക്കെ തട്ടിവിടുന്നത്. പെൺപിള്ളേര് അതൊക്കെ വിശ്വസിക്കുകയും ചെയ്യും.

'വലിയ ദൈവവിശ്വാസിയാണെന്ന് തോന്നുന്നല്ലോ.' അവൾ പറഞ്ഞു.

'ഞാനൊരു കൃഷ്ണഭക്തനാണ്.' അവൻ പറഞ്ഞു.

'ഞാനും ഒരു കൃഷ്ണഭക്തയാണ്.'

'എങ്കിൽ ഷൂട്ടിംഗിനു മുമ്പ് നമുക്ക് അമ്പലപ്പുഴയിലും ഗുരുവായൂരിലുമൊക്കെ പോയി തൊഴുത് അനുഗ്രഹം മേടിക്കണം.'

'അതിനുമുമ്പ് അച്ഛന്റെയും അമ്മയുടെയും അനുവാദമാണ് മേടിക്കേണ്ടത്.'

അവൾ പറഞ്ഞു.

'പ്രധാന കടമ്പ കടന്നില്ലേ. ബാക്കിയൊക്കെ എളുപ്പമായിരിക്കും.'

'എന്തായാലും ഞാനിപ്പോൾ ഉറപ്പൊന്നും തരുന്നില്ല.'

'വേണ്ടാ പക്ഷേ, എനിക്കുറപ്പുണ്ട്. അധികം ബോറടിപ്പിച്ച് ഞാൻ പല്ലവിയെ ബുദ്ധിമുട്ടിക്കുന്നില്ല. ശരി കാണാം.'

'ശരി.'

അനുരാഗ് കോൾ കട്ട് ചെയ്തിട്ട് പീയുഷിനെ ഒന്നു നോക്കി.

'എങ്ങനുണ്ട്?'

'അവൾ പാതി വീണുകഴിഞ്ഞു. നിന്റെ പെർഫോമൻസ് ഒന്നാംതരം.' പീയുഷ് അവന്റെ കൈ പിടിച്ചുകുലുക്കി.

'എനിക്ക് നല്ല വിശ്വാസമുണ്ട്. ഒന്നോ രണ്ടോ ദിവസം അവൾ എന്റെ കൂടെയുണ്ടെങ്കിൽ മൂന്നാമത്തെ ദിവസം ഞാൻ എന്റെ ആഗ്രഹം നടത്തിയിരിക്കും.'

'എന്തായാലും ഇത്രയുമായ സ്ഥിതിക്ക് നമ്മൾ അവളെ ഒന്നു കുരുക്കിയിടണം.' പീയുഷ് പറഞ്ഞു.

'എങ്ങനെ?' അനുരാഗിന് മനസ്സിലായില്ല.

'നാളെ നമ്മൾ ചെന്ന് അവൾക്ക് ഒരു അഡ്വാൻസ് കൊടുക്കുന്നു. ഒരു ഇരുപത്തയ്യായിരം രൂപ. പിന്നെ അവൾക്ക് പിന്മാറാൻ പറ്റത്തില്ല.' അതുകേട്ടപ്പോൾ അവന്റെ കണ്ണുകൾ സന്തോഷംകൊണ്ട് വികസിച്ചു.

'ഗ്രേറ്റ് ഐഡിയ. നമ്മൾ ഇരുപത്തയ്യായിരമല്ല. ഒരു ലക്ഷം രൂപയാണ് അവൾക്ക് കൊടുക്കാൻ പോകുന്നത്. കാര്യങ്ങൾ കുറച്ചുകൂടി സ്ട്രോങ്ങ് ആവട്ടെ.'

അനുരാഗ് ഉടൻതന്നെ മൊബൈൽ എടുത്ത് മാനേജർ മദനഗോപാലിനെ വിളിച്ചു.

'അങ്കിൾ...എനിക്ക് നാളെ ഒരു ലക്ഷം രൂപ വേണം.'

എന്തിനാണെന്ന് മറുചോദ്യം ഉണ്ടായില്ല.

'നാളെ എത്രമണിക്ക് വേണം?'

'പത്തുമണിക്കല്ലേ ബാങ്ക് തുറക്കൂ. അതുകഴിഞ്ഞ് മതി.'

'ആർക്കെങ്കിലും കൊടുക്കാനാണെങ്കിൽ ചെക്ക് ആയിരിക്കും സൗകര്യം.'

'എന്നാൽ ചെക്ക് മതി. എഴുതി വെക്കണം. ഞാൻ വന്നിട്ട് ഒപ്പിടാം.' അവൻ പറഞ്ഞു.

'ആരുടെ പേർക്കാണ്?'

'പല്ലവി...പല്ലവിനായർ.'

'ശരി. പത്തുമണി കഴിഞ്ഞ് മോൻ വന്നോളൂ.'

അത്രയേയുള്ളൂ. പണം ഒരു പ്രശ്നമേയല്ല. തുക പറഞ്ഞാൽ മതി. മദനഗോപാൽ അങ്കിൾ അത് അറേഞ്ച് ചെയ്തു തരും.

പിറ്റേന്ന് പത്തുമണി കഴിഞ്ഞപ്പോൾ അനുരാഗും പീയുഷും ആർ.കെ അസോസിയേറ്റ്സിന്റെ ഓഫീസിൽ ചെന്നു. അവർ നേരെ അവന്റെ ക്യാബിനിലേക്കാണ് പോയത്. മനോഹരമായി ഫർണിഷ് ചെയ്ത ഒരു മുറിയായിരുന്നു അത്. പക്ഷേ, അവൻ ഓഫീസിലിരിക്കുന്ന സമയം വളരെ ചുരുക്കം.

'അങ്കിൾ ഞാൻ വന്നു.' അവൻ ഫോണെടുത്ത് മദനഗോപാലിനെ വിളിച്ചു.

'ഞാനിപ്പം വരാം മോനേ.'

പീയുഷ് എതിർവശത്തുള്ള കസേരയിൽ ഇരുന്നു. അല്പനേരം കഴിഞ്ഞപ്പോൾ കെആർ അസോസിയേറ്റ്സിന്റെ മേൽവിലാസം പ്രിന്റ് ചെയ്ത ഒരു കവറുമായി മദനഗോപാൽ വന്നു.

'ഇതാ മോനേ ചെക്ക്.' അയാൾ ആ കവർ അനുരാഗിന് നീട്ടി.

അവൻ കവർ വാങ്ങി തുറന്നുനോക്കി. പല്ലവിയുടെ പേരിൽ എഴുതിയ ഒരു ലക്ഷത്തിന്റെ ചെക്കായിരുന്നു അത്. അടിയിൽ ഒപ്പിട്ടിരിക്കുന്നത് ഗോപിനാഥ്.

'ഞാനല്ലേ അങ്കിൾ ഒപ്പിടേണ്ടത്?'

സംശയത്തോടെ അവൻ ചോദിച്ചു.

'മോനെ വെറുതെ ബുദ്ധിമുട്ടിക്കണ്ടല്ലോ എന്നു വിചാരിച്ചാ ജി.എൻ. സാർ ബാങ്കിലെ കാര്യങ്ങളൊക്കെ സ്വയം ഏറ്റെടുത്ത് ചെയ്യുന്നേ.' അയാൾ പറഞ്ഞു.

'ഉം. അതിൽ തെറ്റൊന്നുമില്ല.' അസ്വാഭാവികമായി അനുരാഗിന് ഒന്നും തോന്നിയില്ല.

പക്ഷേ, ബികോം പാസായ പീയുഷിന് ഒരു കല്ലുകടി അനുഭവപ്പെട്ടു. ചെക്കിൽ ഒപ്പിടുന്നത് ഗോപിനാഥ് ആണെങ്കിൽ അതിന്റെ അർത്ഥം ബാങ്ക് അക്കൗണ്ടുകൾ അയാളുടെ പേരിലാണ് എന്നല്ലേ. അപ്പോൾ ആരാണ് കമ്പനിയുടെ യഥാർത്ഥ ഉടമ? പീയുഷ് നിശ്ശബ്ദനായി ഇരുന്നതേയുള്ളു.

'ശരി അങ്കിൾ. ഞങ്ങൾ പുറത്തേക്കൊന്നു പോവുന്നു.'

കവർ രണ്ടായി മടക്കി പോക്കറ്റിലിട്ടിട്ട് പീയുഷിനോടൊപ്പം അവൻ കവറെടുത്തു പുറത്തേക്കു പോയി.

'നമ്മളെങ്ങോട്ടാ?' പീയുഷ് ചോദിച്ചു.

'വിമലാ കോളേജിലേക്ക്. ഉടൻ എനിക്കവളെ കാണണം. ഇപ്പത്തന്നെ അഡ്വാൻസ് കൊടുക്കണം. നീ പറഞ്ഞത് ശരിയാ. എത്രയും വേഗം അവളെ നമുക്ക് പൂട്ടിയിടണം.'

നേരെ കോളേജിലേക്കാണ് കാർ പോയത്. ഗേറ്റിനുള്ളിലെ പാർക്കിംഗ് ഏരിയായിൽ വണ്ടിയിട്ടിട്ട് മൊബൈൽ എടുത്തു പല്ലവിയെ വിളിച്ചു.

ബെല്ലടിച്ചു നിന്നതല്ലാതെ അവൾ കോൾ എടുത്തില്ല.

'ക്ലാസിലായിരിക്കും. അല്ലെങ്കിൽ ഫോൺ സൈലന്റ് മോഡിലായിരിക്കും.' പീയുഷ് കാരണം ഊഹിച്ചു.

'നമുക്ക് വെയിറ്റ് ചെയ്യാം.'

അരമണിക്കൂർ കഴിഞ്ഞപ്പോൾ പല്ലവി തിരിച്ചുവിളിച്ചു.

'ക്ലാസിലായിരുന്നു. അനുരാഗ് എന്താ വിളിച്ചത്?'

'ഞാൻ കാമ്പസിലുണ്ട്. അത്യാവശ്യമായി പല്ലവിയെ ഒന്നു കാണണമായിരുന്നു.' അയാൾ പറഞ്ഞു.

'കോളേജിൽ ഏതു ഭാഗത്താ നിൽക്കുന്നത്?'

'കാറിലാണ്. പാർക്കിംഗ് ഏരിയായിൽ.'

'എങ്കിൽ ഉള്ളിലേക്ക് കയറിവരൂ. ഇടതുവശത്ത് സയൻസ് ബ്ലോക്ക് കാണാം. മൂന്നുനില കെട്ടിടമാണ്. ഗ്രൗണ്ട് ഫ്ളോറിൽ എൻ.സി.സി ഓഫീസ് ഉണ്ട്. അവിടെ നിന്നാൽ മതി. ഞാനുടൻ വരാം.'

അവൾ പറഞ്ഞു.

'ഓക്കെ.' കോൾ കട്ട് ചെയ്തിട്ട് പീയുഷിനെ ഒന്നു നോക്കി.

'ഞാൻ വരുന്നില്ല. നീ ഒറ്റയ്ക്ക് പോയാൽ മതി.' പീയുഷ് പറഞ്ഞു.

'എനിക്ക് ധൈര്യക്കുറവൊന്നുമില്ല.'

ജീൻസിന്റെ ഹിപ്പ്പോക്കറ്റിൽനിന്ന് അവൻ ചീപ്പെടുത്ത് മുടിയൊന്നു ചീകി. എന്നിട്ട് കാമ്പസിനുള്ളിലേക്ക് നടന്നു.

അവൾ പറഞ്ഞതുപോലെ ഇടതുവശത്ത് സയൻസ് ബ്ലോക്ക് എന്ന മൂന്നുനില കെട്ടിടം ഉണ്ടായിരുന്നു. താഴത്തെ നിലയിലെ ഒരു മുറിയുടെ വാതിലിനുമുകളിൽ എൻസിസി ഓഫീസ് എന്ന് എഴുതിയിരുന്നു.

അനുരാഗ് അവിടെ നിന്നു. അല്പനേരം കഴിഞ്ഞപ്പോൾ പൗർണമിയും ശീതളുമൊത്ത് പല്ലവി വന്നു. അവളെ കണ്ട് അവന്റെ മുഖം പ്രസന്നമായി.

'എന്താ അനുരാഗ്?'

രണ്ടായി മടക്കിയ കവർ പോക്കറ്റിൽനിന്നെടുത്ത് അവൾക്ക് അവൻ നീട്ടി.

'ഇതു തരാൻ വന്നതാണ്.'

'എന്താണ്?' മനസ്സിലാകാതെ അവൾ ചോദിച്ചു.

'തുറന്നുനോക്ക്.'

അവൾ കവർ വാങ്ങി തുറന്നുനോക്കി. ചെക്ക് കണ്ട് അവൾ അമ്പരന്നു. 'ഒരു ലക്ഷം രൂപയോ? എന്തിനാ ഇത്?'

'പല്ലവിക്കുള്ള അഡ്വാൻസ്. ഷൂട്ട് തീരുന്ന അന്ന് ബാക്കി നാലുലക്ഷം കൂടി തരും.'

'അയ്യോ വേണ്ട. ഇതിപ്പോൾ എനിക്ക് സ്വീകരിക്കാൻ പറ്റില്ല.'

അവൾ കവർ തിരിച്ചുനീട്ടി.

'അതെന്താ?'

'വീട്ടിൽനിന്ന് സമ്മതം കിട്ടുമോ എന്ന് ഉറപ്പില്ല.' അവൾ പറഞ്ഞു.

'സമ്മതം കിട്ടും. എന്റെ മനസ്സ് പറയുന്നു. അഥവാ കിട്ടിയില്ലെങ്കിൽ തിരിച്ചുതന്നോളൂ.'

'എന്നാലും...' അവൾ മടിച്ചു.

'ബി പോസ്റ്റീവ്. നമ്മൾ ആഗ്രഹിച്ചതുപോലെ എല്ലാം നടക്കും. ഇടയ്ക്ക് എന്നെ വിളിക്കണം.'

കൂടുതലൊന്നും സംസാരിക്കാതെ അനുരാഗ് തിരിഞ്ഞുനടന്നു. എന്തു ചെയ്യണമെന്നറിയാതെ പല്ലവി നിന്നു. ശീതൾ അവളുടെ കൈയിൽനിന്ന് കവർ വാങ്ങി ചെക്ക് എടുത്തുനോക്കി.

'ഒരു ലക്ഷംരൂപ. പെണ്ണേ, തൽക്കാലം നീ വീട്ടിൽ ഇക്കാര്യം പറയണ്ട. ചെന്ന് അഭിനയിക്ക്. എന്നിട്ട് ബാക്കി കാശ് മേടിക്ക്. നിന്റാളിന്റെ സമ്മതം കിട്ടിയല്ലോ. അതുമതി.' ശീതൾ പറഞ്ഞു.

'അതു ശരിയല്ലെടീ. ഈ ചെക്ക് എനിക്ക് വേണ്ട. ഇത് തിരിച്ചുകൊടുക്കണം.' പല്ലവി പറഞ്ഞു.

'എന്തായാലും വീട്ടിൽ ചോദിച്ചിട്ട് മതിയെടീ.' പൗർണമി പറഞ്ഞു.

മൂന്നുപേരും ക്ലാസിലേക്ക് മടങ്ങി.

***

അന്നും വാടിയമുഖത്തോടെയാണ് ജഗൻ വൈകുന്നേരം കോളേജിൽ നിന്നും വന്നത്.

'എന്താ മോനേ നിനക്കൊരു വിഷമംപോലെ.?' ജയന്തി തിരക്കി.

'ഗോപിയങ്കിൾ പറഞ്ഞു പറ്റിക്കുകയാണമ്മേ. ഇങ്ങനെയൊന്നുമല്ല ഞാൻ വിചാരിച്ചത്. വാക്കിന് വിലയുള്ളവനാണെന്നാ.' അവൻ നിരാശാഭാവത്തിൽ സെറ്റിയിലേക്ക് ഇരുന്നു.

'എന്തു പറഞ്ഞ് പറ്റിച്ചെന്ന്? ആ പെണ്ണിന്റെ കാര്യമാണെങ്കിൽ സാർ പറഞ്ഞാൽ പറഞ്ഞതുപോലെ ചെയ്യും. എനിക്ക് ഒരു സംശയവുമില്ല.' ജയന്തിക്ക് നല്ല വിശ്വാസമുണ്ടായിരുന്നു ഗോപിനാഥനെ

'എന്നിട്ട് എന്താണ് സംഭവിച്ചതെന്ന് അമ്മയ്ക്കറിയാമോ?' ജഗൻ ദുഃഖഭാവത്തിൽ ജയന്തിയെ നോക്കി.

'എന്താണ്?'

'ആർ.കെ അസോസിയേറ്റ്സിന്റെ പരസ്യചിത്രത്തിൽ അവൾ അഭിനയിക്കാൻ കരാർ ആയി. പ്രതിഫലം അഞ്ചുലക്ഷം രൂപ. ഇന്ന് ഒരു ലക്ഷം രൂപ അഡ്വാൻസായി കൊടുത്ത ചെക്കിൽ ഒപ്പിട്ടിരിക്കുന്നത് ആരെന്നറിയാമോ? ഗോപിയങ്കിൾ. ' വിശ്വാസം വരാതെ ജയന്തി അവന്റെ മുഖത്തേക്കു നോക്കി.

'ഇതെല്ലാം നീയെങ്ങനറിഞ്ഞു?'

ഹോസ്റ്റലിൽ അവളുടെ റൂംമേറ്റ് എന്റെ ഫ്രണ്ടാണ്. ശീതൾ.'

'എരുവയിലുള്ള...' കായംകുളത്തിനടുത്താണ് എരുവ. ശീതളിനെ ഒരിക്കൽ ജയന്തി അവിടെവെച്ച് കണ്ടിട്ടുണ്ട്.

'ഉം.' ജയന്തി ഒരുനിമിഷം നിശ്ശബ്ദയായി ഇരുന്നു. എന്തോ തിരിമറികൾ നടന്നിട്ടുണ്ടെന്ന് അവൾക്കു തോന്നി. അല്ലെങ്കിൽ ജി.എൻ. അങ്ങനെ ചെയ്യുകയില്ല. അല്ലെങ്കിൽ മനസ്സിൽ വേറെന്തെങ്കിലും ഉദ്ദേശ്യം കാണും.

'ഇന്ന് വരുമല്ലോ. ഞാൻ ചോദിക്കാം. നീ സമാധാനമായിട്ടിരിക്ക് മോനേ.' ജഗൻ മെല്ലെ എഴുന്നേറ്റ് മുകളിലെ മുറിയിലേക്കു പോയി. ജയന്തി ആലോചനയോടെ അവിടെത്തന്നെ ഇരുന്നു.

ഇന്ന് രണ്ടിലൊന്ന് അറിയണം.

സന്ധ്യക്കുമുമ്പേ ജയന്തി മുടിനിറയെ സുഗന്ധമുള്ള കാച്ചെണ്ണ തേച്ചുപിടിപ്പിച്ചു. അരച്ചെടുത്ത ചന്ദനവും മഞ്ഞളും ശരീരമാസകലം പുരട്ടി. ഏറെനേരം കഴിഞ്ഞ് അവൾ കുളിച്ചു. മാന്തളിർ നിറമുള്ള പട്ടുസാരിയാണ് ഉടുത്തത്. വാലിട്ട് കണ്ണെഴുതി മുടിയിൽ മുല്ലപ്പൂമൊട്ടുമാല ചൂടി. നെറ്റിയിൽ ഒരു ചുമന്ന പൊട്ടു തൊട്ടു. കഴുത്തിൽ വീതിയുള്ള നെക്ലേസ്. അങ്ങനെ ഇരുകൈകളിലും സ്വർണ്ണപ്പൊട്ടുകളുള്ള കുപ്പിവളകളും.

ഏഴര കഴിഞ്ഞപ്പോഴാണ് ഗോപിനാഥിന്റെ കാർ ഗേറ്റ് കടന്ന് മുറ്റത്തുവന്നുനിന്നത്. അംഗരക്ഷകർ ഡോർ തുറന്നുകൊടുത്തു.

വാതിലിനടുത്ത് ജയന്തി കാത്തുനിൽക്കുന്നുണ്ടായിരുന്നു അയാളെ സ്വീകരിക്കാൻ.

'ഇന്ന് നീ വളരെ സുന്ദരിയായിട്ടാണല്ലോ.' അവളെ കണ്ട് ആരാധനയോടെ അയാൾ പറഞ്ഞു.

'എന്നും സുന്ദരിയല്ലേ അപ്പോൾ?' ചുണ്ടുകൾ ഒന്നു വിടർത്തി അവൾ പരിഭവം നിറഞ്ഞ സ്വരത്തിൽ ചോദിച്ചു.

'എന്നും സുന്ദരിയാണ്. പക്ഷേ, ഇന്നു കണ്ടിട്ട്...' അയാൾ സ്ഥലകാലബോധം മറന്ന് അവളെ ആലിംഗനം ചെയ്തു.

'നമുക്ക് അകത്തേക്കു പോകാം.' അവൾ മന്ത്രിച്ചു.

'ഉം.'

കിടപ്പുമുറിയിൽ കയറി അവൾ ശബ്ദമുണ്ടാക്കാതെ വാതിൽ ചേർത്തടച്ചു.

പിന്നെ കുറേനേരം കഴിഞ്ഞാണ് ജയന്തി അക്കാര്യം സംസാരിച്ചത്.

'ആ പെണ്ണിന്റെ കാര്യം എന്തായി?'

'ഏതു പെണ്ണ്?' അയാൾക്ക് പെട്ടെന്ന് ഓർമ്മ വന്നില്ല.

'നമ്മുടെ ജഗൻമോനെ അപമാനിച്ച....'

'ഓ അതോ...നാളെ പണി തുടങ്ങും.'

'എന്തുപണി?'

'അവളെ മാത്രമല്ല, ആ കുടുംബം മൊത്തം തകർക്കാനാണ് നമ്മുടെ പദ്ധതി. അതിന് കനകാംബരനെ നിയോഗിച്ചിട്ടുണ്ട്.'

ഗോപിനാഥ് പറഞ്ഞു.

'ആരാ കനകാംബരൻ?' അവൾ ചോദിച്ചു.

'നമ്മുടെ ട്രബിൾ ഷൂട്ടർ. നമുക്കു വരുന്ന തടസ്സങ്ങൾ അവനാണ് തുടച്ചുനീക്കാറുള്ളത്. മിടുക്കനാണ്. ബുദ്ധിശാലിയും.'

അയാൾ ജയന്തിയെ ചേർത്തുപിടിച്ചു. അവൾ സന്തോഷത്തോടെ അയാളുടെ ശരീരത്തോട് ഒട്ടിനിന്നു.

***

എറണാകുളം കലക്ട്രേറ്റ്.

ഉച്ചകഴിഞ്ഞ് മൂന്നുമണി.

വൈപ്പിൻദ്വീപിലെ കുടിവെള്ളപ്രശ്നം സംബന്ധിച്ച് ജനപ്രതിനിധികളുമായി കലക്ടറുടെ ചേംബറിൽവച്ച് ഒരു ചർച്ചയുണ്ടായിരുന്നു. അത് തീർന്നപ്പോൾ വൈകി.

രണ്ടരയ്ക്കാണ് ബാലകൃഷ്ണൻനായർക്ക് ഊണുകഴിക്കാൻ സമയം കിട്ടിയത്.

മൂന്നു മണിമുതൽ ഡെപ്യൂട്ടി കലക്ടറെ കാണാൻ ചില സന്ദർശകർ കാത്തുനിൽക്കുന്നുണ്ടായിരുന്നു.

ഓരോരുത്തരായി കടന്നുവന്നു. അവരെയെല്ലാം തൃപ്തികരമായ മറുപടി കൊടുത്ത് അദ്ദേഹം മടക്കി അയച്ചു. നാലാമതാണ് സുമുഖനായ ഒരു മധ്യവയസ്കൻ കയറിവന്നത്. പാന്റ്സും ഷർട്ടുമായിരുന്നു അയാളുടെ വേഷം. നെറ്റിയിൽ ചന്ദനക്കുറി ഉണ്ടായിരുന്നു. കട്ടിമീശയും സ്വർണ്ണഫ്രെയിമുള്ള കണ്ണടയും.

'ഇരിക്കൂ.'

ബാലകൃഷ്ണൻനായർ പറഞ്ഞു.

മേശയുടെ എതിർവശത്തുള്ള കസേരയിൽ അയാൾ ഇരുന്നു.

'പറയൂ.' അയാൾ ആവശ്യപ്പെട്ടു.

'സർ, എന്റെ പേര് കനകാംബരൻ.' പുഞ്ചിരിയോടെ അയാൾ ബാലകൃഷ്ണൻനായരെ ഒന്നു നോക്കി.

എട്ട്

മുമ്പെങ്ങോ കണ്ടുമറന്ന മുഖമാണ് കനകാംബരന്റേതെന്ന് ബാലകൃഷ്ണൻനായർക്കു തോന്നി. തീരെ അപരിചിതമല്ല.

'കനകാംബരൻ?' അദ്ദേഹം ചോദിച്ചു.

'അതേ സാർ.' ഭവ്യതയോടെ അയാൾ പറഞ്ഞു.

'നമ്മൾ തമ്മിൽ മുമ്പു കണ്ടിട്ടുണ്ടോ?'

'ഇല്ല സാർ. പക്ഷേ, ഓരോ ആവശ്യത്തിന് ഞാനിവിടെ കലക്ട്രേറ്റിൽ മുമ്പ് വന്നിട്ടുണ്ട്.'

'ശരി. ഇപ്പോൾ എന്താവന്നത്?'

സമയം കളയാതെ അദ്ദേഹം ചോദിച്ചു.

'ഞാൻ പള്ളിപ്പാടിയിൽനിന്നാ സാർ വരുന്നത്.'

'അത് മുളവൂർ അല്ലേ?'

'അതെ. മൂവാറ്റുപുഴ താലൂക്ക്.'

'ശരി.'

'പള്ളിപ്പാടി കനാൽ റോഡിനടുത്താണ് എന്റെ സഹോദരീഭർത്താവ് പുഷ്പാംഗദന്റെ വീട്. പ്രമാണത്തിൽ ആറര സെന്റ് സ്ഥലമുണ്ടെങ്കിലും റിസർവ്വെ നടത്തിയപ്പോൾ നാലരസെന്റേയുള്ളു.' അയാൾ പറഞ്ഞു.

'അതങ്ങനെ സംഭവിക്കാറുണ്ട്. റോഡിന് വീതി കൂട്ടുമ്പോഴും കനാൽ നിർമ്മിക്കുമ്പോഴുമൊക്കെ വസ്തുവിൽ കുറവുണ്ടാകും.'

ബാലകൃഷ്ണൻനായർ പറഞ്ഞു.

'പക്ഷേ, പുഷ്പാംഗദന്റെ കൈവശത്തിൽ ആറര സെന്റ് ഭൂമിതന്നെയുണ്ട് സാർ. സർവെ വന്നപ്പോൾ രണ്ടു സെന്റ് പുറമ്പോക്കാണെന്നാണ് വന്നിരിക്കുന്നത്.'

'എത്ര വർഷമായി ആ ഭൂമി നിങ്ങളുടെ കൈവശത്തിൽ ഉണ്ടായിട്ട്?'

'അവന്റെ അപ്പൂപ്പന്റെ കാലത്തേ ഉണ്ട് സാർ. ഇപ്പോൾ വീടൊന്ന് പുതുക്കിപ്പണിയണം. പ്ലാൻ വരച്ചപ്പോഴാണ് ബാക്കി സ്ഥലം പുറമ്പോക്കാണെന്ന് അറിയുന്നത്.'

'നിങ്ങൾ മുളവൂർ വില്ലേജ് ഓഫീസർക്ക് ഒരു അപേക്ഷ കൊടുക്കൂ. സർവ്വേ നടത്തി നിങ്ങളുടെ നഷ്ടപ്പെട്ട ഭൂമി കണ്ടുപിടിച്ച് തിരിച്ചു നൽകാൻ.' അദ്ദേഹം പറഞ്ഞു.

'വില്ലേജ് ഓഫീസർക്ക് അപേക്ഷ കൊടുത്തു സാർ. അനുകൂലമായ റിപ്പോർട്ടും കിട്ടി. അത് മൂവാറ്റുപുഴ തഹസിൽദാറുടെ ഓഫീസിലും വന്നി

ട്ടുണ്ട്. കലക്ടറുടെ സാങ്ഷൻ വേണമെന്നാണ് അദ്ദേഹം പറഞ്ഞത്. ആ ഫയൽ ഇവിടെ എത്തിയിട്ടുണ്ട്.'

'പക്ഷേ എന്റെ ടേബിളിൽ ഇതുവരെ വന്നില്ല കനകാംബരാ.'

'വരും സാർ. നമ്മൾ ഒരേ നാട്ടുകാരല്ലേ സാർ. ആ ഒരു താല്പര്യമെടുത്ത് അനുകൂലറിപ്പോർട്ട് കൊടുത്താൽ കലക്ടർ ഒപ്പിട്ടുതരും. അതൊന്നു പറയാൻ വേണ്ടിയാണ് ഞാൻ...'

'ഫയൽ വരട്ടെ. ഞാൻ നോക്കാം. അർഹതയുണ്ടെങ്കിൽ നിങ്ങളുടെ സഹോദരീഭർത്താവിന് നഷ്ടപ്പെട്ട രണ്ടുസെന്റ് തിരികെ കിട്ടും.'

ബാലകൃഷ്ണൻനായർ പറഞ്ഞു.

'വളരെ സന്തോഷം സാർ. കാര്യം നടന്നുകഴിഞ്ഞ് ഞാൻ വന്ന് സാറിനെ കണ്ടോളാം.' കനകാംബരൻ പോകാനായി എഴുന്നേറ്റു.

'ഇക്കാര്യത്തിനുവേണ്ടി ഇനി കനകാംബരൻ എന്നെ കാണാൻ വരേണ്ടതില്ല. കാര്യം നടന്നാലും ഇല്ലെങ്കിലും നിയമത്തിനുള്ളിൽ നിൽക്കുന്നതാണെങ്കിൽ ഞാനതു ചെയ്തിരിക്കും.'

'ശരി സാർ.' ബാലകൃഷ്ണൻനായരെ ഒന്ന് തൊഴുതിട്ട് കനകാംബരൻ ഹാഫ് ഡോർ തുറന്ന് വെളിയിലേക്കിറങ്ങി. വരാന്തയിൽ പലരും കാത്തുനിൽക്കുന്നുണ്ടായിരുന്നു. ആരെയും ശ്രദ്ധിക്കാതെ അയാൾ മൊബൈൽ എടുത്ത് ഒരു നമ്പറിൽ വിളിച്ചു.

'ദാസപ്പാ വണ്ടിയെടുത്തു വാ.'

അയാൾ സ്റ്റെയർകേസിറങ്ങി താഴെ പോർച്ചിന്റെ മുമ്പിലേക്ക് വന്നപ്പോൾ വെള്ളനിറത്തിലുള്ള ഒരു കാർ കാത്തുനിൽപ്പുണ്ടായിരുന്നു. അയാൾ ചെന്ന് ബാക്ക് ഡോർ തുറന്ന് കാറിൽ കയറി.

'പോകാം.' കാർ കലക്ട്രേറ്റ് കോമ്പൗണ്ടിൽനിന്നു വെളിയിലിറങ്ങിയപ്പോൾ കനകാംബരൻ മൊബൈൽ എടുത്തു ഗോപിനാഥിനെ വിളിച്ചു. 'സാർ...ഞാൻ അയാളെ കണ്ടിട്ട് ഇപ്പോൾ ഇറങ്ങിയതേയുള്ളൂ.'

'എന്നിട്ട്?'

'വല വിരിച്ചുകഴിഞ്ഞു. ഇനി വീഴ്ത്തിയാൽ മതി.'

'അയാൾ സ്വയം വീഴുമെന്നു തോന്നുന്നില്ല.' ഗോപിനാഥ് പറഞ്ഞു.

'അങ്ങനെ നമ്മൾ വിചാരിക്കുന്നുമില്ലല്ലോ. പിടിച്ചു തള്ളിയിടും. അത്ര തന്നെ. വില്ലേജ് ഓഫീസിൽനിന്നും താലൂക്ക് ഓഫീസിൽനിന്നും ചുരുങ്ങിയദിവസംകൊണ്ട് ആ ഫയൽ കലക്ട്രേറ്റിൽ എത്തിച്ചില്ലേ. ബാക്കി കാര്യങ്ങളും നടക്കും സാർ.'

'നടക്കണം.'

'അയാളുടെ ജോലി തെറുപ്പിക്കും സാർ. പണിയൊന്നുമില്ലാതെ

അയാൾ വീട്ടിലിക്കും. ഞാൻ വാക്കുപറഞ്ഞാൽ വാക്കാണ്.'

'കനകാംബരനെ എനിക്കു വിശ്വാസമാണ്.' ഗോപിനാഥ് പറഞ്ഞു.

'താങ്ക് യു സർ.' കോൾ കട്ട് ചെയ്തിട്ട് അയാൾ ഫോൺ പോക്കറ്റിലിട്ടു. എന്നിട്ട് സീറ്റിലേക്ക് ചാരി കണ്ണുകളടച്ച് ഇരുന്നു. കാർ ചേർത്തലയിലേക്ക് പാഞ്ഞു.

***

അന്ന് പ്രൊഫസർ ശിവദാസ് വൈകുന്നേരം കോളേജ് വിട്ട് വന്നപ്പോൾ ഗിരിജാകുമാരി മുറ്റത്തെ ചെടികൾ നനച്ചുകൊണ്ട് നിൽക്കുകയായിരുന്നു. അദ്ദേഹം കാറിൽനിന്ന് ഇറങ്ങിയപ്പോഴേക്ക് അവർ ഹോസ് നിലത്തിട്ടിട്ട് ടാപ്പടച്ചു.

'ചായ വേണ്ടേ?' അവർ ചോദിച്ചു.

'വേണം. ഒരു വിശേഷമുണ്ട്.' അദ്ദേഹം പറഞ്ഞു.

'എന്താണ്?' ഗിരിജാകുമാരിക്ക് ആകാംക്ഷയായി.

'പറയാം. ചായയുണ്ടാക്കൂ. അപ്പോഴേക്കും ഞാൻ ഡ്രസ് മാറിയിട്ട് വരാം.'

ഗിരിജാകുമാരി അടുക്കളയിലേക്കു പോയി. അവർ പെട്ടെന്ന് രണ്ടു ഗ്ലാസ് ചായയുണ്ടാക്കി. മധുരം കുറച്ച് കടുപ്പം കൂട്ടി. അതാണ് ശിവദാസിന് ഇഷ്ടം.

ചായയുമായി ചെന്നപ്പോൾ പാന്റ്സും ഷർട്ടും മാറ്റി ഒരു മുണ്ടെടുത്ത് ഉടുത്ത് അദ്ദേഹം സെറ്റിയിൽ ഇരിക്കുന്നുണ്ടായിരുന്നു.

'ഇതാ ചായ.' ട്രേയിൽ കൊണ്ടുവന്ന രണ്ടു ചായകളിലൊന്ന് എടുത്ത് അദ്ദേഹത്തിന് കൊടുത്തു.

'ഒന്നല്ല രണ്ടു കാര്യങ്ങളുണ്ട്. ഒന്ന് നല്ല കാര്യവും മറ്റേത് അത്ര നല്ലതല്ലാത്തതും.'

ഉത്കണ്ഠയോടെ അവർ അദ്ദേഹത്തിന്റെ മുഖത്തേക്കു നോക്കി.

ഗൗരവത്തിലായിരുന്നു അദ്ദേഹം. അറിയാതെ അവരുടെ നെഞ്ചിടിപ്പിന്റെ വേഗതയുയർന്നു.

'പല്ലവിയുടെ അച്ഛൻ ഇന്നു വിളിച്ചിരുന്നു. രാവിലെ. അവർ ഒരു ജ്യോത്സ്യനെ കണ്ട് മോതിരംമാറ്റത്തിനുള്ള മുഹൂർത്തം കുറിപ്പിച്ചു. അടുത്തമാസം ഇരുപത്തിയഞ്ച്.'

'ഇരുപത്തിയഞ്ചോ?' ഗിരിജാകുമാരി എഴുന്നേറ്റുചെന്ന് കലണ്ടറിന്റെ താളുകൾ ഉയർത്തിനോക്കി.

'ഞായറാഴ്ചയാണ് അല്ലേ. നന്നായി. ഇനി ഏതാണ്ട് ഒരു മാസത്തെ

സമയമുണ്ടല്ലോ. അതുമതി.'

'ഞാൻ ഓക്കെ പറഞ്ഞു.'

'രാഹുലിനോട് ഒന്ന് ചോദിച്ചിട്ട് പറയാമായിരുന്നില്ലേ. അവന് അന്ന് എന്തെങ്കിലും അസൗകര്യമുണ്ടെങ്കിലോ...വല്ല ടൂറോ ട്രെയിനിംഗോ?'

'എന്നോട് ചോദിക്കാതെ അവൻ പല തീരുമാനങ്ങളും എടുത്തുതുടങ്ങിയിട്ടുണ്ട്. ആ നിലയ്ക്ക് അവന്റെ സമ്മതം മേടിക്കേണ്ട കാര്യമുണ്ടെന്ന് എനിക്കു തോന്നിയില്ല.' ശിവപ്രസാദിന്റെ സ്വരത്തിൽ ഈർഷ്യ കലർന്നിട്ടുണ്ടെന്ന് അവർക്ക് പെട്ടെന്ന് മനസ്സിലായി.

'അവനെന്തു തീരുമാനമാ എടുത്തത്?' അമ്പരപ്പോടെ ഗിരിജാകുമാരി ചോദിച്ചു.

'ആ കുട്ടിക്ക് മോഡലിംഗിന് ഒരു ഓഫർ വന്നു. ഗുരുത്വവും അനുസരണശീലവും ഉള്ളതുകൊണ്ട് അവൾ അവനെ വിളിച്ചു സമ്മതം ചോദിച്ചു. അവൻ സമ്മതം കൊടുക്കുകയും ചെയ്തു.'

'അതിലെന്താ തെറ്റ്?' ഗിരിജാകുമാരി ചോദിച്ചു.

'ഗിരിജേ നീ കാര്യമറിയാതെ അവനുവേണ്ടി വാദിക്കല്ലേ. മോഡലിംഗ് എന്നുപറഞ്ഞാൽ എന്താണെന്ന് നിനക്കറിയാമോ? കണ്ടാൽ ലജ്ജ തോന്നുന്ന ഡ്രസ്സൊക്കെയിട്ട് ടിവിയിലും മാഗസിനിലും പെണ്ണുങ്ങൾ പരസ്യങ്ങളിൽ പ്രത്യക്ഷപ്പെടുന്നത് കണ്ടിട്ടില്ലേ. അവരാണ് മോഡലുകൾ.'

'മാന്യമായ ഡ്രസ്സ് ധരിച്ച് പരസ്യങ്ങളിൽ സ്ത്രീകൾ വരാറുണ്ടല്ലോ.'

'ഉണ്ട്. പക്ഷേ, നമ്മുടെ മോന്റെ ഭാര്യ അങ്ങനെ പരസ്യങ്ങളിലെ മോഡലാകണ്ട. എനിക്കത് അംഗീകരിക്കാൻ വയ്യ.'

ശിവദാസ് ഉറപ്പിച്ചുപറഞ്ഞു.

'പക്ഷേ, ആ കുട്ടി ഒന്നാന്തരം നർത്തകി കൂടിയാണ്. അത് നമ്മൾ മറക്കാൻ പാടില്ല. വേദികളിൽ നൃത്തം ചെയ്യാനും പാടില്ല എന്നുപറഞ്ഞാൽ അത് ആ കുട്ടിക്ക് വിഷമമുണ്ടാക്കും.'

'വേദികളിൽ നൃത്തം ചെയ്യട്ടെ. അത് അന്തസ്സുള്ള കാര്യംതന്നെയാണ്. പക്ഷേ പരസ്യത്തിന് മോഡലാകണ്ട.'

ഗിരിജാകുമാരി മിണ്ടിയില്ല.

'ബാലകൃഷ്ണൻനായരോട് ഞാൻ പറഞ്ഞു. മോളെ മോഡലിംഗിന് വിടാതിരിക്കുന്നതാണ് നല്ലതെന്ന്. പിന്നെ അവർക്കിഷ്ടംപോലെ ചെയ്യട്ടെ.'

'അവനു വിഷമമാകും.'

'ഗിരിജേ പെരുന്നയിൽനിന്ന് ഒരു ഡോക്ടർകുട്ടിയുടെ പ്രപ്പോസൽ

അവനു വന്നില്ലേ. എനിക്ക് നല്ല താല്പര്യമുണ്ടായിരുന്നു ആ കേസിൽ. ഞാനത് ഉപേക്ഷിച്ചത് എന്തുകൊണ്ടാ? അവൻ പല്ലവിയെ ഇഷ്ടമാണെന്ന് പറഞ്ഞതുകൊണ്ട്. തന്നെയുമല്ല അവരുടേത് അന്തസ്സും ആഭിജാത്യവുമുള്ള ഒരു കുടുംബമായതുകൊണ്ടും ആ കുട്ടിയുടെ അച്ഛൻ സൽപ്പേരുള്ള ഒരു ഓഫീസർ ആണെന്ന് അറിഞ്ഞതുകൊണ്ടുമാണ്. ഈ കുട്ടി വെറും സ്റ്റുഡന്റാണ്. പക്ഷേ മറ്റേ കുട്ടി ഡോക്ടറാണ്. ആ വ്യത്യാസം നീ മനസ്സിലാക്കണം.' ചായ കുടിച്ചിട്ട് അദ്ദേഹം കൂടുതലൊന്നും പറയാതെ എഴുന്നേറ്റുപോയി.

മൂടിക്കെട്ടിയ മനസ്സുമായി ഗിരിജാകുമാരി ഇരുന്നു. അച്ഛനും മകനും തമ്മിൽ ഇതുവരെ ഉരസലുകൾ ഒന്നും ഉണ്ടായിട്ടില്ല. കാരണം ഇതുവരെ ഏകാഭിപ്രായക്കാരായിരുന്നു രണ്ടുപേരും. പക്ഷേ, ഇത്...

ഏഴര കഴിഞ്ഞു രാഹുൽ വന്നപ്പോൾ. തൽക്കാലം ഒന്നും പറയാതിരിക്കുന്നതാണ് നല്ലതെന്ന് ഗിരിജാകുമാരിക്കു തോന്നി. ചിലപ്പോൾ അവൻ ഭക്ഷണം കഴിച്ചില്ലെന്നും വരും.

'എന്താ അമ്മയ്ക്കു സുഖമില്ലേ?' എങ്കിലും അവരുടെ മുഖത്ത് പതിവുള്ള പ്രസാദം കാണാഞ്ഞ് അയാൾ ചോദിച്ചു.

'ഒന്നുമില്ല മോനേ. നിനക്ക് വെറുതെ തോന്നുന്നതാ.'

'പക്ഷേ,മനസ്സിൽ എന്തോ ഒരു വിഷമമുണ്ട്.'

'എന്തു വിഷമം? സന്തോഷമാണ് സത്യത്തിൽ. ഇന്ന് പല്ലവിമോളുടെ അച്ഛൻ വിളിച്ചിട്ടുണ്ടാരുന്നു. അടുത്തമാസം ഇരുപത്തിയഞ്ചാം തീയ്യതി റിംഗ് എക്സ്ചേഞ്ച് നടത്തിയാലോ എന്നു ചോദിക്കാൻ.'

'എന്നിട്ട് അച്ഛനെന്തു പറഞ്ഞു?'

ആഹ്ലാദത്തോടെ അയാൾ ചോദിച്ചു.

'നമ്മൾ തയ്യാറാണെന്ന് പറഞ്ഞു. അന്ന് നിനക്കെന്തെങ്കിലും അസൗകര്യമുണ്ടോ?'

'അടുത്തമാസം ടൊന്റിഫിഫ്ത്തല്ലേ. എനിക്കന്ന് വേറെ പ്രോഗ്രാം ഒന്നുമില്ലമ്മേ. എൻഗേജ്മെന്റ് ആയതുകൊണ്ട് നമുക്ക് വളരെ കുറച്ചു പേരെ ക്ഷണിച്ചാൽ മതിയല്ലോ. ഒരാഴ്ചക്കുള്ളിൽ അതു നടക്കും.'

'ഉം.'

'മാര്യേജിന്റെ ഡേറ്റ് അന്ന് തീരുമാനിക്കേണ്ടിവരുമോ?'

'ഇല്ല.'

'പല്ലവിയുടെ എക്സാമിന്റെ ടൈംടേബിൾ വന്നുകഴിഞ്ഞുമതി മുഹൂർത്തം നോക്കുന്നത്. എക്സാം കഴിഞ്ഞാൽ ഒന്നോരണ്ടോ ആഴ്ചകൾക്കുള്ളിൽ...'

'ഉം.'

'ഞാൻ കുളിച്ചിട്ട് വരാം.'

'ശരി.'ഉല്ലാസത്തോടെ സ്റ്റെയർകേസ് ഓടിക്കയറുന്നത് നോക്കി ഗിരിജാകുമാരി നെടുവീർപ്പോടെ നിന്നു.

അയാൾ കുളി കഴിഞ്ഞ് വേഗം വന്നു.

'അച്ഛൻ കഴിച്ചോ?' പ്ലേറ്റിലേക്ക് രണ്ടു ചപ്പാത്തിയെടുത്ത് വച്ചുകൊണ്ട് രാഹുൽ ചോദിച്ചു.

'കഴിച്ചു.'

ഏഴര എന്നൊരു സമയമുണ്ടെങ്കിൽ പ്രൊഫസർ ശിവദാസ് അത്താഴം കഴിച്ചിരിക്കും. ഒമ്പതരയ്ക്ക് ഒരു ഗ്ലാസ് പാല്. പത്തുമണിക്ക് ഉറങ്ങിക്കഴിഞ്ഞിരിക്കും. രാഹുലിനൊപ്പം ഗിരിജാകുമാരിയും കഴിക്കാനിരുന്നു.

'പല്ലവി നിന്നെ വിളിക്കാറുണ്ടോ?' ഒന്നുമറിയാത്ത മട്ടിൽ ഗിരിജാകുമാരി ചോദിച്ചു.

'ഇന്നലെ വിളിച്ചിരുന്നു. അതുപറയാൻ ഞാൻ മറന്നു.'

'വിളിച്ച കാര്യം അച്ഛനറിഞ്ഞു.

'ആരു പറഞ്ഞു?'

'അച്ഛനെ പല്ലവിയുടെ അച്ഛൻ ഇന്ന് വിളിച്ചിട്ടുണ്ടായിരുന്നു.' അറിഞ്ഞ കാര്യങ്ങൾ അവർ അയാളോട് പറഞ്ഞു.

'ആദ്യമായി ആ കുട്ടി ഒരു കാര്യം പറയുമ്പോൾ ഞാൻ തടസ്സം നിൽക്കുന്നെതെങ്ങിനെ? ഞാൻ ഒരു ഇടുങ്ങിയ ചിന്താഗതിക്കാരനാണെന്ന് ആ കുട്ടിക്ക് തോന്നില്ലേ. അതുകൊണ്ട് എനിക്ക് വിരോധമില്ലെന്ന് അറിയിച്ചു.'

'പക്ഷേ, അതിനുമുമ്പ് അച്ഛനോട് ഇക്കാര്യമൊന്ന് പറയാമായിരുന്നു നിനക്ക്.'

'അവൾ ചോദിച്ചപ്പോൾ ആലോചിച്ചിട്ട് മറുപടി പറയാം എന്നു ഞാൻ പറയണമായിരുന്നോ? സ്വന്തമായി ഒരു തീരുമാനമെടുക്കാൻ കഴിവില്ലാത്തവനാണ് എന്ന് അവൾ വിചാരിക്കട്ടെന്നോ?'

'നിന്റെ തീരുമാനം അച്ഛനിഷ്ടപ്പെട്ടില്ല മോനേ. അക്കാര്യം പല്ലവിയുടെ അച്ഛനോട് പറയുകയും ചെയ്തു.'

രാഹുൽ ഞെട്ടലോടെ ഗിരിജാകുമാരിയെ നോക്കി.

'എന്താമ്മേ ഈ പറയുന്നത്. എന്റെ വാക്കിന് വിലയില്ലാതായില്ലേ. ഞാനിനി എങ്ങിനെ ആ കുട്ടിയുടെ മുഖത്ത് നോക്കും? അച്ഛനോട് ഞാൻ ആലോചിക്കാത്തത് മഹാ അപരാധമായിപ്പോയെന്നുതന്നെ ഇരിക്കട്ടെ. ഒരു വാക്ക് എന്നോട് ചോദിക്കാമായിരുന്നില്ലേ അച്ഛന്?'

ഗിരിജാകുമാരി മറുപടിയില്ലാതെ ഇരുന്നു.

'മതിയായി എനിക്ക്.' അയാൾ ഭക്ഷണം മതിയാക്കി എഴുന്നേറ്റു പോയി കൈ കഴുകി.

'രാഹുൽ...മോനേ...'

ഗിരിജാകുമാരി സങ്കടത്തോടെ വിളിച്ചു.

അതു കേൾക്കാതെ അയാൾ കോണിപ്പടി കയറി മുകളിലേക്കു പോയി. മുകളിലത്തെ വാതിൽ ഒച്ചയോടെ ആഞ്ഞടയുന്ന ശബ്ദം കേട്ടു. ഗിരിജാകുമാരി ഭയത്തോടെ ഇരുന്നു.

***

സമയം രാത്രി ഒൻപത്.

ലൈബ്രറിയിൽനിന്നെടുത്ത ബുക്കിൽനിന്ന് നോട്സ് കുറിക്കുകയായിരുന്നു പല്ലവി. ശീതൾ ഉറങ്ങിക്കഴിഞ്ഞിരുന്നു. ഹെഡ്സെറ്റ് വച്ച് പൗർണമി മൊബൈലിൽ പാട്ടുകേട്ടുകൊണ്ട് കിടക്കുന്നു.

ഹോസ്റ്റൽ നിശ്ശബ്ദം.

അപ്പോഴാണ് പല്ലവിയുടെ മേശപ്പുറത്തുവച്ചിരുന്ന മൊബേൽ വൈബ്രേറ്റ് ചെയ്തത്. അവൾ അതെടുത്തുനോക്കി.

വീട്ടിൽനിന്നാണ് വിളിക്കുന്നത്. ലാന്റ് ഫോണിൽനിന്ന്. അവൾ കോൾ എടുത്തുകൊണ്ട് എഴുന്നേറ്റു വാതിൽ തുറന്ന് ഇടനാഴിയിലേക്ക് ഇറങ്ങി.

'ഹലോ...'

'അച്ഛനാ മോളേ.'

'അച്ഛാ.'

'വന്നപ്പം ലേറ്റായി. എട്ടര കഴിഞ്ഞു. അമ്മ നേരത്തെ വിളിച്ചാരുന്നു അല്ലേ?'

'ഉം. വിളിച്ചു. റിംഗ് എക്സ്ചേഞ്ചിന്റെ ഡേറ്റ് ഫിക്സ് ചെയ്ത കാര്യം പറഞ്ഞു'

'സൺഡേ അല്ലേ. അടുത്ത കൂട്ടുകാരികളെ ഇൻവൈറ്റ് ചെയ്യണം. മാര്യേജിന് നമുക്ക് ബാക്കിയുള്ളവരെ വിളിക്കാം.'

'അതുമതിയച്ഛാ.'

'വേറൊരു കാര്യം കൂടി പറയാനാ അച്ഛൻ ഇപ്പോൾ വിളിച്ചത്.'

'എന്താണച്ഛാ?'

ബാലകൃഷ്ണൻനായരുടെ സ്വരത്തിൽ പെട്ടെന്ന് ഗൗരവം നിറഞ്ഞപ്പോൾ അവൾ ഒന്നു പേടിച്ചു.

'ഞാനിന്ന് രാഹുലിന്റെ അച്ഛനുമായി സംസാരിച്ചു. നീ മോഡലിംഗ് ചെയ്യുന്നതിനോട് അദ്ദേഹത്തിനത്ര യോജിപ്പില്ല.'

'അയ്യോ അതെന്താ?'

'അവർക്ക് അത്ര പരിചിതമല്ലാത്ത ഫീൽഡല്ലേ. ചിലപ്പോൾ അതു കൊണ്ടായിരിക്കും.'

'പക്ഷേ രാഹുലേട്ടൻ സമ്മതിച്ചതുകൊണ്ടാണ് ഞാൻ...'

'ന്യൂജനറേഷനും ഓൾഡ് ജനറേഷനും തമ്മിൽ ഒരു ഗ്യാപ്പ് ഉണ്ടെന്നല്ലേ പറയുന്നത്. അതാവും കാരണം. '

അനുരാഗിനോട് അഡ്വാൻസ് വാങ്ങിയതാണല്ലോ എന്നോർത്തപ്പോൾ അവൾക്ക് ഭീതിയുണ്ടായി. അയാളോട് ഇനി എന്തു പറയും?

'പക്ഷേ അച്ഛാ?'

'നീ ആ വീട്ടിലേക്കു ചെന്നു കയറാനുള്ള കുട്ടിയല്ലേ. ഒരാളിന്റെ പോലും ഇഷ്ടത്തിന് നമ്മൾ എതിരുനിൽക്കാൻ പാടില്ല. അതുകൊണ്ട് മോൾ ആ ആഗ്രഹം വേണ്ടെന്ന് വച്ചേക്ക്.'

പല്ലവി ഒന്നും മിണ്ടിയില്ല. ശീതളിന്റെയും പൗർണമിയുടെയും മുൻപിൽ നാണംകെടും.

'തൽക്കാലം മോൾ പഠനത്തിൽമാത്രം ശ്രദ്ധിക്ക്. ഫസ്റ്റ് ക്ലാസിൽ പാസാകണം. നിനക്ക് റാങ്ക് കിട്ടുമെന്നുതന്നെയാണ് എന്റെ പ്രതീക്ഷ. അതിൽ കുറഞ്ഞ ഒന്നും എന്റെ മോൾ ആഗ്രഹിക്കണ്ട.'

'ശരിയച്ഛാ.'

'രാഹുൽ ചോദിച്ചാൽ നിന്റെ സ്വന്തം ഇഷ്ടപ്രകാരമാണ് മോഡലിംഗിൽനിന്ന് പിൻമാറിയതെന്നു പറയണം. അവന്റെ അച്ഛൻ കുറ്റക്കാരനാകണ്ട കേട്ടോ.'

'ഉം.'

'ഗുഡ്നൈറ്റ് മോളേ.'

'ഗുഡ്നൈറ്റ് അച്ഛാ.'

ബാലകൃഷ്ണൻനായർ കോൾ കട്ട് ചെയ്തു. പല്ലവി കോറിഡോറിൽത്തന്നെ നിശ്ചലയായി നിന്നു. പരസ്യചിത്രത്തിൽ അഭിനയിക്കണമെന്ന് അത്ര വലിയ മോഹമൊന്നുമില്ല. ഒരു അഭ്യർത്ഥന വന്നപ്പോൾ സ്വീകരിച്ചെന്നുമാത്രം.

പക്ഷേ ഇത്രയും മുമ്പോട്ടു പോയ സ്ഥിതിക്ക് ഇനി ഒരു പിന്മാറ്റം. പലരുടെയും പരിഹാസത്തിനും കുറ്റപ്പെടുത്തലിനും കാരണമാകും. അവൾ മെല്ലെ റൂമിലേക്കു കയറിച്ചെന്നു. ഭാഗ്യത്തിന് പൗർണമിയും ഉറങ്ങിക്കഴിഞ്ഞിരുന്നു.

ടേബിൾലാംപിന്റെ വെളിച്ചത്തിൽ അവൾ വീണ്ടും വായിക്കാനിരുന്നെങ്കിലും കണ്ണുകൾക്കുമുമ്പിൽ അക്ഷരങ്ങൾ ഒളിച്ചുകളിച്ചു. വായിച്ചതൊന്നും തലയിലേക്കു കയറിയതുമില്ല. ലൈറ്റണച്ച് അവൾ ഉറങ്ങാൻ കിടന്നു. പക്ഷേ തിരിഞ്ഞും മറിഞ്ഞും കിടന്നതല്ലാതെ ഉറക്കം വന്ന് കണ്ണുകളെ തഴുകാതെ മാറിനിന്നതേയുള്ളു. ഒരു കാര്യം അവൾ തീരുമാനിച്ചു. നാളെ അനുരാഗിനെ കണ്ട് ചെക്ക് തിരിച്ചേൽപ്പിക്കണം. അല്ലാതെ ഇനി മനഃസമാധാനം കിട്ടുകയില്ല.

രാവിലെ അനുരാഗ് ഉണർന്നപ്പോൾ മണി എട്ട്. കണ്ണുതുറന്ന് അവൻ പിന്നെയും കുറേനേരം വെറുതെ കിടന്നു.

ഇന്നലെ രാത്രി എത്ര മണിക്കാണ് ഉറങ്ങാൻ കിടന്നത്? അവൻ ഓർക്കാൻ ശ്രമിച്ചു. രേണുകുമാറിന്റെ ഗസ്റ്റ് ഹൗസിലെ പാർട്ടി അവസാനിച്ചത് രാത്രി ഒരുമണിക്കായിരുന്നു. നാല് ആണുങ്ങൾ, മൂന്നുപെണ്ണുങ്ങൾ. നല്ല രസമായിരുന്നു.

രേണുകുമാർ ടൗണിലെ ഏറ്റവും വലിയ ജ്വല്ലറി ഷോപ്പിന്റെ ഉടമയുടെ മകനാണ്. രസികൻ. കാണാൻ സുന്ദരൻ. നല്ലതുപോലെ ഹിന്ദി സിനിമാഗാനങ്ങൾ പാടും. ഹൈദരാബാദിൽനിന്നും വിജയവാഡയിൽനിന്നും അവൻ സുന്ദരികളെ വരുത്തും. പാർട്ടി കഴിഞ്ഞുവന്നപ്പോൾ രണ്ടുമണിയായിക്കാണും. എത്ര വൈകിയാലും ഒന്നും പറയാതെ സുമിത്രാന്റി വാതിൽ തുറന്നുതരും. അമ്മ അറിയുകയുമില്ല.

സുമിത്രാന്റിക്ക് നല്ലൊരു വീടു വാങ്ങിക്കൊടുക്കണം. ബാങ്കിൽ ആവശ്യത്തിന് പണവും ഇട്ടുകൊടുക്കണം. പക്ഷേ ഈ വീടുവിട്ട് അവർ എങ്ങോട്ടും പോവുകയില്ല. അവർക്ക് ബന്ധുക്കളാരും ഇല്ല.

പെട്ടെന്നാണ് ബെഡ്ഡിൽ കിടന്നിരുന്ന മൊബൈലിൽ ഒരു കോൾ വന്നത്. അവൻ കൈനീട്ടി അതെടുത്തു. പല്ലവി കോളിംഗ്. അവന് അത്ഭുതം തോന്നി. ഇത്ര രാവിലെ അവൾ എന്തിനാണ് വിളിക്കുന്നത്.

'ഗുഡ്മോണിംഗ് പല്ലവി.'

അവൻ സന്തോഷത്തോടെ കോൾ എടുത്തു.

'ഗുഡ്മോണിംഗ്. ഞാനിപ്പോൾ വിളിച്ചത് എനിക്ക് അത്യാവശ്യമായി ഒന്നു കാണണമായിരുന്നു.' അവൾ പറഞ്ഞു.

'എന്നെയോ?'

'അതെ.'

'എന്താണ് കാര്യം?' അവൻ ആകാംക്ഷയോടെ ചോദിച്ചു.

'ഫോണിൽ പറയാൻ പറ്റില്ല. നേരിട്ടു കാണണം.'

'നിർബന്ധമാണോ?' അവൻ വെറുതെ ചോദിച്ചു.

'അതെ.'

'നാളെ കണ്ടാൽ മതിയോ?'

അതും അവന്റെ ഒരു നമ്പർ ആയിരുന്നു. കാണാനുള്ള ആഗ്രഹത്തിന്റെ അളവറിയാൻ ഇന്നുതന്നെ കാണണം എന്നു പറഞ്ഞാൽ അതിന്റെയർത്ഥം...

'പോരാ. ഇന്നുതന്നെ കാണണം.' അവൾ പറഞ്ഞു.

'ഞാനിപ്പോൾ ടൗണിൽ ഇല്ല.'

'പിന്നെ എവിടെയാണ്?' അവൾ ചോദിച്ചു.

'കുറച്ചുദൂരത്താണ്.' അവൻ നുണ പറഞ്ഞു.

'ഇന്നു വരില്ലേ?'

'വരും.'

'എപ്പോൾ?'

'ഉച്ച കഴിയും.'

'ഇന്ന് എപ്പോഴെങ്കിലും എനിക്ക് കാണണം. നാലുവരെ കോളേജിൽ കാണും. അതുകഴിഞ്ഞാൽ ഹോസ്റ്റലിൽ.' അവൾ പറഞ്ഞു.

'പല്ലവി പറഞ്ഞാൽ എനിക്ക് വരാതിരിക്കാൻ പറ്റില്ല. ഞാൻ വരും. കാണാൻ.'

'വരുംമുമ്പ് ഒന്നു വിളിക്കണേ.'

'വിളിക്കാം.'

'ശരി. ഞാനിപ്പോൾ കോളേജിൽ പോകാൻ റെഡിയാവുകയാണ്.'

'എങ്കിൽ ഞാൻ സമയം കളയുന്നില്ല. പിന്നെക്കാണാം.'

അവൾ കോൾ കട്ട് ചെയ്തു.

'അനുരാഗിന് പുതിയ ഉന്മേഷം തോന്നി. അവൾ തന്നെക്കാണാൻ ആഗ്രഹിക്കുന്നു. കാത്തിരിക്കാൻ വയ്യ. ഇന്നുതന്നെ കാണണമെന്ന്. പെൺകുട്ടികൾ ഇങ്ങനെയാണ്. ഇഷ്ടം തലയ്ക്കു പിടിച്ചാൽ പിന്നെ ക്ഷമ ഒട്ടുമില്ല. കാണണം...കാണണം എന്ന് ഒരേ ചിന്തയേയുള്ളൂ. വൈകുന്നേരം കാണാം. ഹോസ്റ്റലിൽ ചെന്നിട്ട്. അതുവരെ അവൾ പ്രേമത്താൽ മനസ്സുരുകി ഇരിക്കട്ടെ. അവൻ മൊബൈൽ നോക്കിയപ്പോഴാണ് ആറ് മിസ്ഡ് കോളുകൾ കണ്ടത്. ആറും രേഖയുടേതാണ്. രാത്രി മുഴുവൻ ഓരോ മണിക്കൂർ ഇടവിട്ട് അവൾ വിളിച്ചിരിക്കുന്നു.

പെണ്ണിന് ഭ്രാന്താണ്.

അന്ന് സിനിമകണ്ട് തിയേറ്ററിൽനിന്ന് പോരുമ്പോൾ റോഡിലിറക്കി വിട്ടശേഷം രേഖയെ കാണാൻ കൂട്ടാക്കിയിട്ടില്ല. വിളിച്ചു വിളിച്ച് മടുത്ത് അവൾ ഒഴിഞ്ഞുപോകുമെന്നായിരുന്നു അവന്റെ വിചാരം. പക്ഷേ,

പോകുന്ന മട്ടില്ല. അവൻ രേഖയെ വിളിച്ചു. ഉടൻതന്നെ അവൾ കോളെടുത്തു.

'അനൂ ഞാൻ നിന്നെ ഒരായിരം തവണയെങ്കിലും വിളിച്ചുകാണും. നീയെന്താ ഫോണെടുക്കാത്തത്? എന്നെ അത്രയ്ക്ക് വെറുത്തോ നീ? പ്ലീസ് എന്നെ ഉപേക്ഷിക്കല്ലേ. നിനക്കിഷ്ടമില്ലാത്തതൊന്നും ഞാൻ ചെയ്യത്തില്ല. സത്യമാ പറയുന്നേ.'

അവൾ നിർത്താതെ സംസാരിക്കാൻ തുടങ്ങി.

'നിന്നെ ഞാൻ ഉപേക്ഷിച്ചിട്ടൊന്നുമില്ല. പക്ഷേ, നിന്റെ ചില നേരത്തെ പെരുമാറ്റം. അതെനിക്ക് സഹിക്കാൻ കഴിയില്ല.' അവൻ പറഞ്ഞു.

'സോറി സോറി സോറി. ഇനി അങ്ങനൊന്നും എന്റെ ഭാഗത്തുനിന്ന് ഉണ്ടാകത്തില്ല. എന്നോട് ക്ഷമിക്കൂ. പ്ലീസ് ' അവൾ അപേക്ഷിച്ചു.

'ഓക്കെ. ഇപ്പം ഞാൻ ബിസിയാ. പിന്നെ വിളിക്കാം.'

'വിളിക്കണേ...ഞാൻ കാത്തിരിക്കും.'

അവൻ കോൾ കട്ട് ചെയ്തു.

അന്നുവൈകുന്നേരം കുളിച്ച് ഭംഗിയായി വേഷം ധരിച്ച് അനുരാഗ് കാറെടുത്ത് വിമലാകോളേജിന്റെ വിമൻസ് ഹോസ്റ്റലിലേക്ക് യാത്ര തിരിച്ചു. ഡ്രൈവ് ചെയ്യുന്നതിനിടയിൽ അവൻ പല്ലവിയെ വിളിച്ചു.

'ഞാൻ ഹോസ്റ്റലിലേക്ക് വന്നുകൊണ്ടിരിക്കുകയാണ്.'

'ഓക്കെ. വിസിറ്റേഴ്സ് റൂമിൽ ഇരുന്നാൽ മതി. വന്നിട്ട് ഒരു മിസ്ഡ് കോൾ തരണം. ഞാനിറങ്ങിവരാം.' അവൾ പറഞ്ഞു.

'ഓക്കെ.'

ഹോസ്റ്റലിൽ ചെന്ന് വെളിയിൽ കാർ പാർക്ക് ചെയ്ത ശേഷം അവൻ മൊബൈൽ എടുത്ത് ഒരു മിസ്ഡ് കോൾ കൊടുത്തു. എന്നിട്ട് വിസിറ്റേഴ്സ് റൂമിൽ ചെന്ന് ഇരുന്നു. ഒഴിഞ്ഞ കസേരകൾ അല്ലാതെ അവിടെ വേറാരും ഉണ്ടായിരുന്നില്ല.

അനുരാഗ് ഒരു കസേരയിൽ ഇരുന്നു. ഒരു നിമിഷം കഴിഞ്ഞപ്പോൾ കൈയിൽ ഒരു ബുക്കുമായി പല്ലവി വന്നു. പൂക്കളുടെ പ്രിന്റുള്ള ഇറക്കമുള്ള സ്കേർട്ടും വയലറ്റ് നിറമുള്ള നീളൻ ബ്ലൗസുമായിരുന്നു അവളുടെ വേഷം. അവളുടെ സൗന്ദര്യം കണ്ട് അവൻ ഒന്ന് വിസ്മയിച്ചു. പല്ലവി അടുത്തുവന്നപ്പോൾ അവൻ എണീറ്റു.

'ഒരു ക്ഷമാപണം പറയാൻ വേണ്ടിയാണ് കാണണം എന്ന് ഞാൻ പറഞ്ഞത്.' ഖേദഭാവത്തിൽ അവൾ പറഞ്ഞു.

'എന്തിനാ ക്ഷമാപണം?'

'ആഡ് ഫിലിമിൽ അഭിനയിക്കാൻ പറ്റില്ല.'

'അതെന്താ?' ഞെട്ടലോടെ അവൻ ചോദിച്ചു.

'വീട്ടിൽനിന്ന് സമ്മതം കിട്ടിയില്ല. അതായത് എന്റെ അച്ഛനും അമ്മയും. ഇതാ ചെക്ക്.' നോട്ടുബുക്കിൽനിന്ന് ചെക്ക് എടുത്ത് അവൾ നീട്ടി.

'അവരോട് സമ്മതം ചോദിക്കാതെയാണോ അഡ്വാൻസ് വാങ്ങിച്ചത്.' അവൻ ചെക്ക് വാങ്ങാൻ കൂട്ടാക്കിയില്ല.

'അവർ സമ്മതിക്കുമെന്ന് വിചാരിച്ചു.'

അനുരാഗ് കുറ്റപ്പെടുത്തുന്ന മട്ടിൽ അവളെ ഒന്നു നോക്കി.

'ഇത് വിശ്വാസവഞ്ചനയാണ്. അഡ്വാൻസ് മേടിച്ചിട്ട് പിൻമാറാൻ പറ്റില്ല. ഫിലിം എടുക്കാൻവേണ്ടി പലർക്കും ഞാൻ അഡ്വാൻസ് കൊടുത്തുകഴിഞ്ഞു. ഹോട്ടലുകൾബുക്കു ചെയ്തു. ടെക്നീഷ്യൻമാർക്ക് വരാൻ മുംബൈയിൽനിന്ന് എയർടിക്കറ്റ് ബുക്ക് ചെയ്തു. പത്തുപതിനഞ്ചു ലക്ഷം എനിക്ക് ചെലവായിക്കഴിഞ്ഞു. '

പല്ലവി അമ്പരന്ന് അവനെ നോക്കി.

'പിൻമാറിയാൽ അത്രയും നഷ്ടപരിഹാരം തരേണ്ടിവരും എനിക്ക്. അല്ലെങ്കിൽ കോടതി കയറ്റും. ഞാൻ തന്ന ചെക്ക് ഞാൻ തിരിച്ചുവാങ്ങിക്കില്ല.'

ഇരുപത്തിനാലു മണിക്കൂർ ഞാൻ കാക്കും. അനുകൂലമായ മറുപടി കിട്ടിയില്ലെങ്കിൽ ഞാൻ കേസ് ഫയൽ ചെയ്യും.'

അവളെ രൂക്ഷഭാവത്തിൽ ഒന്ന് നോക്കിയിട്ട് അനുരാഗ് പുറത്തേക്ക് തിടുക്കത്തിൽ നടന്നു.

അവന്റെ കാർ സ്റ്റാർട്ട് ചെയ്യുന്ന ശബ്ദം കേട്ട് അവൾ സ്തബ്ധയായി നിന്നു.

ഒൻപത്

ഡ്രൈവിംഗ് ചെയ്യുന്നതിനിടയിൽ പീയുഷ് മുഖം തിരിച്ച് അനുരാഗിനെ ഒന്നു നോക്കി. ചിന്തയിൽ മുഴുകിയിരിക്കുകയായിരുന്നു അവൻ.

കാർ സക്കറിയ ബസാറിലെത്തി.

'ഇനിയെങ്ങോട്ടാ?' ക്ഷമ നശിച്ച് പീയുഷ് ചോദിച്ചു.

'നേരെ വിട്.' അനുരാഗ് പറഞ്ഞു.

'നേരെ എങ്ങോട്ട്?'

'നീ വണ്ടിയോടിക്കടാ.' അനുരാഗിന് അരിശം വന്നു. ഒന്നും പറ

യാതെ പീയുഷ് കാർ മുന്നോട്ടുതന്നെ വിട്ടു. കഴിഞ്ഞ അരമണിക്കൂറായി വണ്ടി ഓടുകയാണ്. ആലപ്പുഴപട്ടണം ഒരുതവണ ചുറ്റിക്കഴിഞ്ഞു.

വൈകുന്നേരം അനുരാഗ് വിളിച്ചപ്പോൾ പീയുഷ് ഓഫീസിലായിരുന്നു.

'ഞാനങ്ങോട്ട് വരികയാണ്. നീ വെളിയിലിറങ്ങിനിൽക്കണം.'

അനുരാഗ് പറഞ്ഞു.

'ശരിയെടാ.'

പീയുഷ് വെളിയിലേക്ക് വന്ന് കാർ പോർച്ചിൽ കാത്തുനിന്നു. അല്പനേരം കഴിഞ്ഞപ്പോൾ അനുരാഗ് വന്നു.

'നീ ഡ്രൈവ് ചെയ്യ്. എനിക്ക് ഒരു സുഖം തോന്നുന്നില്ല.' കാറിൽനിന്നിറങ്ങി അവൻ പറഞ്ഞു.

'ഡ്രൈവിംഗ് സീറ്റിൽ പീയുഷ് ഇരുന്നു. ഇടതുവശത്തെ സീറ്റിൽ അനുരാഗും.

'എങ്ങോട്ടാ പോകേണ്ടത്?'

'നീ വണ്ടിയെടുക്ക്. പറയാം.'

അനിഷ്ടകരമായ എന്തോ സംഭവിച്ചിട്ടുണ്ടെന്ന് അവന്റെ മുഖം കണ്ടപ്പോൾ പീയുഷിന് തോന്നാതിരുന്നില്ല. മുഖം വിങ്ങിച്ചുവന്ന്...കണ്ണുകൾ കലങ്ങി....

'എന്തുപറ്റി നിനക്ക്?' വണ്ടിയോടിക്കുന്നതിനിടയിൽ പീയുഷ് തിരക്കി

'ഞാൻ ഹോസ്റ്റലിൽ ചെന്ന് അവളെ കണ്ടിട്ടു വരുവാ. ചെല്ലാൻ പറഞ്ഞിട്ടാ പോയത്.'

'എന്നിട്ട്?'

'അവൾ കാലുമാറി.'

അപ്പോൾ അതാണു കാര്യം. പല്ലവിയുടെ പിൻമാറ്റം. അനുരാഗിന്റെ പ്രതീക്ഷയ്ക്കു കനത്ത അടിയായിരുന്നു.

അന്നേരം തുടങ്ങിയ യാത്രയാണ്. പീയുഷ് കൂടുതൽ ഒന്നും ചോദിച്ചില്ല. അവൻ ഒന്നും പറഞ്ഞതുമില്ല.

വണ്ടി കനാൽ റോഡിലെത്തി.

'ഇനിയെങ്ങോട്ടാ?' പീയുഷ് ചോദിച്ചു.

'ബീച്ചിലേക്ക് പോകാം.'

കാർ ഇടത്തേക്ക് തിരിഞ്ഞു.

'കോഫി വേണോ?' പീയുഷ് ചോദിച്ചു.

'വേണ്ടാ.'

പോകുന്ന വഴിക്കാണ് മിഠായിവാലാ സുലൈമാൻ ഭായിയുടെ കോഫി

ഷോപ്പ്. ഇടയ്ക്കൊക്കെ അവർ അവിടെച്ചെന്ന് കോഫി കുടിക്കാറുണ്ട്. ഒരുപക്ഷേ, ബീച്ചിൽ ചെന്ന് കടൽ കണ്ട് കുറച്ചുനേരം തണുത്ത കാറ്റേറ്റാൽ അവന്റെ ഉള്ളിലെ ചൂടിന് ശമനം കിട്ടുമായിരിക്കും. ലൈറ്റ് ഹൗസിന് അടുത്തെത്തിയപ്പോൾ റോഡിൽ ചെറിയ ആൾക്കൂട്ടം. ബൈക്ക് ആക്സിഡന്റാണെന്ന് പീയുഷിന് മനസ്സിലായി. ഒരു ആംബുലൻസ് ചീറിപ്പാഞ്ഞ് പോവുകയും ചെയ്തു.

ബീച്ച് പോലീസ് സ്റ്റേഷന്റെ മുന്നിലെത്തിയപ്പോൾ അവൻ കാറിന്റെ വേഗം കുറച്ചു.

'ബീച്ചിൽ പോയി ഇരിക്കാൻ നിനക്ക് പ്ലാനുണ്ടോ?' പീയുഷ് ചോദിച്ചു

'ഇല്ല.' അനുരാഗ് പറഞ്ഞു.

അവനെക്കൊണ്ട് സംസാരിപ്പിക്കണം. എങ്കിലേ ഉള്ളിലുള്ളത് പുറത്തുവരൂ. അപ്പോൾ അല്പം ആശ്വാസം കിട്ടും.

'എനിക്ക് നല്ല വിശപ്പുണ്ട്. നമുക്ക് പോയി പിസ്സ തിന്നാലോ?'

പീയുഷ് ചോദിച്ചു.

'ഉം.' അനുരാഗ് മൂളി.

പിസ്സ കിട്ടുന്ന ഒരു ഷോപ്പുണ്ട് ബീച്ചിൽ. കാർ അതിന്റെ മുന്നിൽ ചെന്നുനിന്നു.

വലിയ തിരക്കില്ലായിരുന്നു ഷോപ്പിൽ. ഒഴിഞ്ഞ രണ്ട് സീറ്റ് കണ്ടുപിടിച്ച് അവർ അഭിമുഖമായി ഇരുന്നു. രണ്ട് പിസ്സക്ക് പീയുഷ് ഓർഡർ കൊടുത്തു. അതു കിട്ടാൻ അല്പസമയം എടുക്കും. അതുവരെ...

'അവൾ അഡ്വാൻസ് തുക തിരിച്ചുതന്നോ?' പീയുഷ് സംസാരത്തിന് തുടക്കമിട്ടു.

'ചെക്ക് തിരിച്ചുതരാൻ ഒരു ശ്രമം നടത്തി. പക്ഷേ ഞാൻ മേടിച്ചില്ല.'

അനുരാഗ് പറഞ്ഞു.

'അതെന്താ?'

'ചെക്ക് തിരിച്ചുമേടിച്ചാൽ അതോടെ അവളുടെ ബാധ്യത തീർന്നില്ലേ. അതു പാടില്ല. കുറെ ചുറ്റിക്കണം എനിക്കവളെ.'

'എങ്ങിനെ?'

'അവൾ പിന്മാറിയാൽ എനിക്ക് വലിയ നഷ്ടമുണ്ടാകുമെന്ന് ഞാൻ പറഞ്ഞു. പത്തുപതിനഞ്ച് ലക്ഷം രൂപ...അത് അവൾ തരേണ്ടിവരുമെന്ന് പറഞ്ഞ് പേടിപ്പിച്ചിട്ടുണ്ട്.'

'നിനക്കെന്തു ചെലവ്?'

'മെൻഡസ് അങ്കിളിനും പുഷ്പാമാഡത്തിനുമൊക്കെ അഡ്വാൻസ് കൊടുത്തുകഴിഞ്ഞു എന്നാണ് പറഞ്ഞത്. ഇനി അതൊന്നുംതിരിച്ചുകി

ട്ടത്തില്ലെന്നും.'

'നീ കണ്ടിട്ടുള്ള മറ്റ് പെൺകുട്ടികളെപ്പോലെ അത്ര വിഡ്ഢിയൊന്നുമല്ല പല്ലവി. അവൾ പുഷ്പാ മാഡത്തെ വിളിച്ചു ചോദിച്ചാൽ സംഗതി പൊളിയില്ലേ. നിന്റെ തരികിടയ്ക്കൊന്നും കൂട്ടുനിൽക്കുകയില്ല മാഡം.'

'എന്നാലും അവൾ ഒന്ന് പേടിച്ചിട്ടുണ്ട്. നാളെ ഞാനവളെ വിളിച്ച് ഒരു കോംപ്രമൈസ് ടോക്ക് നടത്തും. ഹൗസ് ബോട്ടിൽ എന്നോടൊപ്പം ഒരു ഉല്ലാസയാത്ര. അവൾ സമ്മതിക്കും.'

'കണ്ടറിയണം.'

പിസ്സ വന്നു. രണ്ടുപേരും അതു കഴിക്കാൻ തുടങ്ങി.

സന്ധ്യയാവുകയായിരുന്നു. ഓറഞ്ച് നിറമുള്ള വലിയ സൂര്യൻ അറബിക്കടലിലേക്ക് മുങ്ങി. മാനത്ത് ചുവന്ന മേഘങ്ങൾ മാത്രം അവശേഷിച്ചു. വൈദ്യുതദീപങ്ങൾ തെളിഞ്ഞു. എന്നിട്ടും ബീച്ചിലെ ആളൊഴിഞ്ഞില്ല.

അവർ ഭക്ഷണം കഴിച്ചു കഴിയാറായപ്പോൾ അനുരാഗിന്റെ മൊബൈലിൽ ഒരു കോൾ വന്നു. അവൻ അതെടുത്തുനോക്കിയപ്പോൾ പരിചയമില്ലാത്ത ഒരു നമ്പറാണ്.

'ഹലോ' അവൻ ഒന്ന് മടിച്ചെങ്കിലും കോൾ എടുത്തു.

'അനൂ ഇതു ഞാനാ...പ്രസീദ.' മണി കിലുങ്ങുന്ന സ്വരത്തിൽ ഒരു പെൺകുട്ടി പറഞ്ഞു.

പ്രസീദ നമ്പ്യാർ. പെട്ടെന്ന് അവന് അവളെ ഓർമ്മ വന്നു. കൂത്തുപറമ്പുകാരി സുന്ദരി. സെന്റ് ജോസഫ്സ് കോളേജിൽ ഡിഗ്രിക്കു പഠിച്ചവൾ. ഒരു കൊല്ലംമുമ്പ് ജാർഖണ്ഡിലെ ഏതോ ഒരു കോളേജിൽ അഡ്മിഷൻ കിട്ടി പോയവൾ. കുറേനാൾ അവന്റെ കൂട്ടുകാരിയായിരുന്നു പ്രസീദ.

'നീയിപ്പോൾ എവിടാണ്?' അനുരാഗ് ചോദിച്ചു.

'ഞാനിവിടെ ധൻബാദിലാണ്. അടുത്തമാസം ഇരുപത്തിയഞ്ചാം തീയ്യതി ഞാനവിടെ വരുന്നുണ്ട്.' അവൾ ഉത്സാഹത്തോടെ പറഞ്ഞു.

'എന്താണ് വിശേഷം?'

'നിന്നെ കാണാൻ. അല്ലാതെന്തിനാ ഞാൻ ഇവിടുന്ന് ആലപ്പുഴയിൽ വരുന്നത്?' അവൾ ചോദിച്ചു.

'അതൊന്നുമല്ല. കാര്യം പറ നീ.'

'എന്റെ കൂടെയുണ്ടായിരുന്ന ഒരു രാജശ്രീയെ നിനക്ക് ഓർമ്മയുണ്ടോ? നീയവളെ കണ്ടിട്ടുണ്ട്. ഇരുപത്തിമൂന്നാംതീയ്യതി അവളുടെ മാര്യേജ്. ഗുരുവായൂരിൽവച്ച്. ഇരുപത്തിയഞ്ചാം തീയ്യതി ചേർത്തല ഹെറിറ്റേജ്

ഹോട്ടലിൽ വെച്ച് റിസപ്ഷൻ.'

രാജശ്രീയെ അവന് ഓർമ്മ വന്നില്ല.

'ഇരുപത്തിമൂന്നാംതീയ്യതി ഗുരുവായൂരിൽ വന്ന് മാര്യേജിൽ പങ്കെടുത്തിട്ട് എനിക്കു വേണമെങ്കിൽ പോകാമായിരുന്നു. പക്ഷേ, ഞാൻ റിസപ്ഷന്റെ അന്നേ വരുന്നുള്ളൂ. എന്തിനാണെന്നറിയാമോ...നിന്നെ കാണാൻ. നിന്റെ കൂടെ ഒരുദിവസം കഴിയാൻ.'

'വെരിഗുഡ്. നിന്നെ കാണാദൻ എനിക്കും കൊതിയുണ്ട്.'

അവൻ പറഞ്ഞു.

'അന്നുരാവിലെ അവിടെയെത്തും. വൈകുന്നേരമാണ് റിസപ്ഷൻ. അതു കഴിഞ്ഞ് നിനക്ക് എന്നെ എങ്ങോട്ട് വേണമെങ്കിലും കൊണ്ടു പോകാം. പക്ഷേ, പിറ്റേന്നുള്ള ധൻബാദ് എക്സ്പ്രസ്സിൽ എന്നെ കയറ്റിവിടണമെന്നുമാത്രം.' അവൾ പറഞ്ഞു.

'ഡോണ്ട് വറി. അതു ഞാനേറ്റു.' അവൻ സമ്മതിച്ചു.

'ഈ നമ്പർ സേവ് ചെയ്യണേ. സമയം കിട്ടുമ്പോൾ വിളിക്കണം.'

'ശരി. വരുമ്പോൾ കാണാം. ബൈ.' അവൻ പറഞ്ഞു.

'ബൈ.' അനുരാഗ് കോൾ കട്ട് ചെയ്തിട്ട് പുഞ്ചിരിയോടെ പീയുഷിനെ നോക്കി.

'ആരാണെന്ന് മനസ്സിലായോ?'

'ഇല്ല.'

'പ്രസീദയെ ഓർമ്മയുണ്ടോ നിനക്ക്? പൂച്ചക്കണ്ണുള്ള സുന്ദരി.'

'ഉം.' പീയുഷ് തലകുലുക്കി.

അവളെ കുറെനാൾ അനുരാഗ് കൊണ്ടുനടന്നിട്ടുണ്ട്. മതിവരുംമുമ്പേ അവൾ പഠനം കഴിഞ്ഞ് നാടുവിട്ടു.

'അവൾ അടുത്തമാസം വരുന്നുണ്ട്. എനിക്കുവേണ്ടി ഒരു രാത്രി അവൾ മാറ്റിവച്ചിരിക്കുന്നു. സ്വീറ്റ് ഗേൾ.'

'അപ്പോൾ പല്ലവിയെ കിട്ടാത്തതിന്റെ സങ്കടം മാറിയല്ലോ.'

'ഇല്ല. അവൾ മധുരമുള്ള ഒരു വേദനയായി ഞാൻ മരിക്കുംവരെ എന്റെ മനസ്സിൽ കിടക്കും. ഇപ്പോൾ അത് ശാരീരികമായ ഒരു ആകർഷണം മാത്രമല്ല പീയുഷ്, ഞാനവളെ സ്നേഹിച്ചുതുടങ്ങിയിരിക്കുന്നു.'

'എത്രയോ പെൺപിള്ളേരെ നീ അങ്ങനെ സ്നേഹിച്ച് ഉപേക്ഷിച്ചിട്ടുണ്ട്.' പീയുഷ് പരിഹസിച്ചു.

'ഇത് അതുപോലെയല്ല. പ്രലോഭനത്തിൽ വീഴാത്ത പെണ്ണാ. അവൾ എന്നെപ്പോലെ ഒരു പയ്യൻ കല്യാണമാലോചിച്ചു ചെന്നാൽ വേറേത് പെണ്ണായിരുന്നെങ്കിലും അച്ഛനെയും അമ്മയെയും കൊണ്ട് സമ്മതിപ്പി

ച്ചേനെ. പക്ഷേ, ഇവൾ എന്റെ സ്വത്തിലോ സൗന്ദര്യത്തിലോ വീഴുന്നവ ളല്ല.'

നേരം ഇരുട്ടിക്കഴിഞ്ഞിരുന്നു.

'വാ നമുക്കു പോകാം.' തിരികെ കാറോടിച്ചത് അനുരാഗാണ്.

വൈദ്യുതിവിളക്കുകൾ വെളിച്ചം പരത്തുന്ന ബീച്ച് റോഡിലൂടെ കാർ ഒരു സ്വപ്നത്തിലെന്നപോലെ ഓടിച്ചുപ്പോയി.

***

അത്താഴം കഴിക്കാൻ മെസ്സിൽ പോയെങ്കിലും ഒന്നും കഴിക്കാൻ തോന്നിയില്ല പല്ലവിക്ക്. അനുരാഗ് വന്നിട്ടു പോയശേഷം അവൾക്ക് മനഃസ്സമാധാനം നഷ്ടപ്പെട്ടിരുന്നു.

നഷ്ടപരിഹാരം വേണമെന്ന് പറഞ്ഞ് വക്കീൽ നോട്ടീസ് വന്നാൽ ആകെ നാണക്കേടാകും. ചെക്ക് വാങ്ങിയ കാര്യം വീട്ടിൽ പറഞ്ഞിട്ടില്ല. അതൊരു തെറ്റായിപ്പോയി.

'അതിന് നീയെന്തിനാടീ വിഷമിക്കുന്നേ? അയാൾ വക്കീൽ നോട്ടീസ് അയക്കട്ടെ. നമുക്ക് വേറൊരു വക്കീലിനെക്കൊണ്ട് മറുപടി കൊടുപ്പി ച്ചാൽ പോരേ?' പൗർണമി അവളെ സമാധാനിപ്പിച്ചു.

'പക്ഷേ അയാൾ നല്ല പബ്ലിസിറ്റി കൊടുക്കും. കോളേജിൽ എല്ലാ വരും അറിയും. അതോടെ നിന്റെ മാനം പോകും. അതിലും നല്ലത് നീ പോയി അഭിനയിക്കുന്നതാ. എടീ അഞ്ചുലക്ഷം എന്നുപറയുന്നത് നിസ്സാര സംഖ്യയൊന്നുമല്ല. നീയത് വിടരുത്.' ശീതൾ ഉപദേശിച്ചു.

'തെറ്റ് എന്റെ ഭാഗത്താണ്. ഞാൻ വാക്കുകൊടുക്കാൻ പാടില്ലായിരു ന്നു. അഡ്വാൻസ് വാങ്ങരുതായിരുന്നു. അതുകൊണ്ടല്ലേ അയാൾക്ക് വലിയ നഷ്ടമുണ്ടായത്. ഞാനാണ് തെറ്റുകാരി.'

'നിന്റെ ശുദ്ധമനസ്സുകൊണ്ടാണ് ഇങ്ങനെയൊക്കെ നീ ചിന്തിക്കുന്ന ത്. നീ അങ്ങോട്ട് വലിഞ്ഞുകേറി ചെന്നതൊന്നുമല്ലല്ലോ. അയാൾ വന്ന് കാലുപിടിച്ചതല്ലേ. നഷ്ടം അയാൾ സഹിക്കട്ടെ. തന്നേമല്ല വീട്ടിൽനിന്ന് പെർമിഷൻ കിട്ടാൻ സാധ്യതയില്ലെന്ന് നീ മുന്നറിയിപ്പ് കൊടുത്തതല്ലേ?'

അവൾക്കുവേണ്ടി പൗർണമി വാദിച്ചു. പോംവഴി തേടാൻ ഒരേയൊ രാളെയുള്ളെന്ന് പല്ലവിക്കു തോന്നി.

രാഹുൽ.

അവൾ സമയം നോക്കി. എട്ടരമണി. ഈ നേരത്ത് വീട്ടിൽ വന്നു കാണാതിരിക്കുമോ?

അവൾ മൊബൈൽ എടുത്ത് രാഹുലിനെ വിളിച്ചു. പെട്ടെന്നുതന്നെ

അയാൾ കോൾ എടുത്തു.

'എന്താ പല്ലവീ?' അയാളുടെ സ്വരത്തിൽ അത്ഭുതം കലർന്നിരുന്നു.

ഈ നേരത്ത് വിളിച്ചതുകൊണ്ടായിരിക്കാം അതെന്ന് അയാൾക്കു തോന്നി.

'വീട്ടിൽ വന്നോ?'

'അരമണിക്കൂറായി. കുളി കഴിഞ്ഞു. ഇനി ഫുഡ് കഴിക്കാനുള്ള തയ്യാറെടുപ്പിലാ.' അയാൾ സന്തോഷത്തോടെ പറഞ്ഞു.

'എനിക്ക്...എനിക്കൊരു കാര്യം സംസാരിക്കാനുണ്ടായിരുന്നു.'

'അതിനെന്താ പറയൂ. എനിക്ക് ഇഷ്ടംപോലെ സമയമുണ്ട്.'

'ഞാൻ ഒരു ആഡ് ഫിലിമിന്റെ കാര്യം പറഞ്ഞിരുന്നില്ലേ...'

'ഞാനങ്ങോട്ട് വിളിച്ച് സോറി പറയാനിരിക്കുകയായിരുന്നു. അതു വേണ്ടെന്ന് വച്ചു അല്ലേ? നമ്മുടെ പാരന്റ്സിന് അത്ര അംഗീകരിക്കാൻ പറ്റാതെ പോയി.' അയാൾ ഖേദത്തോടെ പറഞ്ഞു.

'അതു സാരമില്ല രാഹുലേട്ടാ. എനിക്ക് അക്കാര്യത്തിൽ ഒരു വിഷമവും ഇല്ല. വെറുതെ ഒരു രസം തോന്നി. അത്രേയുള്ളു. പക്ഷേ, ഞാനിപ്പോൾ ഒരു വെട്ടിൽ പെട്ടിരിക്കുകയാണ്.'

'അതെന്താ?' അയാൾ പരിഭ്രമത്തോടെ ചോദിച്ചു.

'അതിന്റെ ആൾ എന്നെ വന്നു കണ്ട് ഒരു ലക്ഷത്തിന്റെ ചെക്ക് അഡ്വാൻസായി തന്നു. അബദ്ധത്തിൽ ഞാനത് മേടിച്ചുവച്ചു. അതിനു ശേഷമാണ് ബാക്കിയുള്ള സംഭവവികാസങ്ങൾ ഉണ്ടായത്.'

'ഇപ്പോഴെന്താ പ്രശ്നം?'

'ഞാൻ അയാളെ വിളിച്ചുവരുത്തി ചെക്ക് തിരിച്ചുകൊടുത്തെങ്കിലും അയാളത് വാങ്ങാൻ തയ്യാറായില്ല.' അവൾ പറഞ്ഞു.

'അതെന്താ?'

'ആ പ്രൊജക്ടിനുവേണ്ടി ഇതുവരെ അയാൾക്ക് പത്തുപതിനഞ്ചു ലക്ഷം രൂപ ചെലവായെന്നും ഞാൻ പിൻമാറിയാൽ അയാൾക്ക് അതു മുഴുവൻ നഷ്ടപ്പെടുമെന്നുമാണ് പറഞ്ഞത്.'

'ഓ അങ്ങനെയാണോ കാര്യം?'

'ഞാൻ പിന്മാറിയാൽ അയാൾക്ക് നഷ്ടപരിഹാരം കൊടുക്കേണ്ടിവരുമെന്ന് പറഞ്ഞിട്ട് പോയി.'

'ഭീഷണിയാണോ?'

'ഉം. ഏതാണ്ട് അതുപോലെ.'

'അയാൾക്ക് എന്തെങ്കിലും എഗ്രിമെന്റ് ഒപ്പിട്ടു കൊടുത്തിട്ടുണ്ടോ? അതായത് ആഡ് ഫിലിമിൽ അഭിനയിക്കാൻ തയ്യാറാണ് എന്ന് എഴു

തിയ കോൺട്രാക്ട്.' രാഹുൽ ചോദിച്ചു.

'അങ്ങനെ ഒന്നും ഒപ്പിട്ടുകൊടുത്തിട്ടില്ല.' അവൾ പറഞ്ഞു.

'കാര്യങ്ങൾ വാക്കാൽ പറഞ്ഞതല്ലേയുള്ളു.'

'അതെ.'

'അപ്പോൾ പല്ലവി ഒന്നുകൊണ്ടും പേടിക്കണ്ട. നിയമപരമായി അയാൾക്ക് ഒന്നും ചെയ്യാൻ കഴിയില്ല. ആ ചെക്ക് ഉപയോഗിക്കരുത്. കയ്യിൽത്തന്നെ വച്ചേക്കുക. മൂന്നുമാസം കഴിഞ്ഞാൽ അതിന്റെ വാലിഡിറ്റി താനേ ഇല്ലാതായിക്കോളും.' രാഹുൽ പറഞ്ഞതുകേട്ടപ്പോൾ അവൾക്ക് ആശ്വാസമായി.

'അപ്പോൾ അയാൾ ഒന്നും ചെയ്യില്ല അല്ലേ?'

'ഇല്ല. ഇനി ഭീഷണി ഉണ്ടായാൽ എന്നോട് പറയണം. അവിടത്തെ എസ്.പി. നിഷാന്ത് ചതുർവേദി എന്റെ ഫ്രണ്ടാണ്. ഐപി.എസ് ട്രെയിനിംഗ് ഞങ്ങൾ ഒന്നിച്ചാണ് ചെയ്തത്. അവനോട് പറഞ്ഞാൽ അവൻ വേണ്ടത് ചെയ്തോളും.'

'അയ്യോ അതൊന്നും വേണ്ടിവരില്ല.' ഭയത്തോടെ പല്ലവി പറഞ്ഞു.

'വേണ്ടിവന്നാലുള്ള കാര്യമാണ് ഞാൻ പറഞ്ഞത്. പെൺകുട്ടികളെ ഭീഷണിപ്പെടുത്തുന്നവനെ പിടിച്ച് അകത്തിടാൻ ജാമ്യമില്ലാ വകുപ്പുണ്ട്.'

'വരട്ടെ. നമുക്ക് നോക്കാം.' അവൾ പറഞ്ഞു.

'എൻഗേജ്മെന്റിന്റെ ഡേറ്റ് ഫിക്സ് ചെയ്തല്ലോ. ഞാൻ ഓരോ ദിവസവും കഴിയുന്നതും കാത്തിരിക്കുകയാണ്.' രാഹുൽ പറഞ്ഞു.

'ഇനി ഇരുപത്തിരണ്ടു ദിവസം.' അവൾ പറഞ്ഞു.

അയാൾ പൊട്ടിച്ചിരിച്ചു.

'അപ്പോൾ ഇവിടത്തെപ്പോലെ അവിടെയും.' അവളും ചിരിച്ചു.

'ശരി പല്ലവി. പഠിക്കാനുള്ള സമയം ഞാൻ അപഹരിക്കുന്നില്ല. ഗുഡ്നൈറ്റ്.'

'ഗുഡ്നൈറ്റ് രാഹുലേട്ടാ.' അവൾ ഫോൺ വച്ചു.

ഇനി എന്തുവന്നാലും സഹായത്തിന് രാഹുലേട്ടനുണ്ട്. അതുകൊണ്ട് ഇനി ഒരു പേടിയും വേണ്ട. അവൾക്ക് ആശ്വാസമായി.

പിറ്റേന്നു രാവിലെ പല്ലവിക്ക് അനുരാഗിന്റെ കോൾ വന്നു. എടുക്കണോ വേണ്ടയോ എന്ന് ഒരുനിമിഷം അവൾ ആലോചിച്ചു. എന്തിനാണ് വിളിക്കുന്നതെന്ന് അറിയണം. വീണ്ടും ഭീഷണിയാണെങ്കിൽ...

'ഹലോ' ഗൗരവസ്വരത്തിൽ അവൾ കോൾ എടുത്തു.

'സോറി പറയാൻ വിളിച്ചതാണ്. ഞാൻ ഇന്നലെ വളരെ മോശമായി പല്ലവിയോട് പെറുമാറി. എനിക്ക് രാത്രിയിൽ ഉറങ്ങാനേ കഴിഞ്ഞില്ല.

എനിക്കു മാപ്പുതരണം. ഇക്കാര്യം പറയാനാ ഞാനിപ്പോൾ വിളിച്ചത്.'

ക്ഷമാപണസ്വരത്തിൽ അവൻ പറഞ്ഞു.

'അതുസാരമില്ല. ഞാനത് മറന്നു.' അവൾ പറഞ്ഞു.

'പല്ലവി അഭിനയിക്കില്ലെന്ന് പറഞ്ഞപ്പോൾ എനിക്ക് വലിയ നിരാശ തോന്നി. ദേഷ്യവും. എനിക്കുണ്ടായ നഷ്ടങ്ങൾ സാരമില്ല. എന്നോട് വിരോധം വച്ചുപുലർത്തരുതെന്നു മാത്രമേയുള്ളു.'

'ഏയ്...അങ്ങനെയൊന്നുമില്ല. ഒരു കാര്യം കൂടി ചെയ്യാമോ. ഇന്നു തന്നെ വന്ന് ആ ചെക്ക് വാങ്ങിക്കൊണ്ടുപോയാൽ വലിയ ഉപകാരമായിരുന്നു.'

'ഇപ്പോൾ തന്നെ ഞാൻ വരട്ടെ?'അനുരാഗ് ചോദിച്ചു.

'വന്നോളൂ.'

'ശരി. അരമണിക്കൂറിനകം ഞാൻ ഹോസ്റ്റലിൽ വരാം.'

കോളേജിലേക്ക് പോകാൻ വേണ്ടി പല്ലവി വേഗം ഡ്രസ് ചെയ്തു. ഹോസ്റ്റലിൽ നിൽക്കുന്ന വേഷത്തിൽ അയാളുടെ മുന്നിലേക്ക് ചെല്ലുന്നത് ശരിയല്ലല്ലോ.

'എന്താടീ ഇന്ന് നേരത്തെ?' ശീതൾ ചോദിച്ചു.

'ആ അനുരാഗ് വരുന്നുണ്ട്. ചെക്ക് മേടിച്ചോണ്ടു പോകാൻ.'

'മണ്ടീ...നീയത് കൊടുക്കാൻ പോവാണോ?'

പല്ലവി മറുപടി പറയാതെ റൂമിൽനിന്നിറങ്ങി. അവളുടെ കയ്യിൽ കവറിലിട്ട ചെക്ക് ഉണ്ടായിരുന്നു. അത് തിരിച്ചുകൊടുക്കുന്നതോടെ ആ തലവേദന അവസാനിക്കും. അവൾ താഴെ വന്ന് ഓഫീസിന്റെ മുൻപിലുള്ള വരാന്തയിൽ കാത്തുനിന്നു. അല്പനേരം കഴിഞ്ഞപ്പോൾ അനുരാഗിന്റെ തിളങ്ങുന്ന കാർ ഒഴുകിവന്ന് ഹോസ്റ്റലിന്റെ ടൈൽസ് പാകിയ മുറ്റത്ത് നിന്നു.

കാറിൽനിന്ന് അവൻ പെട്ടെന്ന് ഇറങ്ങി. തൂവെള്ള കോട്ടൺ ഷർട്ട് കൈമുട്ടുവരെ മടക്കിവെച്ചിരുന്നു. നീലജീൻസും കറുത്ത കണ്ണടയും. അവന് ഒരു സിനിമാതാരത്തിന്റെ ഗ്ലാമർ ഉണ്ടെന്ന് അവൾക്ക് തോന്നി. ഇത്രയും സൗന്ദര്യമുള്ള ഒരു പുരുഷനേയും അവൾ മുൻപ് കണ്ടിട്ടുണ്ടായിരുന്നില്ല. അവൾ വേഗം കാറിനടുത്തേക്ക് ചെന്നു. വിസിറ്റേഴ്സ് റൂമിലിരുന്ന് സംസാരിച്ചു സമയം നീട്ടണ്ട. ചെക്ക് വാങ്ങി ഉടൻ മടങ്ങട്ടെ. പല്ലവിടെ കണ്ട് അവൻ മുഖത്തുനിന്നും കണ്ണടയെടുത്തു.

'ഗുഡ്മോണിംഗ് പല്ലവി.' അവൻ അവളെ കണ്ട് മനോഹരമായി പുഞ്ചിരിച്ചു.

'ഗുഡ്മോണിംഗ്.'

അനുപല്ലവി

അവൻ അടുത്തുവന്നപ്പോൾ സുഖകരമായ ഒരു സുഗന്ധം അവൾക്ക് അനുഭവപ്പെട്ടു.

'ഒരിക്കൽക്കൂടി ഞാൻ സോറി പറയുന്നു. ' അവൻ നിഷ്ക്കളങ്കസ്വരത്തിൽ പറഞ്ഞു.

'ഏയ്...അതിന്റെ ആവശ്യമില്ല. ഇതാ ചെക്ക്.' അവൾ കൊണ്ടുവന്ന് ചെക്ക് അവന് നീട്ടി. മടിയോടെ അനുരാഗ് അത് സ്വീകരിച്ചു.

'എന്നോട് ദേഷ്യമില്ലല്ലോ.?' അവൻ ചോദിച്ചു.

'ഇല്ല.'

'ഇല്ലെന്ന് പറഞ്ഞാൽ മാത്രം പോരാ. എന്നെ ബോധ്യപ്പെടുത്തുകയും വേണം.'

'എങ്ങനെ?'

'വരുന്ന സൺഡേ കോളേജ് ഇല്ലല്ലോ?'

'ഇല്ല.'

'നമുക്കൊരുമിച്ച് ഒരു ബോട്ടിംഗിന് പോയാലോ? നമ്മൾ രണ്ടുപേരും മാത്രം. കായൽപ്പരപ്പിൽ ഒരു ഉല്ലാസയാത്ര. ഞാൻ ക്യാമറ കൊണ്ടുവരാം. പല്ലവിയുടെ കുറച്ച് ഫോട്ടോസ് എടുക്കണം. വനിതയിലൊക്കെ പരസ്യം കൊടുക്കാനാണ്. കുറച്ച് ഡ്രസ്സ് കൊണ്ടുവരണം. മാറിമാറി.'

'ഞാനില്ല.' അവൾ പറഞ്ഞു.

'എന്നെ പേടിയാണോ?' ഹൃദയം മുറിപ്പെട്ടതുപോലെ അവൻ ചോദിച്ചു

'പേടിയൊന്നുമില്ല. എനിക്ക് താല്പര്യമില്ലാഞ്ഞിട്ടാണ്.'

'ഞാൻ അത്ര മോശം ഫോട്ടോഗ്രാഫറൊന്നുമല്ല.' അനുരാഗ് പെട്ടെന്ന് പോക്കറ്റിൽനിന്ന് മൊബൈൽ എടുത്ത് അതിൽ സേവ് ചെയ്തിരുന്ന ഒരു ഫോട്ടോ അവളെ കാണിച്ചു. പല്ലവി അത്ഭുതത്തോടെയാണ് അതു കണ്ടത്. അവളുടെ ഫോട്ടോ അത്ര മനോഹരമായി ഇതുവരെ ആരും എടുത്തിട്ടില്ല.

'വാട്സാപ്പിൽ എനിക്ക് ഇതൊന്ന് അയച്ചുതരാമോ?'

അവൾ ചോദിച്ചു.

'വിത്ത് പ്ലഷർ.' അപ്പോൾത്തന്നെ അയാൾ ആ ഫോട്ടോ അവളുടെ നമ്പറിൽ അയച്ചുകൊടുത്തു.

'അപ്പോൾ ബോട്ട് യാത്ര?' അവൻ ഒരിക്കൽക്കൂടി ഭാഗ്യം പരീക്ഷിച്ചു

'സോറി. താല്പര്യമില്ല.'

'ശരി നിർബന്ധിക്കുന്നില്ല. ചില ആഗ്രഹങ്ങൾ അങ്ങിനെയാണ്. സഫലമാകാനുള്ള വിധി അതിനില്ല. പോകട്ടെ.'

ആർദ്രമായി അവളുടെ മുഖത്തേക്ക് ഒന്നു നോക്കിയിട്ട് അനുരാഗ്

കാറിൽ കയറി ഓടിച്ചുപോയി. പല്ലവി ഒന്ന് നെടുവീർപ്പിട്ടു. പിന്നെ റൂമിലേക്ക് മടങ്ങി.

ആർ.കെ അസോസിയേറ്റ്സിന്റെ ഓഫീസിലേക്കാണ് അനുരാഗ് പോയത്. മദനഗോപാൽ അപ്പോൾ അയാളുടെ ക്യാബിനിൽ ഉണ്ടായിരുന്നു.

'പല്ലവിക്ക് കൊടുത്ത ചെക്ക് അവൾ തിരിച്ചുതന്നു.' കവർസഹിതം ആ ചെക്ക് അവൻ അയാളുടെ ടേബിളിൽ വച്ചു.

മദനഗോപാൽ സംശയത്തോടെ കവർ തുറന്ന് ചെക്ക് എടുത്തുനോക്കി.

'ഇങ്ങനെയും പെണ്ണുങ്ങളുണ്ടോ?' അയാൾ അത്ഭുതപ്പെട്ടു.

'ഉണ്ടെന്ന് അങ്കിളിന് മനസ്സിലായില്ലേ?'

'അപ്പോൾ മോന്റെ പദ്ധതി പൊളിഞ്ഞല്ലോ' സഹതാപപൂർവ്വം അയാൾ പറഞ്ഞു.

'സാരമില്ല അങ്കിൾ. ചില തോൽവികൾ നല്ലതാണ്. കൂടുതൽ പരിശ്രമിക്കാൻ നമ്മളെ അത് പ്രേരിപ്പിക്കും.' അവൻ പറഞ്ഞു.

'അവൾ ആ ചെക്ക് ബാങ്കിൽ കൊടുത്ത് ക്രെഡിറ്റ് ചെയ്തിരുന്നെങ്കിൽ നമുക്ക് ഒരു കളി കളിക്കാമായിരുന്നു.' മദനഗോപാൽ പറഞ്ഞു.

'അതെ. അവൾ ബുദ്ധിമതിയാണ്.'

'അവളുടെ അക്കൗണ്ട് ഏത് ബാങ്കിലാണെന്ന് അറിഞ്ഞിരുന്നെങ്കിൽ..'

'സ്റ്റേറ്റ് ബാങ്ക് ഓഫ് ഇന്ത്യ. എടിഎം കാർഡ് ആ ബാങ്കിന്റേതാണ്.' അനുരാഗ് പറഞ്ഞു.

മദനഗോപാൽ ഒരുനിമിഷം ആലോചനയോടെ ഇരുന്നു.

'മോൻ ഇപ്പം പോ. അങ്കിൾ ഒന്നന്വേഷിക്കട്ടെ.'

പ്രതീക്ഷ കൈവിട്ട് അനുരാഗ് ഓഫീസിൽനിന്നിറങ്ങി.

ഉടൻതന്നെ മദനഗോപാൽ ഫോൺ എടുത്ത് എസ്.ബി.ഐ മാനേജരെ വിളിച്ചു. 'ശ്രീക്കുട്ടാ എനിക്ക് ഒരു അക്കൗണ്ട് നമ്പർ കിട്ടണമായിരുന്നു.'

'ആരുടെയാ ചേട്ടാ?'

'ഒരു പല്ലവി...പല്ലവിനായർ.'

'ഒന്ന് ഹോൾഡ് ചെയ്യണേ...' ഉടൻതന്നെ മാനേജർ വിളിച്ചു. 'അതൊരു ജോയന്റ് അക്കൗണ്ടാണല്ലോ ചേട്ടാ. ബാലകൃഷ്ണൻനായർ ആന്റ് പല്ലവിനായർ.'

'അതുതന്നെ.' മാനേജർ പറഞ്ഞുകൊടുത്ത നമ്പർ മദനഗോപാൽ എഴുതിയെടുത്തു.

'താങ്ക്സ് ശ്രീക്കുട്ടാ.'

ഉടൻതന്നെ ബാങ്കിന്റെ പേ ഇൻ സ്ലിപ്പ് പൂരിപ്പിച്ച് അയാൾ അറ്റൻഡർ പ്രകാശനെ ആ ചെക്ക് സഹിതം ഏൽപ്പിച്ചു.

'ഇത് ബാങ്കിൽ ചെന്ന് ക്രെഡിറ്റ് ചെയ്യാൻ പറ.'

അരമണിക്കൂർ കഴിഞ്ഞപ്പോൾ ബാലകൃഷ്ണൻനായരുടെ മൊബൈലിൽ ബാങ്കിന്റെ മെസേജ് ചെന്നു. അക്കൗണ്ടിൽ ഒരുലക്ഷം രൂപ ക്രെഡിറ്റ് ചെയ്തിരിക്കുന്നു.

മെസേജ് കണ്ട് ബാലകൃഷ്ണൻനായർ അമ്പരന്നു.

പത്ത്

ബാലകൃഷ്ണൻനായർ ഒരുനിമിഷം ചിന്തിച്ച് ഇരുന്നു.

തന്റെ അക്കൗണ്ടിൽ ഇത്രയും പണം വരാൻ ഒരു സാധ്യതയുമില്ല. ബാങ്കുകാർക്ക് എന്തോ അബദ്ധം പറ്റിയിട്ടുണ്ട്. അദ്ദേഹം ഉടൻതന്നെ മൊബൈൽ എടുത്ത് ബാങ്ക് മാനേജർ സതീഷ്ചന്ദ്രനെ വിളിച്ചു.

'ഗുഡ് ആഫ്റ്റർനൂൺ' മാനേജർ ഉടൻതന്നെ കോൾ എടുത്തു.

'സതീഷേ എന്റെ അക്കൗണ്ടിൽ ഇപ്പോൾ ഒരു ലക്ഷം രൂപ ക്രെഡിറ്റ് ആയിട്ടുണ്ട്. അത് ആരാണ് ഇട്ടതെന്ന് ഒന്നു നോക്കാമോ? എന്റെ സംശയം ബാങ്കിലെ സ്റ്റാഫിന് എന്തോ പിശക് പറ്റിക്കാണുമെന്നാണ്.'

'അതിനെന്താ സാർ ഇപ്പത്തന്നെ പറയാമല്ലോ. ഒന്ന് ഹോൾഡ് ചെയ്യൂ.'

'എന്റെ അക്കൗണ്ട്നമ്പർ അറിയാമോ?'

'അതെനിക്ക് അറിയാം സാർ.'

ഏതാണ്ട് ഒരുമിനിറ്റ് നേരത്തോളം ബാലകൃഷ്ണൻനായർക്ക് മൊബൈൽ ചെവിയോട് ചേർത്ത് കാത്തിരിക്കേണ്ടിവന്നു.

'സർ ബാങ്കിൽ പിഴവൊന്നും പറ്റിയിട്ടില്ല. ഒരുലക്ഷംരൂപയുടെ ചെക്കാണ് ക്രെഡിറ്റായിരിക്കുന്നത്. സാറിന്റെ മകളുടെ പേർക്കുള്ള ചെക്കാണ്. പല്ലവിനായർ. ജോയിന്റ് അക്കൗണ്ടാണല്ലോ.'

'പല്ലവിയുടെ പേരിലുള്ള ചെക്കോ?' അദ്ദേഹം അവിശ്വാസത്തോടെ ചോദിച്ചു.

'അതേ സാർ. ഞാനിപ്പോൾ വെരിഫൈ ചെയ്തിട്ടാണ് വിളിക്കുന്നത്.'

സതീഷിന് കള്ളംപറയേണ്ട ആവശ്യമില്ലല്ലോ. പറയാനും പറ്റില്ല. അക്കൗണ്ട് പരിശോധിച്ചിട്ടാണല്ലോ.

'ആരാണ് ചെക്ക് കൊടുത്തതെന്ന് പറയാമോ?'

'ആർ.കെ. അസോസിയേറ്റ്സ് ആലപ്പുഴ.'

ബാലകൃഷ്ണൻനായർ ഒന്നു ഞെട്ടി. അവരാണല്ലോ അവളെ പരസ്യചിത്രത്തിൽ അഭിനയിക്കാൻ ആലോചിച്ചത്. പറ്റില്ല എന്ന് അറിയിക്കുകയും ചെയ്തതാണ്. പിന്നെന്തിന് അവൾക്ക് ആ പണം കൊടുക്കണം?

പല്ലവി അറിയാതെ ഇത് സംഭവിക്കില്ലെന്ന് പെട്ടെന്ന് അദ്ദേഹത്തിന് ഓർമ്മ വന്നു. അദ്ദേഹം ഞെട്ടിപ്പോയി.

'താങ്ക്സ് സതീഷ്. അവൾ ചെക്ക് പ്രസന്റ് ചെയ്ത കാര്യം ഞാനറിഞ്ഞില്ല.'

'ഇറ്റീസ് ഓക്കെ സാർ.'

ബാലകൃഷ്ണൻനായർ ഫോൺ കട്ട് ചെയ്തു. എന്നിട്ട് വാച്ചിൽ നോക്കി. മണി പന്ത്രണ്ട് കഴിഞ്ഞു പതിനഞ്ച് മിനിറ്റ്. ഈ നേരത്ത് അവൾ ക്ലാസിലായിരിക്കും.

ഫ്രീയാകുമ്പോൾ എന്നെ വിളിക്കണം. അദ്ദേഹം അവൾക്ക് മെസേജ് അയച്ചു.

***

ഉച്ചഭക്ഷണത്തിന് പല്ലവി കോളേജിൽനിന്ന് കൂട്ടുകാരികളോടൊപ്പം ഹോസ്റ്റലിലേക്കു പോയി. നേരെ മെസ് ഹാളിൽ ചെന്ന് ചോറുണ്ടശേഷമാണ് അവൾ റൂമിലേക്കു പോയത്. വാട്സാപ്പിൽ മെസേജ് വല്ലതും വന്നിട്ടുണ്ടോ എന്ന് പരിശോധിക്കാൻ മൊബൈൽ എടുത്തപ്പോഴാണ് അച്ഛന്റെ രണ്ടുവരി അവൾ കണ്ടത്.

അച്ഛൻ സാധാരണ ഇങ്ങനെ മെസേജ് അയക്കാറില്ല. പിന്നെ ഇപ്പോൾ എന്തുപറ്റി. എന്തോ സീരിയസ് വിഷയമാണെന്നവൾ സംശയിച്ചു. ഉടൻ തന്നെ അവൾ ബാലകൃഷ്ണൻനായരെ വിളിച്ചു.

'അച്ഛൻ ഫ്രീയാണോ ഇപ്പോൾ?'

'അതെ.'

'ഇപ്പഴാ അച്ഛന്റെ മെസേജ് കണ്ടത്.'

'അതു സാരമില്ല. നീ ബാങ്കിൽ ചെക്ക് വല്ലതും കൊടുത്തോ. ഇന്നലെയോ ഇന്നോ?'

പല്ലവിയുടെ ഉള്ളൊന്ന് ആളി. എന്തിനാണ് ഇപ്പോൾ അച്ഛൻ ചെക്കിന്റെ കാര്യം ചോദിക്കുന്നത്?

'ഇല്ലച്ഛാ.' ഒന്ന് മടിച്ചെങ്കിലും അവൾ പറഞ്ഞു.

'പക്ഷേ നിന്റെ പേരിലുള്ള ഒരുലക്ഷം രൂപയുടെ ചെക്ക് കുറച്ചുമുമ്പ് അക്കൗണ്ടിൽ ക്രെഡിറ്റ് ആയിട്ടുണ്ട്. പിന്നെ ഇതെങ്ങനെ സംഭവിച്ചു?'

അവൾ ഞെട്ടിപ്പോയി.

'അച്ഛാ വേറൊരു സംഭവമുണ്ടായി. അത് ഞാൻ പറയാൻ വിട്ടു.' അവൾ കുറ്റബോധത്തോടെ പറഞ്ഞു.

'എന്താണ് മോളേ?'

'ആ ആർ.കെ അസോസിയേറ്റ്സ് കാർ എനിക്ക് ഒരു ലക്ഷം രൂപയുടെ ചെക്ക് കൊണ്ടുവന്നു തന്നു. ആഡ് ഫിലിമിൽ അഭിനയിക്കുന്നതിന് അഡ്വാൻസായിട്ട്. ഞാനത് തിരിച്ചുകൊടുത്തു. താല്പര്യമില്ലെന്നു പറഞ്ഞ്...'

'ഓ...അങ്ങനെയൊരു കാര്യംനടന്നോ. സാരമില്ല മോൾ കൊടുത്ത ചെക്ക് അവർ നമ്മുടെ അക്കൗണ്ടിൽ ക്രെഡിറ്റ് ചെയ്തതാവണം. അതിന്റെ പിന്നിലെ ഉദ്ദേശ്യം എന്താണെന്ന് അറിയില്ലല്ലോ. എന്നാലും മോൾ പേടിക്കണ്ട. ഇന്നുതന്നെ ആ പണം അവരുടെ അക്കൗണ്ടിലേക്ക് തിരിച്ചടയ്ക്കാനുള്ള ഏർപ്പാട് അച്ഛൻ ചെയ്തോളാം.' ബാലകൃഷ്ണൻനായർ പറഞ്ഞു.

'സോറി അച്ഛാ. ഇങ്ങനെയൊക്കെ ഉണ്ടാകുമെന്ന് ഞാനറിഞ്ഞില്ല.'

'ഏയ് ഡോണ്ട് വറി. ഒന്നുമില്ല. ഒരു വിഷമവും വേണ്ട. ഈ സാറ്റർഡേ വീട്ടിൽ വരില്ലേ?'

'വരുന്നുണ്ട്.'

'എൻഗേജ്മെന്റിന് ഇടാൻ വേണ്ടി എന്തൊക്കെയോ ഓർണമെന്റ്സ് മേടിക്കണമെന്ന് അമ്മ പറയുന്നത് കേട്ടു. അന്ന് അത് മേടിക്കണം.'

'ശരിയച്ഛാ.'

ബാലകൃഷ്ണൻനായർ കോൾ കട്ട് ചെയ്തു. അനുരാഗ് എന്തിനാണ് ഈ ചതി ചെയ്തത്.? മാന്യത ഭാവിച്ച് സംസാരിച്ചിട്ട് ഇത്തരം വൃത്തികെട്ട കളിയാണല്ലോ കളിച്ചത്.

ചോദിക്കാതെ പറ്റില്ല. അവൾ അപ്പോൾത്തന്നെ അനുരാഗിന്റെ നമ്പറിൽ വിളിച്ചു.

'പല്ലവീ...' ആശ്ചര്യസ്വരത്തിലാണ് അവൻ ഫോണെടുത്തത്.

'ഇവിടുന്ന് നേരെ പോയത് ബാങ്കിലേക്കായിരുന്നോ?' അവൾ ഗൗരവസ്വരത്തിൽ ചോദിച്ചു.

'ഞാനോ...അല്ല. എന്താ ചോദിച്ചത്?'

'കള്ളം പറയല്ലേ. ഒരു കാര്യംകൂടി അറിയണം. എന്റെ അക്കൗണ്ട്

നമ്പർ എവിടുന്ന് കിട്ടി?' അവൾ ചോദിച്ചു.

'പല്ലവി എന്താണീ പറയുന്നത്? എനിക്കൊന്നും മനസ്സിലാകുന്നില്ല.'

'എന്നാൽ എനിക്കെല്ലാം മനസ്സിലായി. എന്നെ ട്രാപ്പിലാക്കാനുള്ള പരിപാടിയായിരുന്നു അല്ലേ. അതു നടക്കില്ല ബ്രദർ. എന്റച്ഛൻ ആ പണം ഇന്നുതന്നെ നിങ്ങളുടെ അക്കൗണ്ടിലിടും. ഇനി ഇത്തരം നമ്പർ ആരുടെയടുത്തും ഇറക്കരുത് കേട്ടോ.'

അവൾ ഉടൻ കോൾ കട്ട് ചെയ്തു.

ഇത്രയും പറഞ്ഞില്ലെങ്കിൽ പിന്നെ താനൊരു പെണ്ണാണോ? തനിക്കുതന്നെ പുച്ഛം തോന്നില്ലേ. ആരും അങ്ങനെ കേമനാകണ്ട. അവൻ വേറെ ആളിനെ നോക്കട്ടെ.

മൊബൈൽ സൈലന്റ് മോഡിലാക്കിയിട്ടാണ് അവൾ വീണ്ടും ക്ലാസിലേക്ക് പോയത്. കോളേജിൽനിന്നും തിരിച്ചുവന്നപ്പോൾ പന്ത്രണ്ട് മിസ്ഡ് കോളുകൾ. എല്ലാം വിളിച്ചത് ഒരാൾ മാത്രം.

കുറെ മെസേജുകൾ. പ്ലീസ് എന്നെ തെറ്റിദ്ധരിക്കരുത്. എന്താണ് സംഭവിച്ചതെന്ന് ഞാൻ പറയാം. മനസാ വാചാ അറിഞ്ഞ കാര്യമല്ല. എന്നെ ഒന്നു വിളിക്കൂ. നമ്മൾ ശത്രുക്കളായി പിരിയല്ലേ...

കേണുവീണ് പറയുന്ന കുറെ അപേക്ഷ. എന്താണ് സംഭവിച്ചതെന്ന് അറിയുന്നതിൽ തെറ്റില്ല. നുണയാണ് പറയുന്നതെങ്കിൽ മനസ്സിലാക്കാൻ പറ്റും. അവൾ അനുരാഗിന്റെ നമ്പറിൽ വിളിച്ചു.

'പല്ലവീ ഇന്നുച്ചമുതൽ ഞാൻ ഈ കോൾ കാത്തിരിക്കുകയായിരുന്നു. വിളിച്ചല്ലോ. നന്ദി. ആ ചെക്ക് ഞാൻ ഓഫീസിൽ ചെന്ന് തിരിച്ചുകൊടുത്തതാണ്. പക്ഷേ, ഞങ്ങളുടെ മാനേജർ ഒപ്പിച്ച പണിയാണത്. എന്റെ ഓഫർ നിരസിച്ച പെണ്ണ് അഹങ്കാരിയാണെന്നും അവൾക്കൊരു പണി കൊടുക്കാൻ വേണ്ടിയാണെന്നും...'

അവൻ പറയുന്നത് കള്ളമാണോ അതോ നേരാണോ എന്ന് അവൾക്ക് മനസ്സിലാക്കാൻ കഴിഞ്ഞില്ല.

'എന്നെ തെറ്റിദ്ധരിക്കല്ലേ. ഈ വിഷയത്തിൽ ഞാൻ നിരപരാധിയാണ്. പല്ലവിയെ ഒരുതരത്തിലും ഞാൻ ഉപദ്രവിക്കുകയില്ല. വിവാഹം ചെയ്യാൻ ആഗ്രഹിച്ചു. അതു നടന്നില്ല. പരസ്യചിത്രത്തിൽ അഭിനയിപ്പിക്കാൻ ആഗ്രഹിച്ചു. അതും നടന്നില്ല. ഇഷ്ടംകൊണ്ടായിരുന്നു. നമ്മൾ ഇഷ്ടപ്പെടുന്ന ആളിനെ ഒരിക്കലും നമ്മൾ ബുദ്ധിമുട്ടിക്കാൻ ആഗ്രഹിക്കുകയില്ലല്ലോ.'

സത്യമായിരിക്കും. അല്ലെങ്കിൽപിന്നെ...

'ഞാൻ കാരണം പല്ലവിക്ക് ഇനി ഒരു ബുദ്ധിമുട്ടും ഉണ്ടാവുകയില്ല.

ബൈ.'

പെട്ടെന്ന് കോൾ കട്ടായി.

പാവമാണെന്ന് തോന്നുന്നു. വെറുതെ സംശയിച്ചു. അവൾ ഒന്ന് നെടു വീർപ്പിട്ടു.

ആ വെള്ളിയാഴ്ച വൈകുന്നേരം പതിവുപോലെ പല്ലവി ഹോസ്റ്റ ലിൽനിന്ന് എറണാകുളത്തേക്ക് പോയി. അവിടെ ബാലകൃഷ്ണൻനാ യർ കാത്തുനിൽക്കുന്നുണ്ടായിരുന്നു. കാറിൽ അവർ മൂവാറ്റുപുഴയിലേക്ക് പുറപ്പെട്ടു.

'അച്ഛൻ ഒരുലക്ഷംരൂപ അന്നുതന്നെ അവരുടെ അക്കൗണ്ടിൽ ഡിപോ സിറ്റ് ചെയ്തു മോളേ.' കാറോടിക്കുന്നതിനിടയിൽ അദ്ദേഹം പറഞ്ഞു.

'അച്ഛന് ബുദ്ധിമുട്ടായി അല്ലേ' ക്ഷമാപണത്തോടെ അവൾ പറഞ്ഞു.

'ഏയ് അബദ്ധങ്ങൾ ആർക്കും പറ്റാമല്ലോ. അവരുടെ മാനേജർ എന്നെ വിളിച്ച് പിറ്റേന്ന് സോറി പറഞ്ഞു. ഓഫീസ് സ്റ്റാഫിന് പറ്റിയ പിശകാണെന്ന് അയാൾ പറഞ്ഞു.'

അവൾ മിണ്ടിയില്ല.

'അവിടുത്തെ പയ്യൻ നിനക്ക് കല്യാണമാലോചിച്ച് വന്നില്ലേ...അ താണ് എനിക്ക് സംശയമുണ്ടാക്കിയത്. അതിന്റെ പിന്നിൽ എന്തെങ്കിലും ദുരുദ്ദേശ്യമുണ്ടോന്ന്. പ്രത്യേകിച്ചും നിന്റെ മാര്യേജ് ഫിക്സ് ചെയ്തു എന്ന് അവർ അറിഞ്ഞതുകൊണ്ട്.'

'അതൊന്നുമായിരിക്കില്ലച്ഛാ. നമ്മൾ വെറുതെ സംശയിക്കണ്ട.'

ആ സംഭാഷണം പിന്നെ തുടർന്നില്ല. വീട്ടിൽ ചെന്ന് രാത്രി ഭക്ഷണം കഴിക്കുമ്പോഴാണ് കല്യാണനിശ്ചയത്തിന്റെ ഒരുക്കങ്ങളെക്കുറിച്ച് പല്ലവി അറിഞ്ഞത്.

'നമ്മുടെ ഭാഗത്തുനിന്ന് നൂറുപേർ. അതിൽ കൂടുതൽപേരെ ക്ഷണി ക്കാനുണ്ട്. പക്ഷേ, ഇത്രയും മതിയെന്ന് വച്ചു.'

ബാലകൃഷ്ണൻനായർ പറഞ്ഞു.

'ഒരു ചെറിയ ചടങ്ങ്. കല്യാണം നമുക്ക് വിപുലമായി നടത്തണം. എല്ലാവരേയും ക്ഷണിക്കണം. ആരെയും വിട്ടുപോകരുത്.'

രാജേശ്വരി പറഞ്ഞു.

'ആയിരത്തിയഞ്ഞൂറിൽ കുറയില്ല. അവരുടെ ഭാഗത്തുനിന്ന് എത്ര പേർ കാണുമെന്ന് നേരത്തെ ചോദിക്കണം.'

പല്ലവി എല്ലാം നിശ്ശബ്ദമായി കേട്ടതേയുള്ളൂ.

'നമ്മുടെ പ്രിൻസ് ഹോട്ടലില്ലേ. അവിടുത്തെ ഓഡിറ്റോറിയത്തിൽ വെച്ചാണ് എൻഗേജ്മെന്റ് ഫങ്ഷൻ നടത്തുന്നത്. ഇരുന്നൂറുപേർക്ക്

അവിടെ സുഖമായി ഇരിക്കാം. ഏസിയാണ്. ബാങ്കറ്റ് ഹാളിൽവെച്ച് സദ്യ.'

ബാലകൃഷ്ണൻനായർ പറഞ്ഞു.

ഇടയ്ക്കൊക്കെ അവർ മൂന്നുപേരും കൂടി ലഞ്ച് കഴിക്കാൻ പ്രിൻസ് ഹോട്ടലിൽ പോകാറുണ്ട്. വലിയ ഹോട്ടലാണ്. ചെടികളും മരങ്ങളും പുൽത്തകിടിയുമൊക്കെയുള്ള മനോഹരമായ അഞ്ചുനില കെട്ടിടം.

മിക്കവരേയും ക്ഷണിച്ചുകഴിഞ്ഞു. ഇനി രണ്ടാഴ്ചത്തെ സമയമല്ലേയുള്ളൂ. നമ്മുടെ ഭാഗം ഓക്കെയാക്കിയിട്ടുണ്ട്. നാളെ ഓർണമെന്റ്സും മേടിക്കണം. ഡ്രസ്സുമെടുക്കണം. അച്ഛനും അമ്മയ്ക്കുമുള്ള ഒരേയൊരു മോൾ. വിവാഹം ഏറ്റവും ഭംഗിയാക്കണം.

പിറ്റേന്നാൾ രാവിലെ ബാലകൃഷ്ണൻനായരും രാജേശ്വരിയും പല്ലവിയും കൂടി സ്വർണം വാങ്ങാൻ പോയി. അന്ന് സെക്കന്റ് സാറ്റർഡേ ആയതുകൊണ്ട് അദ്ദേഹത്തിന് ലീവെടുക്കേണ്ടിവന്നില്ല.

വെള്ളക്കല്ല് പതിച്ച മനോഹരമായ ഒരു നെക്‌ലേസും അതിന് മാച്ച് ചെയ്യുന്ന കമ്മലും വളയും അവൾ വാങ്ങി. മോതിരം മാറലിന്റെ അന്ന് ലാച്ച മതിയെന്ന് അവൾ തീരുമാനിച്ചിരുന്നു. മെറൂൺ നിറമുള്ള ലാച്ചയാണ് അവൾ സെലക്ട് ചെയ്തത്. അന്നു വൈകുന്നേരം രാഹുലിന്റെ വിളി വന്നു.

'ഞങ്ങളിന്ന് ഡ്രസ്സ് എടുക്കാൻ പോയി.'

'ആർക്കൊക്കെ?' അവൾ ചോദിച്ചു.

'ഞങ്ങൾ മൂന്നുപേരല്ലേ വീട്ടിലുള്ളു. വെള്ള സിൽക്ക് ഷർട്ടും കസവുകരയുള്ള മുണ്ടുമാണ് എനിക്കു മേടിച്ചത്.' അയാൾ പറഞ്ഞു.

'ഞങ്ങളും ഇന്ന് കുറച്ചു പർച്ചേസ് നടത്തി.' അവൾ അറിയിച്ചു.

'ദിവസങ്ങൾ എണ്ണി കഴിയുകയാണ് ഞാൻ.'

രാഹുൽ പറഞ്ഞതുകേട്ട് അവൾ ചിരിച്ചു.

'എൻഗേജ്മെന്റ് വരെ എണ്ണുന്നത് എളുപ്പമാ. പക്ഷേ, അതു കഴിഞ്ഞോ?' അവൾ ചോദിച്ചു.

'മിനിമം മൂന്നുമാസം കഴിഞ്ഞല്ലേ മാര്യേജ് കാണൂ. അതേക്കുറിച്ച് എനിക്ക് ഓർക്കാൻപോലും വയ്യ.'

'അതെന്താ?' അവൾ കളിയായി ചോദിച്ചു.

'അതിപ്പോൾ പറയാൻ പറ്റില്ല.'

'പിന്നെപ്പഴാ?'

'കയ്യിൽ കിട്ടിയിട്ട്.'

അവൾ ചിരിച്ചു. ചിരി അല്പം ഉച്ചത്തിലായിപ്പോയി. അച്ഛനും

അമ്മയും അതു കേട്ടുകാണുമോ എന്ന് അവൾ സംശയിച്ചു.

'അവിടെ എല്ലാരേം ക്ഷണിച്ചുകഴിഞ്ഞോ?' പല്ലവി ചോദിച്ചു.

'പിന്നില്ലേ. അമ്പതോ അറുപതോ പേരുണ്ടാവുമെന്നാണ് അച്ഛൻ പറഞ്ഞത്. അടുത്ത ബന്ധുക്കൾ മാത്രം. പിന്നെ ചില സുഹൃത്തുക്കളും.'

'എന്റെ രണ്ടു കൂട്ടുകാരികൾക്കുമാത്രമേ ഇക്കാര്യം അറിയൂ. മറ്റാരോടും പറഞ്ഞിട്ടില്ല.'

'കളിയാക്കൽ തുടങ്ങും അല്ലേ?'

'ഉം.'

കുറേനേരം സംസാരിച്ചിട്ടാണ് രാഹുൽ ഫോൺ വച്ചത്. തിങ്കളാഴ്ച രാവിലെ അവൾ കോളേജിലേക്ക് തിരിച്ചുപോയി.

***

പീയുഷ് ചെന്നപ്പോൾ അനുരാഗ് അവന്റെ ഓഫീസ്മുറിയിൽ ഉണ്ടായിരുന്നു. കംപ്യൂട്ടർ ഗെയിം കളിച്ചുകൊണ്ടിരിക്കുന്നു.

'നിനക്ക് നാണമില്ലേ അനൂ ഈ പ്രായത്തിൽ...?' പീയുഷ് അവനെ പരിഹസിച്ചു.

'കംപ്യൂട്ടർ ഗെയിം കളിക്കുന്നതിനാണോ? നല്ല രസമുള്ള കളിയാടാ. കുട്ടികൾക്കു മാത്രമല്ല കുട്ടികളുടെ മനസ്സുള്ള മുതിർന്നവർക്കും.'

'ഓഫീസിൽ വന്നത് കളിക്കാനോ അതോ...'

അനുരാഗ് ഗെയിമിൽനിന്ന് എക്സിറ്റ് ചെയ്തു. അവന്റെ മുഖത്ത് ഗൗരവഭാവം നിറഞ്ഞു.

'ഞാൻ പിന്നെ എന്തു ചെയ്യണമെന്നാ നീ പറയുന്നത്? ഞാൻ പതിവായി ഓഫീസിൽ വരണമെന്ന് അമ്മയ്ക്ക് നിർബന്ധം. അതുകൊണ്ട് ഞാൻ വരുന്നു. പക്ഷേ എനിക്കു ചെയ്യാൻ ജോലിയൊന്നുമില്ല. ഗോപിയങ്കിളും മദനൻ അങ്കിളും കൂടി എല്ലാം മേൽനോട്ടം വഹിക്കും. എനിക്ക് ഒന്നിലും ഒരു റോളുമില്ല.'

'കമ്പനിയിൽ എന്തൊക്കെ നടക്കുന്നു എന്ന് നീയറിയണ്ടേ?'

പീയുഷ് ചോദിച്ചു.

'എന്റേത് കുട്ടിയുടെ മനസ്സല്ലേ. ഈ ചെറുപ്രായത്തിൽ ഭാരംമുഴുവൻ കയറ്റിവച്ച് പിടലി ഒടിക്കണ്ട എന്ന് ആ സ്നേഹസമ്പന്നർ വിചാരിച്ചുകാണും.'

പീയുഷിന് അത് അംഗീകരിക്കാൻ കഴിഞ്ഞില്ല.

'പക്ഷേ, നീയാണ് കമ്പനിയുടെ ഉടമയുടെ മകൻ. അനന്തരാവകാശി. ഇവിടെ നടക്കുന്ന എല്ലാം നീയറിയണം. ആരെയും കണ്ണുമടച്ച് വിശ്വ

സിക്കാൻ പറ്റില്ല.'

'അച്ഛന്റെ കാലത്തേയുള്ള ആളാണ് ഗോപിയങ്കിൾ. വിശ്വസിക്കാതിരിക്കാൻ ഞാൻ ഒരു കാരണവും കാണുന്നില്ല. അമ്മയ്ക്ക് വിശ്വാസമാണ് അങ്കിളിനെ. എല്ലാ കാര്യങ്ങളും അങ്കിൾ ഭംഗിയായി നടത്തുന്നുണ്ട്. ഞാൻ ചോദിക്കണത്രേം ക്യാഷ് തരുന്നുണ്ട്. എനിക്കതുപോരേ?'

പീയുഷ് മറുപടിയൊന്നും പറഞ്ഞില്ല.

'ഞാൻ വേറൊരു കാര്യം അറിഞ്ഞിട്ടാണ് വന്നിരിക്കുന്നത്.'

'എന്താണ്?' അനുരാഗ് ചോദിച്ചു.

'പല്ലവിയുടെ എൻഗേജ്മെന്റ് ഈ വരുന്ന ഇരുപത്തിയഞ്ചാം തീയ്യതിയാണ്.'

അനുരാഗ് അവന്റെ മുഖത്തേക്കൊന്ന് തുറിച്ചുനോക്കി.

'നീയെങ്ങനെ അറിഞ്ഞു?'

'എറണാകുളം കലക്ട്രേറ്റിൽ എനിക്കൊരു ബന്ധുവുണ്ട്. ആ സോഴ്സിൽനിന്ന് അറിഞ്ഞതാണ്. അന്ന് റിങ് എക്സ്ചേഞ്ച് നടത്തുന്നു. അവളുടെ ഫൈനൽ എക്സാം കഴിഞ്ഞാ മാര്യേജ്.'

'അവളെ നഷ്ടപ്പെട്ടതിൽ എനിക്കു വളരെ വിഷമവും നിരാശയുമുണ്ട് പീയുഷ്.' ദുഃഖത്തോടെ അനുരാഗ് ഒരുനിമിഷം ഇരുന്നു.

'ഇരുപത്തിയഞ്ചാം തീയ്യതി അല്ലേ...സാധാരണഗതിയിൽ അന്ന്... അന്നു രാത്രി ഞാൻ കുടിച്ചുകുടിച്ച് ബോധമില്ലാതെ കിടന്നുറങ്ങിയേനെ. പക്ഷേ, അന്ന് അതു വേണ്ടിവരത്തില്ല.'

'അതെന്താ?' പീയുഷ് ചോദിച്ചു.

'അന്ന് പ്രസീദ വരുന്നു. ഞാൻ പറഞ്ഞില്ലേ അന്നു രാത്രിയിൽ എന്നെ ലഹരി പിടിപ്പിച്ച് മദോന്മത്തനായി ഉറക്കിക്കിടത്താൻ അവളുണ്ട്. പിറ്റേന്ന് അവൾ ധൻബാദിലേക്ക് തിരിച്ചുപോകും.'

'നിന്നെ ഉപദേശിക്കാൻ ഞാനാളല്ല. പക്ഷേ നിന്റെയീ പോക്ക് ശരിയല്ല അനൂ.'

'ഏത് പോക്ക്.'

'കണ്ട പെൺപിള്ളേരുമൊത്തുള്ള നിന്റെയീ...ഒടുവിൽ നിനക്കുതന്നെ അതു ദോഷം ചെയ്യും. കുറെ കഴിയുമ്പോൾ ഈ ജീവിതം നിനക്ക് മടുക്കും. വിവാഹം കഴിച്ച് കുടുംബമായി ജീവിക്കാൻ നീ ആഗ്രഹിക്കും. അന്നേരം ഈ ബന്ധങ്ങൾ ചിലതെല്ലാം നിന്റെ ദാമ്പത്യം തകർക്കാനെത്തും.' പീയുഷ് പറഞ്ഞു.

അനുരാഗ് ഒരുനിമിഷം ചിന്തിച്ചു.

'ശരിയായിരിക്കാം. പക്ഷേ, ഞാൻ മുമ്പ് പറഞ്ഞിട്ടുണ്ടല്ലോ...വിവാഹം

എന്നൊരു സംഗതി എന്റെ ജീവിതത്തിൽ ഉണ്ടാവുകയില്ല. എനിക്കിങ്ങനെ സ്വസ്ഥം നടക്കുന്നതാണ് ഇഷ്ടം.'

'പക്ഷേ ഇക്കണ്ട സ്വത്തിനൊക്കെ ഒരവകാശി വേണ്ടേ. നിനക്കൊരു മകൻ...അല്ലെങ്കിൽ മകൾ....'

'അതിനും ഞാനൊരു വഴി കണ്ടിട്ടുണ്ട്.'

'എന്തു വഴി?'

'ഞാനൊരു കുഞ്ഞിനെ ദത്തെടുത്ത് വളർത്തും.'

'അതത്ര എളുപ്പമല്ല. ഇപ്പഴത്തെ നിയമമനുസരിച്ച് കുഞ്ഞുങ്ങളുണ്ടാകാൻ സാധ്യതയില്ലാത്ത ദമ്പതികൾക്കുമാത്രമേ ദത്തെടുക്കാൻ അവകാശമുള്ളൂ.'

'അങ്ങിനെയാണെങ്കിൽ അതൊരു പ്രശ്നമാകുമല്ലോ.'

'അതെ. പ്രശ്നമാകും.'

'അപ്പോൾപ്പിന്നെ ഒരേയൊരു വഴിയേ ബാക്കിയുള്ളു.'

'അതെന്താണ്?' പീയുഷ് ചോദിച്ചു.

'കല്യാണം കഴിക്കാതെയും ഒരാൾക്ക് കുഞ്ഞ് ജനിക്കുമല്ലോ. നല്ലൊരു പെണ്ണിനെ കിട്ടട്ടെ.'

അനുരാഗ് പറഞ്ഞതിന്റെ അർത്ഥം പീയുഷിന് പെട്ടെന്ന് പിടികിട്ടി.

'പക്ഷേ അവൾ നിന്നെ വെറുതെ വിടുമെന്ന് തോന്നുന്നുണ്ടോ? നിന്റെ ഭാര്യയാകാൻ ഏതു പെണ്ണാ കൊതിക്കാത്തത്?'

'മതി പീയുഷ്. നമുക്ക് ഈ വിഷയം വിടാം. എനിക്ക് ബോറടിക്കുന്നുണ്ട്. എന്തിനാ വെറുതെ ഇവിടിരിക്കുന്നത്. നമുക്ക് പോയി ഓരോ ബിയർ അടിക്കാം.'

അപ്പോൾത്തന്നെ രണ്ടുപേരും ഓഫീസിൽനിന്ന് ഇറങ്ങി. അന്നുച്ചയ്ക്ക് അനുരാഗ് വീട്ടിൽ ചെന്നപ്പോൾ പതിവുപോലെ സുമിത്രയാണ് വാതിൽ തുറന്നത്.

'മിട്ടുമോനേ...' അവൾ അവനെയൊന്നു നോക്കി.

'എന്താ ആന്റീ?'

'നീ കുടിച്ചിട്ടാണോ വരുന്നത്?'

'അല്ല.'

'പക്ഷേ മണമടിക്കുന്നുണ്ടല്ലോ.'

'ഇതു ബിയറിന്റെ മണമാ ആന്റീ.'

'മിട്ടുമോൻ ഇതുവരെ പകൽ കുടിച്ചിട്ട് വന്നിട്ടില്ല. അതാ ചോദിച്ചേ. ദേവിയേടത്തി അറിഞ്ഞാൽ ചങ്കുപൊട്ടും. രാത്രിയിലെ വരവ് ആ പാവം അറിയുന്നില്ലല്ലോ.'

'വിഷമം കൊണ്ടാ ആന്റീ.' അവൻ ദുഃഖം അഭിനയിച്ചു.

'എന്തു വിഷമം?'

'ഞാൻ കല്യാണം കഴിക്കാൻ ആഗ്രഹിച്ച പെണ്ണിന്റെ മോതിരം മാറലാ അടുത്തതിന്റെ അടുത്ത ഞായറാഴ്ച.'

'ആ ഡാൻസുകാരി...?'

'ഉം.' സുമിത്രയ്ക്ക് സഹതാപം തോന്നി.

'അവൾ പോയെങ്കിൽ പോട്ടെ മോനേ. അവളേക്കാൾ നല്ല സുന്ദരിക്കുട്ടിയെ മിട്ടുമോന് കിട്ടും. വാ വന്ന് ചോറുണ്ണ്.'

'അമ്മ കഴിച്ചോ?'

'ഇല്ല. രണ്ടുപേർക്കും കൂടി ഇരിക്കാം.'

സുമിത്ര ചെന്ന് ഗായത്രീദേവിയെ വിളിച്ചുകൊണ്ടുവന്നു. അമ്മ ഇരുന്നതിന്റെ എതിരെയുള്ള കസേരയിലാണ് അനുരാഗ് ഊണുകഴിക്കാനിരുന്നത്. നടുവിൽ ഡൈനിംഗ് ടേബിൾ ഉള്ളതുകൊണ്ട് അമ്മ ബിയറിന്റെ മണം അറിയില്ലെന്ന് അവൻ വിശ്വസിച്ചു.

'അമ്മയൊരു കാര്യമറിഞ്ഞോ?' ഊണുകഴിക്കുന്നതിനിടയിൽ അവൻ ചോദിച്ചു.

'എന്താ മോനേ?'

'ആ കുട്ടിയുടെ എൻഗേജ്മെന്റാ വരുന്ന ഇരുപത്തിയഞ്ചാം തീയ്യതി.'

'മൂവാറ്റുപുഴയുള്ള....'

'ഉം.'

'അവൾ നമുക്ക് വിധിച്ചിട്ടില്ല മോനേ. അങ്ങനെ വിചാരിച്ചാൽ മതി.'

'എനിക്ക് വിഷമമൊന്നുമില്ലമ്മേ. ഞാൻ പറഞ്ഞെന്നേയുള്ളൂ.'

പക്ഷേ അവന് നിരാശയുണ്ടെന്ന് ഗായത്രീദേവിക്ക് തോന്നി. അല്ലെങ്കിൽ ഇക്കാര്യം അവൻ പറയുകയില്ലല്ലോ.

'സാരമില്ല. നമുക്ക് വേറൊരു നല്ല കുട്ടിയെ കണ്ടുപിടിക്കാം. നിന്റെ കല്യാണം കണ്ടുകഴിഞ്ഞാലേ അമ്മയ്ക്കിനി മനസ്സമാധാനം കിട്ടൂ.'

'എനിക്ക് ധൃതിയൊന്നുമില്ലമ്മേ. ഒന്നോ രണ്ടോ വർഷം കഴിഞ്ഞാലും കുഴപ്പമില്ല.'

'അതുവരെ ഞാൻ ജീവിച്ചിരുന്നില്ലെങ്കിലോ?' ഗായത്രീദേവിയുടെ ചോദ്യം കേട്ട് അവനൊന്ന് ഞെട്ടി. അമ്മയില്ലാതായാൽ, അതേക്കുറിച്ച് ആലോചിക്കാൻപോലും വയ്യ. തനിക്ക് വേറെയാരുണ്ട് ഈ ലോകത്ത്.? ചുറ്റുമുള്ളത് മാനേജർമാരും സ്റ്റാഫും മാത്രം.

'ഞാൻ ഗോപിയോടൊന്ന് സംസാരിക്കട്ടെ.'

ഊണുകഴിഞ്ഞ് വിശ്രമിക്കാൻ കിടന്നു ഗായത്രീദേവി. അവർക്ക് അനുരാഗിനെക്കുറിച്ചു മാത്രമായിരുന്നു ചിന്ത. അവന് ഒരു കൂട്ടുവേണം. ഒറ്റയ്ക്കായിപ്പോകരുത്. അതു കണ്ടിട്ടുവേണം തനിക്ക് കണ്ണടയ്ക്കാൻ. ഗായത്രീദേവി ഫോണിനടുത്തേക്ക് ചെന്ന് റിസീവറെടുത്തു ഗോപിനാഥിനെ വിളിച്ചു.

'എന്താ ദേവിയേടത്തീ?' അയാൾ ഉടൻ കോൾ എടുത്തു.

'സമയം കിട്ടുമ്പോൾ ഇങ്ങോട്ടൊന്ന് വരണേ.'

'ദാ ഇപ്പത്തന്നെ വരാമല്ലോ ഞാൻ.'

അതാണ് ഗോപി. ഒരു കാര്യം പറഞ്ഞാൽ പിന്നെ ഒട്ടും താമസമുണ്ടാക്കില്ല. പത്തുമിനിറ്റിനുള്ളിൽ ഗോപിനാഥിന്റെ കാർ വന്നു മുറ്റത്ത് നിന്നു.

അയാൾ കയറി വന്നപ്പോൾ ഗായത്രീദേവി മുറിയിൽ ഉണ്ടായിരുന്നു.

'എന്താ ദേവിയേടത്തീ?'

'ഗോപിയിരിക്ക്.' എതിർവശത്തുള്ള കസേരയിൽ അയാൾ ഇരുന്നു.

'മൂവാറ്റുപുഴയിലെ ആ കുട്ടിയുടെ വിവാഹനിശ്ചയമാണ് രണ്ടാഴ്ച കഴിഞ്ഞ്. അതു നടക്കാതെ പോയതിൽ മിട്ടുവിന് വലിയ വിഷമമുണ്ട്.'

'ഞാൻ ജീവനോടെയിരിക്കുമ്പോൾ ദേവിയേടത്തിക്കോ മിട്ടുമോനോ ഒരു കാര്യത്തിലും വിഷമിക്കേണ്ടിവരത്തില്ല. ആ കുട്ടി ഇവിടെ മിട്ടുമോന്റെ വധുവായി വന്നുകയറും.' അയാൾ ഉറച്ച സ്വരത്തിൽ പറഞ്ഞു.

'നീയെന്തു വിവരക്കേടാ ഗോപീ ഇപ്പറയുന്നത്. അവർ ആ കല്യാണം തീരുമാനിച്ചതല്ലേ.'

'ആ കല്യാണം നടക്കില്ല.'

ഗായത്രീദേവി ഒന്ന് ഞെട്ടി.

'അത് ഗോപിക്കെങ്ങനെ അറിയാം?'

'മോതിരമാറ്റം കഴിഞ്ഞാലും ആ കല്യാണം അലസിപ്പോകും.'

'നിനക്കെങ്ങനെ അറിയാം?'

'മിട്ടുമോന് വേണ്ടി ഞാനൊരു ജ്യോത്സ്യനെ കണ്ടു. അദ്ദേഹമാണ് പറഞ്ഞത്, ആ കുട്ടി മിട്ടുമോന്റെ ഭാര്യയായി ജീവിക്കാൻ ജനിച്ച കുട്ടിയാണെന്ന്.'

'ഗോപീ...'ഗായത്രീദേവിക്ക് വിശ്വസിക്കാൻ കഴിഞ്ഞില്ല.

'ഒരു മാസം. അതിനുള്ളിൽ രണ്ടിലൊന്ന് അറിയാം ദേവിയേടത്തീ.'

ഗോപി യാത്ര പറഞ്ഞിറങ്ങി.

കാറിൽ ചെന്നു കയറിയശേഷം അയാൾ മൊബൈൽ എടുത്ത് കനകാംബരനെ വിളിച്ചു.

'എന്തായി കാര്യങ്ങൾ?' അയാൾ ചോദിച്ചു.

'ഞങ്ങൾ റെഡിയാണ് സാർ. നാളെത്തന്നെ വേണമെങ്കിൽ...'

കനകാംബരൻ പറഞ്ഞു.

'നാളെ വേണ്ട. ഇരുപത്തിയഞ്ചാം തീയ്യതിയാണ് കല്യാണനിശ്ചയം. അതു കഴിഞ്ഞുമതി. എങ്കിലേ നമ്മൾ ഉദ്ദേശിക്കുന്ന ഫലം കിട്ടൂ.'

'ശരി സാർ.'

കോൾ കട്ട് ചെയ്തിട്ട് ഗോപിനാഥ് സീറ്റിലേക്ക് ചാരി ഇരുന്നു. ആ പദ്ധതി നടക്കും. അതോടെ കല്യാണം അലസും. കാർ നേരെ പഴവീട് ലക്ഷ്യമാക്കി ഓടി.

പതിനൊന്ന്

രാവിലെ കോളേജിലേക്ക് പോകാൻ ഒരുങ്ങുകയായിരുന്നു പല്ലവിയും ശീതളും പൗർണമിയും.

'എൻഗേജ്മെന്റിന് കോളേജിൽനിന്ന് രണ്ടുപേരെ മാത്രമേ ഞാൻ ഇൻവൈറ്റ് ചെയ്തിട്ടുള്ളു.' മുടി ചീകി ക്ലിപ്പ് ചെയ്യുന്നതിനിടയിൽ പല്ലവി പറഞ്ഞു.

കണ്ണുകളിൽ നേർമയായി മഷിയെഴുതുകയായിരുന്നു ശീതൾ.

'അപ്പോൾ വേറാർക്കുമറിയില്ലേ എൻഗേജ്മെന്റിന്റെ കാര്യം?' അവൾ ചോദിച്ചു.

'ഇല്ല.'

'ക്ലാസിലും നീയാരോടും പറഞ്ഞില്ലേ?'

സുഗന്ധം മാറത്തും കൈത്തണ്ടകളിലും സ്പ്രേ ചെയ്യുന്നതിനിടയിൽ പൗർണമി ചോദിച്ചു.

'ഇല്ലെടീ. തൽക്കാലം ആരുമറിയേണ്ട. ഒരാളറിഞ്ഞാൽ പിന്നെ ബാക്കിയുള്ളവരോട് പറഞ്ഞില്ലെന്ന് പരാതി വരും.'

'അതും നേരാ.'

'നമ്മളെപ്പോഴാടീ പോകുന്നേ?' ശീതൾ ചോദിച്ചു.

'ശനിയാഴ്ച രാവിലെ നമ്മളിവിടുന്ന് പോകുന്നു. അച്ഛൻ കാറയക്കും. ഞായറാഴ്ചയല്ലേ ചടങ്ങ്. അന്ന് വൈകുന്നേരം തന്നെ വരുന്നതെങ്ങനാ. മൺഡേ മോണിങ്ങിൽ വന്നാ പോരേ?' പല്ലവി ചോദിച്ചു.

'അതുമതി. ഇവിടത്തെ ഉണക്കച്ചപ്പാത്തി തിന്നു മടുത്തു'

ശീതൾ പറഞ്ഞു.

'വീട്ടിൽ പറഞ്ഞേക്കണേ എന്റെ വീട്ടിലേക്കുവരുന്ന കാര്യം. അതോ ഞാൻ വിളിച്ചുപറയണോ?' പല്ലവി ചോദിച്ചു.

'അതിന്റെ ആവശ്യമില്ലെടീ. എന്നാലും വേണമെങ്കിൽ ഒന്ന് വിളിച്ചേക്ക്. അമ്മയ്ക്ക് സന്തോഷമാകും.' പൗർണമി പറഞ്ഞു.

'മാര്യേജിന് രണ്ടുപേരുടെയും വീട്ടിൽ വന്ന് ക്ഷണിക്കുന്നുണ്ട്.'

ഒരുങ്ങിക്കഴിഞ്ഞ് അവർ റൂം പൂട്ടി കോളേജിലേക്ക് പുറപ്പെട്ടു.

പുകവലി നിരോധിച്ചിട്ടുണ്ടെങ്കിലും ഹിസ്റ്ററി ഡിപ്പാർട്ട്മെന്റിന്റെ മുന്നിലുള്ള കാറ്റാടിമരത്തിന്റെ ചുവട്ടിൽ സിഗരറ്റ് വലിച്ചുകൊണ്ട് ജഗനും ബിമലും ഫിറോസും നിൽക്കുന്നുണ്ടായിരുന്നു.

പല്ലവിയെയും കൂട്ടുകാരികളെയും കണ്ട് പെട്ടെന്ന് അവരുടെ സംസാരം നിന്നു. ജഗൻ സിഗരറ്റ് ഒന്ന് ആഞ്ഞുവലിച്ചു.

മൂന്നുപേരെയും പല്ലവി കണ്ടെങ്കിലും കണ്ടില്ലെന്ന് നടിച്ച് അവൾ മുന്നോട്ട് നടന്നു.

'എടീ അവന്മാർ....' ശബ്ദം താഴ്ത്തി പൗർണമി പറഞ്ഞു.

'അതിനു നിനക്കെന്താ. അവർ അവിടെ നിന്നോട്ടെ.'

പല്ലവി നിസ്സാരമട്ടിൽ പറഞ്ഞു.

'അല്ലെടീ അവന്മാർ നിന്നെത്തന്നെയാ നോക്കുന്നേ.'

'സുന്ദരിമാരായ പെൺകുട്ടികളെ കണ്ടാൽ ആൺപിള്ളേര് നോക്കും. നോക്കട്ടെ.' പൗർണമിയാണത് പറഞ്ഞത്.

ഉള്ളിൽ ഭയമുണ്ടായിരുന്നെങ്കിലും പല്ലവി അത് പുറത്തുകാണിച്ചില്ല. ഉച്ചയ്ക്ക് ഊണുകഴിഞ്ഞു വന്നപ്പോൾ അവൾ ലൈബ്രറിയിലേക്കു പോയി. ആ സമയത്ത് പൗർണമിയും ശീതളും ഒത്തുകൂടി.

'എടീ അവളുടെ എൻഗേജ്മെന്റിന് പോകുമ്പോ നമുക്ക് പുതിയ ഡ്രസ്സ് വേണ്ടേ?'

ശീതൾ ചോദിച്ചു.

'ഞാനത് പറയാനിരിക്കുവാരുന്നു. സിൽക്ക്സാരി മതിയാരുന്നു. പക്ഷേ, എനിക്ക് സാരിയുടുക്കാൻ അറിയത്തില്ല. തന്നേമല്ല എങ്ങനെയെങ്കിലും ഉടുത്താൽത്തന്നെ അത് എപ്പഴാ താഴേക്ക് പോകുന്നതെന്ന് സകലസമയോം പേടിയാരിക്കും.' പൗർണമി പറഞ്ഞു.

'ചൂരിദാറും വേണ്ട. അതു സാധാ ഡ്രസ്സല്ലേ. നമ്മൾ അവളുടെ സ്പെഷ്യൽ ഫ്രണ്ട്സാണെന്ന് എല്ലാവരും അറിയണം.'

'ലാച്ച വേണ്ട. കാരണം അവൾ ലാച്ചയല്ലേ ഉടുക്കുന്നേ.'

'ഹാഫ് സാരിയായാലോ. നല്ല സ്റ്റൈലൻ മെറ്റീരിയൽ കിട്ടും. ബ്ലൗസ് മാത്രം തയ്പ്പിച്ചാൽ മതി. മുന്താണി വലതുവശത്തേക്കിട്ട് ജെറിയൊക്കെ

വെച്ച്...'

'അതുമതി. സൂപ്പർ ഐഡിയ.'

പൗർണമിക്ക് അത് നന്നായി ബോധിച്ചു.

'എന്നാൽ ഇന്നുതന്നെ പോയി മേടിക്കണം. മൂന്നാലുദിവസം കൂടിയല്ലേയുള്ളൂ. തയ്ച്ചുകിട്ടണ്ടേ. വെള്ളിയാഴ്ചയെങ്കിലും.'

'ഇന്നുതന്നെ പോകാം. അവളെ കൂട്ടണ്ട. ഒരു സർപ്രൈസ് കൊടുക്കാം പെണ്ണിന്.'

ലാസ്റ്റ് പീരിയഡ് കട്ട് ചെയ്ത് രണ്ടുപേരും കൂടി നേരെ ടൗണിലേക്ക് പോയി. ബോട്ട് ജെട്ടിക്കടുത്തുള്ള അനുരാഗ് സിൽക്സ് ആയിരുന്നു അവരുടെ ലക്ഷ്യം. ടൗണിലെ ഏറ്റവും വലിയ ടെക്സ്റ്റൈൽ ഷോറൂം. അഞ്ചുനിലയിൽ കണ്ണഞ്ചിക്കുന്ന വസ്ത്രവ്യാപാരസമുച്ചയം. കയറിച്ചെന്നപ്പോൾ സുന്ദരിയായ ഫ്ളോർമാനേജർ അവരെ സ്വീകരിച്ചു. ആവശ്യം പറഞ്ഞപ്പോൾ ഹാഫ് സാരിയുടെ വിഭാഗത്തിലേക്ക് അവരെ കൂട്ടിക്കൊണ്ടുപോയി. അവർക്കുമുന്നിൽ വർണ്ണപ്പകിട്ടുള്ള അനേകം ഹാഫ്സാരികൾ നിരന്നു. പല ഡിസൈനുകൾ, പല മെറ്റീരിയലുകൾ പല ഷെയ്ഡുകൾ.

'ആ പല്ലവിയൊരു ഫൂളാടീ. ബിഗ് ഫൂൾ.' ശബ്ദം താഴ്ത്തി ശീതൾ പറഞ്ഞു.

'അതെന്താ?'

'ആ അനുരാഗിനെ കല്യാണം കഴിച്ചിരുന്നെങ്കിൽ അവൾക്ക് വന്ന് ഇഷ്ടമുള്ള സാരിയോ ചൂരിദാറെ വേറെ എന്തു വേണമെങ്കിലോ വെറുതെ കൈചൂണ്ടി കാണിച്ചാൽ പോരായിരുന്നോ. പാക്ക് ചെയ്ത് അവർ വീട്ടിലെത്തിച്ചേനെ.'

'അതു നേരാ.'

'ഒരേ ഡിസൈനിലും കളറിലുമുള്ള രണ്ട് ഹാഫ് സാരി സെറ്റുകൾ അവർ വാങ്ങി. ബ്ലൗസ് തയ്ക്കാൻ അവിടെത്തന്നെയുള്ള ടെയിലറിംഗ് യൂണിറ്റിൽ ഏല്പിച്ചു. പിറ്റേന്ന് വൈകുന്നേരം ഡെലിവറി. അടുത്തദിവസം വൈകുന്നേരം ശീതളും പൗർണമിയും കൂടി അതു വാങ്ങാൻ അനുരാഗ് സിൽക്സിൽ എത്തി. പായ്ക്കറ്റുമായി പുറത്തേക്കിറങ്ങിവന്നപ്പോൾ വെളിയിൽ ജഗനും ഫിറോസും ബിമലും നിൽക്കുന്നു.

അവരെ കണ്ട് രണ്ടുപേരും പതറി.

'തോഴിമാർ രണ്ടും മാത്രം...എന്താ വിശേഷം?' അവരുടെ കൈയിലെ പായ്ക്കറ്റുകൾ കണ്ട് ജഗൻ അടുത്തുവന്ന് ചോദിച്ചു.

'ഒന്നുമില്ല.' ഗൗരവഭാവത്തിൽ പൗർണമി പറഞ്ഞു.

'അല്ല. എന്തോ വിശേഷമുണ്ട്. പറ. ഞങ്ങളുംകൂടി അറിയട്ടെ.'

ഫിറോസ് പുഞ്ചിരിച്ചു.

'വഴിമാറി നില്ല് ഫിറോസ്.' ശീതൾ പറഞ്ഞു.

'നിങ്ങൾ പറയത്തില്ലെങ്കിൽ ഞങ്ങൾ പറയാം. കൂട്ടുകാരിയുടെ എൻഗേജ്മെന്റ്. അടുത്ത സൺഡേ. അതിന് ഇടാനുള്ള ഡ്രസ്സ് മേടിക്കാൻ വന്നതാ അല്ലേ?'

എല്ലാം.മനസ്സിലായവനെപ്പോലെ ജഗൻ പറഞ്ഞു.

'ഇതൊക്കെ ഞങ്ങളെങ്ങനെയറിഞ്ഞെന്നായിരിക്കും നിന്റെയൊക്കെ വിചാരം. ഞങ്ങളറിയാതെ ഇവിടെ ഒരു ഇലപോലും വീഴത്തില്ല മക്കളേ.' ബിമൽ പറഞ്ഞു.

പൗർണമിയും ശീതളും പെട്ടെന്ന് ഒഴിഞ്ഞുമാറി റോഡിൽ ചെന്ന് ഓട്ടോയ്ക്ക് കൈകാണിച്ചു. പിന്നിൽനിന്ന് മൂന്നുപേരുടെയും പൊട്ടിച്ചിരി കേട്ടു.

ഹോസ്റ്റലിൽ ചെന്നപ്പോൾ റൂമിൽ പല്ലവിയുണ്ട്.

'എടീ നീ രഹസ്യമാക്കിവച്ചത് പലരും അറിഞ്ഞിട്ടുണ്ട്.' പൗർണമി അവളോട് പറഞ്ഞു.

'എന്ത്?' അവൾക്കു മനസ്സിലായില്ല.

ജഗനേയും കൂട്ടരെയും കണ്ട കാര്യം ശീതൾ പറഞ്ഞു. പല്ലവിയുടെ മുഖം വിളറി.

'അവർ എന്തെങ്കിലും കുഴപ്പമുണ്ടാക്കുമോ എന്റീശ്വരാ.'

അവൾ ഭയന്നു.

'അവന്മാരുടെ തിണ്ണമിടുക്ക് ഇവിടേ നടക്കൂ. അവിടെങ്ങാനും വന്നാൽ വിവരമറിയും.' പൗർണമി ആശ്വസിപ്പിച്ചു.

അല്ലെങ്കിൽത്തന്നെ അവിടെവന്ന് അവർ എന്തുചെയ്യാനാണ്?

ശനിയാഴ്ച രാവിലെ ബാലകൃഷ്ണൻനായർ കാർ അയച്ചു. പല്ലവിയും ശീതളും പൗർണമിയും മൂവാറ്റുപുഴയ്ക്ക് യാത്ര പുറപ്പെട്ടു. ഒൻപതുമണിക്കെങ്കിലും വീട്ടിലെത്തണമെന്നായിരുന്നു പ്ലാൻ. പക്ഷേ ചെന്നപ്പോൾ പത്തുമണി കഴിഞ്ഞു.

മൂന്നുപേർക്കും ബ്രേക്ക്ഫാസ്റ്റ് ഉണ്ടാക്കി കാത്തിരിക്കുന്നുണ്ടായിരുന്നു രാജേശ്വരി.

'അമ്മയെ കണ്ടിട്ടില്ലെന്നേയുള്ളു. കണ്ടതുപോലെ അറിയാം. കാരണം ഇവൾ നാലുനേരമെങ്കിലും അമ്മയെക്കുറിച്ച് പറയാറുണ്ട്.'

പൗർണമി പറഞ്ഞതുകേട്ട് രാജേശ്വരി ചിരിച്ചു.

'അതുപോലെതന്നെയാ നിങ്ങടെ കാര്യം. ശീതളിനെക്കുറിച്ചും പൗർണമിയെക്കുറിച്ചും ഇവളും സൗകര്യം കിട്ടുമ്പോഴൊക്കെ പറയാ

റുണ്ട്.'

'വിശന്ന് ജീവൻ പോകുന്നമ്മേ. ഇനി കഴിച്ചിട്ട് സംസാരിക്കാം.'

പല്ലവി ധൃതികൂട്ടി.

പൂപോലെ മൃദുവായ ഇഡ്ഡലിയും തേങ്ങാചട്ണിയും സാമ്പാറും ഉഴുന്നുവടയും പഴം പുഴുങ്ങിയതും ചിരട്ടപ്പുട്ടുമൊക്കെ രാജേശ്വരി ഉണ്ടാക്കിവെച്ചിരുന്നു. മൂന്നുപേരും സന്തോഷത്തോടെ അതു കഴിച്ചു.

'അച്ഛൻ ടൗണിൽ വരെ പോയേക്കുവാ. ഇപ്പം വരും.'

രാജേശ്വരി പറഞ്ഞു.

'അച്ഛനൊറ്റയ്ക്ക്....കഷ്ടപ്പാടാണ് അല്ലേ അമ്മേ...'ശീതൾ പറഞ്ഞു.

'വേറെ ആരുമില്ലല്ലോ മോളേ. സകലതിനും ഒരാൾതന്നെ ഓടണ്ടേ?'

'ഒരാൾക്കുവേണ്ടി മാത്രം ഓടിയാൽ മതിയല്ലോ.'

പല്ലവി പറഞ്ഞതുകേട്ട് മൂന്നുപേരും ചിരിച്ചു.

ഗസ്റ്റ് റൂമാണ് പൗർണമിക്കും ശീതളിനുംവേണ്ടി ഒരുക്കിയിരുന്നത്. പല്ലവിയുടെ പിന്നാലെ ബാഗുമായി അവർ അവിടേക്ക് ചെന്നു. ഇരട്ടക്കട്ടിൽ, മേശ, കസേര, കബോർഡ്...നല്ല ഭംഗിയുള്ള മുറിയായിരുന്നു അത്.

'ബ്യൂട്ടീഷൻ ഇന്ന് വരുമോടീ?' ശീതൾ ചോദിച്ചു.

'ഇല്ല. നാളെ രാവിലെ. എന്താ നിന്റെ കാര്യംകൂടി പറയണോ?'

പല്ലവി ചോദിച്ചു.

'വേണമെന്നില്ല. എന്നാലും ഞങ്ങൾ നിന്റെ ഫ്രണ്ട്സല്ലേ. ഒരു ടച്ചപ്പൊക്കെ ആകാം. തീരെ മോശമാകരുതല്ലോ.'

'ഓ...അവളുടെ ഒരു ഔദാര്യം.' പൗർണമി കളിയാക്കി.

'നിങ്ങൾ റസ്റ്റെടുക്ക്. ഞാനിപ്പം വരാം.'

കൂട്ടുകാരികളെ അവിടെ ഇരുത്തിയിട്ട് പല്ലവി അവളുടെ മുറിയിലേക്കു പോയി. അവിടെച്ചെന്ന് വേഷം മാറിക്കഴിഞ്ഞ് മൊബൈൽ എടുത്തു നോക്കിയപ്പോഴാണ് ഒരു മിസ്ഡ് കോൾ കണ്ടത്.

അനുരാഗ്.

എന്തിനാണ് അവനിപ്പോൾ വിളിക്കുന്നത്. അതും ഇന്നേദിവസം.

തിരിച്ചുവിളിക്കാൻ അവൾക്കു തോന്നിയില്ല. മൊബൈൽ തിരികെ വച്ചപ്പോൾ ബെല്ലടിക്കാൻ തുടങ്ങി. അനുരാഗ് വിളിക്കുന്നു.

അവൾ ചെന്ന് വാതിൽ ചേർത്തടച്ചിട്ട് കോൾ എടുത്തു. അമ്മ അറിയണ്ട.

'ഹലോ...'

'ഹലോ പല്ലവി വീട്ടിലാണോ?' അവൻ ചോദിച്ചു.

'അതെ.'

'എനിക്കു തോന്നി. നാളെ എൻഗേജ്മെന്റല്ലേ. ഇന്നേ വീട്ടിൽ പോയി ക്കാണണമെന്ന് അറിയാം.'

'ആരു പറഞ്ഞു നാളെ എന്റെ എൻഗേജ്മെന്റാണെന്ന്?'

അവൾ ചോദിച്ചു.

'അന്ന് ഗോപിയങ്കിൾ എനിക്കുവേണ്ടി കല്യാണമാലോചിച്ച് വീട്ടിൽ വന്നില്ലേ. അന്ന് പല്ലവിയുടെ അച്ഛൻ പറഞ്ഞിരുന്നു. വേറെ കല്യാണം തീരുമാനിച്ചെന്ന്. ഒഴിവാക്കാൻ പറഞ്ഞതാണോ എന്നറിയാൻ അന്വേ ഷിച്ചപ്പോഴാണ്...'

'ഒഴിവാക്കാനല്ലായിരുന്നു...സത്യമായിരുന്നു.' അവൾ പറഞ്ഞു.

'അതുമനസ്സിലായി. പക്ഷേ ഒരു കാര്യം ചോദിക്കട്ടെ. ആ മാര്യേജ് ഫിക്സ് ചെയ്തില്ലായിരുന്നുവെങ്കിൽ എനിക്ക് പല്ലവിയെ കിട്ടുമായി രുന്നോ?' അവൻ ചോദിച്ചു.

'അതൊക്കെ അച്ഛന്റെ തീരുമാനത്തിന് വിടും. ഇതും അങ്ങനെയാ യിരുന്നു.' അവൾ പറഞ്ഞു.

'സാരമില്ല. വിധിച്ചതേ നടക്കൂ. പക്ഷേ, ഒരിക്കലും ഞാൻ പല്ലവിയെ മറക്കുകയില്ല. നാളത്തെ ദിവസം എന്റെ ജീവിതത്തിലെ ഏറ്റവും ദുഃഖ കരമായ ദിവസമായിരിക്കും.'

'അതെന്താ?'

'എന്റെ സകല പ്രതീക്ഷയും അസ്തമിക്കുന്ന ദിവസമല്ലേ. പല്ലവി യുടെ വിരലിൽ മോതിരമിട്ട് നാളെ സ്വന്തമാക്കുന്നതിന്റെ ആദ്യപടി.'

അവൾ ഒന്നും മിണ്ടിയില്ല.

'ശരി. എന്റെ ആശംസകൾ. അതു പറയാനാ വിളിച്ചത്. നാളെ എന്റെ ദുഃഖവും നിരാശയും മറക്കാൻ ഞാൻ വേറൊരു വഴി കണ്ടുപിടിച്ചിട്ടു ണ്ട്.' അവൻ പറഞ്ഞു.

'എന്താണത്?' അവൾക്ക് ആകാംക്ഷയായി.

'പറയാൻ പറ്റില്ല. സോറി. പല്ലവി വെച്ചോളൂ. എനിക്ക് വേറൊരു കോൾ വരുന്നുണ്ട്.'

'ശരി.' അവൾ കോൾ കട്ട് ചെയ്തു.

പ്രസീദ വിളിക്കുന്നുണ്ടായിരുന്നു. അനുരാഗ് ഉടൻതന്നെ അവളുടെ കോൾ എടുത്തു.

'എൻഗേജ്ഡ് ആയിരുന്നല്ലോ. നീ ആരോടാ സംസാരിച്ചുകൊണ്ടിരു ന്നത്?' അവൾ തിരക്കി.

'പേര് പല്ലവി. നാളെ അവളുടെ മോതിരംമാറൽ ചടങ്ങ് നടക്കുന്നു. ആശംസകൾ അറിയിക്കാൻ വിളിക്കുകയായിരുന്നു.'

'നിന്റെ ഗേൾഫ്രണ്ട് ആയിരുന്നോ?'

'അല്ല. ട്രൈ ചെയ്തെങ്കിലും കിട്ടിയില്ല.'

'പിന്നെ, എല്ലാ പെണ്ണും എന്നെപ്പോലെയാണെന്ന് നീ വിചാരിച്ചോ?' പ്രസീദ ചോദിച്ചു.

'നിന്നെപ്പോലെ നീ മാത്രം. അതിരിക്കട്ടെ നീയിപ്പോൾ എവിടെയാണ്?'

'തൃശ്ശൂരാണ്. ഇവിടെ ഒരു കൂട്ടുകാരിയുണ്ട്. ഇന്ന് അവളുടെ കൂടെയാ താമസം. നാളെ ചേർത്തലയിൽ വരും. റിസപ്ഷൻ കഴിഞ്ഞ് വൈകുന്നേരം ഏഴുമണിയോടെ ഫ്രീയാകും.' അവൾ പറഞ്ഞു.

'വെരി ഗുഡ്.'

'പിന്നെ എപ്പോൾ വേണമെങ്കിലും വന്ന് എന്നെ കൊണ്ടുപോകാം. നാളത്തെ രാത്രി ഞാൻ നിനക്കുള്ളതാണ്. രാവിലെ അഞ്ച് അൻപത്തിയഞ്ചിന് അവിടന്ന് ധൻബാദ് എക്സ്പ്രസ്സിൽ ഞാൻ ടിക്കറ്റ് റിസർവ് ചെയ്തിട്ടുണ്ട്. അപ്പോഴേക്ക് എന്നെ റെയിൽവേസ്റ്റേഷനിൽ കൊണ്ടുചെന്ന് വിട്ടാൽ മതി.'

'ഞാൻ വരാം ചേർത്തലയ്ക്ക്. നിന്നെ കൊണ്ടുപോരാൻ. വെളുപ്പിന് അഞ്ചരയ്ക്ക് സ്റ്റേഷനിൽ കൊണ്ടുചെന്ന് വിടാം. പോരേ.'

അവൻ ചോദിച്ചു.

'മതി.' അവൾ കോൾ കട്ട് ചെയ്തു.

നാളത്തെ രാത്രിക്ക് പ്രസീദയുടെ ഗന്ധമാണ്. അതിൽ പല്ലവിയെക്കുറിച്ചുള്ള ഓർമ്മ മുക്കിക്കളയണം.

പെട്ടെന്ന് ഓർമ്മ വന്നപ്പോൾ അവൻ ആനന്ദിനെ വിളിച്ചു. ഹോട്ടൽ അനുരാഗിന്റെ മാനേജരാണ് ആനന്ദ്.

'സാർ....' ആനന്ദ് പെട്ടെന്ന് കോൾ എടുത്തു.

'നാളെ എനിക്കൊരു ഗെസ്റ്റുണ്ട്. വൈകുന്നേരമേ വരൂ.'

അവൻ പറഞ്ഞു.

'ഏതു റൂമാണ് സാർ വേണ്ടത്?'

'പ്രത്യേകിച്ച് റൂം ഒന്നും വേണ്ടാ. അറിയിച്ചെന്നേ ഉള്ളൂ.'

ആനന്ദിന് കാര്യം മനസ്സിലായിക്കാണും. വേണ്ടുന്ന അറേഞ്ച് മെന്റ്സ് അയാൾ ചെയ്യണം. അതിനാണ് അറിയിച്ചത്.

അനുരാഗ് കാറെടുത്ത് വീട്ടിൽ നിന്നിറങ്ങി. വെറുതെ ചുറ്റിയിട്ട് വരാം.

***

വിവാഹനിശ്ചയത്തിന്റെ തലേദിവസമായതുകൊണ്ട് ചില അടുത്ത ബന്ധുക്കളും സുഹൃത്തുക്കളും ബാലകൃഷ്ണൻനായരുടെ വീട്ടിൽ

വന്നു.

എല്ലാവരേയും സന്തോഷത്തോടെയാണ് അദ്ദേഹം സ്വീകരിച്ചത്.

'മരുമോൻ സബ്കലക്ടറല്ലേ' ഒരാൾ അദ്ദേഹത്തോട് ചോദിച്ചു.

'മരുമകൻ ആയിട്ടില്ല.'

ചിരിച്ചുകൊണ്ട് ബാലകൃഷ്ണൻനായർ പറഞ്ഞു.

'ആകുമല്ലോ. ഉടൻതന്നെ കലക്ടറായിട്ട് പ്രമോഷൻ കിട്ടുമായിരിക്കും അല്ലേ?'

'കിട്ടിയേക്കും.'

'താൻ ഭാഗ്യവാനാ ബാലകൃഷ്ണാ. മകൾക്ക് ഒന്നാന്തരമൊരു പയ്യനെ കിട്ടിയില്ലേ.'

'അതുനേരാ. ഡോക്ടർമാരും എഞ്ചിനീയർമാരും ഇഷ്ടംപോലെയുണ്ട്. അതുപോലാണോ ഒരു ഐ.എ.എസ് ഓപീസർ. താൻ ഭാഗ്യവാനാടോ.' വേറൊരാൾ പറഞ്ഞു.

ചായസൽക്കാരം മുറയ്ക്കു നടന്നു. സന്ധ്യയായപ്പോഴാണ് കൊല്ലത്തുനിന്ന് രാഹുലിന്റെ അച്ഛൻ ശിവദാസ് വിളിച്ചത്.

'ഒന്നുമില്ല. കാര്യങ്ങൾ എവിടെവരെയെത്തി എന്നറിയാൻ വെറുതെ വിളിച്ചെന്നേയുള്ളൂ.'

'ഇവിടെ എല്ലാം ഓക്കെയാണ് സാർ. നാളെ അവിടുന്ന് രാവിലെ എത്രമണിക്ക് തിരിക്കും നിങ്ങൾ?'

'കഴിയുന്നതും നേരത്തെ. പത്തുമണിക്ക് അവിടെയെത്തണമെന്നാണ് ഉദ്ദേശിക്കുന്നത്.'

'ഹോട്ടൽ കണ്ടുപിടിക്കാൻ പ്രയാസം വരില്ല. മുനിസിപ്പൽ ഓഫീസിനടുത്താണ്.' ബാലകൃഷ്ണൻനായർ പറഞ്ഞു.

'അല്ലെങ്കിൽത്തന്നെ ഗൂഗിൾ മാപ്പ് ഉള്ളപ്പം കണ്ടുപിടിക്കാനെന്താ പ്രയാസം?'

'അതുനേരാ.'

'ശരി. നാളെ കാണാം.'

എട്ടുമണിയായപ്പോഴേക്കും അതിഥികളൊക്കെ പിരിഞ്ഞുപോയി.

'കുട്ടികൾ കഴിച്ചിട്ട് ഉറങ്ങട്ടെ. രാവിലെ എഴുന്നേൽക്കാനുള്ളതല്ലേ.'

'അതെ. ഏഴുമണിക്ക് ബ്യൂട്ടീഷൻ വരും.' രാജേശ്വരി പറഞ്ഞു.

പല്ലവിയും ശീതളും പൗർണമിയും ഭക്ഷണം കഴിച്ചിട്ട് ഉറങ്ങാൻ കിടന്നു. പല്ലവിക്ക് പെട്ടെന്നൊന്നും ഉറക്കം വന്നില്ല. അനുരാഗിന്റെ വാക്കുകൾ അവളുടെ ചെവിയിൽ മുഴങ്ങിക്കൊണ്ടിരുന്നു. വിധിച്ചതേ നടക്കൂ...

അവൾക്ക് വിഷമമൊന്നും അനുഭവപ്പെട്ടില്ല. എന്തുകൊണ്ടും യോജി

ച്ച വരൻ രാഹുലാണ്. അച്ഛന്റെ സെലക്ഷൻതന്നെയാണ് നല്ലത്. പണവും സ്വത്തും ഇഷ്ടംപോലെയുള്ളതുകൊണ്ട് ജീവിതത്തിൽ സന്തോഷം കിട്ട ണമെന്നുണ്ടോ...ഇല്ല.

ആലോചിച്ച് കിടന്ന് അവൾ എപ്പോഴോ ഉറങ്ങി.

പിറ്റേന്നു രാവിലെ ബ്യൂട്ടീഷൻ വന്നു. ഒരു സ്ത്രീയും അവരുടെ അസി സ്റ്റന്റും. അവർ പല്ലവിയെ മേക്കപ്പ് ചെയ്ത് അതീവസുന്ദരിയാക്കി. ശീത ളിനെയും പൗർണമിയെയും ചെറുതായി മേക്കപ്പ് ചെയ്തുകൊടുത്തു അവർ. ഫോട്ടോഗ്രാഫർ എല്ലാവരുടെയും ചിത്രങ്ങൾ എടുത്തുകൊണ്ടി രുന്നു.

മോതിരംമാറൽ ചടങ്ങിൽ പങ്കെടുക്കാൻ പോകാൻ കുറച്ച് അതിഥി കൾ വീട്ടിൽ വന്നു. പത്തുമണിയോടെ എല്ലാവരും കാറുകളിലായി പ്രിൻസ് ഹോട്ടലിലേക്ക് യാത്ര പുറപ്പെട്ടു. ഹോട്ടലിന്റെ ഓഡിറ്റോറിയം പൂക്കൾകൊണ്ട് ഭംഗിയായി അലങ്കരിച്ചിരുന്നു. എയർകണ്ടീഷൻ ചെയ്ത ഹാളിൽ അതിഥികൾ വന്നുതുടങ്ങിയിരുന്നു.

അല്പനേരം കഴിഞ്ഞപ്പോൾ രാഹുലും പാർട്ടിയും വന്നു. ബാലകൃ ഷ്ണൻനായരും ബന്ധുക്കളും കൂടി അവരെ ഹാർദമായി സ്വീകരിച്ചു.

കസവുകരയുള്ള മുണ്ടും വെള്ള സിൽക്കുഷർട്ടുമായിരുന്നു രാഹു ലിന്റെ വേഷം. സന്തോഷവാനായിരുന്നു അയാൾ.

സമയമായപ്പോൾ സ്റ്റേജിൽ പ്രത്യേകം തയ്യാറാക്കിയ ഇരിപ്പിടങ്ങളിൽ പല്ലവിയും രാഹുലും ഇരുന്നു. കത്തിച്ചുവച്ച നിലവിളക്കും മറ്റ് ഒരുക്ക ങ്ങളും സ്റ്റേജിലുണ്ടായിരുന്നു.

ബാലകൃഷ്ണൻനായർ എടുത്തുകൊടുത്ത മോതിരം രാഹുലിന്റെ വിരലിൽ പല്ലവി അണിയിച്ചു. ശിവദാസ് എടുത്തുകൊടുത്ത മോതിരം പല്ലവിയുടെ വിരലിൽ രാഹുലും അണിയിച്ചു.

അവർ പരസ്പരം നോക്കി പുഞ്ചിരിച്ചു.

***

ഹോട്ടലിന്റെ ബാൽക്കണിയിൽ കടലിനെ നോക്കി നിൽക്കുകയായി രുന്നു ആ സമയത്ത് അനുരാഗ്. അവന്റെ വലതുകൈയിൽ ഐസുകട്ട കൾ ഇട്ട വിസ്കി ഗ്ലാസ് ഉണ്ടായിരുന്നു.

മണി പതിനൊന്ന്. ഇപ്പോൾ പല്ലവിയുടെ വിരലിൽ അയാൾ മോതിരം അണിയിച്ചുകാണും. ഒരുപാട് ആഗ്രഹിച്ചുപോയ പെണ്ണ് ഇപ്പോൾ അന്യാ ധീനമായിക്കഴിഞ്ഞിരിക്കുന്നു.

അവൻ വിസ്കി അല്പം കുടിച്ചു.

സാരമില്ല. ചില നിരാശകളും ആവശ്യമാണ്. അതൊക്കെ ഓരോ

അനുഭവമാണ്. വിധിയോട് പക തീർക്കാൻ ഇന്ന് വേറൊരു പെണ്ണ് കൂട്ടിനുവരും. പ്രസീദ. അവൾ മിടുക്കിപ്പെണ്ണാണ്. നീണ്ട ഒരു ഇടവേളയ്ക്കു ശേഷം കത്തിപ്പടരാൻ ഒരു ജ്വാലയായി അവൾ എത്തുന്നു.

പെട്ടെന്നാണ് മൊബൈൽ ബെല്ലടിച്ചത്. അവൻ റൂമിലേക്ക് കയറിച്ചെന്നു. ബെഡ്ഡിൽ വച്ചിരിക്കുകയായിരുന്നു ഫോൺ. അവൻ അതെടുത്തു നോക്കി.

പീയുഷാണ് വിളിക്കുന്നത്.

'എന്താടാ?' അനുരാഗ് ചോദിച്ചു.

'നീയെവിടെയാണ്?'

'റൂമിൽ. ഹോട്ടലിൽ.'

'മോതിരംമാറലിന്റെ ഫോട്ടോ ഇപ്പോൾ വാട്സാപ്പിൽ കിട്ടി. നിനക്കു കാണണോ?' പീയുഷ് ചോദിച്ചു.

'വേണ്ടാ.'

'കാണാതിരിക്കുന്നതാ നല്ലത്. ഒരു രാജകുമാരിയെപ്പോലെ...നിനക്ക് സഹിക്കാൻ പറ്റില്ല.'

'രണ്ടുപേരും കൂടിയുള്ള ഫോട്ടോ എനിക്കു കാണണ്ട. അവളുടെ മാത്രം...അത് ക്രോപ്പ് ചെയ്ത് എനിക്കയച്ചുതാ.'

അവൻ പെട്ടെന്ന് മനസ്സു മാറ്റി.

ഉടൻതന്നെ അവന്റെ വാട്സാപ്പിൽ പല്ലവിയുടെ മാത്രം ഫോട്ടോ പീയുഷ് അയച്ചുകൊടുത്തു.

ശരിയാണ്. അവൾ ഒരു രാജകുമാരി തന്നെയാണ്.

അവൻ ഗ്ലാസിലെ വിസ്കി പെട്ടെന്ന് കുടിച്ചുതീർത്തു. പിന്നെ ബെഡ്ഡിലേക്ക് കിടന്നു. പിന്നെ എപ്പോഴോ മൊബൈൽ ബെല്ലടിക്കുന്നതു കേട്ടുകൊണ്ടാണ് അവൻ മയക്കത്തിൽനിന്ന് ഉണർന്നത്. നോക്കിയപ്പോൾ പ്രസീദയാണ് വിളിക്കുന്നത്.

'അനുരാഗ്...ഞാൻ ചേർത്തലയിൽ എത്തി. ഹെറിറ്റേജ് ഹോട്ടലിൽ ഉണ്ട്. ഞങ്ങൾക്കുവേണ്ടി റൂം അറേഞ്ച് ചെയ്തിട്ടുണ്ടായിരുന്നു.'

അവൻ സമയം നോക്കി. മണി മൂന്നര.

'നീയെപ്പോൾ ഫ്രീയാകും?' അവൻ ചോദിച്ചു.

'ഏഴുമണി. ഒന്നു കുളിച്ച് ഫ്രഷ് ആകണം. ഡ്രസ്സ് ചെയ്യണം. ആറുമണിക്ക് റിസപ്ഷനുണ്ട്. ഒരുമണിക്കൂർ കഴിഞ്ഞു ഞാനിറങ്ങാം.'

'ഓക്കെ. ഞാൻ വന്ന് നിന്നെ പിക്കപ്പ് ചെയ്യാം.'

'ശരിയെടാ.'

അനുരാഗ് കുളിച്ചു വേഷം മാറി. ആഹാരം റൂമിലേക്ക് വരുത്തി കഴി

ച്ചു. ആറുമണിക്ക് പുറപ്പെട്ടാൽ മതി. അരമണിക്കൂർകൊണ്ട് ചേർത്തലയിൽ എത്താം.

അവൻ അല്പനേരം വിശ്രമിച്ചു. പിന്നെ കാറെടുത്ത് പുറപ്പെട്ടു. ഏഴുമണിക്ക് അല്പസമയം മുമ്പ് അവൻ ഹെറിറ്റേജ് ഹോട്ടലിന്റെ പാർക്കിംഗ് ഏരിയായിൽ എത്തി. എന്നിട്ട് പ്രസീദയെ വിളിച്ചു.

'നീ എവിടെയാണ്?' അവൾ ചോദിച്ചു.

'പാർക്കിംഗിൽ.'

'ശരി. ഞാനുടൻ വരാം. റൂമിൽ പോയി ബാഗ് എടുക്കേണ്ട താമസമേയുള്ളൂ.'

അനുരാഗ് കാറിൽനിന്നിറങ്ങി വെളിയിൽ നിന്നു. റിസപ്ഷന് വന്നവരുടെ ധാരാളം കാറുകൾ പാർക്ക് ചെയ്തിട്ടുണ്ടായിരുന്നു അവിടെ. അല്പനേരം കഴിഞ്ഞപ്പോൾ ഷോൾഡർ ബാഗുമായി ചുറുചുറുക്കോടെ പ്രസീദ വന്നു. ടൈറ്റ് ജീൻസുംടോപ്പുമായിരുന്നു അവളുടെ വേഷം.

'അനുരാഗ്...' അവൾ ഓടിവന്ന് അവനെ കെട്ടിപ്പിടിച്ചു.

'നീ ഇത്തിരി തടിച്ചിട്ടുണ്ട്.'

അവളെ ആലിംഗനം ചെയ്ത് അവൻ പറഞ്ഞു.

'അതിഷ്ടമല്ലേ...?'

'ഇഷ്ടമാണ്.'

മങ്ങിയ വെളിച്ചത്തിൽ അവൾ അവനെ ഒന്നു നോക്കി.

'നീ കൂടുതൽ സുന്ദരനായിട്ടുണ്ട്.' അവൾ പറഞ്ഞു.

'നീയും കൂടുതൽ സുന്ദരിയായിട്ടുണ്ട്.'

'സുന്ദരൻ നീയും സുന്ദരി ഞാനും.'

അവൾ പാടി. അതുകേട്ട് അവൻ പൊട്ടിച്ചിരിച്ചു. കാറിലിരുന്ന് ആലപ്പുഴയിൽ എത്തുന്നതുവരെ പ്രസീദ വാ തോരാതെ സംസാരിച്ചുകൊണ്ടിരുന്നു. കൂടുതലും അവളുടെ ക്യാംപസിലെ വിശേഷങ്ങൾ.

'ആരാ നിന്റെ പുതിയ ബോയ്ഫ്രണ്ട്?' ഇടയ്ക്ക് അവൻ ചോദിച്ചു.

'നിലവിൽ ആരുമില്ല.'

'അതെന്താ?'

'പെട്ടെന്ന് മടുക്കുന്നു.'

'നിന്നെ ആർക്കും പെട്ടെന്ന് മടുക്കില്ല.' അവൻ പറഞ്ഞു.

'എനിക്കു മടുക്കുന്നു എന്നാണ് പറഞ്ഞത്.' അവൻ പൊട്ടിച്ചിരിച്ചു.

ഹോട്ടൽ അനുരാഗിന്റെ പോർച്ചിൽ ചെന്ന് കാർ നിന്നു.

പ്രസീദ ഇറങ്ങി.

'നീ റിസപ്ഷനിൽ ഇരിക്ക്. ഞാനിപ്പം വരാം.' അവൻ പറഞ്ഞു.

കാർ കൊണ്ടുചെന്ന് പാർക്ക് ചെയ്തിട്ട് അനുരാഗ് വന്നു. പ്രസീദയെ അവന്റെ സ്യൂട്ടിലേക്ക് കൂട്ടിക്കൊണ്ടുപോയി. റിസപ്ഷനിസ്റ്റായിരുന്ന ചെറുപ്പക്കാരൻ എല്ലാം കാണുന്നുണ്ടായിരുന്നു. പതിവുകാഴ്ചകൾ ആയിരുന്നതുകൊണ്ട് അയാൾക്ക് പ്രത്യേകിച്ച് ഒന്നും തോന്നിയില്ല.

റൂമിലെത്തി അവർ കുറെ നേരം സംസാരിച്ചിരുന്നു. അവൾ പിന്നെ ബിയർ കുടിച്ചു. രണ്ടുപേരും ഭക്ഷണം കഴിച്ചു.

'ഇനി കിടക്കാം അല്ലേ?' അവൾ ചോദിച്ചു.

'കിടക്കാം. പക്ഷേ ഉറങ്ങണ്ട.' അവൻ പറഞ്ഞു.

അവൾ അതുകേട്ട് പൊട്ടിച്ചിരിച്ചു.

വളരെനേരം കഴിഞ്ഞാണ് രണ്ടുപേരും ഉറങ്ങിയത്. പാതിരാത്രിയിൽ എപ്പോഴോ അനുരാഗ് ഉണർന്ന് ബാത്ത് റൂമിൽ പോയിട്ട് വന്നപ്പോഴാണ് അവൻ അതു കണ്ടത്. പ്രസീദയുടെ ചുണ്ടിന്റെ കോണിലൂടെ വെളുത്ത നുരയും പതയും ഒലിച്ചിറങ്ങിയിരിക്കുന്നു.

അവൻ അവളെ വിളിച്ചുണർത്താൻ ശ്രമിച്ചു. പക്ഷേ, ശരീരം അനങ്ങിയതല്ലാതെ അവൾ ഉണർന്നില്ല. സംശയത്തോടെ മൂക്കിനുചുവട്ടിൽ വിരൽവച്ചു നോക്കിയപ്പോൾ ശ്വാസമില്ല.

ഭ്രാന്തനെപ്പോലെ അവൻ മുറി തുറന്ന് പുറത്തിറങ്ങി. സ്റ്റെയർകേസിനു നേരെ ഓടി.

പന്ത്രണ്ട്

ഹോട്ടലിന്റെ ലോബി വിജനമായിരുന്നു. സ്റ്റെയർകേസ് ഓടിയിറങ്ങി ഗ്രൗണ്ട് ഫ്ളോറിൽ അനുരാഗ് വന്നുനിന്നു. റിസപ്ഷനിൽ ടൈ ധരിച്ച ചെറുപ്പക്കാരനുണ്ടായിരുന്നു.

'എന്താ സാർ? എന്തുപറ്റി?'

അനുരാഗിന്റെ പരിഭ്രമംകണ്ട് അയാൾ ചോദിച്ചു.

'മാനേജരെ വേഗം വിളിക്ക്. ഒരു എമർജൻസി. പെട്ടെന്ന് വിളിക്ക്.'

വേവലാതിയോടെ അവൻ പറഞ്ഞു.

പറഞ്ഞത് അനുസരിക്കുകമാത്രമേ അയാൾക്ക് ചെയ്യാൻ കഴിയുമായിരുന്നുള്ളു. ഗ്രൗണ്ട് ഫ്ളോറിൽതന്നെയുള്ള ഒരു റൂമിൽ ഉറക്കത്തിലായിരുന്നു മാനേജർ ആനന്ദ്. റിസപ്ഷനിസ്റ്റ് അയാളെ ഫോണിൽ വിളിച്ചു. ഒട്ടും സമയം കളയാതെ ആനന്ദ് വന്നു. അയാൾ ഉറങ്ങിയിരുന്നില്ലെന്ന് അനുരാഗിന് തോന്നി.

'എന്താ സാർ? എന്താ പ്രശ്നം?' ശാന്തമായ സ്വരത്തിൽ ആനന്ദ്

തിരക്കി.

'ആനന്ദ് വരൂ.' അനുരാഗ് അയാളെ മാറ്റിനിർത്തി സംസാരിച്ചു.

'എന്റെ റൂമിൽ ഒരു പെണ്ണുണ്ട്. അവൾക്ക് എന്തോ സംഭവിച്ചിരിക്കുന്നു. ഞാൻ നോക്കിയപ്പോൾ ശ്വാസമില്ല.' വിറയ്ക്കുന്ന സ്വരത്തിൽ അവൻ പറഞ്ഞൊപ്പിച്ചു.

'നിങ്ങൾ തമ്മിൽ എന്തെങ്കിലും...'

സംശയത്തോടെ മാനേജർ ചോദിച്ചു.

'യേസ്.' അവൻ തലകുലുക്കി.

'അതല്ല. ഞാൻ ചോദിച്ചത്. വഴക്കോ മറ്റോ ഉണ്ടായോ?'

'ഇല്ല.'

'അരുതാത്തത് എന്തെങ്കിലും കഴിച്ചോ?'

'ഇല്ല...ഇല്ല...ബിയറും സ്കോച്ച് വിസ്കിയും അരുതാത്തതൊന്നുമല്ലല്ലോ.'

'നമുക്ക് അവളെ എത്രയും വേഗം ഹോസ്പിറ്റലിൽ കൊണ്ടുപോകണം. ജീവൻ പോയിട്ടില്ലെങ്കിൽ....' അവൻ ധൃതികൂട്ടി.

'അഥവാ ജീവൻ പോയിട്ടുണ്ടെങ്കിലോ? ഒരു പെണ്ണിന്റെ ഡെഡ് ബോഡിയുമായി ഹോസ്പിറ്റലിൽ ചെന്നാൽ...നമുക്ക് എന്തുപറയാനുണ്ട്?'

അനുരാഗ് ഒരുനിമിഷം നിശ്ശബ്ദനായി. മാനേജർ പറയുന്നതിലും കാര്യമുണ്ട്.

'നമുക്കൊരു കാര്യം ചെയ്യാം. ഇവിടിപ്പോ ഇരുന്നൂറിനടുത്ത് ഗസ്റ്റുകൾ ഉണ്ട്. അവരിൽ ആരെങ്കിലും ഡോക്ടറാണെങ്കിൽ...'

അത് നല്ലൊരു ഐഡിയ ആയിരുന്നു.

'രമേശ്...ഡോക്ടർമാർ ആരെങ്കിലും ചെക്കിൻ ചെയ്തിട്ടുണ്ടോ?'

റിസപ്ഷനിലെ ചെറുപ്പക്കാരനോട് മാനേജർ ചോദിച്ചു.

'ഉണ്ട് സാർ. കോഴിക്കോട് മെഡിക്കൽ കോളേജിലെ അസിസ്റ്റന്റ് പ്രൊഫസറാണ്. ഡോ.മനോജ് പൈ.'

'ഫാമിലിയായിട്ടാണോ?'

'അല്ല. ആലപ്പുഴ മെഡിക്കൽകോളേജിൽ എക്സാമിനറായി വന്നതാണ്.'

'എന്തായാലും ഒന്നു വിളിക്കൂ. എമർജൻസിയാണെന്ന് പറഞ്ഞാൽ മതി.'

'ശരി സാർ.' റിസപ്ഷനിലെ ചെറുപ്പക്കാരൻ അപ്പോൾത്തന്നെ ഫോണെടുത്ത് ഇരുന്നൂറ്റി പതിനൊന്നാംനമ്പർ റൂമിലേക്ക് വിളിച്ചു.

അയാൾ ഡോക്ടറോട് സംസാരിച്ചു.

'ഡോക്ടർ റെഡിയാണ്. അങ്ങോട്ടു ചെല്ലാൻ പറഞ്ഞു.'

റിസീവർ വച്ചിട്ട് അയാൾ പറഞ്ഞു.

'സർ വാ.' അനുരാഗിനെയും കൊണ്ട് മാനേജർ ആനന്ദ് ലിഫ്റ്റിന് കാക്കാതെ രണ്ടാമത്തെ നിലയിലേക്ക് സ്റ്റെപ്പുകൾ ഓടിക്കയറി. അവർ ചെന്നപ്പോൾ ഇരുന്നൂറ്റി പതിനൊന്നാം നമ്പർ റൂമിന്റെ വാതിലിന് വെളിയിൽ വെള്ള പൈജാമയും ഷർട്ടും ധരിച്ച ഒരു മധ്യവയസ്കൻ നിൽക്കുന്നുണ്ടായിരുന്നു.

'ഡോക്ടർ ഞാൻ മാനേജർ ആനന്ദ്....'

'എവിടെയാണ് പേഷ്യന്റ്?'

'പ്ലീസ്...' അനുരാഗിന്റെ റൂമിലേക്ക് അദ്ദേഹത്തെ അവർ കൊണ്ടുപോയി. അവർ ചെന്നപ്പോഴും പ്രസീദ നിശ്ചലയായി ബെഡ്ഡിൽ കിടക്കുന്നുണ്ടായിരുന്നു.

ഡോക്ടർ അല്പമൊന്നു കുനിഞ്ഞു. പ്രസീദയുടെ കൺപോളകൾ വിടർത്തി നോക്കി. പിന്നെ പൾസ് പരിശോധിച്ചു.

'കഴിഞ്ഞു. ഇനി ഹോസ്പിറ്റലിൽ കൊണ്ടുപോയിട്ട് കാര്യമില്ല.'

അനുരാഗ് നടുങ്ങിപ്പോയി. അവൻ ഒരു വശത്തേക്ക് ചാഞ്ഞുവീഴാൻ തുടങ്ങിയപ്പോൾ ആനന്ദ് പെട്ടെന്ന് കയറിപ്പിടിച്ചു.

'സാർ...വാ.' അയാൾ അവനെ താങ്ങിയെടുത്ത് ഒഴിഞ്ഞുകിടന്ന റൂമിൽ കൊണ്ടുചെന്ന് കിടത്തി.

'ഇനിയെന്തു ചെയ്യും ആനന്ദ്?' അവൻ ആധിയോടെ ചോദിച്ചു.

'ജി.എൻ.സാറിനെ വിളിക്കാം. സാർ എന്തെങ്കിലും വഴിയുണ്ടാക്കും.'

അനുരാഗ് വീണ്ടും ഞെട്ടി. ഗോപിയങ്കിൾ അറിഞ്ഞാൽ അമ്മയോട് പറഞ്ഞാൽ...

'വേണ്ട ആനന്ദ്.' അവൻ എതിർത്തു.

'പിന്നെ ബോഡി നമ്മൾ എന്തുചെയ്യും?'

അപ്പോഴാണ് അതേക്കുറിച്ച് അവന് ഓർമ്മ വന്നത്. ആരെങ്കിലും ഇതറിഞ്ഞാൽ ആ നിമിഷം പോലീസ് പാഞ്ഞെത്തും. ഉടനെ അറസ്റ്റു ചെയ്യും. അമ്മ അതറിഞ്ഞ് ചങ്കുപൊട്ടി മരിക്കും. അച്ഛൻ പടുത്തുയർത്തിയ ആർ.കെ അസോസിയേറ്റ്സ് എന്ന ബിസിനസ്സ് സാമ്രാജ്യം തകരും.

'എങ്കിൽ വിളിക്ക് ആനന്ദ്.' അവൻ അപേക്ഷിച്ചു.

അയാൾ ഉടൻതന്നെ മൊബൈൽ എടുത്ത് ഗോപിനാഥിനെ വിളിച്ചു.

'ഞാനിതാ വരുന്നു.'

ഹോട്ടലിലെ അതിഥികൾ ആ പാതിരാ നേരത്ത് സുഖസുഷുപ്തിയിലായിരുന്നു. ഒരു മുറിയിൽ മാത്രമേ ഉറങ്ങാതെ ചിലർ ഉണ്ടായിരുന്നുള്ളു. പീയുഷിനെ വിളിച്ചാലോ എന്ന് ഒരുനിമിഷം ചിന്തിച്ചു. പിന്നെ വേണ്ടെന്ന് വെച്ചു. വെറുതെ ആ പാവത്തിനെക്കൂടി ഇതിലേക്ക് വലിച്ചിഴയ്ക്കണ്ടാ. അല്പനേരം കഴിഞ്ഞപ്പോൾ ഗോപിനാഥ് വന്നു. അയാളെ കണ്ട് അനുരാഗ് ചാടിയെഴുന്നേറ്റു.

'അങ്കിൾ എന്നെ രക്ഷിക്കണം. ഞാനൊരു തെറ്റും ചെയ്തിട്ടില്ല. എന്താണ് സംഭവിച്ചതെന്നറിയില്ലെനിക്ക്.' അവൻ അയാളെ കെട്ടിപ്പിടിച്ച് പൊട്ടിക്കരഞ്ഞു.

'മോൻ ഒന്നുകൊണ്ടും പേടിക്കണ്ട. ഇത് അങ്കിൾ കൈകാര്യം ചെയ്തോളാം. ഇത് വെറുമൊരു ദുഃസ്വപ്നമാണെന്ന് വിചാരിച്ചാൽ മതി.' അയാൾ അവനെ ചേർത്തുപിടിച്ചു.

'അമ്മ ഇതറിയല്ലേ അങ്കിൾ.'

'ദേവിയേടത്തി അല്ല ഒരു കുഞ്ഞുപോലും ഒന്നും അറിയില്ല. എങ്കിലും അങ്കിൾ ചോദിക്കട്ടെ. ഏതാ ഈ പെണ്ണ്?'

'പ്രസീദാ നമ്പ്യാർ...' അവളെക്കുറിച്ച് അറിയാവുന്ന കാര്യങ്ങളെല്ലാം അവൻ അയാളോട് പറഞ്ഞു.

'അവൾ മോന്റെ അടുത്തേക്കാണ് വന്നതെന്ന് അവൾ ആരോടെങ്കിലും പറഞ്ഞുകാണുമോ?'

'അറിയില്ല.'

'ആരെങ്കിലും അന്വേഷിച്ചുവന്നാൽത്തന്നെ അവൾ ഇവിടെ വന്നിട്ടില്ല എന്നേ നമ്മൾ പറയൂ. മനസ്സിലായല്ലോ.'

'ഉം.'

'ഇപ്പോൾത്തന്നെ നമ്മുടെ വണ്ടിയിൽ ബോഡി തോട്ടപ്പള്ളിക്കു കൊണ്ടുപോകും. അവിടെ ഫിഷിംഗ് ബോട്ട് തയ്യാറായി നിൽക്കും. ബോഡി ഇന്നുതന്നെ ഉൾക്കടലിൽ കൊണ്ടുചെന്ന് തള്ളും.'

ഓർത്തപ്പോൾ അനുരാഗിന് അതിയായ ദുഃഖം തോന്നി. എത്ര സുന്ദരിയായിരുന്നു പ്രസീദ. ഒടുവിൽ...

'മോൻ ഒന്നുകൊണ്ടും ഭയപ്പെടണ്ടാ. കണ്ണുകളടച്ച് ഒന്ന് മയങ്ങാൻ നോക്ക്.' ഗോപിനാഥ് പറഞ്ഞു. എല്ലാം കണ്ടുകൊണ്ട് ആനന്ദ് നിൽക്കുന്നുണ്ടായിരുന്നു.

'ആനന്ദ് ഒരു ബ്രാണ്ടി ഒഴിക്ക്. ഉറങ്ങിക്കോളും.' അയാൾ ഉടൻതന്നെ നീണ്ട ഗ്ലാസിൽ സോഡ നുരയുന്ന ബ്രാണ്ടിയുമായി വന്നു. അനുരാഗിനെക്കൊണ്ട് ഗോപിനാഥ് അത് കുടിപ്പിച്ചു.

'ഉറങ്ങിക്കോ.' അവനെ മുറിയിലാക്കി വാതിലടച്ചിട്ട് ഗോപിനാഥും ആനന്ദും ലിഫ്റ്റിനുനേരെ നടന്നു.

'എപ്പോഴും ഒരു കണ്ണുവേണം. ആരെയെങ്കിലും കാവൽ നിർത്തിയേക്ക്. പാവം. വല്ലാതെ പേടിച്ചിട്ടുണ്ട്.' ഗോപിനാഥ് പറഞ്ഞു.

'ശരി സാർ.' ലിഫ്റ്റ് വഴി താഴെ വന്ന് ഗോപിനാഥ് കാറിൽ കയറി. ഡ്രൈവർ വണ്ടി മുന്നോട്ടെടുത്തു.

രാത്രി രണ്ടുമണി നേരത്ത് റോഡിൽ ട്രാഫിക്കൊട്ടുമില്ലായിരുന്നു. ഹെഡ് ലൈറ്റ് തെളിച്ച് കാർ ചീറിപ്പാഞ്ഞു. അപ്പോഴാണ് ഗോപിനാഥിന്റെ മൊബൈലിൽ ഒരു കോൾ വന്നത്. ജയന്തിയാണ് വിളിച്ചത്.

'എവിടെയാണിപ്പോൾ?' അവൾ ചോദിച്ചു.

'ഹോട്ടലിൽനിന്നിറങ്ങി തിരിച്ചുവരികയാണ്.'

'എന്തായീ കാര്യങ്ങൾ?' അവൾ ചോദിച്ചു.

'അവന്റെ തലയിൽ ഒരു കൊലക്കുറ്റം കൂടി. ഇനി എനിക്കെതിരെ ഒരിക്കലും അവന്റെ നാവുയരുകയില്ല.'

'മിടുക്കൻ. വേഗം വാ. ഒരു സ്പെഷ്യൽ സമ്മാനം തരുന്നുണ്ട്.'

വികാരാധിക്യത്തോടെ ജയന്തി പറഞ്ഞു.

ഗോപിനാഥ് ഒന്ന് ഊറിച്ചിരിച്ചു.

***

തിങ്കളാഴ്ച പുലർച്ചെ കാറിലാണ് പല്ലവിയും ശീതളും പൗർണമിയും മൂവാറ്റുപുഴയിൽനിന്ന് ആലപ്പുഴയിലേക്ക് തിരിച്ചുപോയത്.

'നീ ആരോടും പറഞ്ഞില്ലെങ്കിലും എൻഗേജ്മെന്റ് നടന്ന കാര്യം ഇനി ഓരോരുത്തരായി അറിയും.' കാറിലിരിക്കുമ്പോൾ ശീതൾ പറഞ്ഞു

'അതെങ്ങനാ?' പല്ലവിക്കു മനസ്സിലായില്ല.

'നിന്റെ വിരലിൽ കിടക്കുന്ന ഈ റിംഗ് കാണുമ്പോൾ...'

അവൾ പറഞ്ഞത് ശരിയാണെന്ന് പല്ലവിക്കു തോന്നി. വലതു കൈ ഉയർത്തി അവൾ മോതിരവിരൽ പരിശോധിച്ചു. മനോഹരമായ ആ പൊൻമോതിരം വിരലിന്റെ ഭംഗി വർദ്ധിപ്പിക്കുന്നു.

നീലപ്രതലത്തിൽ സ്വർണ്ണാക്ഷരങ്ങൾ.

രാഹുൽ.

'എക്സാം കഴിഞ്ഞിട്ടല്ലേ മാര്യേജ് കാണൂ.'ശീതൾ ചോദിച്ചു.

'ഉം.' പല്ലവി മൂളി.

'അപ്പോൾ നമ്മൾ ഹോസ്റ്റൽ വിട്ട് വീട്ടിലായിരിക്കും.'

'അതിനെന്താ രണ്ടുദിവസം മുമ്പേ അങ്ങു വന്നേക്കണം. എനിക്ക് നിങ്ങൾ രണ്ടുപേരല്ലാതെ വേറെ ഫ്രണ്ട്സ് ഇല്ലെന്ന് അറിയാമല്ലോ.'

'രണ്ടുദിവസം മുമ്പല്ല ഒരാഴ്ച മുമ്പേ ഞങ്ങൾ വന്നേക്കാം. എന്താ യാലും വീട്ടിലിരുന്ന് ബോറടിക്കുകയായിരിക്കും.' പൗർണമി പറഞ്ഞു.

ഒൻപതിനുമുൻപ് അവർ ഹോസ്റ്റലിൽ എത്തി. ഉടൻതന്നെ കാർ തിരിച്ചയച്ചു. വേഗം ഒരുങ്ങി കോളേജിലേക്ക് പോയി.

***

ക്ലാസിൽ ചെന്നപ്പോൾ ബ്ലാക്ക്ബോർഡ് കണ്ട് പല്ലവി ഞെട്ടി.

പല്ലവി വെഡ്സ് രാഹുൽ.

ആരോ കളർചോക്കുകൊണ്ട് കലാപരമായി എഴുതിവെച്ചിരിക്കുന്നു. താഴെ വേറെ രണ്ടുവരികൾ. സംഭവം മറച്ചുവച്ചതിനുള്ള ശിക്ഷ എല്ലാവർക്കും ഇന്ന് ഐസ്ക്രീം. പിന്നിൽനിന്ന് ഒരു പൊട്ടിച്ചിരി കേട്ട് അവൾ തിരിഞ്ഞുനോക്കി.

ക്ലാസിലെ കുറെ കുട്ടികൾ കൂട്ടംകൂടി നിന്ന് ചിരിക്കുന്നു.

'എടീ നീ കൊള്ളാമല്ലോ. മോതിരംമാറൽ നടന്നിട്ട് ഞങ്ങളാരോടും പറഞ്ഞില്ലല്ലോ.'

സംഗീത വന്ന് അവളുടെ കൈ പിടിച്ച് പരിഭവം പറഞ്ഞു.

'എൻഗേജ്മെന്റ് അധികമാരേം അറിയിച്ചില്ല മോളേ. മാര്യേജിന് എല്ലാവരേയും ക്ഷണിക്കുന്നതായിരിക്കും.' പല്ലവി ഉറപ്പുകൊടുത്തു.

'അതു പിന്നത്തെ കാര്യം. ഇന്ന് ഞങ്ങൾക്ക് ഐസ്ക്രീം കിട്ടിയേ തീരൂ.'

'അതിനെന്താ തരാമല്ലോ.' അവൾ പറഞ്ഞു.

ക്ലാസിൽ മുപ്പതുപേരാണുള്ളത്. പക്ഷേ, രാജുവും ഗോവിന്ദും കൂടി കാന്റീനിൽ ചെന്ന് മുപ്പത്തിയഞ്ച് ഐസ്ക്രീം വാങ്ങിക്കൊണ്ടുവന്നു.

'ഒരെണ്ണംകൊണ്ട് തൃപ്തിപ്പെടാത്ത ചിലരുണ്ട് പല്ലവീ. അതിനാ എക്സ്ട്രാ മേടിച്ചത്.' രാജേഷ് പറഞ്ഞു.

എല്ലാവരും ഐസ്ക്രീം കഴിച്ചുകൊണ്ടിരിക്കുമ്പോഴാണ് ക്ലാസെടുക്കാൻ റൂബി മിസ്സ് വന്നത്. അവർ കുട്ടികളെ കണ്ട് ഒന്ന് പകച്ചു. എല്ലാവരുടെ കൈയിലും ഐസ്ക്രീം കപ്പ്.

'ഒരെണ്ണം മിസ്സിനും കൊടുക്കെടാ.' ഗോവിന്ദ് പറഞ്ഞു.

'ഒരു ഐസ്ക്രീം എടുത്ത് രാജേഷ് റൂബി മിസ്സിന് കൊടുത്തു.

'എന്താടോ വിശേഷം?' മിസ്സ് ചോദിച്ചു.

'എനിക്കല്ല മിസ്സേ വിശേഷം. പല്ലവിക്കാ. ഇന്നലെ അവളുടെ എൻഗേജ്മെന്റായിരുന്നു.'

'റിയലി?'റൂബി മിസ്സ് ആശ്ചര്യത്തോടെ അവളുടെ നേർക്ക് തിരിഞ്ഞു.

'യേസ് മിസ്സ്.' അവൾ അല്പമൊരു നാണത്തോടെ പറഞ്ഞു.

'കൺഗ്രാറ്റ്സ്...വാട്ടീസ് ഹി ഡൂയിംഗ്?'

'ഐ.എ.എസാണ് മിസ്സ്.' ദിവ്യ പറഞ്ഞു.

'സബ് കലക്ടർ.' രേണു പറഞ്ഞു.

'വെരി ഗുഡ് പല്ലവി. ഓൾദ ബെസ്റ്റ്.'

ആരോടും പറയാതെ രഹസ്യമായി വെച്ച കാര്യം കോളേജിൽ അങ്ങനെ ഒരുപാടുപേർ അറിഞ്ഞു. ലൈബ്രറിയിലും കാന്റീനിലും ഡിപ്പാർട്ട്മെന്റിലുമൊക്കെ ചെന്നപ്പോൾ പല്ലവിക്ക് ആശംസകൾ കിട്ടി.

'ആരായിരിക്കും ഈ ന്യൂസ് വെളിയിൽ വിട്ടത്?'

അവൾ ആശ്ചര്യപ്പെട്ടു.

'ആരെങ്കിലും ഒരാൾ അറിഞ്ഞാൽ പോരേ. അതങ്ങ് കത്തിപ്പടരും. പ്രത്യേകിച്ച് നിന്റെ കാര്യം ആകുമ്പോൾ...' പൗർണമി പറഞ്ഞു.

'എനിക്കെന്താ കൊമ്പുണ്ടോടീ?'

'നീ കോളേജ് ബ്യൂട്ടി. പോരാത്തതിന് കലാപ്രതിഭയും.'

ശീതൾ പറഞ്ഞു.

'എന്നാലും എല്ലാവരും ചോദിക്കുമ്പോൾ ഒരു ചമ്മലാ.'

പല്ലവി പറഞ്ഞു.

'അതൊക്കെ ഒരു രസമല്ലേ മോളേ. രണ്ടുദിവസം കഴിയുമ്പം അവർക്ക് വേറെ സബ്ജക്ട് കിട്ടും.'

***

അന്നു വൈകുന്നേരം രാഹുൽ വിളിച്ചു.

'ഇന്നാണോ കോളേജിൽ വന്നത്?' അയാൾ ചോദിച്ചു.

'ഉം. രാവിലെ പുറപ്പെട്ടു. ഫ്രണ്ട്സും ഉണ്ടായിരുന്നു.' അവൾ പറഞ്ഞു

'ശീതളും പൗർണമിയും പ്രിയംവദയും അനസൂയയും അല്ലേ?'

അയാൾ കളി പറഞ്ഞു.

'അയ്യോ അങ്ങനെ പറയല്ലേ. ഞാൻ ശകുന്തളയല്ല.'

പല്ലവി പെട്ടെന്ന് തിരുത്തി.

'ഞാൻ വെറുതെ തമാശയ്ക്ക്....'

'മനസ്സിലപ്പോ ശകുന്തളയുടെ സ്ഥിതി ഓർത്തതാ.'

'മുദ്രമോതിരം കളയാതിരുന്നാൽ മതി.'

'വേറെ വല്ലതും പറയൂ.' അവൾക്ക് പേടിതോന്നി.

'എന്റെ കൂടെ വന്ന് എല്ലാവർക്കും പല്ലവിയെ ഇഷ്ടപ്പെട്ടു. ഞാൻ വളരെ വളരെ ലക്കി ആണെന്ന് അവർ പറഞ്ഞു.'

'ഞാനും വളരെ ലക്കിയാണെന്നാ ഇവിടെയും പറയുന്നത്.'

അവൾ പറഞ്ഞു.

'വേറൊരു സംഭവം കേൾക്കണോ?' അയാൾ ചോദിച്ചു.

'എന്താണ്?'

'നമ്മൾ രണ്ടുപേരുടെയും ഒന്നിച്ചുള്ള ഫോട്ടോ ഞാൻ ഫേസ്ബുക്കിൽ ഇട്ടിരുന്നു. ഇന്നലെ രാത്രിക്ക്.'

'അയ്യോ ഞാൻ കണ്ടില്ല.'

'ഇനി നോക്കൂ. രസം അതല്ല. കുറച്ചുമുമ്പു നോക്കിയപ്പോൾ ലൈക്കുകൾ ആയിരത്തിനോടടുക്കുന്നു.'

'എന്റീശ്വരാ.' അവൾ അത്ഭുതപ്പെട്ടു.

'കമന്റ് ധാരാളമുണ്ട്.'

'എന്താണ് കമന്റ്?'

'വായിച്ചുനോക്കിയാൽ മതി.'

'എനിക്ക് ധൃതിയായി. വച്ചോട്ടേ?' അവൾ ചോദിച്ചു.

'അയ്യോ വയ്ക്കല്ലേ...സംസാരിച്ചുകഴിഞ്ഞ് മതി.' അയാൾ പറഞ്ഞു.

'സോറി ഞാൻ...'

'ഏയ് സാരമില്ല. അതിരിക്കട്ടെ, എന്നെക്കുറിച്ച് എന്തു പറഞ്ഞു ഫ്രണ്ട്സും റിലേറ്റീവ്സുമൊക്കെ?' അയാൾ ചോദിച്ചു.

'എല്ലാവർക്കും ഇഷ്ടായി. നമ്മൾ നല്ല ചേർച്ചയാണെന്ന് പറഞ്ഞു.'

'എന്റെ കൂടെവന്നവരും ഇതുതന്നെയാണ് പറഞ്ഞത്. കണ്ണ് തട്ടാതിരിക്കാൻ എന്തെങ്കിലും ചെയ്യണമെന്ന് അമ്മ പറഞ്ഞു.'

അതുകേട്ട് അവൾ ചിരിച്ചുപോയി.

'പല്ലവിയെ കാണാൻ ഒരുദിവസം വരാനിരിക്കുകയാ അമ്മ. ഹോസ്റ്റലിൽ.' അയാൾ പറഞ്ഞു.

'അമ്മ മാത്രം?' അവൾ ചോദിച്ചു.

'അല്ല. അച്ഛനും വരും.'

'അമ്മയും അച്ഛനും മാത്രം?'

'അത്രയും ദൂരം അച്ഛൻ വണ്ടിയോടിക്കയില്ല. അതുകൊണ്ട് ഞാനും കാണും.' ചിരിച്ചുകൊണ്ട് അയാൾ പറഞ്ഞു.

'അയ്യോ പാവം.'

'കാണണമെന്നാ എപ്പഴും എനിക്ക്...'

'എന്നാൽ എത്രയും വേഗം വാ. ഞാൻ കാത്തിരിക്കും.'

അവൾ പറഞ്ഞു.

'എല്ലാവരും കളിയാക്കുമായിരിക്കും അറിഞ്ഞാൽ...'

'അതിന് നമുക്കെന്താ. ആരും അറിയണമെന്നില്ലല്ലോ.'

'അതുനേരാ.'

അവർ കുറേയേറെ നേരം സംസാരിച്ചു. അതുകഴിഞ്ഞ് മനസ്സില്ലാമനസ്സോടെയാണ് രണ്ടുപേരും ഫോൺ കട്ട് ചെയ്തത്.

രാഹുൽദാസ് എന്നായിരുന്നു രാഹുലിന്റെ ഫേസ്ബുക്ക് ഐഡി. പല്ലവി അപ്പോൾത്തന്നെ രാഹുലിന്റെ ഫേസ്ബുക്കിൽ പോയി നോക്കി. ടൈംലൈക്കിൽത്തന്നെ രണ്ടുപേരുടെയും ഫോട്ടോ പോസ്റ്റ് ചെയ്തിട്ടുണ്ടായിരുന്നു.

മെറൂൺ ലാച്ചയിൽ താൻ കാണാനൊട്ടും മോശമല്ലെന്ന് അവൾക്കുതന്നെ തോന്നി. തൊട്ടടുത്ത് രാഹുൽ ചേർന്നുനിൽക്കുന്നു. രണ്ടുപേർക്കും പുഞ്ചിരിയുണ്ട്. പ്രിൻസ് ഹോട്ടലിന്റെ പുൽത്തകിടിയിൽ വെച്ചെടുത്ത ഫോട്ടോ ആയിരുന്നു അത്. ഞാനും എന്റെ പ്രിയ വധു പല്ലവിയും ഇന്ന് ഞങ്ങളുടെ വിവാഹനിശ്ചയമായിരുന്നു. നാലഞ്ചു വരികൾ. ലൈക്കുകൾ ആയിരം കഴിഞ്ഞിരിക്കുന്നു. കമന്റുകൾ അപ്പോഴും വന്നുകൊണ്ടിരിക്കുന്നു. നൈസ് കപ്പിൾസ്...ബ്യൂട്ടിഫുൾ ഗേൾ ആന്റ് ഹാന്റ്സം ബോയ്... ഓൾ ദ ബെസ്റ്റ് ബോത്ത് ഓഫ് യു....

വായിച്ചിട്ടും തീരാത്ത കമന്റുകൾ. ആശംസകൾ. അഭിനന്ദനങ്ങൾ.

ശീതളിനെയും പൗർണമിയെയും അവൾ ആ ഫേസ് ബുക്ക് പേജ് കാണിച്ചു.

'കൊള്ളാമല്ലോ.'

രണ്ടുപേരും കുത്തിയിരുന്ന് അത് മുഴുവൻ വായിച്ചു.

'ഞങ്ങളുംകൂടി ഒരു കമന്റിടട്ടെ.?' ശീതൾ ചോദിച്ചു.

'എന്തു കമന്റ്?'

'വധുവിന് ശീതൾ, പൗർണമി എന്നീ സുന്ദരികളായ രണ്ടുകൂട്ടുകാരികൾ കൂടി ഉണ്ടെന്ന്.' ശീതൾ പറഞ്ഞതുകേട്ട് പല്ലവിയും പൗർണമിയും പൊട്ടിച്ചിരിച്ചു.

'എന്തായാലും നിന്റെ മാര്യേജ് ഒരു സംഭവംതന്നെ പല്ലവീ.'

പൗർണമി പ്രവചിച്ചു.

'അതെ. ഒരു ഒന്നൊന്നര കല്യാണം.' ശീതൾ പറഞ്ഞു.

അന്ന് മധുരസ്വപ്നങ്ങൾ കണ്ടുകൊണ്ടാണ് പല്ലവി ഉറങ്ങിയത്.

***

വൈകുന്നേരം ഓഫീസിൽനിന്നു വന്ന ബാലകൃഷ്ണൻനായർക്ക് രാജേശ്വരി കടുപ്പത്തിൽ ഒരു ചായ ഉണ്ടാക്കിക്കൊടുത്തു.

'വീട് പെയിന്റ് ചെയ്യിക്കണ്ടേ' അടുത്തിരുന്നുകൊണ്ട് രാജേശ്വരി ചോദിച്ചു.

'വേണം. പല കാര്യങ്ങളും ഉണ്ട് രാജീ. ഡേറ്റ് ഫിക്സ് ചെയ്തുകഴി

ഞ്ഞിട്ടുവേണം ഓഡിറ്റോറിയം ബുക്ക് ചെയ്യാൻ. എത്രപേർ കല്യാണത്തിന് ഉണ്ടാകുമെന്ന് ഒരു ഏകദേശ കണക്കെടുക്കണം. എന്നിട്ട് വേണം കേറ്ററിങ്കാർക്ക് ഓർഡർ കൊടുക്കാൻ.'

'വില കുറഞ്ഞു നിൽക്കുമ്പം വേണം ഓർണമെന്റ്സ് എടുക്കേണ്ടത്. ഇന്നലെ സ്വർണ്ണം ഗ്രാമിന് പത്തുരൂപ കൂടി. അതായത് പവന് അമ്പതുരൂപയാണ് അധികം കൊടുക്കേണ്ടി വരിക.'

രാജേശ്വരി പറഞ്ഞു.

'നമ്മൾ കുറെ സ്വർണ്ണം മേടിച്ചുവച്ചിട്ടില്ലേ. ഇനി ബാക്കി നല്ലൊരു ജ്വല്ലറി ഷോപ്പിൽ പോയി പർചേസ് ചെയ്യണം. അവളുടെ സങ്കല്പത്തിലുള്ള ആഭരണങ്ങൾ.' അദ്ദേഹം പറഞ്ഞു.

'ഇപ്പഴത്തെ കുട്ടികൾക്ക് സ്വർണ്ണാഭരണങ്ങളിലൊന്നും കമ്പമില്ല. വാങ്ങിച്ച് ബാങ്ക് ലോക്കറിൽ വയ്ക്കാമെന്നുമാത്രം. എന്നാലും അവളെ നിറയെ പൊന്നണിയിച്ച് എനിക്കു കാണണം. അതൊരു ഐശ്വര്യം തന്നാ.' രാജേശ്വരി ആഗ്രഹം പ്രകടിപ്പിച്ചു. അല്പനേരം കഴിഞ്ഞപ്പോൾ പല്ലവിയുടെ ഫോൺവിളി വന്നു.

'എന്താ മോളേ?' ബാലകൃഷ്ണൻനായർ കോളെടുത്തു ചോദിച്ചു.

'അച്ഛാ എക്സാം ടൈംടേബിൾ ഇന്ന് വന്നിട്ടുണ്ട്. ഏപ്രിൽ ഏഴിന് തുടങ്ങും. ഇരുപത്തിനാലിന് ലാസ്റ്റ് പേപ്പർ.' അവൾ പറഞ്ഞു.

'നേരത്തെ അറിഞ്ഞതു നന്നായി. അപ്പോൾ ഇരുപത്തിയഞ്ചിന് നിനക്ക് ഹോസ്റ്റൽ വെക്കേറ്റ് ചെയ്ത് ഇങ്ങു പോരാം അല്ലേ.?'

'ഒരുദിവസം കൂടി കഴിഞ്ഞിട്ട് മതിയച്ഛാ. ഫ്രണ്ട്സുമൊത്ത് ഒരു സെലിബ്രേഷൻ.'

'ഓക്കെ. എഗ്രീഡ്. അപ്പോൾ കഴിഞ്ഞിട്ടുള്ള മുഹൂർത്തം നോക്കാമല്ലോ.'

'ഉം.'

'ശരി മോളേ. വേറെ വിശേഷം ഒന്നുമില്ലല്ലച്ഛാ.'

'ഇല്ലച്ഛാ.'

അദ്ദേഹം കോൾ കട്ട് ചെയ്തു. എന്നിട്ട് അക്കാര്യം രാജേശ്വരിയോട് പറഞ്ഞു.

'നമുക്ക് ഞായറാഴ്ച പോയി ജ്യോത്സ്യനെ കാണണം. എന്നിട്ട് ഡേറ്റ് ഫിക്സ് ചെയ്യാം.'

'അതെ. അതിനുമുമ്പ് രാഹുലിന്റെ അച്ഛനെ വിളിച്ച് അവരുടെ സൗകര്യംകൂടി അറിയണം.'

'ഡേറ്റ് ഫിക്സ് ചെയ്താൽപ്പിന്നെ കാര്യങ്ങൾ ഉഷാറാകും. കൗണ്ട്

ഡൗൺ തുടങ്ങുകയല്ലേ.' രാജേശ്വരി പറഞ്ഞു.

'അതെ.'

ഒരു ഞായറാഴ്ച അവർ ജ്യോത്സ്യനെ ചെന്നുകണ്ടു. മെയ്മാസം നാലിന് ഒരു മുഹൂർത്തമുണ്ട്. അതുകഴിഞ്ഞ് മെയ് പന്ത്രണ്ടിനും. അതും ഒരു ഞായറാഴ്ചയാണ്.'

അവിടെ ഇരുന്നുകൊണ്ടുതന്നെ അദ്ദേഹം രാഹുലിന്റെ അച്ഛനെ വിളിച്ചു കാര്യം പറഞ്ഞു.

'നമുക്ക് പന്ത്രണ്ട് എടുക്കാം സാർ. ഞായറാഴ്ചയാണ് എന്തു കൊണ്ടും നല്ലത്.' ശിവദാസ് പറഞ്ഞു.

'രാഹുലിനോട് ഒന്ന് ആലോചിക്കണ്ടേ?' ബാലകൃഷ്ണൻനായർ ചോദിച്ചു.

'അത് ഞാൻ അവനോട് സംസാരിച്ചോളാം.'

'എങ്കിൽ ഓഡിറ്റോറിയം ബുക്ക് ചെയ്തേക്കട്ടെ.'

'ശരി. ചെയ്തോളൂ.'

ബാലകൃഷ്ണൻനായരും രാജേശ്വരിയും തിരിച്ചുവരുന്ന വഴി ടൗണിലെ ഏറ്റവും വലിയ കല്യാണമണ്ഡപം മെയ് പന്ത്രണ്ടിലേക്ക് ബുക്കു ചെയ്തു.

പിറ്റേന്ന് ഉച്ചകഴിഞ്ഞ് ഓഫീസിലിരിക്കുമ്പോൾ ബാലകൃഷ്ണൻനായരെ കനകാംബരൻ കാണാൻ വന്നു. അയാളുടെ കൈയിൽ ഒരു കറുത്ത ഹാൻഡ് ബാഗ് ഉണ്ടായിരുന്നു.

'ഇരിക്കൂ.'

കനകാംബരൻ ഭവ്യത നടിച്ച് കസേരയിൽ ഇരുന്നു.

'സാറിന് എന്നെ ഓർമ്മയുണ്ടോ? രണ്ടുമൂന്നാഴ്ച മുമ്പ് ഞാനൊന്ന് കാണാൻ വന്നിട്ടുണ്ടായിരുന്നു.'

'ഓർമ്മയുണ്ട്. പള്ളിപ്പാടിയിലെ പുഷ്പാംഗദന്റെ ആ നാലരസെന്റ് സ്ഥലത്തിന്റെ കാര്യത്തിനല്ലേ' ബാലകൃഷ്ണൻനായർ ചോദിച്ചു.

'അതെ സാർ. രണ്ടുസെന്റ് പുറമ്പോക്ക് ആ വസ്തുവിനോട് ചേർത്തു തരാൻ വേണ്ടി.'

'പക്ഷേ കനാലിനോട് ചേർന്നുകിടക്കുന്ന ആ രണ്ടര സെന്റ് സ്വകാര്യ വ്യക്തിക്ക് പതിച്ചുതരാൻ ഒരു നിയമവുമില്ല. നിയമത്തിന് വിരുദ്ധമായി ഒന്നും ചെയ്യാൻ പറ്റില്ല. ഭാവിയിൽ അതു ദോഷമേ ഉണ്ടാക്കൂ.'

'അതു പ്രശ്നമല്ല സാർ. അങ്ങ് മനസ്സു വച്ചാൽ ആ രണ്ടുസെന്റ് കൂടി എന്റെ അളിയനു കിട്ടും.'

കനകാംബരൻ ഹാൻഡ് ബാഗ് തുറന്ന് ഒരു പായ്ക്കറ്റെടുത്ത് മേശ

പ്പുറത്തുവച്ചു.

'സാറിതങ്ങെടുത്ത് മേശയിൽ വയ്ക്ക്. സാറിന് തരാൻ കൊണ്ടുവന്നതാ ഞാൻ.'

'എന്താണിത്?' സംശയത്തോടെ ബാലകൃഷ്ണൻനായർ ചോദിച്ചു.

'രണ്ടുലക്ഷം രൂപയാണ് സാർ. അതുകൊണ്ട് തൃപ്തിപ്പെടണം.'

'എടുക്കെടാ ഇത്. അതോ ഞാൻ പോലീസിനെ വിളിക്കണോ?'

അറിയാതെ ബാലകൃഷ്ണൻനായരുടെ ഒച്ച ഉയർന്നു.

'വേണ്ടസാർ.' കനകാംബരൻ പാക്കറ്റെടുത്ത് ബാഗിൽ വെച്ചിട്ട് പെട്ടെന്ന് മുറിയിൽനിന്നും ഇറങ്ങിപ്പോയി.

ഒന്നും ചെയ്യാനാവാതെ ബാലകൃഷ്ണൻനായർ അല്പനേരം ഇരുന്നുപോയി.

കുറച്ചുനേരം കഴിഞ്ഞപ്പോൾ പോലീസ് ഡിപ്പാർട്ട്മെന്റിലെന്ന് തോന്നിക്കുന്ന മൂന്നുപേർ സിവിൽ ഡ്രസ്സിൽ അദ്ദേഹത്തിന്റെ മുറിയിലേക്ക് കയറിവന്നു.

'ഞങ്ങൾ വിജിലൻസിൽനിന്നാണ്. സേർച്ച് ചെയ്യാൻ വന്നതാണ്.'

അതിൽ ഒരാൾ പറഞ്ഞു.

'ശരി സാർ.'

ബാലകൃഷ്ണൻനായർ കസേരയിൽനിന്ന് എഴുന്നേറ്റ് മാറികൊടുത്തു. മൂന്നുപേരും മുറി മുഴുവൻ തെരഞ്ഞു. മേശകളിലും അലമാരയിലും ഫയൽ റാക്കിലും. ഒന്നും കിട്ടിയില്ല. ബാലകൃഷ്ണൻനായരെയും പരിശോധിച്ചു.

'നിങ്ങൾ കാറിലാണോ വന്നത്?'

'അതെ.' അദ്ദേഹം പറഞ്ഞു.

'എവിടെയാണ് കാർ...കാണിച്ചുതരൂ.'

കലക്ട്രേറ്റിലെ ഉദ്യോഗസ്ഥർക്ക് വണ്ടി പാർക്കു ചെയ്യാനുള്ള സ്ഥലത്തേക്ക് വിജിലൻസുകാരുമൊത്ത് അദ്ദേഹം ചെന്നു. സിൽവർ നിറത്തിലുള്ള കാറായിരുന്നു അദ്ദേഹത്തിന്റേത്.

'തുറക്കൂ.'

ബാലകൃഷ്ണൻനായർ ചാവിയെടുത്ത് കാർ തുറന്നുകൊടുത്തു. മൂന്നുപേരും കാറിനുള്ളിലും ഡിക്കിയിലും പരിശോധിച്ചു. അദ്ദേഹം അക്ഷോഭ്യനായി നിന്നു. എന്തു പേടിക്കാൻ...

കാറിന്റെ ഡാഷ്ബോർഡിൽ നിന്ന് ഒരാൾ ഒരു പേപ്പർ പാക്കറ്റ് കണ്ടെടുത്തു. തുറന്നുനോക്കിയപ്പോൾ രണ്ടായിരം രൂപയുടെ ഒരു കെട്ട് നോട്ട്. രണ്ടുലക്ഷം രൂപ.

ബാലകൃഷ്ണൻനായർ ഞെട്ടി.

'ഇതെങ്ങനെ വന്നു ഇവിടെ?' ഓഫീസർ ചോദിച്ചു.

'അറിയില്ല സർ.'

'നമുക്ക് സ്റ്റേഷനിലേക്ക് പോകാം. അവിടെവച്ച് ഇനി സംസാരിച്ചാൽ മതി.'

ബാലകൃഷ്ണൻനായരെ കലക്ടറുടെ മുമ്പിൽ ഹാജരാക്കി വിവരം അറിയിച്ചിട്ട് അവർ പോലീസ് ജീപ്പിൽ കയറ്റി കൊണ്ടുപോയി.

വിശ്വസിക്കാനാവാതെ സ്റ്റാഫ് അമ്പരന്നുനിന്നു.

പതിമൂന്ന്

പ്രഫസർ ശിവദാസ് വൈകുന്നേരം കോളേജ് വിട്ട് വീട്ടിൽ വന്നപ്പോൾ ഗിരിജാകുമാരി ടിവിയിലെ കുക്കറി ഷോ കണ്ടുകൊണ്ടിരിക്കുകയായിരുന്നു.

'പുതിയത് വല്ലതും പഠിച്ചോ ഇന്ന്?' അദ്ദേഹം കളിയായി ചോദിച്ചു.

'ഇന്ന് മുട്ടകൊണ്ടുണ്ടാക്കുന്ന വിഭവങ്ങൾ ആയിരുന്നു. നമുക്ക് താല്പര്യമില്ലല്ലോ. അതുകൊണ്ട് വെറുതെ കണ്ടോണ്ടിരുന്നതേയുള്ളൂ. '

ഗിരിജാകുമാരി പറഞ്ഞു.

'കൊളസ്ട്രോൾ ഉള്ളതുകാരണം ശിവദാസ് മുട്ട കഴിക്കാറില്ല. അതുകൊണ്ട് വീട്ടിൽ മുട്ട വാങ്ങാറുമില്ല.

'ചായ എടുക്കട്ടെ?' എഴുന്നേറ്റുകൊണ്ട് ഗിരിജാകുമാരി ചോദിച്ചു.

'ഉം. കഴിക്കാനെന്തുണ്ട്?'

'ഉഴുന്നുവട തരാം ചൂടോടെ. അഞ്ചുമിനിറ്റ് വെയിറ്റ് ചെയ്യണം.'

'അതേറ്റു.'

ശിവദാസ് ബെഡ്റൂമിൽ ചെന്നു പാന്റ്സും ഷർട്ടും മാറ്റിയിട്ട് ഒരു മുണ്ടെടുത്തുടുത്തു. അപ്പോഴേക്കും തിളച്ച എണ്ണയിൽ വേവുന്ന ഉഴുന്നുവടയുടെ മണം വായുവിലൂടെ വന്നു. അദ്ദേഹം സ്വീകരണമുറിയിലേക്ക് ചെന്നു ടീവിയുടെ റിമോട്ട് എടുത്ത് ന്യൂസ് ചാനൽ വച്ചു. ഗിരിജാകുമാരിക്ക് വാർത്ത അത്ര പഥ്യമല്ല. കുക്കറിയും കോമഡിഷോയും മാത്രമേ കാണാറുള്ളൂ. സീരിയൽ കണ്ട് സങ്കടപ്പെടാനും ടെൻഷനിടക്കാനും വയ്യാ. ഒരു പ്ലേറ്റിൽ ചൂടുള്ള ഉഴുന്നുവടയും തേങ്ങാ ചട്ണിയുമായി ഗിരിജാകുമാരി വന്നു. രണ്ടു മഗ് നിറയെ ചായയും.

'രാഹുൽ പറഞ്ഞത് കല്യാണത്തിന് ക്ഷണിക്കേണ്ടവരുടെ ലിസ്റ്റ്

ഇപ്പഴേ ഉണ്ടാക്കിവയ്ക്കണമെന്നാ.'

അടുത്ത് സെറ്റിയിൽ ഇരുന്നുകൊണ്ട് ഗിരിജാകുമാരി പറഞ്ഞു.

'അതിനിനി രണ്ടുമൂന്നുമാസമുണ്ടല്ലോ.'

'ഇപ്പഴേ എഴുതിത്തുടങ്ങിയാൽ മറന്നുപോയവരെയൊക്കെ ഓർമ്മിച്ചെടുക്കാൻ സമയം കിട്ടുമെന്നാ.'

'ഉം.' ശിവദാസ് ഒരു വടയെടുത്ത് കടിച്ചു. അപ്പോഴാണ് ടീവിയിൽ ഒരു ബ്രേക്കിംഗ് ന്യൂസ് പ്രത്യക്ഷപ്പെട്ടത്.

കൈക്കൂലി വാങ്ങിയ ഡെപ്യൂട്ടി ജില്ലാ കലക്ടർ അറസ്റ്റിൽ...

പെട്ടെന്ന് രണ്ടുപേരും ന്യൂസിൽ ശ്രദ്ധിച്ചു.

'സർക്കാർവക പുറമ്പോക്ക് ഭൂമി സ്വകാര്യവ്യക്തിക്ക് പതിച്ചുകൊടുക്കുന്നതിനു വേണ്ടി രണ്ടുലക്ഷംരൂപ കൈക്കൂലി വാങ്ങിയ ഡെപ്യൂട്ടി കലക്ടർ ബാലകൃഷ്ണൻനായരെ ഇന്നുച്ചയ്ക്ക് വിജിലൻസ് തൊണ്ടി സഹിതം പിടികൂടി.' ശിവദാസും ഗിരിജാകുമാരിയും ഞെട്ടിപ്പോയി.

'അയ്യോ ഇത് പല്ലവിയുടെ അച്ഛനല്ലേ.' വിശ്വസിക്കാനാവാതെ ഗിരിജാകുമാരി ഉറക്കെ പറഞ്ഞു.

ശിവദാസ് മിണ്ടിയില്ല. ടിവി സ്ക്രീനിലായിരുന്നു അദ്ദേഹത്തിന്റെ കണ്ണുകൾ.

ബാലകൃഷ്ണൻനായരുടെ ഫോട്ടോ സഹിതം വിശദമായ വാർത്ത വന്നു. ഡെപ്യൂട്ടി കലക്ടറുടെ കാറിൽനിന്നാണ് വിജിലൻസ് രണ്ടുലക്ഷം രൂപ കണ്ടെടുത്തത്. വിശദീകരണം നൽകാൻ ഇദ്ദേഹത്തിന് കഴിഞ്ഞിട്ടില്ല.'

'ഛേ..എന്തൊരു നാണക്കേട്. ഇയാൾ ഇത്തരക്കാരനായിരന്നോ?'

വെറുപ്പോടെ ശിവദാസ് പറഞ്ഞു.

'എന്തെങ്കിലും അബദ്ധം പറ്റിയതാണെങ്കിലോ?'

ഗിരിജാകുമാരി സംശയിച്ചു.

'രണ്ടുലക്ഷം വാങ്ങി കാറിൽ കൊണ്ടുചെന്ന് ഒളിപ്പിക്കുന്നതാണോ അബദ്ധം. ആരോ വിജിലൻസിന് ഇൻഫർമേഷൻ കൊടുത്തുകാണും. അവർ ചെന്ന് കയ്യോടെ പിടികൂടിക്കാണും.' അരിശത്തോടെ ശിവദാസ് പറഞ്ഞു.

'രാഹുലിനെ ഒന്നു വിളിക്ക്. അവന് എന്തെങ്കിലും വിവരം കിട്ടിയോന്ന് അറിയാമല്ലോ.' ശിവദാസ് മൊബൈൽ എടുത്തു രാഹുലിനെ വിളിച്ചു.

'എന്താ അച്ഛാ?' അയാൾ ഉടൻ കോൾ എടുത്തു.

'നീ തിരക്കിലാണോ? ഇപ്പം ടീവിയിൽ ഒരു ന്യൂസ് ഫ്ളാഷ് ചെയ്യുന്നു. ബാലകൃഷ്ണൻനായരെ...'

'ഞാനും അറിഞ്ഞു. അദ്ദേഹത്തെ ആരോ ട്രാപ്പ് ചെയ്തതാ. അദ്ദേഹം കറപ്റ്റ് അല്ല. ഡിപ്പാർട്ട്മെന്റിലുള്ള ഒരാളും അതു വിശ്വസിച്ചിട്ടില്ല.'

രാഹുൽ പറഞ്ഞു.

'പക്ഷേ, പുള്ളിയെ പോലീസ് അറസ്റ്റ് ചെയ്തെന്നാണല്ലോ.'

'അതെ. ബ്രൈബറി കേസിൽ അതാണ് നടപടിക്രമം. തെറ്റുകാരനാണെങ്കിലും അല്ലെങ്കിലും...'

'കുറ്റം തെളിയുന്നതുവരെ പുള്ളി സംശയത്തിന്റെ നിഴലിലാണ്.'

'അതെ.'

'മൂന്നുമാസത്തിനുള്ളിൽ അതറിയാൻ പറ്റുമോ?'

'പ്രയാസമാണ്.' നിരാശയുടെ സ്വരത്തിലാണ് രാഹുൽ അതു പറഞ്ഞത്.

'ശരി. പിന്നെ സംസാരിക്കാം.'

ശിവദാസ് ഫോൺ കട്ട് ചെയ്തു. അദ്ദേഹത്തിന്റെ മുഖത്തേക്കുതന്നെ നോക്കി ഗിരിജാകുമാരി ഇരിക്കുകയായിരുന്നു.

'സംഭവം ശരിയാണ്.' അദ്ദേഹം പറഞ്ഞു.

തൊട്ടടുത്ത നിമിഷത്തിൽ മൊബൈലിൽ ഒരു കോൾ വന്നു. ചേർത്തലയിലുള്ള അനുജത്തി സുപ്രിയയാണ് വിളിച്ചത്.

'ചേട്ടാ ഇപ്പം ടീവിയിൽ ഒരു ന്യൂസ് കണ്ടു. നമ്മുടെ രാഹുൽ കല്യാണം കഴിക്കാൻ പോകുന്ന കുട്ടിയുടെ അച്ഛനെ കൈക്കൂലി കേസിൽ...'

'ഞങ്ങളും ഇപ്പം ആ ന്യൂസ് കണ്ടതേയുള്ളെടീ.'

'ഭയങ്കര മോശമാണല്ലോ ചേട്ടാ. കൈക്കൂലി കേസിൽ അറസ്റ്റ് ചെയ്ത ഒരാളിന്റെ മോളെ മാത്രമേ നിനക്ക് കല്യാണം കഴിക്കാൻ കിട്ടിയുള്ളോ എന്ന് ആരെങ്കിലും ചോദിച്ചാ അവൻ എന്തു മറുപടി പറയും?'

ശിവദാസ് മിണ്ടിയില്ല. അവൾ ചോദിക്കുന്നതിലും കാര്യമില്ലേ.

'ചേട്ടൻ അവനോട് സംസാരിക്ക്. മോതിരംമാറലല്ലേ കഴിഞ്ഞുള്ളു. താലികെട്ടു നടന്നില്ലല്ലോ. ഇനിയും സമയമുണ്ട് തീരുമാനമെടുക്കാൻ. നമ്മുടെ കുഞ്ഞിനെ ആളുകൾ പരിഹസിക്കുന്നത് നമുക്ക് സഹിക്കാൻ പറ്റുമോ ചേട്ടാ.'

ശിവദാസിന്റെ തൊട്ടുതാഴെയുള്ള അനുജത്തിയാണ് സുപ്രിയ. അവൾ കോളേജ് അധ്യാപികയാണ്. സഹോദരന്റെ മകൻ രാഹുൽ ഐ.എ.എസ് ഓഫീസറാണ് എന്ന് അഭിമാനത്തോടെ പറഞ്ഞുനടക്കുന്നവൾ.

'നമുക്ക് ആലോചിച്ച് വേണ്ടതു ചെയ്യാം പ്രിയേ. ഞാൻ പിന്നെ വിളിക്കാം.' അദ്ദേഹം പറഞ്ഞു.

'നമ്മടെ ബന്ധുക്കളും പരിചയക്കാരുമൊന്നും ഇനി ഈ കല്യാണ

ത്തിന് അനുകൂലിക്കുമെന്ന് എനിക്കു തോന്നുന്നില്ല.'

സുപ്രിയ കോൾ കട്ട് ചെയ്തു.

'ദൈവം ഓരോന്ന് തീരുമാനിച്ചിട്ടുണ്ട് ഗിരിജേ. അതുമാത്രമേ നടക്കൂ. പെരുന്നയിലെ ആ ഡോക്ടർ പെൺകുട്ടിയുടെ കാര്യത്തിൽ എനിക്കു വലിയ താല്പര്യമുണ്ടായിരുന്നു. അവന് എല്ലാംകൊണ്ടും യോജിക്കുന്നത് ആ കുട്ടിയാ.'

'എന്തായീ പറഞ്ഞുവരുന്നത്?' ഗിരിജാകുമാരിക്ക് മനസ്സിലായില്ല.

'മൂവാറ്റുപുഴയിലെ ആ പെണ്ണിന് എന്തു യോഗ്യതയാണുള്ളത് രാഹുലിന്റെ ഭാര്യയാകാൻ? പഠിച്ചുകൊണ്ടിരിക്കുന്ന കുട്ടി. ഒരു ജോലി കിട്ടണമെങ്കിൽ എത്രനാൾ കഴിയണം. കല്യാണം കഴിഞ്ഞാൽ അതും നടന്നെന്നു വരില്ല. നമുക്ക് ആ ഡോക്ടർകുട്ടിയെ മതി.'

ശിവദാസ് പറഞ്ഞു.

ഗിരിജാകുമാരി അമ്പരന്ന് അദ്ദേഹത്തെ നോക്കി.

'പക്ഷേ രാഹുൽ സമ്മതിക്കുമെന്ന് തോന്നുന്നുണ്ടോ?'

'എന്താ സമ്മതിക്കാതിരിക്കാൻ? ഐഎഎസ് കിട്ടിയെന്നുവച്ച് അവൻ എന്റെ മോനല്ലാതാകുന്നില്ലല്ലോ. എന്റെ മോന്റെ കാര്യത്തിൽ ഞാനാ തീരുമാനമെടുക്കേണ്ടത്.'

ശിവദാസ് എഴുന്നേറ്റുപോയി. അച്ഛനും മകനും തമ്മിൽ തെറ്റും എന്ന് ഗിരിജാകുമാരിക്ക് ഉറപ്പായി. താൻ ആരുടെ ഭാഗത്തുനിൽക്കണം.

ഗിരിജാകുമാരിക്ക് അറിയില്ലായിരുന്നു.

***

പല്ലവിയുടെ റൂമിന്റെ വാതിലിൽ ആരൊക്കെയോ മുട്ടുന്നുണ്ടായിരുന്നു. തുറക്കരുതെന്ന് അവൾ കണ്ണുകൾകൊണ്ട് ശീതളിനോടും പൗർണമിയോടും പറഞ്ഞു.

രണ്ടുപേരും തലകുലുക്കി.

ടീവി ന്യൂസ് കണ്ട് ഹോസ്റ്റലിൽ എല്ലാവരും അത് അറിഞ്ഞുകാണുമെന്ന് പല്ലവിക്കു തോന്നി. ചീത്തവാർത്തകൾ കാട്ടുതീ പോലെയാണല്ലോ പടരുന്നത്.

കണ്ണീരടക്കി അവൾ ഇരുന്നു.

'നീ അച്ഛനെ ഒന്നൂടെ വിളിച്ചുനോക്കെടീ...' പൗർണമി പറഞ്ഞു.

'സ്വിച്ച് ഓഫ് ചെയ്തിരിക്കുവാ. പോലീസ് കസ്റ്റഡിയിലാണെങ്കിൽ അവർ സംസാരിക്കാൻ സമ്മതിക്കത്തില്ല.' പല്ലവിയുടെ കവിളുകളിലൂടെ കണ്ണീർ ഒഴുകിവീണു.

'അമ്മ മാത്രമല്ലേ വീട്ടിലുള്ളൂ. നിനക്കു പോണോ അങ്ങോട്ട്?'

ശീതൾ ചോദിച്ചു.

'പോണമാരുന്നു. പക്ഷേ...സന്ധ്യ കഴിഞ്ഞില്ലേ.'

'അതു സാരമില്ല. ഞങ്ങളും കൂടെ വരാം. നമ്മുടെ ജയേഷിന് ടാക്സി സർവ്വീസുണ്ട്. അവനോട് വിളിച്ചുപറഞ്ഞാൽ കാർ അറേഞ്ച് ചെയ്തു തരും.' അവരുടെ ക്ലാസിൽ പഠിക്കുന്ന ജയേഷിന്റെ അച്ഛന് ടൂർസ് ആന്റ് ട്രാവൽസ് എന്ന പേരിൽ ഒരു സ്ഥാപനമുണ്ട്.

'ആദ്യം നമുക്ക് മേട്രനോട് ഒന്നു ചോദിച്ചുനോക്കാം. പെർമിഷൻ കിട്ടിയാലല്ലേ ഈ സമയത്ത് പോകാൻ പറ്റൂ.' പൗർണമി പറഞ്ഞു.

'അതു നേരാ. ഞങ്ങളൊന്ന് പോയിട്ട് വരാം മോളേ.'

ശീതളും പൗർണമിയും കൂടി സിസ്റ്റർ ആഞ്ചലയെ കാണാൻ പോയി. താഴത്തെ നിലയിലാണ് അവരുടെ മുറി. വാതിലിൽ ചെറുതായി ഒന്നു മുട്ടിയിട്ട് അവർ പുറത്തു കാത്തുനിന്നു. അല്പനേരം കഴിഞ്ഞാണ് കതകു തുറന്ന് സിസ്റ്റർ ആഞ്ചല പുറത്തേക്ക് നോക്കിയത്.

'ഉം?' അവരെ കണ്ട് ചോദ്യഭാവത്തിൽ സിസ്റ്റർ ഒന്ന് മൂളി.

'സിസ്റ്റർ അറിഞ്ഞുകാണുമല്ലോ. പല്ലവിയുടെ ഫാദർ ഒരു കേസിൽ പെട്ട് പോലീസ് കസ്റ്റഡിയിലാണ്. അദ്ദേഹം നിരപരാധിയാണ് സിസ്റ്റർ. വീട്ടിൽ അവളുടെ അമ്മ മാത്രമേയുള്ളു. അവൾക്കു വീട്ടിലേക്ക് പോകാനുള്ള പെർമിഷൻ...' പൗർണമി പറഞ്ഞു.

സിസ്റ്റർ കൈത്തണ്ടയിലെ വാച്ചിൽ ഒന്നു നോക്കി.

'മണി ഏഴരയാകുന്നു. ആറുമണിക്കുശേഷം ആരെയും പുറത്തേക്ക് വിടില്ലെന്ന് നിങ്ങൾക്കറിയില്ലേ. അതും ഈ നേരത്ത് ഒരു പെൺകുട്ടി.'

'ഞങ്ങൾ രണ്ടുപേരും കൂടി അവളുടെ കൂടെ പോകുന്നുണ്ട് സിസ്റ്റർ.' ശീതൾ പറഞ്ഞു.

'എങ്ങനെ പോകും?'

'ടാക്സി അറേഞ്ച് ചെയ്ത്.'

സിസ്റ്റർ ആഞ്ചല നിഷേധാർത്ഥത്തിൽ തലയാട്ടി.

'രാത്രിയിൽ ഈ നേരത്ത് മൂന്നു പെൺകുട്ടികളെ ടാക്സിയിൽ കയറ്റി അയക്കുന്നത് ഒട്ടും സുരക്ഷിതമല്ല. തന്നെയുമല്ല, അതു ഹോസ്റ്റൽ റൂൾസിന് എഗൻസ്റ്റുമാണ്. എന്തെങ്കിലും കുഴപ്പമുണ്ടായാൽ ഞാനായിരിക്കും റെസ്പോൺസിബിൾ...'

കൂടുതൽ ഒന്നും പറയാതെ സിസ്റ്റർ ആഞ്ചല വാതിൽ അടച്ചു. രണ്ടു പേരും നിരാശയോടെ മടങ്ങി.

'സിസ്റ്റർ സമ്മതിക്കുന്നില്ല.' അവർ വന്ന് പല്ലവിയോട് പറഞ്ഞു.

അവൾ രാഹുലിന്റെ കോളിനായി കാത്തിരിക്കുകയായിരുന്നു. അ

ങ്ങോട്ട് വിളിച്ചിട്ട് എടുത്തില്ല. തിരക്കിലായിരിക്കും. പക്ഷേ, തിരിച്ചുവിളിക്കാൻ വൈകുംതോറും മനസ്സിലെ ആശങ്ക കൂടുകയാണ്.

'അമ്മ വിളിച്ചോ?' പൗർണമി ചോദിച്ചു.

'ഉം. അച്ഛന്റെ ചെറിയമ്മയുടെ മോൻ പ്രഭ ചിറ്റപ്പൻ അവിടെ അടുത്താണ് താമസം. ചിറ്റപ്പനും കുഞ്ഞമ്മയുമൊക്കെ അമ്മയുടെ അടുത്തുണ്ട്. ചിറ്റപ്പനു പരിചയമുള്ള ഒരു ഹൈക്കോടതി വക്കീലുണ്ട്. ചിറ്റപ്പൻ അദ്ദേഹത്തെ കോൺടാക്ട് ചെയ്തുകഴിഞ്ഞു.' അവൾ പറഞ്ഞു.

'വക്കീൽ ഇടപെട്ടുകഴിഞ്ഞാൽ പിന്നെ കാര്യങ്ങളൊക്കെ എളുപ്പമാകും മോളേ. നീ സമാധാനമായിട്ടിരിക്ക്.'

'അച്ഛനെക്കുറിച്ച് എനിക്ക് ഒരു പേടിയുമില്ല. അച്ഛൻ ഒരിക്കലും തെറ്റു ചെയ്യുകയില്ല. ഒരു പോലീസിനും ഒരു കോടതിക്കും അച്ഛനെ കുറ്റക്കാരനായി കണ്ടെത്താൻ കഴിയത്തില്ല. പക്ഷേ രാഹുൽചേട്ടനും വീട്ടുകാരും തെറ്റിദ്ധരിച്ചാലോ...അതാ എന്റെ പേടി.' പല്ലവി പറഞ്ഞു.

എന്തു പറയണമെന്നറിയാതെ കൂട്ടുകാരികൾ രണ്ടുപേരും നിന്നു. പെട്ടെന്ന് പല്ലവിയുടെ മൊബൈലിൽ ഒരു കോൾ വന്നു. നോക്കിയപ്പോൾ രാഹുലാണ് വിളിക്കുന്നത്.

'രാഹുലേട്ടാ....' അവൾ കോൾ എടുത്തു.

'സോറി. ഞാൻ ബിസ്സിയായിരുന്നു. അച്ഛനെക്കുറിച്ച് കേട്ടപ്പോൾ അതിന്റെ ഡീറ്റെയിൽസ് അറിയാനുള്ള ശ്രമത്തിലായിരുന്നു.'

'അച്ഛൻ നിരപരാധിയാണ് രാഹുലേട്ടാ. അച്ഛൻ ഒരിക്കലും അങ്ങനൊരു കാര്യം ചെയ്യത്തില്ല. ആരോ അച്ഛനെ ചതിച്ചതാ. അറസ്റ്റ് ചെയ്തൂന്ന് കേട്ടപ്പം മുതൽ എനിക്ക് ഒരു മനസ്സമാധാനോമില്ല.'

അവൾ കരഞ്ഞു.

'ആരു പറഞ്ഞു, അച്ഛനെ പോലീസ് അറസ്റ്റു ചെയ്തെന്ന്. മൊഴിയെടുക്കാൻവേണ്ടി കൊണ്ടുപോയതാണ്. അതിനുശേഷം വിടുകയും ചെയ്തു. ഇപ്പം അച്ഛൻ വീട്ടിലേക്ക് പോയിക്കൊണ്ടിരിക്കുകയാ.'

'സത്യമാണോ രാഹുലേട്ടാ ഞാനീ കേൾക്കുന്നേ.? അച്ഛനെ ലോക്കപ്പ് ചെയ്തില്ലേ?' ആശ്വാസത്തോടെ അവൾ ചോദിച്ചു.

'ചാനലിൽ അങ്ങനൊക്കെ വാർത്ത വരും. ഒരുതരം സെൻസേഷൻ ഉണ്ടാക്കാൻ. അതുകേട്ട് പല്ലവി പേടിക്കണ്ട. ഞാനല്ലേ പറയുന്നത്.'

അയാൾ അവൾക്ക് ധൈര്യം കൊടുത്തു.

'എങ്ങനെയാണ് ഇങ്ങനെയൊരു സംഭവമുണ്ടായത്? അതേക്കുറിച്ച് എന്തെങ്കിലും രാഹുലേട്ടന് അറിയാൻ കഴിഞ്ഞോ?' ഉത്കണ്ഠയോടെ അവൾ ചോദിച്ചു.

'കനകാംബരൻ എന്നൊരാൾ രഹസ്യവിവരം കൊടുത്തതനുസരിച്ചാണ് വിജിലൻസുകാർ സെർച്ചിന് ചെന്നത്. പണം കാറിന്റെ ഡാഷ്ബോർഡിൽ ഒളിപ്പിക്കാനും സാധ്യതയുണ്ടെന്ന് അയാൾ പറഞ്ഞിരുന്നു.'

'ആരാണ് ഈ കനകാംബരൻ?'

'പുറമ്പോക്ക് ഭൂമി പതിച്ചുകിട്ടണമെന്ന് പറഞ്ഞ് അയാളുടെ ഒരു ബന്ധു വില്ലേജ് ഓഫീസർക്ക് അപേക്ഷ കൊടുത്തിരുന്നു. അത് സാങ്ഷൻ ചെയ്യാൻവേണ്ടി കലക്ടർക്കു താഴെനിന്ന് അയച്ചുകൊടുത്തിട്ടുണ്ട്. ഇപ്പോൾ ആ ഫയൽ അച്ഛന്റെ ടേബിളിലാണ്. അതിന് അനുവാദം കൊടുക്കണമെങ്കിൽ രണ്ടുലക്ഷം രൂപ കൊടുക്കണമെന്ന് അച്ഛൻ ആവശ്യപ്പെട്ടു എന്നാണ് കനകാംബരൻ പറയുന്നത്.'

'ഇതിൽ ഒരു സത്യവും കാണില്ല രാഹുലേട്ടാ.' പല്ലവി പറഞ്ഞു.

'ആരോ അദ്ദേഹത്തെ ട്രാപ്പ് ചെയ്യാൻ ശ്രമിച്ചതാണ്. സത്യസന്ധരായ ഓഫീസർമാർക്ക് ഒരുപാട് ശത്രുക്കളുണ്ടാവും. അതു സ്വാഭാവികമാണ്. സോ ഡോണ്ട് വറി ആന്റ് ഗുഡ് നൈറ്റ്.'

'ഗുഡ്നൈറ്റ് രാഹുലേട്ടാ.'

ഫോൺ കട്ടായി.

പല്ലവി ആശ്വാസത്തോടെ ശീതളിനെയും പല്ലവിയെയും നോക്കി. അവർ തൊട്ടടുത്ത് ഉണ്ടായിരുന്നു. രാഹുൽ പറഞ്ഞ കാര്യങ്ങൾ അവൾ അവരെ അറിയിച്ചു.

'പിന്നല്ലാതെ...ഇത് വെള്ളരിക്കാപ്പട്ടണമാണോ മോളേ. ഒരു സുപ്രഭാതത്തിൽ ഒരാളെ കൈക്കൂലിക്കാരനും അഴിമതിക്കാരനുമാക്കി താറടിച്ചു കാണിക്കാൻ. ആ കനകാംബരനെ ഇനി പോലീസ് പൊക്കും.' പൗർണി പറഞ്ഞു.

അച്ഛൻ വീട്ടിലേക്കു പോയി എന്നാണല്ലോ രാഹുലേട്ടൻ പറഞ്ഞത്. ഉടൻതന്നെ ബാലകൃഷ്ണൻനായരുടെ മൊബൈലിലേക്ക് പല്ലവി വിളിച്ചു. പക്ഷേ, ഫോൺ സ്വിച്ച്ഡ് ഓഫായിരുന്നു. അവൾ വീട്ടിലെ ലാൻഡ് ഫോണിലേക്ക് വിളിച്ചുനോക്കി. രാജേശ്വരിയാണ് റിസീവർ എടുത്തത്.

'അമ്മേ...'

'എല്ലാം കേട്ട് മോൾ പേടിച്ചുപോയോ. പത്തുമിനിറ്റിനുള്ളിൽ അച്ഛൻ വീട്ടിലെത്തും.'

'ഞാനിപ്പം വിളിച്ചിരുന്നു. പക്ഷേ കിട്ടിയില്ല.'

'അച്ഛൻ മൊബൈൽ സ്വിച്ച് ഓഫ് ചെയ്തു വച്ചിരിക്കുകയാ. ഓരോരുത്തര് ഇടതടവില്ലാതെ വിളിച്ചുകൊണ്ടിരിക്കുന്നു വാർത്ത കേട്ടിട്ട്.'

രാജേശ്വരി പറഞ്ഞു.

'രാഹുലേട്ടനാ ഇപ്പം പറഞ്ഞത് അച്ഛൻ വീട്ടിലേക്ക് പോയിക്കൊണ്ടിരിക്കുകയാണെന്ന്. ഞാനങ്ങോട്ട് വരട്ടെ നാളെ?' അവൾ ചോദിച്ചു.

'എന്തിനാ ക്ലാസ് കളഞ്ഞ് ഇപ്പം ഇങ്ങോട്ടോടി വരുന്നേ. അതിനുമാത്രം ഒന്നും സംഭവിച്ചില്ലല്ലോ.'

'അല്ലാ എനിക്ക് അച്ഛനെ ഒന്നുകാണണം. എന്നാലേ മനസ്സമാധാനം കിട്ടൂ.'

'അച്ഛൻ രാവിലെ ഓഫീസിൽ പോകും. അതിനുമുമ്പ് വന്നാൽ കാണാം.'

'നാളെ അച്ഛൻ ഓഫീസിൽ പോകുമോ?' അവൾ ആശ്ചര്യത്തോടെ ചോദിച്ചു.

'പിന്നില്ലേ...ഏതോ ശത്രു എന്തോ ചെയ്തെന്നുവച്ച് വീട്ടിലെന്തിനാ ഒളിച്ചിരിക്കുന്നേ. അച്ഛൻ വന്നിട്ട് മോളെ അങ്ങോട്ട് വിളിക്കും കേട്ടോ.'

രാജേശ്വരി പറഞ്ഞു.

'ശരി അമ്മേ.' പല്ലവിക്ക് കുറച്ച് സമാധാനം തോന്നി. പക്ഷേ, അത്താഴം കഴിക്കാൻ അവൾ കൂട്ടുകാരികളോടൊപ്പം മെസ്സിൽ ചെന്നപ്പോൾ ഭക്ഷണം കഴിച്ചുകൊണ്ടിരിക്കുന്ന പെൺകുട്ടികൾ തലതിരിച്ച് അവളെ അത്ഭുതവസ്തു എന്നപോലെ നോക്കി.

അവർ എന്തോ അടക്കം പറയുന്നതും അമർത്തി ചിരിക്കുന്നതും അവൾ കണ്ടു.

അവൾക്ക് വിഷമം തോന്നാതിരുന്നില്ല. ഇത്തിരി വൈകിയാലും അച്ഛൻ നിരപരാധിയാണെന്ന് തെളിയും. അതുവരെ അപമാനവും അവഹേളനവും സഹിക്കേണ്ടിവരും. പല്ലവി ഭക്ഷണം കഴിച്ചിട്ട് റൂമിലെത്തിയപ്പോൾ ബാലകൃഷ്ണൻനായരുടെ കോൾ വന്നു.

'അച്ഛാ...'

'മോൾ പേടിച്ചുപോയോ? അച്ഛന് ഒന്നും സംഭവിച്ചിട്ടില്ല. ആരോ കുറച്ചു പണം അച്ഛന്റെ കാറിൽ കൊണ്ടുവന്നു വെച്ചു. അത് അവർതന്നെ അറിയിച്ചതനുസരിച്ച് വിജിലൻസുകാർ വന്ന് എടുത്തുകൊണ്ടുപോയി.'

'അത്ര സിമ്പിളാണോ അത്? അച്ഛന്റെ കാറിൽ ആ പണം വന്നത് എങ്ങനെയാണെന്ന് അവർ സംശയിക്കില്ലേ?' അവൾ ചോദിച്ചു.

'അതേ. വിജിലൻസിൽനിന്ന് എക്സപ്ലനേഷൻ ചോദിക്കും. അപ്പോൾ നമ്മൾ വിശദീകരണം കൊടുക്കണം. അതു തൃപ്തികരമാണെങ്കിൽ പിന്നെ കേസില്ല. അല്ലെങ്കിൽ നടപടി ഉണ്ടാവും. അതിനുമുമ്പേ കള്ളനെ നമുക്ക് കണ്ടുപിടിക്കാൻ കഴിയും. അതാണ് എന്റെ പ്രതീക്ഷ.'

ബാലകൃഷ്ണൻനായർ പറഞ്ഞു.

'പക്ഷേ അതുവരെ...'

'അച്ഛൻ സംശയത്തിന്റെ നിഴലിലാണ്. പക്ഷേ, എനിക്ക് ഒട്ടും പേടിയില്ല മോളേ. അച്ഛൻ തെറ്റു ചെയ്തിട്ടില്ലല്ലോ.'

'എങ്കിലും തെളിവുകൾ എതിരായാൽ?' അവൾ ആശങ്ക മറച്ചുവച്ചില്ല

'ദൈവം കൈവിടില്ല മോളേ.'

ആത്മവിശ്വാസത്തോടെ അദ്ദേഹം പറഞ്ഞു.

'അതെ. നമുക്കങ്ങനെ പ്രതീക്ഷിക്കാം.'

പിറ്റേന്നു രാവിലെ പല്ലവി കോളേജിൽ ചെന്നപ്പോൾ എവിടെനിന്നോ ജഗനും ബിമലും ഫിറോസും പെട്ടെന്ന് അവളുടെ മുൻപിൽ പ്രത്യക്ഷപ്പെട്ടു.

'അല്ല പല്ലവീ നിന്റെ കല്യാണം തീരുമാനിച്ചപ്പോഴേക്കും അച്ഛൻ കൈക്കൂലിയുടെ റേറ്റ് കൂട്ടിയോ?' ജഗൻ അവളെ തടഞ്ഞുനിർത്തി ചോദിച്ചു. അവൾ ഒന്നും മിണ്ടാതെ നിന്നു.

'അല്ല മോളേ...ഈ രണ്ടു ലക്ഷമെന്നൊക്കെ പറയുന്നത് അത്ര ചെറിയ തുകയൊന്നുമല്ല കേട്ടോ. പാവങ്ങൾക്ക് കുറച്ച് ഡിസ്കൗണ്ട് കൊടുക്കാൻ അച്ഛനോട് പറയണേ.' ബിമൽ അവളെ പരിഹസിച്ചു.

'ഒന്നു മാറിനിൽക്കെടാ.' പൗർണമി ഒച്ചയുയർത്തി.

'പറയാനുള്ളത് പറഞ്ഞിട്ടേ ഇവളെ ഞാനിന്ന് വിടൂ. ഞങ്ങൾക്കും കുറച്ച് പുറമ്പോക്ക് പതിച്ചുതരാൻ നിന്റെ അച്ഛനോട് പറയെടീ. ചോദിക്കുന്ന കാശ് തരാം.' ഫിറോസ് പറഞ്ഞു.

ഒരുവിധത്തിൽ അവളെ ശീതളും പൗർണിയും കൂടി രക്ഷപ്പെടുത്തിക്കൊണ്ടുപോയി.

അന്ന് ഉച്ച കഴിഞ്ഞ് അനുരാഗ് അവളെ വിളിച്ചു. 'വിവരമൊക്കെ ഞാനറിഞ്ഞു പല്ലവീ. അച്ഛൻ തെറ്റുകാരനാണെന്ന് ഞാൻ വിചാരിക്കുന്നില്ല.'

അവൾ മിണ്ടിയില്ല.

'എല്ലാം കലങ്ങിത്തെളിയും. എന്റെ എന്തെങ്കിലും സഹായം വേണമെങ്കിൽ പറയണം. ഗോപിയങ്കിളിന് നല്ല രാഷ്ട്രീയസ്വാധീനം ഉണ്ട്. വേണമെങ്കിൽ മിനിസ്റ്ററെ വിളിച്ച് നേരിട്ട് സംസാരിക്കും.'

'ഒന്നും വേണ്ട. താങ്ക്സ്.' അവൾ പറഞ്ഞു.

'ശരി. നല്ലതേ വരൂ.' അവൻ കോൾ കട്ട് ചെയ്തു.

***

തേവള്ളിയിലുള്ള ക്ലബ്ബിലേക്ക് പോയ പ്രൊഫസർ ശിവദാസ് ഉടൻതന്നെ മടങ്ങിവന്നു. അദ്ദേഹത്തിന്റെ മുഖം കോപംകൊണ്ട് ചുവ

ന്നുതുടുത്തിരുന്നു. ക്ലബ്ബിൽ പോയാൽ എട്ടുമണിയായിട്ടേ സാധാരണ അദ്ദേഹം തിരിച്ചുവരാറുള്ളു.

'അല്ലാ എന്താ പെട്ടെന്നിങ്ങ് പോന്നത്?' ഗിരിജാകുമാരി തിരക്കി.

'എല്ലാരും ചോദിക്കുന്നു കൈക്കൂലിക്കാരന്റെ മോളെ മാത്രമേ സാറിന്റെ മോന് കല്യാണം കഴിക്കാൻ കിട്ടിയുള്ളോ എന്ന്.' ക്ഷോഭത്തോടെ അദ്ദേഹം പറഞ്ഞു. ഗിരിജാകുമാരി എന്തു പറയണമെന്നറിയാതെ നിന്നു.

'അവനിങ്ങു വരട്ടെ. രണ്ടിലൊരു തീരുമാനം ഇന്നെടുക്കണം.'

അദ്ദേഹം സ്വീകരണമുറിയിൽ കാത്തിരുന്നു. അല്പനേരം കഴിഞ്ഞപ്പോൾ രാഹുലിന്റെ കാർ വന്നു.

'അവനോട് ഇന്നുതന്നെ സംസാരിക്കണോ?' ദയനീയ സ്വരത്തിൽ ഗിരിജാകുമാരി ചോദിച്ചു.

'വേണം. നീട്ടിവച്ചാൽ പറ്റത്തില്ല.'

'അവൻ കഴിച്ചുകഴിഞ്ഞിട്ട് മതി. അല്ലെങ്കിൽ എന്റെ കുഞ്ഞ് ഒരു ഗ്ലാസ് വെള്ളം പോലും കുടിക്കാതെ പോയി കിടക്കും.'

'ഉം.' ശിവദാസ് ഒന്ന് അമർത്തി മൂളി.

അവർ പറഞ്ഞത് അദ്ദേഹം അംഗീകരിച്ചു.

രാത്രിയിൽ മൂന്നുപേരും ഒന്നിച്ചിരുന്നാണ് ഭക്ഷണം കഴിച്ചത്. അസുഖകരമായ ഒരു നിശ്ശബ്ദത മൂന്നുപേർക്കുമിടയിൽ തളം കെട്ടിനിന്നു. ഒടുവിൽ രാഹുൽ എഴുന്നേറ്റ് കൈകഴുകി.

'പോകരുത്. എനിക്ക് നിന്നോട് സംസാരിക്കാനുണ്ട്.' പെട്ടെന്ന് ശിവദാസ് പറഞ്ഞു.

എന്താണെന്ന അർത്ഥത്തിൽ രാഹുൽ അച്ഛനെ നോക്കി.

'നിനക്കറിയാമല്ലോ. കഴിഞ്ഞ മൂന്നാലുദിവസം ഞാൻ കോളേജിൽ പോകാതെ ലീവെടുത്തു വീട്ടിലിരുന്നു. ഓരോരുത്തരുടെ ചോദ്യങ്ങളിൽനിന്ന് രക്ഷപ്പെടാൻ. ഇന്ന് ക്ലബ്ബിൽ പോയെങ്കിലും ഉടൻ തിരിച്ചുവന്നു. സാറിന്റെ മോൻ കല്യാണം കഴിക്കാൻ പോകുന്ന കുട്ടിയുടെ അച്ഛനെയല്ലേ കൈക്കൂലി വാങ്ങിയതിന് പിടികൂടിയതെന്ന് ചോദിച്ചവരിൽനിന്ന് രക്ഷപ്പെടാൻ.'

രാഹുൽ ഒന്നും മിണ്ടിയില്ല.

'നമ്മുടെ സകല ബന്ധുക്കളും പറയുന്നത് ഈ കല്യാണം നടത്തിയാൽ കുടുംബത്തിലുള്ള ആർക്കും അന്തസ്സോടെ നടക്കാൻ പറ്റില്ലെന്നാണ്.'

'അത്ര അന്തസ്സുള്ളവർ കല്യാണത്തിൽ പങ്കെടുക്കണ്ട.'

രാഹുൽ പറഞ്ഞു.

'അങ്ങനെയാണെങ്കിൽ ഞാനും കാണില്ല കല്യാണത്തിന്.'

ശിവദാസ് പറഞ്ഞു.

രാഹുൽ ഞെട്ടലോടെ അച്ഛനെ നോക്കി. ഗിരിജാകുമാരി വീർപ്പുമുട്ട ലോടെ ഇരുന്നു.

'അതുകൊണ്ട് ഞാനൊരു കാര്യം തീരുമാനിച്ചു. നമുക്ക് ഈ കല്യാണം വേണ്ട. പിൻമാറുകയാണെന്ന് നാളെ ബാലകൃഷ്ണൻനാ യരെ വിളിച്ചുപറയാൻ പോവുന്നു.'

'അച്ഛൻ അങ്ങനെ പറയരുത്. അദ്ദേഹം നിരപരാധിയാണ്. എനിക്ക് നല്ല ഉറപ്പുണ്ട്.' രാഹുൽ പറഞ്ഞു.

'ആ ഉറപ്പ് എനിക്കില്ല. തീയില്ലാതെ പുകയുണ്ടാകത്തില്ല മോനേ. അയാളറിയാതെ ആ രണ്ടുലക്ഷം എങ്ങനെ അയാളുടെ പൂട്ടിയ കാറിൽ വന്നു?'

രാഹുലിന് അതിന് മറുപടിയില്ലായിരുന്നു.

'അയാൾ പേരുദോഷം കേൾപ്പിച്ചവനാണ്. അങ്ങനെയുള്ള ഒരാളിന്റെ മോളെ നമുക്ക് വേണ്ടാ.'

'കേസിന്റെ അന്വേഷണം നടക്കുകയാണ്. അത് തീരുന്നതുവരെയെ ങ്കിലും നമ്മൾ വെയിറ്റ് ചെയ്യണം. അദ്ദേഹം കുറ്റക്കാരനാണെങ്കരിൽ നമുക്ക് പിൻമാറാം. അതുവരെയെങ്കിലും...' രാഹുൽ വാദിച്ചു.

'അതിന് എത്ര സമയമെടുക്കും?'

'അഞ്ചോ ആറോ മാസം ചിലപ്പോൾ അതിലും കൂടുതൽ. സർക്കാർ കാര്യമല്ലേ.' രാഹുൽ സംശയം പറഞ്ഞു.

'അതു പറ്റില്ല. പെരുന്നയിൽനിന്ന് അവർ ഇന്നും വിളിച്ചിരുന്നു. അവർക്കിനി കാത്തിരിക്കാൻ വയ്യ. അടുത്തമാസം തന്നെ കല്യാണം നടത്താൻ അവർ തയ്യാറാണ്.'

'ഒരു കാര്യം ഞാൻ പറയാം. എനിക്കിഷ്ടപ്പെട്ട പെണ്ണാണ് പല്ലവി. അവളെ വേണ്ടെന്ന് വെച്ച് അച്ഛൻ കണ്ടുപിടിക്കുന്ന പെണ്ണിനെ കല്യാണം കഴിക്കാൻ പറഞ്ഞാൽ അതു നടക്കില്ല.'

രാഹുൽ തീർത്തുപറഞ്ഞു.

'നാളെത്തന്നെ ഞാൻ ബാലകൃഷ്ണൻനായരെ വിളിച്ച് പറയും, കല്യാണത്തിന് താല്പര്യമില്ലെന്ന്.'ശിവദാസിന് വാശിയായി.

'അച്ഛൻ എന്തുവേണമെങ്കിലും ചെയ്യ്.'

ദേഷ്യത്തോടെ രാഹുൽ പറഞ്ഞു.

'എങ്കിൽ ആ മോതിരം ഊരിവച്ചിട്ട് പോടാ.' അദ്ദേഹം ആവശ്യപ്പെട്ടു

പല്ലവി വിരലിൽ അണിയിച്ച മോതിരം രാഹുൽ കോപത്തോടെ ഊരിയെടുത്ത് ഡൈനിംഗ് ടേബിളിൽ വെച്ചിട്ട് മുകളിലേക്ക് ഓടിക്കയറിപോയി. എല്ലാം കണ്ട് ഗിരിജാകുമാരി സ്തബ്ധയായി ഇരുന്നു.

പിറ്റേന്നു രാവിലെ ബാലകൃഷ്ണൻനായരെ ശിവദാസ് വിളിച്ചു.

'നിങ്ങളോട് ഒരു പ്രധാന കാര്യം പറയാനാണ് വിളിച്ചത്. കൈക്കൂലി കേസിൽ പിടിയിലായ ഒരാളിന്റെ മകളെ വിവാഹം ചെയ്യാൻ എന്റെ മകൻ ഒരുക്കമല്ല. അതുകൊണ്ട് ഞങ്ങൾ പിൻമാറുകയാണ്.'

'അയ്യോ സാർ. എന്താണീ പറയുന്നത്?' ഞെട്ടലോടെ ബാലകൃഷ്ണൻനായർ ചോദിച്ചു.

'നാളെ ഞാൻ എന്റെ അനിയത്തി സുപ്രിയയെ അങ്ങോട്ട് വിടുന്നുണ്ട്. രാഹുലിനിട്ട മോതിരം കൊടുത്തയക്കും. അവനിട്ടത് തിരിച്ചുതരണം.' ശിവദാസ് ഫോൺ കട്ട് ചെയ്തു.

അതിനുശേഷം ചേർത്തലയിൽ വിളിച്ച് സുപ്രിയയോട് കാര്യങ്ങൾ പറഞ്ഞു.

'നന്നായി ചേട്ടാ നാളെ ശനിയാഴ്ച അല്ലേ. നാളെ വൈകുന്നേരം ഞാനും പ്രതാപനും കൂടി അവിടെയെത്താം. മറ്റന്നാൾ അവൾ അവിടെ കാണുമല്ലോ.' സുപ്രിയ പറഞ്ഞു.

'അതു ശരിയാ.'

പിറ്റേന്ന് വൈകുന്നേരം സുപ്രിയയും ഭർത്താവും കൊല്ലത്തെത്തി. ഞായറാഴ്ച പുലർച്ചെ ഇരുവരും കൂടി മോതിരവുമായി മൂവാറ്റുപുഴയ്ക്ക് പുറപ്പെട്ടു.

പതിനാല്

രാജേശ്വരി ചെന്നു നോക്കിയപ്പോൾ പല്ലവിയുടെ മുറി അടഞ്ഞുകിടക്കുകയായിരുന്നു.

'മോളേ...'അവർ വാതിലിൽ ചെറുതായി ഒന്ന് മുട്ടി വിളിച്ചു.

'ഇതാ വരുന്നമ്മേ.' അവൾ ഉച്ചത്തിൽ പറഞ്ഞു. ഉടൻതന്നെ അവൾ വാതിൽ തുറന്നു. കൈയിൽ മൊബൈൽ ഉണ്ടായിരുന്നു.

'പൗർണമി വിളിച്ചുകൊണ്ടിരിക്കുകയായിരുന്നു. പത്രവാർത്ത അവളുടെ വീട്ടിലും കണ്ടിരുന്നു. അതേക്കുറിച്ച് അവളുടെ അച്ഛനും അമ്മയും ചോദിച്ചു. അവർക്ക് വല്യ സങ്കടമുണ്ട്.'

'മണി ഒമ്പതു കഴിഞ്ഞു. നിനക്ക് വെശക്കണില്ലേ?'

'ഒരുമിനിറ്റ്. ഞാൻ വന്നേക്കാം. അമ്മ അച്ഛനെ വിളിക്ക്.'

രാജേശ്വരി പൂമുഖത്തേക്ക് ചെന്നു. പത്രം തുറന്നുപിടിച്ച് പുറത്തേക്ക് നോക്കിയിരിക്കുകയായിരുന്നു ബാലകൃഷ്ണൻനായർ. വായിക്കുകയായിരുന്നില്ല. ചിന്തകളിൽ മുഴുകി.

'കഴിക്കാൻ വരുന്നില്ലേ?' അവർ മൃദുവായ സ്വരത്തിൽ ചോദിച്ചു.

'വിശപ്പുമില്ല ദാഹവുമില്ല. ഇപ്പോൾ ഒരേയൊരു ചിന്ത മാത്രമേയുള്ളൂ രാജീ. എന്റെ മോൾടെ കാര്യം. എനിക്ക് സസ്പെൻഷനോ ഡിസ്മിസലോ വന്നോട്ടെ. വിഷമമില്ല. പക്ഷേ, അവളുടെ കല്യാണം മുടങ്ങിപ്പോവുക എന്നത്...'അറിയാതെ അദ്ദേഹത്തിന്റെ സ്വരം ഇടറി.

'ഇന്നലെ അവർ വരുമെന്നല്ലേ പറഞ്ഞത്. പക്ഷേ, വന്നില്ലല്ലോ. ചിലപ്പോൾ വീണ്ടുവിചാരം ഉണ്ടായിക്കാണുമോ?' പ്രതീക്ഷയോടെ രാജേശ്വരി അദ്ദേഹത്തെ നോക്കി.

'എനിക്കും അങ്ങനെ തോന്നാതിരുന്നില്ല. ഒന്നു വിളിച്ചുനോക്കിയാലോ എന്ന് പലവട്ടം ചിന്തിച്ചതാ. പക്ഷേ, ധൈര്യം കിട്ടിയില്ല. മറുപടി നെഗറ്റീവാണെങ്കിലോ...'

'പാവം പല്ലവി ഒന്നുമറിയാതെ...അച്ഛന്റെ കാര്യത്തിൽപ്പോലും അവൾക്കു വേവലാതിയില്ല. കാരണം എൻക്വയറി നടക്കുമ്പോൾ അച്ഛൻ നിരപരാധിയാണെന്ന് എല്ലാർക്കും ബോധ്യപ്പെടുമല്ലോ. അയാളാണ് അവളുടെ വിശ്വാസം.' രാജേശ്വരി പറഞ്ഞു.

'പക്ഷേ കല്യാണം മാറിപ്പോയാൽ അതവൾക്ക് താങ്ങാൻ പറ്റിയെന്നു വരില്ല. അതാണ് എന്നെ അലട്ടുന്ന ചിന്ത.'

'അവൾക്ക് നമ്മളെക്കാൾ ധൈര്യമുണ്ടെന്നാ എനിക്കു തോന്നുന്നേ. ഇപ്പോഴത്തെ കുട്ടികൾ പ്രാക്ടിക്കൽ മൈൻഡഡ് ആണ്. നഷ്ടപ്പെട്ടതോർത്ത് അവർ ദുഃഖിച്ചിരിക്കുകയില്ല.'

'ശരിയാണ്. പക്ഷേ കല്യാണം ഒഴിഞ്ഞുപോയ ഒരു പെൺകുട്ടിക്ക് വേറൊരു നല്ല ബന്ധം കിട്ടാൻ ബുദ്ധിമുട്ടാകും രാജീ. ഐശ്വര്യമില്ലാത്ത പെണ്ണാണെന്നേ എല്ലാവരും കരുതൂ.' ബാലകൃഷ്ണൻനായർ പറഞ്ഞതുകേട്ട് രാജേശ്വരി ഒന്നു ഞെട്ടി.

ശരിയാണ്. മോതിരമാറ്റം കഴിഞ്ഞ പെണ്ണിന്റെ കല്യാണം നടക്കാതെ പോയാൽ അവൾ ഐശ്വര്യം ഇല്ലാത്തവളാണെന്നേ ആദ്യം വിശ്വസിക്കൂ. വന്ന് വല്ലതും കഴിക്ക്. ആരോഗ്യം ഇല്ലാതാക്കണ്ട.'

രാജേശ്വരി പെട്ടെന്ന് വിഷയം മാറ്റി.

'വിശപ്പില്ല രാജീ. എപ്പോഴും മോളെക്കുറിച്ചുള്ള ഓർമ്മയാ. കല്യാണം

നടക്കാതെ പോയാൽ...'

ദയനീയഭാവത്തിൽ ബാലകൃഷ്ണൻനായർ അവരെ നോക്കി.

'ഈ നാട്ടിൽ വേറെയും ആൺകുട്ടികളുണ്ട്.' അദ്ദേഹത്തെ സമാധാനിപ്പിക്കാൻവേണ്ടി രാജേശ്വരി പറഞ്ഞു. പക്ഷേ, അവരുടെ മനസ്സും ചുട്ടുപൊള്ളുന്നുണ്ടായിരുന്നു ആ ഓർമ്മയിൽ. രാജേശ്വരി നിർബന്ധിച്ചപ്പോൾ ബാലകൃഷ്ണൻനായർ ഊണുമുറിയിലേക്കു വന്നു. ഒരു കസേര നീക്കിയിട്ട് ഇരുന്നപ്പോൾ ഒരു പ്ലേറ്റിൽ മൂന്ന് ഇഡ്ഢലിയെടുത്ത് അവർ മുന്നിൽ വച്ചുകൊടുത്തു.

'രണ്ടെണ്ണം മതി.' ഒരെണ്ണം അദ്ദേഹം എടുത്തു.

'സാരമില്ല. ബാക്കി അവിടെ വെച്ചിരുന്നാൽ മതി.' അപ്പോഴേക്കും പല്ലവി വന്നു. അച്ഛന്റെ എതിരെയുള്ള കസേരയിലാണ് അവൾ ഇരുന്നത്. അവൾ പ്രസന്നവദനയായിരുന്നു. പാവം ഒന്നും അറിയില്ലല്ലോ.

അമ്മ അവളുടെ പ്ലേറ്റിലേക്ക് ഇഡ്ഢലി എടുത്തുവച്ചുകൊടുത്തു.

അവൾ അച്ഛന്റെ മുഖം ഒന്നു ശ്രദ്ധിച്ചു.

'അച്ഛനെന്തിനാ വിഷമിക്കുന്നേ. ഒരു കണക്കിന് ഇപ്പോൾ ഈ സസ്പെൻഷൻ ഒരനുഗ്രഹമാണ്.' അവൾ പറഞ്ഞു.

'അതെന്താ?'

'കല്യാണമല്ലേ വരാൻ പോകുന്നത്. ക്ഷണിക്കേണ്ടവരുടെയൊക്കെ ലിസ്റ്റുണ്ടാക്കണം. കഴിയുന്നതും അവരെയെല്ലാം നേരിട്ട് കണ്ട് ക്ഷണിക്കണം. കല്യാണഡ്രസ്സ് എടുക്കണം. സ്വർണ്ണം മേടിക്കണം. കാറ്ററിംഗുകാരെ കണ്ട് സദ്യ ഏർപ്പാടാക്കണം. അങ്ങനെ എന്തെല്ലാം തിരക്കുകൾ. എന്നും ഓഫീസിൽ പോകേണ്ടിവന്നാൽ അച്ഛന് ഇതിന് വല്ലതിനും സമയം കിട്ടുമോ?'

ബാലകൃഷ്ണൻനായരും രാജേശ്വരിയും പരസ്പരം നോക്കി. കണ്ണുകളിൽ നിഴലിച്ച വേദന അവർ പരസ്പരം കണ്ടു.

'രാഹുൽ വിളിക്കാറുണ്ടോ മോളേ.'

രാജേശ്വരി ചോദിച്ചു.

'മൂന്നാലുദിവസം മുമ്പ് വിളിച്ചിട്ടുണ്ടാരുന്നു. എനിക്ക് കുറച്ച് ധൈര്യമൊക്കെ തന്നു. ജീവിതത്തിൽ പല പരീക്ഷണങ്ങളും നേരിടേണ്ടിവരുമെന്നും അതിൽനിന്ന് ഒളിച്ചോടുകയല്ല വേണ്ടത് ആത്മവിശ്വാസത്തോടെ നേരിടുകയാണ് ശരിയായ കാര്യമെന്നും എന്നോട് പറഞ്ഞു.'

'ഇങ്ങനെയൊക്കെ സംഭവിച്ചത് നാണക്കേടാണെന്നോ മറ്റോ അവൻ സൂചിപ്പിച്ചോ മോളേ.'

'ഇല്ലമ്മേ. രാഹുലേട്ടൻ അതൊന്നും കാര്യമായെടുത്തിട്ടില്ലെന്നാ

എനിക്കു തോന്നുന്നേ. ഇങ്ങനെയുള്ള ഒരു മരുമോനെയാണല്ലോ കിട്ടാൻ പോകുന്നതെന്നോർത്ത് രണ്ടുപേർക്കും അഭിമാനിക്കാം.'

അവൾ തമാശമട്ടിൽ പറഞ്ഞുചിരിച്ചു.

'പക്ഷേ രാജേശ്വരിക്കും ബാലകൃഷ്ണൻനായർക്കും ചിരി വന്നില്ല.

'ശരി. ഞാനെഴുന്നേൽക്കുവാണേ. കുറച്ച് വായിക്കാനുണ്ട്. ഇന്ന് ഉച്ചയ്ക്ക് ഊണു കഴിക്കാറാകുമ്പോഴേ എന്നെ വിളിക്കാവൂ.'

പല്ലവി എഴുന്നേറ്റു കൈകഴുകിയിട്ട് അവളുടെ മുറിയിലേക്കു പോയി വാതിലടച്ചു.

'എനിക്കൊന്നും മനസ്സിലാകുന്നില്ല രാജീ. മോന് ഒരഭിപ്രായം. അച്ഛന് വേറൊരഭിപ്രായം. എന്താണിങ്ങനെ?' ബാലകൃഷ്ണൻനായർ ചോദിച്ചു.

'എനിക്കും ഒന്നും മനസ്സിലാകുന്നില്ല ബാലേട്ടാ.'

അപ്പോഴാണ് ഗേറ്റ് കടന്ന് ഒരു കാർ മുറ്റത്തുവന്നുനിൽക്കുന്ന ശബ്ദം അവർ കേട്ടത്. രണ്ടുപേരും എഴുന്നേറ്റ് വേഗം കൈകഴുകി. ബാലകൃഷ്ണൻനായരും പിന്നാലെ രാജേശ്വരിയും മുൻവാതിൽ തുറന്നു വെളിയിലേക്കിറങ്ങിച്ചെന്നു. കാർ തുറന്ന് പുറത്തേക്കിറങ്ങിയ സുപ്രിയയെയും പ്രതാപനെയും കണ്ട് അവർ ഞെട്ടി.

'മനസ്സിലായോ...രാഹുലിന്റെ അച്ഛന്റെ അനിയത്തിയാ ഞാൻ. സുപ്രിയ. ഇതെന്റെ ഹസ്ബന്റ് പ്രതാപൻ.'

അവൾ സ്വയം പരിചയപ്പെടുത്തി. മനസ്സിലായി എന്നർത്ഥത്തിൽ തല കുലുക്കാനേ ബാലകൃഷ്ണൻനായർക്ക് കഴിഞ്ഞുള്ളൂ.

'ഞങ്ങൾ വരുന്നകാര്യം ശിവേട്ടൻ വിളിച്ചുപറഞ്ഞുകാണുമല്ലോ.'

'വരൂ...അകത്തിരുന്ന് സംസാരിക്കാം.' തളർച്ച പുറമെ കാണിക്കാതെ ബാലകൃഷ്ണൻനായർ ക്ഷണിച്ചു. രണ്ടുപേരും സ്വീകരണമുറിയിലേക്കു കയറി സെറ്റിയിൽ അടുത്തടുത്തിരുന്നു.

'ശിവേട്ടൻ കാര്യങ്ങളൊക്കെ വിശദമായി വിളിച്ചുപറഞ്ഞുകാണുമല്ലോ. അവൻ കുട്ടിയുടെ വിരലിട്ട മോതിരം തിരിച്ചു മേടിക്കാനാണ് ഞങ്ങൾ വന്നത്.' പ്രതാപൻ പറഞ്ഞു.

'ആ തീരുമാനത്തിൽ ഉറച്ചുനിൽക്കുകയാണോ ശിവദാസ് സാർ?'

ബാലകൃഷ്ണൻനായർ ചോദിച്ചു.

'അതെ. ഇത്തരമൊരു അപവാദം കേൾപ്പിച്ച ആളിന്റെ മകളെ രാഹുലിനെകൊണ്ട് വിവാഹം ചെയ്യിക്കാൻ ഞങ്ങൾക്കാർക്കും താല്പര്യമില്ല. ഞങ്ങൾക്കതു നാണക്കേടാണ്.' സുപ്രിയ പറഞ്ഞു.

'ഇത് എന്നെ അപകീർത്തിപ്പെടുത്താൻ ആരോ മനഃപൂർവ്വം കളിച്ച കളിയാണ്. ദയവുചെയ്ത് അതു വിശ്വസിക്കരുത്. സത്യാവസ്ഥ അറി

യുന്നതുവരെയെങ്കിലും കല്യാണം നീട്ടിവച്ചുകൂടേ? ഞാൻ അപേക്ഷിക്കുകയാണ്.' കൈകൂപ്പി ബാലകൃഷ്ണൻനായർ പറഞ്ഞു.

'എനിക്ക് ഇതിൽ ഒരു റോളുമില്ല സാറേ. ഞങ്ങളെ വിടൂ. ഞങ്ങൾ വന്നു. ഇനി മറിച്ചൊരു തീരുമാനത്തിന് ഒരു സാധ്യതയുമില്ല.' ഹാൻഡ് ബാഗ് തുറന്ന് ചെറിയ ഒരു ഓർണമെന്റ് ബോക്സ് സുപ്രിയ പുറത്തെടുത്ത് ടീപ്പോയിമേൽ വച്ചു.

'ഇത് സാറിന്റെ മോളിട്ട മോതിരമാണ്. രാഹുലിട്ട മോതിരം കിട്ടിയാൽ ഞങ്ങൾക്കു പോകാമായിരുന്നു.'

ബാലകൃഷ്ണൻനായർ രാജേശ്വരിയെ ഒന്നു നോക്കി. ആ നോട്ടത്തിന്റെ അർത്ഥം മനസ്സിലായപ്പോൾ അവർ എഴുന്നേറ്റ് അകത്തേക്കു പോയി.

സ്വീകരണമുറിയിൽ രണ്ടുമൂന്നുനിമിഷത്തെ അസുഖകരമായ നിശ്ശബ്ദത. രാജേശ്വരിയും പിന്നാലെ വിളറി വെളുത്ത മുഖവുമായി പല്ലവിയും സ്വീകരണമുറിയിലേക്കു വന്നു.

'നിങ്ങൾ ഈ പറയുന്നതു സത്യമാണോ? രാഹുലേട്ടന്റെ അറിവോടും സമ്മതത്തോടുമാണോ നിങ്ങൾ വന്നത്?' വിശ്വാസം വരാതെ അവൾ സുപ്രിയയുടെ മുഖത്തേക്കു നോക്കി ചോദിച്ചു.

'അതെ. എന്തായിത്ര സംശയം?' അല്പമൊരു പരിഹാസത്തോടെ അവർ ചോദിച്ചു.

'ശരി. മോതിരം തരാം. അതിനുമുമ്പ് എനിക്ക് രാഹുലേട്ടനുമായി ഒന്ന് സംസാരിക്കണം.' കൈയിലിരുന്ന മൊബൈലിൽ അവൾ രാഹുലിന്റെ നമ്പർ എടുക്കാൻ ശ്രമിച്ചു.

'അവൻ ഊരിത്തന്ന മോതിരമാ ഇത്. വിശ്വാസമില്ലെങ്കിൽ വിളിച്ചു ചോദിക്ക്.'

ടീപ്പോയിൽവച്ച് ആഭരണപ്പെട്ടി തുറന്ന് സുപ്രിയ മോതിരമെടുത്ത് അവൾക്കുനീട്ടി. പല്ലവി യാന്ത്രികമായി അത് വാങ്ങി നോക്കി. അവളുടെ പേരെഴുതിയ അതേ മോതിരം. അറിയാതെ അവളുടെ കണ്ണുകൾ നിറഞ്ഞു. ചുണ്ടുകൾ വിതുമ്പി.

രാഹുൽ വലതുകൈയിലെ വിരലിൽ അണിയിച്ച മോതിരം മെല്ലെ ഊരിയെടുത്ത് അവൾ അച്ഛനെ ഏൽപ്പിച്ചു. എന്നിട്ട് പൊട്ടിക്കരഞ്ഞുകൊണ്ട് അകത്തേക്ക് ഓടിപ്പോയി. രാഹുൽ അണിയിച്ച മോതിരം വാങ്ങി അപ്പോൾത്തന്നെ സുപ്രിയയും പ്രതാപനും സ്ഥലം വിട്ടു. അപ്പോഴും പല്ലവിയുടെ നിലവിളി അവസാനിച്ചിരുന്നില്ല.

ടീവിയിൽ ന്യൂസ് കണ്ടുകൊണ്ടിരിക്കുകയായിരുന്നു പ്രൊഫസർ ശിവ

ദാസ്. ഇളം ചൂടുവെള്ളത്തിൽ മേൽ കഴുകി അലക്കിയ മുണ്ടുടുത്ത് അദ്ദേഹം സ്വീകരണമുറിയിലിരിക്കാൻ തുടങ്ങിയിട്ട് അരമണിക്കൂറിലേറെയായി.

ഭിത്തിയിലെ ക്ലോക്കിലേക്ക് അദ്ദേഹം കണ്ണുകളുയർത്തി ഒന്നുനോക്കി. എട്ടുമണി കഴിഞ്ഞ് ഇരുപത്തിയഞ്ചുമിനിട്ട്.

'രാഹുൽ ഇതുവരെ വന്നില്ലല്ലോ.'

അദ്ദേഹം ആത്മഗതംപോലെ പറഞ്ഞു.

ഗിരിജകുമാരി ഒന്നും മിണ്ടിയില്ല.

എട്ടരയാകുമ്പോൾ അദ്ദേഹം രാത്രിയിലെ ഭക്ഷണം കഴിക്കും. ഒമ്പതരയാവുമ്പോൾ ഉറങ്ങിക്കഴിഞ്ഞിരിക്കും.

'ഇന്നലെയും അവൻ ലേറ്റായിരുന്നു. എനിക്ക് മനസ്സിലാകുന്നുണ്ട്. എന്നെ അവോയിഡ് ചെയ്യാൻവേണ്ടി അവൻ മനഃപൂർവ്വം ലേറ്റാകുന്നതാ.' അരിശത്തോടെ അദ്ദേഹം പറഞ്ഞു.

'എന്തിനാ ഇങ്ങനെ സംശയിക്കുന്നേ. അവന് എന്തെങ്കിലും എമർജൻസി ഉണ്ടായിക്കാണും.' ഗിരിജാകുമാരി പറഞ്ഞു.

'ഇതതല്ല. അവൻ എന്നോട് പ്രതിഷേധിക്കുന്നതാ. ഞാൻ കിടന്നുകഴിഞ്ഞ് വന്നാൽ എന്നെ കാണാതെ കഴിച്ചുകൂട്ടാമല്ലോ.'

'അവൻ മുമ്പും ലേറ്റായി വന്നിട്ടുണ്ടല്ലോ.'

ഗിരിജാകുമാരി മകനെ ന്യായീകരിച്ചു.

'അവൻ എത്രദിവസം എന്നെ ഒഴിവാക്കിനടന്നാലും ഒരു പ്രയോജനവും ഉണ്ടാകാൻ പോകുന്നില്ല. ഞാനൊരു കാര്യം തീരുമാനിച്ചാൽ ഏതുവിധേനയും അത് നടത്തിയിരിക്കും. ദൈവം എന്റെ കൂടെയുണ്ട്. അതുകൊണ്ടല്ലേ ഇപ്പോൾ ഇങ്ങനെയൊക്കെ.'

ലേഡിഡോക്ടർ മരുമകളായി വരണമെന്നാണ് ഇപ്പോഴും അച്ഛന്റെ ആഗ്രഹമെന്ന് ഗിരിജാകുമാരിക്ക് മനസ്സിലായി. ആഗ്രഹം നല്ലതുതന്നെ. പക്ഷേ മകൻ ഇനി അതിന് വഴങ്ങുമോ എന്ന കാര്യത്തിൽ ഗിരിജാകുമാരിക്കും സംശയമുണ്ടായിരുന്നു.

'നീ കഴിക്കാനെടുത്തുവെയ്ക്ക്.' അദ്ദേഹം ആവശ്യപ്പെട്ടു.

ഗിരിജാകുമാരി എഴുന്നേറ്റ് ഊണുമുറിയിലേക്ക് ചെന്നു. കഴിക്കാനുള്ളത് തയ്യാറാക്കി കാസറോളിൽ ചൂടാറാതെ വെച്ചിട്ടുണ്ടായിരുന്നു. ചപ്പാത്തി, മുളപ്പിച്ച കടല കൊണ്ടുണ്ടാക്കിയ കറി, പച്ചക്കറി സാലഡ്, നുറുക്കിയ പഴങ്ങൾ...ശിവദാസ് ഭക്ഷണം കഴിച്ചുകിടന്നുകഴിഞ്ഞിട്ടാണ് രാഹുൽ വന്നത്. വാതിൽ തുറന്നുകൊടുത്ത ഗിരിജാകുമാരി സങ്കടത്തോടെ അയാളെ നോക്കി.

'എത്രനാൾ നീയിങ്ങനെ അച്ഛനെ ഒളിച്ചുനടക്കും മോനേ.'

'കണ്ടാൽ ഞങ്ങൾ തമ്മിൽ വഴക്കുണ്ടാകും അമ്മേ. അത് ഒഴിവാക്കാനാണ് ഞാൻ.' അയാൾ പറഞ്ഞു.

'അച്ഛനുമായി വഴക്കുണ്ടാക്കുന്നത് ഒരു നല്ല കാര്യമേ അല്ല.'

'മകനുമായി വഴക്കുണ്ടാക്കുന്നത് നല്ല കാര്യമാണോ?' അയാൾ തിരിച്ചുചോദിച്ചു.

ഗിരിജാകുമാരിക്ക് അതിന് മറുപടി ഇല്ലായിരുന്നു.

'കുളിച്ചിട്ടുവാ. സമയം ഒരുപാടായില്ലേ. രാത്രി വൈകി ഭക്ഷണം കഴിക്കുന്നത് ശരിയല്ലെന്ന് നിനക്കറിയില്ലേ മോനേ.'

'ചെയ്യാൻ പാടില്ലെന്ന് അറിയാവുന്ന പല കാര്യങ്ങളും നമ്മൾ അറിഞ്ഞുകൊണ്ടുതന്നെ ചെയ്യാറില്ലേ അമ്മേ.'

ഗിരിജാകുമാരി മറുപടി പറഞ്ഞില്ല. രാഹുൽ പോയി കുളിച്ചു വേഷം മാറി വന്നു. അമ്മയും മകനും കൂടി ഭക്ഷണം കഴിച്ചു.

'ആ കുട്ടി നിന്നെ വിളിക്കുകയോ മറ്റോ ചെയ്തോ ?'

ഗിരിജാകുമാരി ചോദിച്ചു.

'ഇല്ല.'

'നല്ല വിഷമം ഉണ്ടായിക്കാണും. കൂട്ടുകാരികളൊക്കെ അറിഞ്ഞതല്ലേ. അവരോടൊക്കെ ഇനി എന്തു പറയും.'

'അവൾ വിഷമിച്ചാലെന്താ വേറെ ചിലർക്ക് സന്തോഷമായിക്കാണുമല്ലോ.'

അച്ഛനെ ഉദ്ദേശിച്ചാണ് രാഹുൽ അങ്ങനെ പറഞ്ഞതെന്ന് ഗിരിജാകുമാരിക്ക് മനസ്സിലായി.

'പക്ഷേ നീ നിന്റെ ഭാഗത്തുനിന്നുകൊണ്ടുമാത്രമാ മോനേ സംസാരിക്കുന്നേ. അച്ഛന്റെ സ്ഥാനത്ത് നീയായിരുന്നെങ്കിലും കൊലപാതകമാണെങ്കിൽപ്പോലും ന്യായീകരിക്കാം. നിവൃത്തിയില്ലാതെ ചെയ്തു പോയി. പക്ഷേ മോഷണം, കൈക്കൂലി എല്ലാവരും പരിഹസിക്കും.'

'സമ്മതിച്ചു. പക്ഷേ അഞ്ചോ ആറോ മാസംകൂടി കാത്തിരിക്കാമായിരുന്നു. അതിനുള്ളിൽ അന്വേഷണം പൂർത്തിയായേനെ. അദ്ദേഹം കുറ്റക്കാരനല്ലെങ്കിൽ കല്യാണം നടത്താമായിരുന്നല്ലോ.'

ഗിരിജാകുമാരിക്ക് എതിർത്ത് ഒന്നും പറയുവാൻ കഴിഞ്ഞില്ല. പിറ്റേന്ന് രാവിലെ രാഹുൽ പത്രം മറിച്ചുനോക്കിക്കൊണ്ടിരിക്കുമ്പോഴാണ് നടപ്പു കഴിഞ്ഞ് ശിവദാസ് വന്നത്.

'എനിക്ക് നിന്നോടൊരു കാര്യം സംസാരിക്കാനുണ്ട്.' അദ്ദേഹം കൈയോടെ അയാളെ പിടികൂടി. എന്താണെന്ന അർത്ഥത്തിൽ രാഹുൽ

അച്ഛനെ നോക്കി.

'അടുത്ത സൺഡേ നീ ഫ്രീയാണോ?'

'എന്താ കാര്യം?'

'നമുക്ക് ചങ്ങനാശ്ശേരി വരെ പോണം. എം.ബിബിഎസ് കഴിഞ്ഞ ഒരു കുട്ടിയുടെ പ്രപ്പോസൽ നേരത്തെ വന്നിട്ടുണ്ടായിരുന്നുവല്ലോ. അതിനെ ഒന്നു കണ്ടിട്ട് വരാം. തിരുവനന്തപുരത്ത് അത് പിജി എൻട്രൻസ് കോച്ചിംഗ് ക്ലാസിൽ ചേർന്നിരിക്കുകയാ. ഞായറാഴ്ച വീട്ടിൽ വരും.'

'ഉടനെ ഞാൻ കല്യാണം കഴിക്കാൻ ഉദ്ദേശിക്കുന്നില്ല.' താല്പര്യമി ല്ലാത്ത മട്ടിൽ രാഹുൽ പറഞ്ഞു.

'അതെന്താ?'

'പ്രത്യേകിച്ച് കാര്യമൊന്നുമില്ല.'

'എന്നോടുള്ള പ്രതിഷേധമാണോ?'

'അച്ഛന് എന്തും വിശ്വസിക്കാം.'

അദ്ദേഹം മകനെ ഒന്നു നോക്കി. പത്രം വായിക്കുന്നു എന്ന മട്ടിൽ നിൽക്കുകയായിരുന്നു രാഹുൽ.

'നിന്റെ നന്മയ്ക്കു വേണ്ടിയാ ആ കല്യാണം ഞാൻ വേണ്ടെന്ന് വെച്ച ത്. നിനക്ക് അന്തസ്സോടെ അഭിമാനത്തോടെ തലയുയർത്തി നടക്കാൻ.'

'എനിക്കിഷ്ടപ്പെട്ട ഒരു കുട്ടിയെ വിവാഹം ചെയ്യാൻ അച്ഛൻ സമ്മ തിച്ചില്ല. അച്ഛൻ കണ്ടുപിടിച്ചുതരുന്ന പെണ്ണിനെ കല്യാണം കഴിക്കാൻ എനിക്കും സമ്മതമല്ല. ഇനി ഈ വിഷയത്തെക്കുറിച്ച് കൂടുതൽ സംസാ രിക്കണമെന്നില്ല.'

പത്രം മടക്കി സെറ്റിയിലേക്കിട്ടിട്ട് രാഹുൽ അയാളുടെ മുറിയിലേക്കു പോയി വാതിലടച്ചു.

അടുക്കളയിൽ ദോശ ചുട്ടുകൊണ്ട് നിന്നിരുന്ന ഗിരിജാകുമാരിയുടെ കണ്ണുകൾ അറിയാതെ നിറഞ്ഞു. രാഹുൽ അന്ന് ഓഫീസിലിരിക്കുമ്പോ ഴാണ് പല്ലവിയുടെ കോൾ വന്നത്. അത് എടുക്കണോ എന്ന് അയാൾ ഒരു നിമിഷം സംശയിച്ചു. മോതിരം തിരിച്ചുവാങ്ങിയതിനുശേഷം അവൾ വിളിച്ചിട്ടില്ല. ഇന്ന് മൂന്നാമത്തെ ദിവസമാണ്.

'ഹലോ' എങ്കിലും അയാൾ കോൾ എടുത്തു.

'സംസാരിക്കാൻ ഫ്രീയാണോ?' അവൾ ചോദിച്ചു.

'അതെ.'

'സങ്കടം പറയാനോ കുറ്റപ്പെടുത്താനോ അല്ല ഞാൻ വിളിക്കുന്നത്. മനഃസമാധാനം കിട്ടാൻ വേണ്ടിയാണ്.'

'പറയൂ.'

'എന്റെ അച്ഛൻ കുറ്റക്കാരനാണെന്ന് വിശ്വസിക്കുന്നുണ്ടോ?'

'ഇല്ല.'

'സ്വന്തം ഇഷ്ടപ്രകാരമാണോ വിവാഹത്തിൽനിന്ന് പിൻമാറിയത്.'

'അല്ല. അച്ഛൻ നിർബന്ധിച്ചതുകൊണ്ട്. അനുസരണാശീലമുള്ള മകനായതുകൊണ്ട് ഞാൻ...'

'ഞാനിട്ട മോതിരം ഊരി തിരിച്ചുകൊടുത്തയക്കുംമുമ്പ് എന്താണ് എന്നെയൊന്ന് വിളിക്കണമെന്ന് തോന്നാഞ്ഞത്?'

'കുറ്റബോധംകൊണ്ടായിരുന്നു. പല്ലവി ചോദിക്കുന്ന ചോദ്യങ്ങൾക്ക് എനിക്ക് മറുപടിയില്ലെന്ന് അറിയാവുന്നതുകൊണ്ട്.'

'മതി. ഇനി വിളിച്ചു ശല്യപ്പെടുത്തുമെന്ന് പേടിക്കണ്ട. അച്ഛൻ നല്ലൊരു പെൺകുട്ടിയെ കണ്ടുപിടിച്ചുതരും. എന്റെ ആശംസകൾ.'

അവൾ പറഞ്ഞു.

'ഇങ്ങോട്ടു വിളിച്ച സ്ഥിതിക്ക് ഞാൻ ഒന്നുരണ്ടുകാര്യങ്ങൾ അങ്ങോട്ടു ചോദിക്കട്ടെ.?' രാഹുൽ ചോദിച്ചു.

'ഉം.'

'തളരാൻ പാടില്ല. ജീവിതത്തിൽ ഇതുപോലെ പല അസുഖകരമായ സംഭവങ്ങളും ഉണ്ടാകും. അതിനെയൊക്കെ തരണം ചെയ്യാൻ ആരോഗ്യമുള്ള ഒരു മനസ്സിന് കഴിയും.'

'ഉം.'

'മാതാപിതാക്കളെ അനുസരിക്കണം. നമ്മുടെ നന്മ മാത്രമാണ് അവരുടെ ലക്ഷ്യം. അച്ഛൻ വേറെ വിവാഹം ആലോചിക്കും. പല്ലവി അവരെ നിരാശപ്പെടുത്തരുത്.'

അവൾ ഒന്നും മിണ്ടിയില്ല.

'എന്നെ ശത്രുവായി കാണരുത്. ഞാൻ എന്നും ഒരു നല്ല സുഹൃത്തായിരിക്കും. എന്റെ എന്തെങ്കിലും സഹായം വേണമെന്നു തോന്നിയാൽ പറയാൻ മടിക്കരുത്.'

'ഉം.'

'നന്നായിട്ട് പഠിക്കൂ. ലക്ഷ്യം മറക്കരുത്. എല്ലാ നന്മകളും നേരുന്നു.'

'താങ്ക്സ്.'

'ഞാൻ ഇടയ്ക്ക് വിളിക്കാം. എന്തെങ്കിലും ആവശ്യമുണ്ടെങ്കിൽ....'

'ശരി.'

രാഹുൽ കോൾ കട്ട് ചെയ്തു. നെഞ്ചിൽനിന്ന് ഒരു ഭാരം ഒഴിഞ്ഞുപോയതുപോലെ അയാൾക്ക് അനുഭവപ്പെട്ടു.

അനുപല്ലവി

***

ഉച്ചസമയമായിരുന്നു.

വെയിൽ വീണു തിളങ്ങുന്ന നീലനിറമുള്ള അറബിക്കടലിലേക്ക് നോക്കി ഹോട്ടൽമുറിയുടെ ബാൽക്കണിയിൽ അനുരാഗ് ഇരുന്നു. അവന്റെ കൈയിൽ പാതിയൊഴിഞ്ഞ ബിയർ ഗ്ലാസ് ഉണ്ടായിരുന്നു. പെട്ടെന്നാണ് അവന്റെ മൊബൈലിൽ ഒരു കോൾ വന്നത്. നോക്കിയപ്പോൾ പീയുഷ് ആണ്.

'എന്താടാ?' അനുരാഗ് കോൾ എടുത്തു.

'നീയിപ്പോൾ എവിടെയുണ്ട്?'

'ഹോട്ടലിൽ.'

'ഒരു വാർത്തയുണ്ട്.' പീയുഷ് പറഞ്ഞു.

'എന്തു വാർത്ത?'

'ഓഫീസിലാണ് ഞാനിപ്പോൾ. പത്തുമിനിറ്റിനകം അവിടെ വരാം.'

'ശരി.'

പല്ലവിയുടെ കല്യാണം മാറിപ്പോയ വാർത്തയായിരിക്കും അവനു കിട്ടിയത്. രാവിലെത്തന്നെ ഗോപിയങ്കിൾ അക്കാര്യം വിളിച്ചുപറഞ്ഞിരുന്നു. ഗോപിയങ്കിളിന് ഇതൊക്കെ എവിടുന്ന് കിട്ടുന്നു? പല്ലവിയെ ഒന്നു വിളിച്ചാലോഎന്ന് അവൻ പലവട്ടം വിചാരിച്ചതാണ്. പക്ഷേ മടിച്ചു. എന്തിനാണ് മുറിവിൽ കുത്തി വീണ്ടും.. വീണ്ടും അവന്റെ മൊബൈലിൽ ഒരു കോൾ വന്നു. രേഖയാണ്.

'രേഖാ...' അവൻ കോളെടുത്തു.

'എന്നോടുള്ള പിണക്കം മാറിയില്ലേ അനൂ.' അവൾ ചോദിച്ചു.

'എനിക്ക് നിന്നോട് പിണക്കമൊന്നുമില്ല.'

'പിന്നെന്താ എന്നെ വിളിക്കാത്തത്? ഞാൻ കാത്തിരിക്കുകയാ വരാൻ.' അവൾ പറഞ്ഞു.

'എനിക്കൊരു മൂഡുമില്ല രേഖാ. സോറി. ഞാൻ പിന്നെ വിളിക്കാം.'

അവൻ കോൾ കട്ട് ചെയ്തു.

ഗ്ലാസിലെ ബീയർ തീർന്നപ്പോൾ അവൻ എഴുന്നേറ്റ് റൂമിലേക്ക് വന്നു. കുപ്പിയെടുത്ത് വീണ്ടും നിറച്ചു. അല്പനേരം കഴിഞ്ഞപ്പോൾ പീയുഷ് വന്നു. അനുരാഗ് അവനെ ഒന്നുനോക്കി.

'ഇന്നത്തെ പത്രത്തിൽ ഒരു വാർത്തയുണ്ട്. മദനൻസാറാണ് പറഞ്ഞത്.' അനുരാഗ് ചോദ്യഭാവത്തിൽ അവനെ ഒന്നുനോക്കി.

'തൃക്കുന്നപ്പുഴ കടപ്പുറത്ത് ഒരു പെണ്ണിന്റെ ബോഡി കരയ്ക്കടിഞ്ഞിട്ടുണ്ട്.ഒരാഴ്ചയോളം പഴക്കമുണ്ടെന്നാണ്...'

അനുരാഗ് ഒന്നു ഞെട്ടി.

അതേ ഇന്നേക്ക് ഒരാഴ്ച മുമ്പാണ് പ്രസീദ....

'നീ പത്രം കണ്ടോ?'

'ഇല്ല. വായിക്കാൻ പേടിയായിരുന്നു. ബോഡി പോലീസ് വന്ന് കൊണ്ടുപോയെന്നും കഴുത്തിലെ അസ്ഥിയിൽ പൊട്ടലുണ്ടെന്നുമാണ് പോസ്റ്റ്മോർട്ട് റിപ്പോർട്ടെന്നും.'

അനുരാഗ് സ്തബ്ധനായി നിന്നു.

'കഴുത്ത് ഞെരിച്ച് കൊലപ്പെടുത്തിയിട്ട് കടലിൽ ഉപേക്ഷിച്ചതാവാമെന്നുമാണ് പോലീസിന്റെ നിഗമനം.'

'ഞാനവളെ കൊന്നിട്ടില്ല പീയുഷ്. ഞാനവളെ കഴുത്ത് ഞെരിച്ചിട്ടില്ല. ഞാൻ നിന്നോട് പറഞ്ഞില്ലേ...ഞാൻ അവളെ സ്നേഹിക്കുക മാത്രമേ ചെയ്തിട്ടുള്ളു.'

'ഒരുപക്ഷേ അറ്റാക്ക് വന്നതാണെങ്കിലോ'

'ചെറുപ്രായത്തിലോ?'

'വന്നുകൂടായ്കയില്ല. അവർ ബോഡി ബോട്ടിൽ കൊണ്ടുചെന്നു കളഞ്ഞപ്പോൾ കഴുത്തിലെ അസ്ഥികൾക്ക് ക്ഷതം പറ്റിയതായിരിക്കും.' പീയുഷ് അവനെ സമാധാനിപ്പിച്ചു.

'പക്ഷേ അത് ആരുവിശ്വസിക്കും?'

'കേസ് രജിസ്റ്റർ ചെയ്തു പോലീസ് അന്വേഷണം തുടങ്ങിയിട്ടുണ്ടെന്നാണ് വാർത്ത. പക്ഷേ നീ ഒന്നുകൊണ്ടും പേടിക്കണ്ട അനൂ. ജി.എൻ. സാർ വേണ്ടത് ചെയ്തോളും.'

'ഗോപിയങ്കിൾ മാത്രമാണ് എന്റെ രക്ഷ.' അനുരാഗ് പറഞ്ഞു.

അന്നു വൈകുന്നേരം പതിവിലും നേരത്തെ അവൻ വീട്ടിൽ ചെന്നു. രാത്രി ഗായത്രീദേവിയോടൊപ്പമാണ് അവൻ ഭക്ഷണം കഴിച്ചത്.

'എന്നും ഇതുപോലെ നേരത്തെ വന്നുകൂടെ മോനേ നിനക്ക്? അമ്മയ്ക്ക് എത്ര സന്തോഷമായെന്നറിയാമോ?'

'വരാം അമ്മേ.' അവൻ പറഞ്ഞു.

പിറ്റേന്നുരാവിലെ ഗായത്രീദേവിയെ കാണാൻ ഗോപിനാഥ് വന്നു. അവർ രണ്ടുപേരും സ്വീകരണമുറിയിൽ ഇരുന്നു.

'ദേവിയേടത്തിയോട് ഒരു സന്തോഷവാർത്ത പറയാനാണ് ഞാൻ വന്നത്.' പ്രസന്നമായ മുഖത്തോടെ അയാൾ പറഞ്ഞു.

'എന്താണ് ഗോപീ.'

'മോനുവേണ്ടി നമ്മൾ മൂവാറ്റുപുഴയിലെ ഒരു കുട്ടിയെ കല്യാണമാലോചിച്ചില്ലേ.'

'അതിന്റെ കല്യാണം വേറെ തീരുമാനിച്ചിരിക്കുകയാണെന്ന് ഗോപി തന്നെയല്ലേ എന്നോട് പറഞ്ഞത്.'

'അതെ. പക്ഷേ ആ കല്യാണം നടക്കുകയില്ല. പയ്യന്റെ വീട്ടുകാര് പിൻമാറി.'

'അതെന്താ?' ഞെട്ടലോടെ ഗായത്രീദേവി ചോദിച്ചു.

'ആ കുട്ടിയുടെ അച്ഛൻ ഡെപ്യൂട്ടി കലക്ടറല്ലേ. അയാൾ കൈക്കൂലി കേസിൽ പെട്ട് ആകെ നാറി. പയ്യൻ സബ് കലക്ടറല്ലേ. അവർക്ക് നാണക്കേടായി.'

'ഈശ്വരാ അതിന്റെ മോതിരംമാറൽ വരെ കഴിഞ്ഞു എന്നാണല്ലോ മിട്ടുമോൻ പറഞ്ഞത്.'

'അതെ. ഒക്കെ ഈശ്വരനിശ്ചയമാ ദേവിയേടത്തീ. ആ കുട്ടി നമ്മുടെ മിട്ടുമോനു വേണ്ടി ജനിച്ചവളാ. അപ്പോൾ വേറെ കല്യാണം നടക്കുമോ?'

ഗായത്രീദേവി അയാളെ പകച്ചുനോക്കി.

'ഒരു കല്യാണം മാറിപ്പോയ ആ കുട്ടിയെ ഉടനെയൊന്നും ആരും കെട്ടുകയില്ല. ഇതു നല്ല സമയമാണ്. ദേവിയേടത്തി എത്രയും വേഗം ചെന്ന് ആ കുട്ടിയുടെ അച്ഛനെയും അമ്മയെയും കാണണം. എന്റെ മനസ്സ് പറയുന്നു, അവർ പൊന്നുപോലെ സമ്മതിക്കുമെന്ന്.'

'ഞാൻ പോകാം ഗോപീ. നിന്റെ നാവു ഫലിക്കട്ടെ.'

ഗായത്രീദേവി കണ്ണുകളടച്ച് ഒരുനിമിഷം ധ്യാനത്തോടെ ഇരുന്നു.

ഗോപിനാഥ് അതുകണ്ട് ഊറിച്ചിരിച്ചു.

പതിനഞ്ച്

'ദേവിയേടത്തി ശനിയാഴ്ച മൂവാറ്റുപുഴയ്ക്ക് പോയാൽ മതി. അന്ന് കുട്ടി വീട്ടിൽ കാണും.' ഗോപിനാഥ് പറഞ്ഞു.

ഗോപി പറഞ്ഞത് ശരിയാണെന്ന് ഗായത്രീദേവിക്ക് തോന്നി.

'നമ്മൾ ചെല്ലുന്ന കാര്യം നീ അവരോടൊന്ന് വിളിച്ചുപറഞ്ഞേക്ക്.' ഗായത്രീദേവി പറഞ്ഞു.

'ദേവിയേടത്തി ചെല്ലുന്ന കാര്യം അറിയിക്കണ്ട. അവർക്ക് അതൊരു സർപ്രൈസ് ആയിക്കോട്ടെ.'

'മിട്ടുവും ഞാനും കൂടി പോയാൽ മതിയോ ഗോപീ?' അവർ ചോദിച്ചു

'മിട്ടുമോനും ആ കുട്ടിയും തമ്മിൽ കണ്ടിട്ടുണ്ടല്ലോ. അതുകൊണ്ട് തൽക്കാലം ദേവിയേടത്തിമാത്രം പോയാൽ മതി. മോനെ കാണണമെന്ന്

പറയുമ്പോൾ നമുക്ക് അവനുമൊത്ത് പോകാം.'

'മോനെ കാണണമെന്നു പറഞ്ഞാൽ അതിന്റെ അർത്ഥം അവർക്ക് താല്പര്യമുണ്ടെന്നായിരിക്കുമല്ലോ.'

പ്രതീക്ഷയോടെ ഗായത്രീദേവി പറഞ്ഞു.

'അതെ. ഇത്തവണ നമ്മൾ പരാജയപ്പെടില്ല ഏടത്തീ. മിട്ടുമോന്റെ ആഗ്രഹം നടത്തിക്കൊടുക്കാൻ പറ്റിയില്ലല്ലോ എന്ന വിഷമമുണ്ടായിരുന്നു എനിക്ക്. പക്ഷേ ദൈവമായിട്ട് ഇപ്പോൾ അതിന് അവസരമുണ്ടാക്കിത്തന്നിരിക്കുന്നു.'

'ഗോപി ഒരു കാര്യം ഏറ്റാൽ പിന്നെ അത് നടത്തിയിരിക്കും. അതെനിക്കുറപ്പാ. ഇതുവരെയുള്ള അനുഭവം അതാണല്ലോ.'

അയാൾ ഒന്ന് പുഞ്ചിരിച്ചു.

'എന്നാൽ ഞാനിറങ്ങട്ടെ ഏടത്തീ.' അയാൾ എഴുന്നേറ്റു.

'പോയിട്ടു വാ. എനിക്കിപ്പോൾ പുതിയ ഒരുന്മേഷം തോന്നുന്നു. ജീവിതത്തിന് ഒരർത്ഥം വരാൻ പോകുന്നു. എന്റെ മിട്ടുമോൻ ഒരു പെൺകുട്ടിയെ താലികെട്ടി കൊണ്ടുവരുന്നത് എന്റെ ഏറ്റവും വലിയ സ്വപ്നമായിരുന്നു. അവന് ഒരു കുഞ്ഞുണ്ടാകുന്നതും എന്റെ പേരക്കുട്ടിയെ ഞാൻ ഓമനിക്കുന്നതും...' ഗോപിനാഥിനോടൊപ്പം വാതിലിനടുത്തുവരെ ചെന്നു ഗായത്രീദേവി.

'ഒക്കെ നടക്കും ഏടത്തീ.'

'എനിക്ക് ഒട്ടും ക്ഷമയില്ല ഗോപീ. ഹോസ്റ്റലിൽ ചെന്ന് ഞാൻ ആ കുട്ടിയെ ഒന്ന് കണ്ടോട്ടേ?'

'ഏട്ടത്തിക്ക് ഒരു മൂന്നാലുദിവസംകൂടി ക്ഷമിക്കരുതോ. വീട്ടിൽ ചെന്നു കാണുന്നതാണ് അന്തസ്സ്. തന്നെയുമല്ല നമ്മൾ അത്രയ്ക്കങ്ങ് മുട്ടിനിൽക്കുകയാണെന്ന് അവർ വിചാരിക്കുകയും വേണ്ട.'

'അതു നേരാ.'

'ഏട്ടത്തിക്കറിയാമല്ലോ മിട്ടുമോന് പ്രായത്തിന്റേതായ ചില എടുത്തുചാട്ടവും കുസൃതിത്തരങ്ങളുമൊക്കെയുണ്ട്. കല്യാണം കഴിഞ്ഞാൽ അതിന് ഒരറുതി വരും. അതുകൊണ്ട് ഈ ചാൻസ് നമ്മൾ ഒരു കാരണവശാലും നഷ്ടപ്പെടുത്തരുത്.' ഗോപിനാഥ് പറഞ്ഞതിനോട് പൂർണ്ണയോജിപ്പായിരുന്നു ഗായത്രീദേവിക്ക്. അവന് ചീത്ത കൂട്ടുകെട്ടുകളുണ്ടെന്ന് അവർക്ക് അറിയാമായിരുന്നു. അക്കാര്യത്തിൽ ഭയവുമുണ്ടായിരുന്നു.

'ശരി, ഞാൻ പോയിട്ടുവരാം.'

അയാൾ ചെന്ന് കാറിൽ കയറി. വണ്ടി ഗേറ്റ് കടന്ന് അപ്രത്യക്ഷമാ

യപ്പോൾ കാവൽക്കാരൻ ചെന്ന് വീണ്ടും അത് അടച്ചുപൂട്ടി. ഗായത്രീ ദേവി നേരെ ചെന്നത് സുമിത്രയുടെ അടുത്തേക്കാണ്. ഉച്ചയൂണ് ഒരുക്കുകയായിരുന്നു അവൾ.

'ചേച്ചിയുടെ മുഖത്ത് പതിവില്ലാത്ത ഒരു സന്തോഷം കാണുന്നുണ്ടല്ലോ.' അവൾ പറഞ്ഞു.

'ഭാഗ്യമുണ്ടെങ്കിൽ മിട്ടുവിന്റെ കല്യാണം ഉടൻ നടക്കും.'

ഗായത്രീദേവി പറഞ്ഞു.

'ആരാ ചേച്ചീ കുട്ടി?' കൗതുകത്തോടെ സുമിത്ര അവരെ നോക്കി.

'അന്നൊരിക്കൽ മൂവാറ്റുപുഴയിലുള്ള ഒരു പെൺകുട്ടിയുടെ കാര്യം പറഞ്ഞില്ലേ. അതുതന്നെ.'

'അതിന്റെ കല്യാണം ഉറച്ചെന്നല്ലേ പറഞ്ഞത്.'

'പക്ഷേ അത് മാറിപ്പോയി. എന്റെ മനസ്സ് പറയുന്നത് ആ കുട്ടി മിട്ടുവിനുള്ളതാണെന്നാ. അല്ലെങ്കിൽ അങ്ങനെ സംഭവിക്കുമോ?'

'അതു ശരിയാ ചേച്ചീ. കല്യാണം കഴിഞ്ഞാൽ മിട്ടുമോന്റെ ജീവിതത്തിന് ഒരു ചിട്ടയൊക്കെ വരും. അമ്മേടെ വാത്സല്യം മോൻ ശരിക്കും മുതലെടുക്കുന്നുണ്ട്.'

'ശരിയാ സുമിത്രേ നീ പറഞ്ഞത്. അച്ഛനില്ലാതെ വളർന്ന കുട്ടിയല്ലേ. അവന്റെ മുഖത്തുനോക്കി എന്തെങ്കിലും കടുപ്പിച്ചുപറയാൻ എനിക്കു മനസ്സ് വരത്തില്ല.' ഗായത്രീദേവി സ്വയം സമ്മതിച്ചു.

'ചോദിക്കാനും പറയാനും ഒരാൾ ഉണ്ടെങ്കിൽ സമയത്തും കാലത്തും വീട്ടിലെത്തുമല്ലോ.'

പാതിരാത്രിക്ക് വാതിൽ തുറന്നുകൊടുക്കേണ്ടി വരില്ലല്ലോ എന്നായിരുന്നു സുമിത്രയുടെ ചിന്ത. മിട്ടുവിന്റെ വരവും കാത്ത് ഉറക്കമൊഴിച്ചു കാത്തിരിക്കാറുണ്ട് പലപ്പോഴും.

അന്നു പതിവില്ലാതെ ഉച്ചയ്ക്ക് ഊണുകഴിക്കാൻ വീട്ടിലെത്തി. അതും ഒരു നിമിത്തമായാണ് ഗായത്രീദേവിക്ക് തോന്നിയത് അമ്മയും മകനും ഒന്നിച്ചാണ് ഭക്ഷണം കഴിക്കാനിരുന്നത്. ഗായത്രീദേവി ചെന്ന് അവന്റെ പ്ലേറ്റിലേക്ക് ചോറു വിളമ്പിക്കൊടുത്തു.

'മോനേ ഇന്നിവിടെ ഗോപി വന്നിട്ടുണ്ടായിരുന്നു.'

അതൊരു സാധാരണ കാര്യമാണല്ലോ എന്ന മട്ടിൽ അവൻ അമ്മയെ ഒന്നു നോക്കി.

'ഇതങ്ങനെയല്ല മോനേ. നിനക്കു വേണ്ടിയാ ഗോപി വന്നത്. നീ മുമ്പൊരിക്കൽ ഒരു കുട്ടിയുടെ കാര്യം പറഞ്ഞിരുന്നില്ലേ...ഒരു പല്ലവി. ആ കുട്ടിയുടെ കല്യാണം മാറിപ്പോയി. നമുക്ക് വീണ്ടും അതൊന്നാലോചിക്കാം എന്നു പറയാൻ.'

'ഇനി അത് ഒന്നൂടെ ശ്രമിക്കണോ? അന്നു ഗോപിയങ്കിൾ ചെന്നപ്പോൾ താല്പര്യമില്ലെന്നല്ലേ അവർ പറഞ്ഞത്.' അവൻ സംശയിച്ചു.

'അതെ. പക്ഷേ, മറ്റേ കല്യാണം തീരുമാനിച്ചതുകൊണ്ടല്ലേ. അടുത്ത ഞായറാഴ്ച ഞാനൊന്നു പോയി സംസാരിക്കാനാ ഗോപി പറഞ്ഞത്. എല്ലാം ശരിയാകുമെന്ന് എന്റെ മനസ്സ് പറയുന്നു മോനേ.'

പല്ലവിയെ സ്വന്തമാക്കാൻ ഒരു ചാൻസുകൂടി. അനുരാഗിന് വിശ്വസിക്കാൻ കഴിഞ്ഞില്ല. അമ്മ ചെന്ന് സംസാരിച്ചാൽ ഒരുപക്ഷേ...അവന്റെ പ്രതീക്ഷകൾക്ക് വീണ്ടും ചിറകുവച്ചു.

'ഞാൻ...ഞാനുംകൂടെ വരണോ ഞായറാഴ്ച?'

അവൻ ചോദിച്ചു.

'വേണ്ട മോനേ. ഞാനൊന്ന് പോയിട്ട് വരാം. അവർക്ക് താല്പര്യമുണ്ടെങ്കിൽ നീ ചെല്ലാൻ പറയുമല്ലോ. തന്നെയുമല്ല ആ കുട്ടിക്ക് നിന്നെ അറിയാമല്ലോ.' പതിവിലും കൂടുതൽ അവൻ അന്ന് ചോറുണ്ടു. അനുരാഗ് സ്വന്തം മുറിയിലേക്കു ചെന്നു പീയുഷിനെ വിളിച്ചു.

'നീയെവിടെയാണ്?'

'വീട്ടിലാണ്. ഊണുകഴിഞ്ഞതേയുള്ളു. എന്താ അനൂ?'

'അരമണിക്കൂറിനകം ഞാൻ ഓഫീസിലേക്ക് പോകും. നീ വേഗം വാ. ഒരു സംഭവമുണ്ട്.'

'എന്തു സംഭവം?'

'അതു നേരിൽ പറയാം.'

'എന്താ വേറെ വല്ല സുന്ദരിയും നിന്റെ ചൂണ്ടയിൽ കൊത്തിയോ?'

'പോടാ.' അവനു ദേഷ്യം വന്നു.

അല്പനേരം കഴിഞ്ഞ് അനുരാഗ് ഓഫീസിലേക്ക് പോയി. മനോഹരമായി ഫർണിഷ് ചെയ്ത മുറി. പക്ഷേ കാര്യമൊന്നുമില്ല. കറുത്ത ലെതർ പൊതിഞ്ഞ റിവോൾവിങ് ചെയറിൽ എത്രനേരം വേണമെങ്കിലും ഇരുന്ന് കറങ്ങാം. പക്ഷേ കമ്പനിയുടെ നടത്തിപ്പിൽ ഒരു പങ്കുമില്ല.

പെട്ടെന്ന് പീയുഷ് വന്നു.

'എന്താണെടാ സംഭവമുണ്ടെന്ന് പറഞ്ഞത്?'

വന്നപ്പോൾത്തന്നെ അവൻ ചോദിച്ചു.

'വീണ്ടും പല്ലവിയിലേക്ക് കാര്യങ്ങൾ നീങ്ങുന്നു.' അനുരാഗ് പറഞ്ഞു.

അത്ഭുതത്തോടെയാണ് പീയുഷ് അതു കേട്ടത്.

'പല്ലവിയുമായി നിന്റെ വിവാഹം നടന്നാൽ അത് നിന്റെ ജീവിതത്തിലെ ഏറ്റവും വലിയ വഴിത്തിരിവാകും. നീ പുതിയ ഒരു മനുഷ്യനാകും.'

'ശരിയാ പീയുഷ്. അവളെ പരിചയപ്പെട്ട ശേഷം എനിക്ക് വേറൊരു പെണ്ണിലും താല്പര്യം തോന്നിയിട്ടില്ല. കാരണം അവൾ ആകർഷിച്ചതു പോലെ വേറൊരു പെണ്ണിനും എന്നെ ആകർഷിക്കാൻ കഴിഞ്ഞിട്ടില്ല. ഒരുപക്ഷേ അവളുടെ കല്യാണം തീരുമാനിച്ചില്ലായിരുന്നുവെങ്കിൽ പ്രസീദയുമായി ഞാൻ വീണ്ടും കൂട്ടുകൂടുകയില്ലായിരുന്നു.'

പീയുഷ് ഒന്നും മിണ്ടിയില്ല.

'ജീവിതത്തിൽ ഞാൻ ചെയ്ത ഏറ്റവും വലിയ മണ്ടത്തരമായിരുന്നു അത്. അതിന്റെ ശിക്ഷയും എനിക്കു കിട്ടി. വിവാഹത്തിന് പല്ലവി സമ്മതിക്കരുതേ എന്നാണ് ഇപ്പോഴെന്റെ പ്രാർത്ഥന.'

'അതെന്താ?'

'എനിക്കതിന് അർഹതയില്ല പീയുഷ്. ഞാനൊരു പെണ്ണിനെ കൊന്നവനാണ്. കൊലയാളിയാണ്. എന്നെങ്കിലും പല്ലവി അറിയാനിട വന്നാൽ പിന്നെ അവൾ എനിക്കൊപ്പം ജീവിക്കില്ല.'

'പ്രസീദ മരിച്ചത് നീ കാരണമല്ല.' പീയുഷ് പറഞ്ഞു.

'പിന്നെ?'

'മറ്റെന്തോ കാരണത്താലാണ്. ചിലപ്പോൾ ഹാർട്ട് അറ്റാക്ക്. അല്ലാതെ അവളെ നീ ഒന്നും ചെയ്തിട്ടല്ല.'

'ചെയ്തതായി ഞാനും വിശ്വസിക്കുന്നില്ല. പക്ഷേ അവൾ മരിച്ചത് എന്റെ ബെഡ്ഡിൽ കിടന്നുകൊണ്ടാണ്. അപ്പോൾ അതിന്റെ റസ്പോൺസിബിലിറ്റി എനിക്കാണ്.'

അനുരാഗ് ഇരുന്നു കിതച്ചു. പീയുഷ് ചെന്ന് അവന്റെ ചുമലിൽ കൈ വച്ചു.

'കൂൾ ഡൗൺ. കഴിഞ്ഞതൊന്നും ഓർക്കണ്ട. പല്ലവി വിവാഹത്തിന് സമ്മതിച്ചാൽ നീയവളെ കെട്ടണം. അതിൽ മാറ്റമൊന്നുമില്ല.'

അനുരാഗ് നിസ്സഹായതയോടെ അവനെ നോക്കി.

***

ജയന്തിയുടെ കെട്ടഴിഞ്ഞുവീണ മുടിയുടെ സുഗന്ധം നുകർന്ന് ഗോപിനാഥ് കണ്ണുകളടച്ചു കിടന്നു. അവളുടെ വിയർപ്പിനുപോലും ചന്ദനത്തിന്റെ മണമാണ്.

'ഗായത്രീദേവി ചെന്നു ചോദിച്ചാൽ അവർ മോളെ അനുരാഗിന് കൊടുക്കുമെന്ന് സാർ വിശ്വസിക്കുന്നുണ്ടോ?'

'കൊടുക്കും എന്നുതന്നെയാണ് എന്റെ കണക്കുകൂട്ടൽ.'

ഗോപിനാഥ് പറഞ്ഞു.

മുകളിൽ സീലിങ് ഫാൻ കറങ്ങുന്നുണ്ടായിരുന്നു. അതിന്റെ കാറ്റിൽ അയാളുടെ നെഞ്ചിലെ വിയർപ്പ് ഉണങ്ങിക്കഴിഞ്ഞിരുന്നു.

'ജാതകപ്പൊരുത്തം ഉണ്ടെങ്കിൽ മാത്രമേ മറ്റെന്തെല്ലാം ഉണ്ടെങ്കിലും കല്യാണം നടക്കൂ.'

ജയന്തി പറഞ്ഞു.

അപ്പോഴാണ് അയാൾ അക്കാര്യം ഓർമ്മിച്ചത്.

'അത്...അതു നോക്കിയാലേ പറ്റൂ.'

'പൊരുത്തമില്ലെങ്കിൽ...'

'അതു പ്രശ്നമായേക്കാം. അവർ അതിലൊക്കെ വിശ്വസിക്കുന്നവ രാകാനാണ് സാധ്യത.'

ഗോപിനാഥിന്റെ ആവേശം അതോടെ തണുത്തു.

'പൊരുത്തമില്ലെങ്കിൽ അതുണ്ടാക്കണം സാർ.' അവൾ പറഞ്ഞു.

'എങ്ങനെ?'

'ആ പെണ്ണിന്റെ ജനനസമയം അറിയണം. അറിഞ്ഞാൽ നമുക്ക് അനു രാഗിന്റെ ജാതകം വെച്ച് പൊരുത്തമുണ്ടോയെന്ന് നോക്കിക്കാം.'

'അവളുടെ ജാതകം നമുക്ക് ചോദിക്കാം.' അയാൾ പരഞ്ഞു.

'ആരുമറിയാതെ വേണം പൊരുത്തം നോക്കിക്കാൻ. അഥവാ ഒട്ടും പൊരുത്തമില്ലെങ്കിൽ അനുരാഗിന്റെ ജാതകം നമ്മൾ തിരുത്തി പൊരു ത്തമുള്ളതാക്കുന്നു. എന്നിട്ട് അതുവേണം അവർക്ക് കൊടുക്കാൻ.'

അവൾ പറഞ്ഞു.

'അത് ഒന്നാന്തരം ഐഡിയ.' അവളെ മുറുകെ പുണർന്നാണ് അയാൾ പ്രശംസിച്ചത്.

'അവർ അറിയാതെ അവളുടെ ജനനത്തീയതി സംഘടിപ്പിക്കാൻ പറ്റുമോ?' ജയന്തി ചോദിച്ചു.

'അതിനൊരു വഴിയുണ്ട്. വിമലാ കോളേജ് ഓഫീസ് സൂപ്രണ്ടിന്റെ ചങ്ങാതിയാണ് നമ്മുടെ ഓഫീസിലെ അക്കൗണ്ടന്റ് രമേഷ്. അവളുടെ സർട്ടിഫിക്കറ്റ് ബുക്ക് കോളേജിൽ കാണുമല്ലോ. സൂപ്രണ്ട് വഴി അതു തരപ്പെടുത്താം. എസ്.എസ്.എൽ.സി സർട്ടിഫിക്കറ്റ് ബുക്കിൽ ജനനതീ യ്യതിയുണ്ട്'

'എങ്കിൽ നാളെത്തന്നെ അതു കിട്ടണം. ജ്യോത്സ്യനെ കാണുന്ന കാര്യം ഞാനേറ്റു.' ജയന്തി പറഞ്ഞു.

'നിനക്ക് പരിചയമുള്ള ആരെങ്കിലും...?'

'കളർകോട് അമ്പലത്തിന്റെ അടുത്ത് ഒരു ജ്യോത്സ്യനുണ്ട്. ഇടയ്ക്ക് ഞാൻ അയാളെ കാണാൻ പോകാറുണ്ട്. അയാളെക്കൊണ്ട് അവൾക്ക്

യോജിച്ച ഒരു ജാതകം തയ്യാറാക്കിക്കാം.'

'എങ്കിൽ നിനക്ക് ഞാനൊരു പ്രത്യേക സമ്മാനം തരുന്നുണ്ട്.'

ഗോപിനാഥ് പറഞ്ഞു.

'എനിക്ക് സമ്മാനമൊന്നും വേണ്ട സാർ. എന്റെ മോന്റെ കവിളത്തടിച്ച അവളുടെ ജീവിതം കുട്ടിച്ചോറാക്കണം. എങ്കിലേ എന്റെ ജഗൻ അനുഭവിച്ച വേദനയും അപമാനവും മാറുകയുള്ളു.' വാശിയോടെ ജയന്തി പറഞ്ഞു.

'അതു നടക്കും. ഞാനത് നടത്തിയിരിക്കും.'

അവൾ വിശ്വാസത്തോട് അയാളുടെ ബലിഷ്ഠമായ കൈത്തണ്ടയിൽ അമർത്തിപ്പിടിച്ചു. പിറ്റേന്നുതന്നെ വിമലാകോളേജിൽനിന്നും പല്ലവിയുടെ ജനനത്തീയ്യതി കിട്ടി. ഗോപിനാഥ് അത് ജയന്തിക്ക് കൊടുത്തു. അവൾ അപ്പോൾത്തന്നെ ജ്യോത്സ്യനെ വിളിച്ചു.

'ഇന്നവിടെ കാണുമോ. എനിക്ക് ഒരു പൊരുത്തം നോക്കിക്കാനുണ്ടായിരുന്നു.'

'പോന്നോളൂ. ഞാനിവിടെയുണ്ട്.' അയാൾ പറഞ്ഞു.

ജഗനാണ് കാറിൽ അവളെ കളർകോടിന് കൊണ്ടുപോയത്. അവൾ ചെന്നപ്പോൾ സുനിൽകുമാർ കാത്തിരിക്കുന്നുണ്ടായിരുന്നു. താടിയും മുടിയും വളർത്തി കഴുത്തിൽ സ്വർണ്ണം കെട്ടിയ രുദ്രാക്ഷമാലയണിഞ്ഞ മധ്യവയസ്കനായിരുന്നു ജ്യോത്സ്യൻ സുനിൽകുമാർ. തൂവെള്ളമുണ്ടും ജുബ്ബയും വേഷം. കുളിച്ചിട്ടും മുടിയിൽ എണ്ണയുടെ തിളക്കം.

'വരൂ..മോന് കല്യാണത്തിനുള്ള സമയമായോ? അതോ മോൾക്കോ?'

'ഇത് വേറൊരാൾക്കാ ജ്യോത്സ്യരേ...ചിലപ്പോൾ ഒരു സഹായം വേണ്ടിവരും.'

'അതിനെന്താ സഹായിക്കാൻ തന്നെയാണല്ലോ ഞാനിവിടെയുള്ളത്.'

'ഈ കുട്ടിയുടെ ഗ്രഹനില ഒന്നെടുക്കണം. എന്നിട്ട് ഈ പയ്യന്റെ ഗ്രഹനിലയുമായി ഒന്ന് ഒത്തുനോക്കണം.' പല്ലവിയുടെ ജനനത്തീയതി കുറിച്ച കടലാസ് ജയന്തി അയാൾക്ക് കൊടുത്തു. അനുരാഗിന്റെ ഗ്രഹനിലയും. അരമണിക്കൂർ സമയമെടുത്തു സുനിൽകുമാറിന് അത് ഒത്തുനോക്കാൻ.

'വേണ്ടപ്പെട്ടവർ ആയിരിക്കുമല്ലോ.' ഒടുവിൽ അയാൾ മുഖമുയർത്തി അവളെ നോക്കി.

'അതെന്താ അങ്ങനെ ചോദിച്ചത്?'

'ഒരുതരത്തിലും ചേർക്കാൻ പറ്റാത്ത ജാതകം. വിട്ടുകളഞ്ഞേക്ക്.'

'ദോഷമാണോ?'

'അതെ. മനപ്പൊരുത്തം ഉണ്ടാകില്ല. നിത്യം കലഹം. ദാരിദ്ര്യം. സംശയം. ചിലപ്പോൾ മരണംപോലും.'

ചുണ്ടിൽ അറിയാതെ വിരിഞ്ഞ പുഞ്ചിരി പെട്ടെന്ന് ജയന്തി അമർത്തി.

'പക്ഷേ ഈ കല്യാണം നടന്നേ പറ്റൂ ജ്യോത്സ്യരേ. കാരണം പ്രേമവിവാഹമാണ്. പക്ഷേ, പെണ്ണിന്റെ അച്ഛൻ ജാതകത്തിൽ കടുംപിടുത്തം പിടിക്കും.'

'ഓ അങ്ങിനെയാണോ?'

'അതെ. പെണ്ണിന്റെ ജാതകവുമായി നല്ല പൊരുത്തമുള്ള ഗ്രഹനില പയ്യനുവേണ്ടി ഉണ്ടാക്കിത്തന്ന് സഹായിക്കണം.'

സുനിൽകുമാർ ഒന്ന് ആലോചിച്ചു.

'സാരല്യ. അത്രയ്ക്ക് പ്രണയമാണെങ്കിൽ ജാതകപ്പൊരുത്തംതന്നെ നോക്കേണ്ട കാര്യമില്ല. എന്നാലും നമ്മൾ ആത്മഹത്യ തടയണമല്ലോ. അതിന് വേണ്ടത് ചെയ്തേ പറ്റൂ.'

പല്ലവിയുടെ ജാതകത്തിന് ഉത്തമമായ പൊരുത്തമുള്ള ഒരു ഗ്രഹനില അനുരാഗിനുവേണ്ടി അയാൾ തയ്യാറാക്കിക്കൊടുത്തു.

നല്ല ദക്ഷിണയും കൊടുത്തിട്ടാണ് ജയന്തിയും ജഗനും അവിടെനിന്ന് മടങ്ങിയത്.

'ഒരു ചെറിയ പ്രശ്നമുണ്ട്. അനുരാഗിന്റെ നക്ഷത്രം രോഹിണിയല്ല. അതിപ്പോൾ ഭരണിയായിട്ടുണ്ട്. അവന്റെ അമ്മ അതു ശ്രദ്ധിക്കില്ലേ.'

കാറിലിരുന്ന് അവൾ ഗോപിനാഥിനെ വിളിച്ചു.

അതുസാരമില്ല. സീൽ ചെയ്ത കവറിലിട്ടേ ഞാനത് അവരുടെ കൈയിൽ കൊടുക്കൂ. അവരത് പെണ്ണിന്റെ വീട്ടിൽ ഏല്പിക്കും. ആരും ഒന്നും അറിയാൻ പോകുന്നില്ല.'

'അതുമതി.'

ജഗൻ എല്ലാം കേട്ട് നിശ്ശബ്ദനായി കാറോടിച്ചു. വണ്ടി അപ്പോൾ തിരുവമ്പാടി ജംഗ്ഷനിൽ എത്തിയിരുന്നു.

***

ലാസ്റ്റ് പീരിയഡ് കഴിഞ്ഞുള്ള ബെല്ല് മുഴങ്ങിയപ്പോൾ കുട്ടികൾ ക്ലാസിൽനിന്നിറങ്ങി.

'നല്ല വെശപ്പ്. ഇന്ന് ഹോസ്റ്റലിൽ ചെല്ലുമ്പോൾ രണ്ട് ബിസ്ക്കറ്റായിരിക്കും കിട്ടുന്നത്.' ശീതൾ പറഞ്ഞു.

'കാന്റീനിൽ പഴംപൊരി കാണുമെടീ. നമുക്കുപോയി കഴിച്ചിട്ട് പോകാം.' പൗർണമി പറഞ്ഞു.

'നിങ്ങൾ കാന്റീനിലേക്ക് പോയ്ക്കോ. ഞാൻ ലൈബ്രറിയിൽ ഒന്ന് കയറിയിട്ട് അങ്ങോട്ട് വന്നേക്കാം.' പല്ലവി പറഞ്ഞു.

'വേഗം വരുമോ നീ?' ശീതൾ ചോദിച്ചു.

'ഈ ബുക്ക് റിട്ടേൺ ചെയ്യണം. വേറൊന്ന് എടുക്കണം. ഏറിയാൽ പത്തുമിനിറ്റ്.'

'ഓക്കെ. കഴിയുന്നതും വേഗം വന്നേക്കണം.' ശീതളും പൗർണമിയും കാന്റീനിലേക്ക് പോയപ്പോൾ പല്ലവി മെല്ലെ ലൈബ്രറിയിലേക്ക് നടന്നു.

ക്ലാസുകൾ അവസാനിക്കുവാൻ ഇനി കഷ്ടിച്ച് ഒരുമാസം മാത്രമേയുള്ളു. അതിന് മുമ്പ് കഴിയുന്നത്ര ബുക്കുകൾ വായിക്കണം. അത്യാവശ്യം വേണ്ടുന്നതിന്റെ ഫോട്ടോസ്റ്റാറ്റ് കോപ്പിയെടുക്കണം. പരീക്ഷയ്ക്കുവേണ്ടി മാത്രമല്ല, സിവിൽ സർവ്വീസ് എക്സാംകൂടി അവൾ മുന്നിൽ കാണുന്നുണ്ട്. ലൈബ്രറിയിൽ ചെന്ന് കൈയിലുണ്ടായിരുന്ന ബുക്ക് കൊടുക്കാൻ ഒട്ടും സമയമെടുത്തില്ല. പക്ഷേ പുതിയത് ഒന്ന് തെരഞ്ഞെടുക്കാൻ അത്ര എളുപ്പം അല്ലായിരുന്നു.

അവൾ കാന്റീനിൽ ചെന്നപ്പോൾ പൗർണമിയും ശീതളും മാത്രമുണ്ട്. വേറെ ആരുമില്ല.

'എടീ ചായ തീർന്നു. പഴംപൊരി ബാക്കിവന്ന് ഏഴെട്ടണ്ണം മൊത്തത്തിൽ ഞങ്ങളിങ്ങ് മേടിച്ചു. രണ്ടെണ്ണം നിനക്കു വച്ചിട്ടുണ്ട്. കഴിച്ചോ..'

ശീതൾ പറഞ്ഞു.

'നമുക്ക് പോകാം. അതു പൊതിഞ്ഞെടുത്തോ. സമയം ഒരുപാടായില്ലേ. ' മൂന്നുപേരും കാന്റീനിൽനിന്നിറങ്ങി ഹോസ്റ്റലിലേക്ക് നടന്നു.

'ഇനി ഒരു മാസം കൂടിയേ ക്ലാസുകൾ കാണൂ. അതുകഴിഞ്ഞ് ഒരു മാസത്തിനുള്ളിൽ എക്സാം നടക്കും. അതോടെ നമ്മൾ മൂന്നുവഴിക്ക് പിരിയും.' പൗർണമി പറഞ്ഞു.

'പിന്നെ നമ്മൾ എന്നെങ്കിലും തമ്മിൽ കാണുമോ?' ശീതൾ ചോദിച്ചു.

'കല്യാണത്തിനെങ്കിലും കാണാതിരിക്കുമോ?'

'കാണും. പക്ഷേ, ആരുടേതായിരിക്കും ആദ്യത്തേത്. എനിക്കെന്തായാലും വീട്ടിലിരുന്ന് ബോറടിക്കാൻ വയ്യ. കെട്ടിച്ചുവിട്ടാൽ നേരമ്പോക്കായേനേ.'

ശീതൾ പറഞ്ഞതുകേട്ട് പല്ലവിയും പൗർണമിയും ചിരിച്ചു.

'നിങ്ങളുടെ രണ്ടുപേരുടെയും കല്യാണം വൈകാതെ നടക്കും. എനിക്കിപ്പോൾ അങ്ങനെയൊരു ചിന്തയേ മനസ്സിലില്ല.' പല്ലവി പറഞ്ഞു.

'അതെന്താ? കല്യാണം മാറിപ്പോയതുകൊണ്ടാണോ നിനക്കിത്ര നിരാശ?' ശീതൾ ചോദിച്ചു.

'നിരാശയൊന്നുമില്ല. ഒരുപക്ഷേ നല്ലതിനുവേണ്ടിയായിരിക്കും അതു നടക്കാതെ പോയത്. സിവിൽസർവ്വീസാണ് എന്റെ ലക്ഷ്യം. അതുകിട്ടിയിട്ടേ ഉള്ളു ഇനി വേറെ എന്തും.'

'രണ്ടുമൂന്നു കൊല്ലമെങ്കിലും കഴിയണം അപ്പോൾ കല്യാണത്തെക്കുറിച്ച് ആലോചിക്കാൻ.'

'അതു സാരമില്ല.'

'നിന്റെ അച്ഛന്റെ കേസിനെക്കുറിച്ച് പിന്നെ എന്തെങ്കിലും അറിഞ്ഞോ?' ശീതൾ ചോദിച്ചു.

'ഇല്ല. വിജിലൻസിൽനിന്ന് എക്സ്പ്ലേനേഷൻ ചോദിക്കും. അതിന്റെ മറുപടി കൊടുക്കണം.'

'സാരമില്ലെടീ.' പൗർണമി പറഞ്ഞു.

റൂമിലേക്കു പോകുംമുമ്പ് അവർ ചായ കുടിക്കാൻ മെസ് ഹാളിലേക്ക് ചെന്നു. ശീതളിന്റെ പ്രവചനം ശരിയായിരുന്നു. ചായയ്ക്കൊപ്പം ബിസ്കറ്റാണ് ഉണ്ടായിരുന്നത്.

ആ വെള്ളിയാഴ്ച ഉച്ച കഴിഞ്ഞ് ക്ലാസിൽ ഒരു സെമിനാർ ഉണ്ടായിരുന്നു. അതു തീർന്നപ്പോൾ മണി നാലര.

'ഞാനിന്ന് അങ്ങോട്ട് വരുന്നില്ലച്ഛാ. നാളെ രാവിലെ ബസ്സിൽ നേരെ വന്നോളാം.' അവൾ ബാലകൃഷ്ണൻ നായരെ വിളിച്ച് അറിയിച്ചു.

'അതുമതി മോളേ.'

ശനിയാഴ്ച രാവിലെയാണ് അവൾ മൂവാറ്റുപുഴയ്ക്ക് പോയത്. രാജേശ്വരി മാത്രമേ വീട്ടിലുണ്ടായിരുന്നുള്ളൂ. ബാലകൃഷ്ണൻനായർ ഓഫീസിലേക്ക് പോയിക്കഴിഞ്ഞിരുന്നു. പല്ലവിയുടെ മുഖം അവർ ശ്രദ്ധിച്ചു. അത്ര വലിയ വിഷമമൊന്നും അവൾക്ക് കാണാൻ കഴിഞ്ഞില്ല.

'കല്യാണം നടക്കില്ലെന്ന കാര്യം നീ കൂട്ടുകാരികളോട് പറഞ്ഞോ മോളേ.' രാജേശ്വരി ചോദിച്ചു.

'ശീതളിനോടും പൗർണമിയോടും മാത്രം പറഞ്ഞു.

'വേറാരും അറിയണ്ട. അതിനുമമ്പ് കോളേജടച്ച് മോളിങ്ങ് പോരുമല്ലോ.'

'എനിക്ക് വിഷമമൊന്നുമില്ലമ്മേ.' അവൾ പുഞ്ചിരിക്കാൻ ശ്രമിച്ചു.

'ജീവിതം ഇങ്ങനെയാ മോളേ. ചിലപ്പോൾ അപ്രതീക്ഷിതമായി തിരിച്ചടികൾ കിട്ടും. അപ്പോൾ തളരാൻ പാടില്ല.'

'ഇല്ലമ്മേ. അന്നു മുഴുവൻ ഞാൻ കരഞ്ഞില്ലേ. അതോടെ എല്ലാം തീർന്നു. എന്റെ മനസ്സിപ്പോ ശുദ്ധമാണ്.'

'എന്റെ മോൾ മിടുക്കിയാണ്. അമ്മയ്ക്ക് അഭിമാനമുണ്ട് എന്റെ

മോളെക്കുറിച്ച്.'

രാജേശ്വരി അവളുടെ മൂർദ്ധാവിൽ ഉമ്മവച്ചു. അന്ന് ബാലകൃഷ്ണൻനായർ വീട്ടിലെത്തിയപ്പോൾ രാത്രിയായി.

'ഓഫീസിൽ അച്ഛന് ബുദ്ധിമുട്ടൊന്നുമില്ലല്ലോ.'

ഭക്ഷണം കഴിച്ചുകൊണ്ടിരിക്കുമ്പോൾ പല്ലവി ചോദിച്ചു.

'ഒന്നുമില്ല മോളേ. ആർക്കും അച്ഛനെക്കുറിച്ച് ഒരു സംശയവുമില്ല. ആരാണ് ഇതിന്റെ പിന്നിൽ കളിച്ചതെന്ന് കണ്ടുപിടിക്കാൻ കാത്തിരിക്കുകയാ എല്ലാരും. ആ കനകാംബരൻ അല്ല യഥാർത്ഥ വില്ലൻ. വേറാരോ അയാളുടെ പിന്നിലുണ്ട്.'

'അതാരാ...അച്ഛാ...?അച്ഛന് ശത്രുക്കളൊന്നുമില്ലല്ലോ.'

അവൾ പറഞ്ഞു.

'അല്പം വെയ്റ്റ് ചെയ്യേണ്ടിവരും. അധികകാലം കള്ളന് ഒളിച്ചിരിക്കാൻ പറ്റില്ല.'

ഭക്ഷണം കഴിച്ചിട്ട് അയാൾ എഴുന്നേറ്റ് കൈ കഴുകി.

'എക്സാം കഴിഞ്ഞ് സിവിൽ സർവ്വീസിനുള്ള നല്ല ഏതെങ്കിലും കോച്ചിങ് ക്ലാസിൽ പോകണമെന്നാണ് എനിക്ക്.' പല്ലവി പറഞ്ഞു.

'ഡൽഹിയിലും ഹൈദരാബാദിലുമൊക്കെ നല്ല കോച്ചിങ് സെന്ററുകൾ ഉണ്ടെന്നാണ് കേട്ടിട്ടുള്ളത്. അന്വേഷിക്കാം മോളേ.'

പിറ്റേന്നുരാവിലെ ബാലകൃഷ്ണൻനായർ പൂമുഖത്തിരുന്ന് പത്രം വായിച്ചുകൊണ്ടിരിക്കുമ്പോൾ ഹരികൃഷ്ണൻ കയറിവന്നു. ബാലകൃഷ്ണൻനായരുടെ അനുജനാണയാൾ. നാലഞ്ചു വീടുകൾക്കപ്പുറത്താണ് താമസം. പോളിടെക്നിക്ക് കോളേജിന്റെ പ്രിൻസിപ്പലാണ് ഇപ്പോൾ ഹരികൃഷ്ണൻ.

'എന്താ ഹരീ?'

അയാളെ കണ്ട് ബാലചന്ദ്രൻനായർ പത്രം മടക്കിവച്ചു.

'ഒന്നുമില്ല ബാലേട്ടാ. വിശേഷങ്ങളറിയാൻ വെറുതെ വന്നെന്നേയുള്ളൂ.'

'നീ ഇരിക്ക്.'

തൊട്ടടുത്തുണ്ടായിരുന്ന കസേരയിൽ ഹരികൃഷ്ണൻ ഇരുന്നു.

'കൊല്ലത്തുനിന്ന് പിന്നെ വിവരം ഒന്നും അറിഞ്ഞില്ലല്ലോ.'

'ഇനി എന്തു വിവരം അറിയാനാ. അവർ മോതിരം വാങ്ങിക്കൊണ്ടു പോയില്ലേ...'

'വാക്കിന് വിലയില്ലാത്തവരാണ്. ഒരു കണക്കിന് അതു നടക്കാതെ പോയതു നന്നായി ബാലേട്ടാ. ഈ കാരണം പറഞ്ഞ് തറവാട്ടിൽ പിറന്ന

ആരും പിൻമാറുകയില്ല.'

അവർ സംസാരിച്ചുകൊണ്ടിരുന്നപ്പോഴാണ് വിലപിടിപ്പുള്ള ഒരു വലിയ കാർ ഗേറ്റ് കടന്ന് മുറ്റത്തുവന്ന് നിന്നത്.

രണ്ടുപേരും കൗതുകത്തോടെ നോക്കി. കാറിന്റെ ബാക്ക് ഡോർ തുറന്ന് കാണാൻ നല്ല ഐശ്വര്യമുള്ള ഒരു മധ്യവയസ്ക്ക ഇറങ്ങി.

പട്ടുസാരിയായിരുന്നു വേഷം. ആഢ്യത്വം മാത്രമല്ല എളിമയുമുണ്ടായിരുന്നു അവരുടെ ഭാവത്തിൽ.

'ബാലകൃഷ്ണൻനായരല്ലേ?'

പൂമുഖത്തേക്ക് കയറിവന്ന് അവർ പുഞ്ചിരിയോടെ ചോദിച്ചു.

'അതെ.'

'ഞാൻ ആലപ്പുഴയിൽനിന്ന് വരികയാണ്. ഗായത്രീദേവി. അനുരാഗിന്റെ അമ്മയാണ്.'

ബാലകൃഷ്ണൻനായർ ഒന്നു പകച്ചു.

'ഞാൻ മകളെ ഒന്നു കാണാൻ വന്നതാണ്. വിരോധമില്ലല്ലോ.'

ബാലകൃഷ്ണൻനായരും ഹരികൃഷ്ണനും പരസ്പരം ഒന്നു നോക്കി.

'എന്തുവിരോധം...കയറി ഇരുന്നാട്ടെ.'

ഹരികൃഷ്ണൻ പറഞ്ഞു.

പതിനാറ്

ബാലകൃഷ്ണൻനായരുടെയും ഹരികൃഷ്ണന്റെയും പിന്നാലെ ഗായത്രീദേവി സ്വീകരണമുറിയിലേക്കു കയറി.

'ഇരുന്നാട്ടെ.' ബാലകൃഷ്ണൻനായർ ഉപചാരപൂർവ്വം പറഞ്ഞു.

ഗായത്രീദേവി സെറ്റിയിൽ ഇരുന്നു. എന്നിട്ട് കൗതുകപൂർവ്വം ചുറ്റിനും നോക്കി.

പല്ലവിയുടെ ഫ്രെയിം ചെയ്ത ഫോട്ടോ ടീവി സ്റ്റാൻഡിന്റെ മുകളിൽ വച്ചിട്ടുണ്ടായിരുന്നു. അവരുടെ കണ്ണുകൾ അതിൽ ചെന്നുനിന്നു.

'ബാലകൃഷ്ണൻനായർ ഒരു ചെറിയ അപകടത്തിൽ പെട്ടു അല്ലേ. ടിവിയിലും പത്രത്തിലുമൊക്കെ ഉണ്ടായിരുന്നല്ലോ. ഒരു പേടിയും വേണ്ട. ഉപ്പുതിന്നുന്നവർക്കുമാത്രമേ വെള്ളം കുടിക്കേണ്ടിവരൂ. അഗ്നിശുദ്ധിയോടെ പുറത്തുവരും. എന്റെ മനസ്സ് പറയുന്നു.'

'മുകളിലിരുന്ന് ഒരാൾ എല്ലാം കാണുന്നുണ്ടല്ലോ മാഡം.'

ഹരികൃഷ്ണൻ പറഞ്ഞു.

'പല്ലവിയുടെ...'

'ചെറിയച്ഛനാണ്. ഹരികൃഷ്ണൻ. ഇവിടെ അടുത്തുതന്നെയാണ് വീട്. പോളിടെക്നിക്ക് കോളേജ് പ്രിൻസിപ്പലാണ്.'

'കണ്ടിട്ടില്ലെങ്കിലും ബാലകൃഷ്ണൻനായർക്ക് എന്നെ മനസ്സിലായിക്കാണും. എന്റെ മകനുവേണ്ടി ഇവിടത്തെ പല്ലവി മോളെ മുൻപ് കല്യാണമാലോചിച്ചിരുന്നു.' ഗായത്രീദേവി പറഞ്ഞു.

'ബാലേട്ടൻ പറഞ്ഞിട്ടുണ്ട്.'

ഗായത്രീദേവി മെല്ലെ ബാലകൃഷ്ണൻനായരുടെ നേർക്ക് തിരിഞ്ഞു.

'ഞാനിപ്പോൾ എന്തിനാണ് വന്നതെന്ന് പല്ലവിയുടെ അച്ഛന് ഊഹിക്കാൻ കഴിഞ്ഞുകാണുമെന്ന് വിചാരിക്കുന്നു. അന്ന് ഞാൻ എന്റെ മാനേജർ ഗോപിനാഥിനെ വിട്ടപ്പോൾ മോൾടെ കല്യാണം തീരുമാനിക്കപ്പെട്ടിരുന്നു. അല്പം കൂടി നേരത്തെ ഗോപിയെ വിടാൻ കഴിഞ്ഞില്ലല്ലോ എന്നോർത്ത് എനിക്കപ്പോൾ നിരാശയും സങ്കടവും ഉണ്ടായി.'

'ആ വിവാഹം മാറിപ്പോയി മാഡം.'

പെട്ടെന്ന് ഹരികൃഷ്ണൻ പറഞ്ഞു.

'അതും ഞാനറിഞ്ഞു. അതുകൊണ്ടാണ് ഇത്തവണ ഞാൻതന്നെ വന്നത്. പല്ലവിമോളെ ഞാൻ കണ്ടിട്ടില്ല. പക്ഷേ എന്റെ മകൻ അനുരാഗ് കണ്ടിട്ടുണ്ട്. ആ കുട്ടിയെ വിവാഹം കഴിക്കാൻ അവന് വലിയ ആഗ്രഹമുണ്ട്. ഒരമ്മയുടെ സ്നേഹവും വാത്സല്യവുമാണ് വീണ്ടും ഒരു ആലോചനയുമായി ഇവിടേക്ക് വരാൻ എന്നെ പ്രേരിപ്പിച്ചത്.'

'പക്ഷേ മാഡം...പല്ലവിയുടെ വിവാഹം നടത്താനുള്ള മാനസികാവസ്ഥയിലല്ല ഞങ്ങൾ. അവളുടെ വിവാഹത്തെക്കുറിച്ച് ഉടനെയൊന്നും ആലോചിക്കാനും ഉദ്ദേശിക്കുന്നില്ല.' ബാലകൃഷ്ണൻനായർ പറഞ്ഞു.

പെട്ടെന്ന് ഗായത്രീദേവിയുടെ മുഖത്തെ പ്രസന്നതയ്ക്ക് മങ്ങലേറ്റു.

'ക്ഷമിക്കണം. ഞാൻ വന്നത് അനവസരത്തിലാണെന്ന് തോന്നുന്നു. അല്പംകൂടി കാത്തിരിക്കാനുള്ള ക്ഷമ കിട്ടിയില്ല. വീണ്ടും വൈകിപ്പോകുമോ എന്ന ഭയംകൊണ്ടാണ്.'

'അങ്ങനെയല്ല മാഡം...വളരെ യാദൃച്ഛികമായിട്ടാണ് കൊല്ലത്തുനിന്നുള്ള ആ പ്രപ്പോസൽ വന്നത്. അവൾ പഠിച്ചുകൊണ്ടിരിക്കുന്ന കുട്ടിയല്ലേ. തന്നേയുമല്ല സിവിൽ സർവ്വീസ് അവളുടെ ലക്ഷ്യവുമാണ്. ഒരു ഐ.എ.എസ് ഓഫീസറുടെ വിവാഹാലോചനയായതുകൊണ്ട് മാത്രമാണ് ഞങ്ങൾ അതിനു തയ്യാറായത്.' ബാലകൃഷ്ണൻനായർ പറഞ്ഞു.

'എന്റെ മകൻ ഡിഗ്രിവരെ മാത്രമേ പഠിച്ചിട്ടുള്ളു. ഉദ്യോഗം നേടേണ്ട ആവശ്യമില്ലാത്തതുകൊണ്ട് കൂടുതൽ പഠിച്ചില്ല. സ്വത്തിന്റെ ഏക അവ

കാശിയുമാണ് അവൻ. അതു നോക്കിനടത്താൻ ആ പഠിപ്പൊക്കെ മതി താനും.'ഗായത്രീദേവി പറഞ്ഞു.

'മാഡം നിരാശപ്പെടേണ്ട. അടുത്തമാസം അവളുടെ എക്സാം നടക്കും. അതുകഴിഞ്ഞ് അടുത്ത സിവിൽസർവ്വീസ് പരീക്ഷയ്ക്ക് അപ്ലൈ ചെയ്യാനാണ് ഉദ്ദേശ്യം. മാഡത്തിന്റെ മകന്റെ വിവാഹം അതുവരെ നടന്നില്ലെങ്കിൽ നമുക്ക് അപ്പോൾ ആലോചിക്കാമല്ലോ.'

ഹരികൃഷ്ണൻ അവരെ സമാധാനിപ്പിക്കാൻ ശ്രമിച്ചു.

'എത്ര വർഷംവേണമെങ്കിലും അനുരാഗ് കാത്തിരിക്കും. കാരണം അവൻ പല്ലവിയെ അത്രയ്ക്ക് ഇഷ്ടപ്പെട്ടു. പക്ഷേ ഒടുവിൽ അതു നടന്നില്ലെങ്കിൽ കൂടുതൽ സങ്കടമാകും.' ഗായത്രീദേവി പറഞ്ഞു.

'ഇക്കാര്യത്തിൽ ഇപ്പോൾ ഒരു തീരുമാനമെടുക്കുന്നതോ ഉറപ്പു പറയുന്നതോ ഒട്ടും പ്രായോഗികമല്ല. അതുകൊണ്ട് നമുക്ക് ആ സമയത്തെ അവസ്ഥയനുസരിച്ച് മാത്രമേ എന്തെങ്കിലും ചെയ്യാൻ പറ്റൂ.'

ബാലകൃഷ്ണൻനായർ അക്കാര്യം തുറന്നുപറഞ്ഞ സ്ഥിതിക്ക് ഇനി കൂടുതൽ സംസാരിച്ചിട്ട് കാര്യമില്ലെന്ന് ഗായത്രീദേവിക്ക് മനസ്സിലായി.

'ശരി. ഇവിടെവരെ വന്ന സ്ഥിതിക്ക് പല്ലവിമോളെ ഞാനൊന്ന് കണ്ടിട്ട് പോയ്ക്കോട്ടെ. എന്റെ മകൻ ആശിച്ചത് ആരെയാണ് എന്നറിയാനുള്ള ഒരു ആഗ്രഹം. അത്രേയുള്ളൂ.'

'അതിനെന്താ...ഞാൻ വിളിക്കാം.'

ബാലകൃഷ്ണൻനായർ എഴുന്നേറ്റ് ഉള്ളിലേക്കു ചെന്നു. പല്ലവിയുടെ മുറി അടഞ്ഞുകിടക്കുകയായിരുന്നു.

അദ്ദേഹം വാതിലിൽ മുട്ടി.

രാജേശ്വരിയാണ് വാതിൽ തുറന്നത്. അമ്മ മകളോടൊപ്പം ഇരിക്കുകയായിരുന്നു.

'മോളെ കാണാൻ ഒരാൾ വന്നിരിക്കുന്നു. വേഗം വാ.'

അദ്ദേഹം പറഞ്ഞു.

'ആരാ അച്ഛാ?' പല്ലവി ചോദിച്ചു.

'അന്ന് ആലപ്പുഴയിൽനിന്ന് ഒരു ആലോചന വന്നില്ലേ. ആ പയ്യന്റെ അമ്മ.'

'അയ്യോ അനുരാഗിന്റെ അമ്മയോ...എന്തിനാ വന്നത്?'

അവൾ ഞെട്ടിപ്പോയി.

'എന്നിട്ട് എന്നെയെന്താ വിളിക്കാഞ്ഞത്. നല്ലയാളാ ബാലേട്ടൻ. അവർ എന്തു വിചാരിച്ചുകാണും?' രാജേശ്വരിക്കും വല്ലായ്മ തോന്നി.

'പറയാനും വിളിക്കാനുമുള്ള സന്ദർഭം കിട്ടിയില്ല. ഞങ്ങൾ സംസാ

രിച്ച് ഇരിക്കുകയായിരുന്നു. രണ്ടുപേരും വാ.' അദ്ദേഹം പറഞ്ഞു.

'എന്നിട്ട് അച്ഛനെന്തു പറഞ്ഞു.' പല്ലവി തിരക്കി.

'ഉടനെ ഒരു കല്യാണത്തിന് നമ്മൾ തയ്യാറല്ലെന്ന്.'

'അതുനന്നായി. രണ്ടുകൊല്ലം കൂടി കഴിഞ്ഞിട്ടു മതി അതേക്കുറിച്ച് ആലോചിക്കുന്നത്.' പല്ലവി പറഞ്ഞു.

അവർ മൂന്നുപേരും സ്വീകരണമുറിയിലേക്കു ചെന്നു.

ഗായത്രീദേവിയെ കണ്ട് പല്ലവി അത്ഭുതപ്പെട്ടു. അമ്മയുടെ അതേ സൗന്ദര്യമാണ് മകന് കിട്ടിയിരിക്കുന്നത്.

'മോൾ ഇവിടെ വന്ന് ഇരിക്കൂ.' ഗായത്രീദേവി സ്നേഹത്തോടെ അവളെ ക്ഷണിച്ചു.

പല്ലവി ചെന്ന് അവരുടെ അടുത്ത് സെറ്റിയിൽ ഇരുന്നു.

'അനുരാഗിനെ അറിയുമല്ലോ. അവന്റെ അമ്മയാണ് ഞാൻ.'

'മനസ്സിലായി.'

അവൾ പറഞ്ഞു.

'ഞാൻ വന്നത് അവനുവേണ്ടി മോളെ ചോദിക്കാനായിരുന്നു. തൽക്കാലം കല്യാണത്തെക്കുറിച്ച് ചിന്തിക്കാൻ പറ്റുന്നില്ല എന്നാണ് അച്ഛൻ പറഞ്ഞത്. എങ്കിലും അവൻ വേറൊരു വിവാഹത്തിന് തയ്യാറാകും എന്ന് എനിക്കു തോന്നുന്നില്ല.'

ആരും ഒന്നും മിണ്ടിയില്ല.

'സാരമില്ല. ഓരോരുത്തർക്കും ഓരോരുത്തരെ ദൈവം മുൻകൂട്ടി തീരുമാനിച്ചിട്ടുണ്ട്. അതേ നടക്കൂ. നമുക്ക് അതിൽ ഒരു പങ്കുമില്ല. ദൈവനിശ്ചയംതന്നെ നടക്കട്ടെ. മോൾക്ക് ഈ അമ്മ എല്ലാവിധ നന്മകളും നേരുന്നു.'

ഗായത്രീദേവി അവളുടെ മൂർദ്ധാവിൽ ഒരു മുത്തം കൊടുത്തു. എന്നിട്ട് അവർ പോകാനായി എഴുന്നേറ്റു.

'ശരി. വന്നതുകൊണ്ട് എല്ലാവരേയും കാണാൻ കഴിഞ്ഞു. ഞങ്ങൾ ഇറങ്ങുകയാണ്.'

'ഇരുന്നാട്ടെ. ഇവിടെ വന്നിട്ട് ഒരു ഗ്ലാസ് വെള്ളംപോലും കുടിക്കാതെ...ഞാൻ വേഗം ചായയുണ്ടാക്കാം.' പെട്ടെന്ന് രാജേശ്വരി പറഞ്ഞു.

'എന്താണ് പേര്?' ഗായത്രീദേവി ചോദിച്ചു.

'രാജേശ്വരി.'

'ഇപ്പോൾ ഒന്നും വേണ്ട രാജേശ്വരീ. വിധിയുണ്ടെങ്കിൽ ഞാൻ വീണ്ടും വരും. അന്നേരം ഊണുകഴിച്ചിട്ടേ പോകൂ.'

അവർ പുറത്തേക്ക് നടന്നു. മറ്റുള്ളവർ പിന്നാലെ ചെന്നു.

മുറ്റത്ത് കാറിനടുത്ത് ഡ്രൈവർ നിൽക്കുന്നുണ്ടായിരുന്നു. അയാൾ ബാക്ക് ഡോർ തുറന്നുകൊടുത്തു. വണ്ടിയിലേക്ക് കയറാൻ തുടങ്ങിയപ്പോഴാണ് സീറ്റിൽ വച്ചിരുന്ന നീണ്ട കവർ ഗായത്രി കണ്ടത്.

ജ്യോത്സ്യൻ കുറിച്ചുതന്ന അനുരാഗിന്റെ ഗ്രഹനില. അതിനികൊടുക്കേണ്ട കാര്യമില്ലല്ലോ. എങ്കിലും ഗായത്രീദേവി അതെടുത്തുകൊണ്ട് തിരിച്ചുചെന്നു.

'അനുരാഗിന്റെ ഗ്രഹനിലയാണ്. കൊണ്ടുവന്ന സ്ഥിതിക്ക് ഞാനിത് മടക്കിക്കൊണ്ടുപോകുന്നില്ല. എപ്പോഴെങ്കിലും ഒരു വീണ്ടുവിചാരമുണ്ടായാൽ ചിലപ്പോൾ ഇത് ഉപകരിച്ചാലോ.'

ആ കവർ അവർ ബാലകൃഷ്ണൻനായരുടെ നേർക്കുനീട്ടി. അദ്ദേഹം അതു നിഷേധിച്ചില്ല.

'തീരുമാനത്തിന് എന്തെങ്കിലുമൊരു മാറ്റം വന്നാൽ എന്നെ വിളിക്കണം. നമ്പർ കവറിന്റെ പുറത്ത് എഴുതിയിട്ടുണ്ട്.'

ഗായത്രീദേവി ചെന്ന് കാറിൽ കയറി. കാർ ഗേറ്റ് കടന്ന് റോഡിലേക്കിറങ്ങി അപ്രത്യക്ഷമായി. അല്പനേരത്തേക്ക് ആരും ഒന്നും സംസാരിച്ചില്ല.

'എനിക്കു തോന്നുന്നത് നമ്മൾ ഈ ആലോചന പ്രൊസീഡ് ചെയ്യണമെന്നാ. മോളോട് ഇഷ്ടം തോന്നി വീണ്ടും വന്നതാ അവർ. നമ്മുടെ ഇപ്പോഴത്തെ അവസ്ഥ അവർക്കു പ്രശ്നമേയല്ല. ബാലേട്ടൻ ഇതു വിട്ടുകളയരുത്.' ഹരികൃഷ്ണനാണ് ആദ്യം സംസാരിച്ചത്.

'രണ്ടുകാര്യങ്ങളുണ്ട് ഹരീ. ഒന്നാമത്തേത് ഞാൻ പറയാതെതന്നെ നിനക്കറിയാമല്ലോ. അവളുടെ ഐ.എ.എസ് ലക്ഷ്യം. രണ്ടാമത്തെ കാര്യം അവർ അതീവസമ്പന്നയാണ്. നമുക്ക് ഒട്ടും മാച്ച് അല്ല.'

ബാലകൃഷ്ണൻനായർ തടസ്സവാദങ്ങൾ ഉന്നയിച്ചു.

'അതങ്ങനെയിരിക്കട്ടെ. മോൾ എന്തു പറയുന്നു?'

അയാൾ പല്ലവിയോട് ചോദിച്ചു.

'ഇക്കാര്യത്തിൽ എനിക്ക് പ്രത്യേകിച്ച് ഒരഭിപ്രായവുമില്ല ചിറ്റപ്പാ. അച്ഛനും അമ്മയും പറയുന്നത് ഞാൻ അനുസരിക്കും. കാരണം എന്റെ കല്യാണക്കാര്യത്തിൽ തീരുമാനമെടുക്കാൻ എന്നേക്കാൾ അറിവും പക്വതയുമുള്ളത് അവർക്കാണ്.' പല്ലവി പറഞ്ഞു.

'പാവം സ്ത്രീ. അവരുടെ സംസാരം കേട്ടിട്ട് എനിക്ക് സങ്കടം വന്നു. കോടീശ്വരിയാണെന്ന് ഒരു ഭാവവുമില്ല.' രാജേശ്വരി പറഞ്ഞു.

'കാര്യം കാണാൻ ചിലർ ഭൂമിയോളം താഴും. അതുകണ്ട് നമ്മൾ ഒന്നും വിശ്വസിക്കരുത് രാജീ...' ബാലകൃഷ്ണൻനായർ പറഞ്ഞു.

'പക്ഷേ എനിക്കങ്ങനെയല്ല ബാലേട്ടാ തോന്നിയത്. ആ സ്ത്രീയുടെ പെരുമാറ്റത്തിൽ ആത്മാർത്ഥതയാണുണ്ടായിരുന്നത്. അതൊന്നും പ്രകടനമായിരുന്നില്ല.' ഹരികൃഷ്ണൻ വിയോജിച്ചു.

'എന്റെ അനുഭവങ്ങൾ അങ്ങനെയാണ് ഹരീ. ആരെയും എനിക്കിപ്പോൾ വിശ്വസിക്കാൻ പറ്റുന്നില്ല.' നിസ്സഹായതയോടെ ബാലകൃഷ്ണൻനായർ പറഞ്ഞു.

'എന്തായാലും ഞാൻ ഈ ഗ്രഹനില കൊണ്ടുപോവാണ്. എനിക്കു പരിചയമുള്ള ഒരു ജ്യോത്സ്യനുണ്ട്. ഒന്നു കാണിച്ചുനോക്കുന്നതിൽ ഒരു കുഴപ്പവുമില്ല.'

ഗായത്രീദേവി കൊണ്ടുവന്ന കവറുമായി ഹരികൃഷ്ണൻ യാത്ര പറഞ്ഞുപോയി.

'മോൾ എന്തു പറയുന്നു?' ബാലകൃഷ്ണൻനായർ പല്ലവിയോട് ചോദിച്ചു.

'അച്ഛൻ എന്തു തീരുമാനമെടുത്താലും ഞാനത് അനുസരിക്കും. വേണ്ടെന്നാണെങ്കിൽ വേണ്ടാ. അഥവാ വേണമെന്നാണെങ്കിൽ അതും സമ്മതം.' പല്ലവി അവളുടെ മുറിയിലേക്കു പോയി.

'നീയെന്തു പറയുന്നു രാജീ?' ഒടുവിൽ രാജേശ്വരിയുടെ അഭിപ്രായം ബാലകൃഷ്ണൻനായർ ആരാഞ്ഞു.

'ഒരു കല്യാണം മാറിപ്പോയ പെണ്ണിന് വേറൊന്ന് കിട്ടുക അത്ര എളുപ്പമല്ല ബാലേട്ടാ.' അവർ പറഞ്ഞു.

'എന്തായാലും ധൃതിവെക്കണ്ടാ. ശരിക്ക് ആലോചിട്ട് മതി.'

'അതുമതി.' രാജേശ്വരിയും അത് അംഗീകരിച്ചു.

***

അന്നു വൈകുന്നേരം പല്ലവി കോളേജ് വിട്ട് ഹോസ്റ്റലിൽ വന്നപ്പോൾ പുറത്ത് അനുരാഗിന്റെ കാർ കിടപ്പുണ്ടായിരുന്നു.

അവൾ ഒന്നു ഞെട്ടി. എന്തിനാണ് അവൻ വീണ്ടും.

ശീതളും പൗർണമിയുമൊത്ത് ചെന്ന അവളെ കണ്ട് അനുരാഗ് കാറിൽ നിന്നിറങ്ങി.

'എടീ അത് നിന്റെ അനുരാഗല്ലേ.' ശീതൾ പെട്ടെന്ന് അവനെ കണ്ടു.

'എന്റെയോ...നീയെന്താണീ പറയുന്നത്?' പല്ലവി അരിശത്തോടെ അവളെ നോക്കി.

'അല്ലെടീ ഞാനുദ്ദേശിച്ചത്....'

കറുപ്പിൽ വെള്ള പൂക്കളുടെ പ്രിന്റുള്ള ഫുൾ സ്ലീവ് ഷർട്ടും വെള്ള

നിറത്തിലുള്ള ടൈറ്റ് പാന്റ്സുമായിരുന്നു അനുരാഗിന്റെ വേഷം. അവൻ ആ വേഷത്തിൽ അതീവസുന്ദരനായിരുന്നു. പല്ലവിയെ കണ്ട് അവൻ മുഖത്തുനിന്ന് കറുത്ത കൂളിംഗ് ഗ്ലാസ് എടുത്തു.

'ചെന്ന് സംസാരിക്കെടീ. ഞങ്ങൾ ബെഢിൽ കാണും. നീ അങ്ങോട്ടു വന്നാൽ മതി.' പൗർണമി പറഞ്ഞു.

'അനുരാഗിന്റെ അടുത്തേക്ക് പല്ലവി ചെന്നു.

'സോറി. ഞാൻ ശല്യപ്പെടുത്താൻ വന്നതല്ല. നേരിട്ട് ഒന്നു കാണണ മെന്ന് തോന്നി. അതിന് രണ്ടു കാരണങ്ങളുണ്ട്.'

അവൻ പറഞ്ഞു.

'എന്താണ്?' അവൾ ചോദിച്ചു.

'അമ്മ വീട്ടിൽ വന്ന് ബുദ്ധിമുട്ടുണ്ടാക്കിയതിന് മാപ്പു ചോദിക്കാനാണ് ഞാൻ വന്നത്. പോകരുത് എന്ന് ഞാൻ അമ്മയ്ക്ക് സൂചന കൊടുത്ത താണ്. പക്ഷേ, അമ്മയ്ക്ക് നല്ല വിശ്വാസമായിരുന്നു. അമ്മ ചെന്ന് റിക്വസ്റ്റ് ചെയ്താൽ പല്ലവിയുടെ അച്ഛൻ നോ എന്ന് പറയില്ലെന്ന്.'

'അതിന് മാപ്പ് പറയേണ്ട കാര്യമൊന്നുമില്ലല്ലോ. ചില കാര്യങ്ങൾ നടക്കും. ചിലത് നടക്കില്ല. അതു സ്വാഭാവികമല്ലേ. അമ്മ വന്നത് ബുദ്ധി മുട്ടൊന്നുമായില്ല. അമ്മയെ അതുകൊണ്ട് കാണാനും പരിചയപ്പെടാനും കഴിഞ്ഞു.' പ്രസന്നമായ സ്വരത്തിലാണ് പല്ലവി സംസാരിച്ചത്.

'വളരെ പ്രതീക്ഷയോടെയാണ് അമ്മ അവിടെ വന്നത്. അമ്മ റിക്വസ്റ്റ് ചെയ്താൽ പല്ലവിയുടെ അച്ഛന്റെ മനസ്സലിയും എന്നായിരുന്നു അമ്മ യുടെ വിചാരം.'

'ഇവിടെ മനസ്സലിവിന്റെ പ്രശ്നമല്ല അനുരാഗ്. ഒന്നാമത് അച്ഛൻ ചെയ്യാത്ത കുറ്റത്തിന് തെറ്റുകാരനായിരിക്കുന്ന അവസ്ഥ. രണ്ടാമത് നിശ്ചയിച്ചുറപ്പിച്ച കല്യാണം മാറിപ്പോയതിന്റെ ഷോക്ക്. ഈ അവസ്ഥ യിൽ അച്ഛന് ഒരു പ്രധാന തീരുമാനം എടുക്കാൻ പറ്റില്ലായിരുന്നു.'

'ശരിയായിരിക്കാം...എന്തായാലും ആ ആഗ്രഹം അമ്മ ഉപേക്ഷിച്ചു. വേറൊരു കാര്യം പറയാനുള്ളത് ഞാൻ തൽക്കാലം ആലപ്പുഴ വിടുക യാണ്.' അവൻ പറഞ്ഞു.

'എങ്ങോട്ട്?' അവൾ ചോദിച്ചു.

'കുടകിൽ ഞങ്ങൾക്ക് ഒരു പ്ലാന്റേഷനുണ്ട്. കാപ്പിത്തോട്ടം നൂറ്റമ്പത് ഏക്കറിലധികം വരും. ഒരു നല്ല ഗസ്റ്റ് ഹൗസുമുണ്ട് അവിടെ. നാട്ടിൽനിന്ന് ഒന്ന് മാറിനിന്നാൽ കൊള്ളാമെന്ന് ഞങ്ങൾ പറഞ്ഞപ്പോൾ അമ്മയാണ് കുടക് സജസ്റ്റ് ചെയ്തത്.'

കുടക്- മനോഹരമായ ഒരു ഭൂപ്രദേശമാണെന്ന് അവൾ കേട്ടിട്ടുണ്ട്.

'ഒരു വർഷമെങ്കിലും കഴിഞ്ഞേ ഞാനിനി നാട്ടിലേക്ക് വരൂ. അപ്പോഴേക്കും പല്ലവി ഇവിടന്ന് ഗുഡ് ബൈ പറഞ്ഞ് പോകുമല്ലോ. അവസാനമായി ഒരിക്കൽക്കൂടി കാണാനാണ്.'

പല്ലവിക്ക് മനസ്സിന്റെ കോണിൽ നേർത്ത ഒരു നീറ്റൽ അനുഭവപ്പെട്ടു

'ശരി. നമുക്ക് സുഹൃത്തുക്കളായി പിരിയാം. മറക്കുകയില്ല. ഒരിക്കലും. വീണ്ടും കണ്ടുമുട്ടാൻ ഇടവരാതിരിക്കട്ടെ എന്ന് നമുക്ക് ആശിക്കാം. ബൈ.'

അനുരാഗ് കൂടുതൽ ഒന്നും പറയാൻ നിൽക്കാതെ ചെന്ന് കാറിൽ കയറി.

നിൽക്കൂ എന്നു പറയാൻ അവളുടെ മനസ്സ് വെമ്പി. പക്ഷേ അവളുടെ നാവു ചലിച്ചില്ല.

കാർ ഹോസ്റ്റലിന്റെ ഗേറ്റ് കടന്ന് പുറത്തേക്ക് ഇറങ്ങിപ്പോയി.

മെസ്സിലേക്ക് പോകാൻ അവൾക്കു തോന്നിയില്ല. റൂമിൽ ചെന്ന് അവൾ ഒരു പ്രതിമയെപ്പോലെ കസേരയിൽ ഇരുന്നു.

അല്പനേരം കഴിഞ്ഞപ്പോൾ ശീതളും പൗർണമിയും വന്നു.

'എന്തിനാടീ അയാൾ നിന്നെ കാണാൻ വന്നത്?'

ശീതൾ ചോദിച്ചു.

പല്ലവി മറുപടിയൊന്നും പറഞ്ഞില്ല.

'നിന്റെ കല്യാണം മാറിപ്പോയത് അയാൾ അറിഞ്ഞോ? വീണ്ടും പ്രപ്പോസലുമായി വന്നതാണോ?'

'ഉം അനുരാഗിന്റെ അമ്മയാണ് വന്നത്. പക്ഷേ അച്ഛൻ വ്യക്തമായ ഒരു മറുപടി കൊടുത്തില്ല.' അവൾ പറഞ്ഞു.

'അതു മണ്ടത്തരമല്ലേ. ഇഷ്ടംകൊണ്ടുമാത്രമാ വീണ്ടും വന്നത്. നമ്മൾ സ്നേഹിക്കുന്നവരെയല്ല, നമ്മളെ സ്നേഹിക്കുന്നവരെയാണ് സ്വന്തമാക്കേണ്ടതെന്ന് നീ കേട്ടിട്ടില്ലേ?' പൗർണമി ചോദിച്ചു.

'ഉണ്ട്. പക്ഷേ...'

'രാഹുലാണ് ഇപ്പോഴും നിന്റെ മനസ്സിൽ അല്ലേ?'

'ഉണ്ടായിരുന്നു. പക്ഷേ ഇപ്പോഴില്ല.'

'പൗർണമീ നീ മിണ്ടാതിരിക്ക്. അവൾക്ക് ഐഎഎസുകാരിയായിട്ടു മതി കല്യാണം. അവൾ അതുവരെ വെയിറ്റ് ചെയ്യാൻ തയ്യാറാ.'

ശീതൾ പറഞ്ഞു.

പിന്നെ അതേക്കുറിച്ച് അവർക്കിടയിൽ സംസാരമുണ്ടായില്ല.

പിറ്റേന്നു വീട്ടിൽനിന്ന് അവളെ രാജേശ്വരി വിളിച്ചു.

'എന്താമ്മേ വിശേഷം?' പൗർണമി ചോദിച്ചു.

'ഇന്നു രാവിലെ ഹരി വന്നിരുന്നു മോളേ. ആലപ്പുഴയിലെ പയ്യന്റെ ഗ്രഹനിലയും കൊണ്ടല്ലേ ഹരി അന്നു പോയത്. മോൾടെ ഗ്രഹനിലയുമായി ഹരി അത് ഒത്തുനോക്കിച്ചു.

'ഉം.' അവൾ വെറുതെ മൂളി.

'ഒന്നാന്തരം പൊരുത്തം. രണ്ടും വിശേഷപ്പെട്ട ജാതകങ്ങളാണെന്നാ ജ്യോത്സ്യൻ പറഞ്ഞത്. ഇതുപോലൊന്ന് ഒത്തുകിട്ടാൻ പ്രയാസമാണെന്ന്.' രാജേശ്വരി പറഞ്ഞു.

'ഉം.'

'അച്ഛനോട് ഞാൻ പറഞ്ഞു, ഇതങ്ങ് നടത്താമെന്ന്. എന്താണ് പയ്യനൊരു കുറവ്? കാണാൻ ഒട്ടും മോശമല്ലെന്നല്ലേ മോൾ പറഞ്ഞത്. ആവശ്യത്തിലധികം സ്വത്തുമുണ്ട്. കല്യാണം കഴിഞ്ഞാലും നിന്റെ ആഗ്രഹത്തിന് അവർ തടസ്സം പറയുമെന്നും തോന്നുന്നില്ല.'

'ഉം.' അവൾ പിന്നെയും മൂളി.

'പക്ഷേ അച്ഛൻ ഒന്നും വിട്ടുപറയുന്നില്ല. മനസ്സിലിരിപ്പ് എന്താണെന്ന് എനിക്കറിയത്തില്ല മോളേ. മക്കൾ കല്യാണപ്രായമായാൽ നല്ല ആളിനെ കണ്ടുപിടിച്ച് ഏൽപ്പിക്കണമെന്നാ അമ്മമാരുടെ ആഗ്രഹം. പക്ഷേ നിന്റെ അച്ഛനതു മനസ്സിലാക്കുന്നില്ല.' രാജേശ്വരി സങ്കടം പറഞ്ഞു.

'ധൃതിവെക്കണ്ട അമ്മേ. എന്തായാലും എന്റെ എക്സാം കഴിയട്ടെ. അതുവരെ അച്ഛനെ അമ്മ ഇക്കാര്യം പറഞ്ഞു ശല്യപ്പെടുത്താൻ പോകണ്ട.' പല്ലവി പറഞ്ഞു.

'ഒക്കെ നിങ്ങടെ ഇഷ്ടം. ഞാനൊന്നും പറയുന്നില്ല.'

പരിഭവത്തോടെയാണ് രാജേശ്വരി കോൾ കട്ട് ചെയ്തത്.

അടുത്തദിവസം ഉച്ചയായപ്പോൾ രാഹുൽ അവളെ വിളിച്ചു. എന്തെങ്കിലും കാര്യമില്ലാതെ അയാൾ വിളിക്കില്ലെന്ന് അവൾക്ക് അറിയാമായിരുന്നു അതുകാരണം അവൾ മടിക്കാതെ ഫോൺ എടുത്തു.

'പല്ലവീ ഒരു ഗ്ലാഡ് ന്യൂസുണ്ട്.'

അയാൾ സന്തോഷത്തോടെ പറഞ്ഞു.

'എന്താണ്?' അവൾ ചോദിച്ചു.

'അച്ഛൻ നിരപരാധിയാണ്. അതിനുള്ള എവിഡൻസ് കിട്ടിയിട്ടുണ്ട്.'

പെട്ടെന്ന് വിശ്വസിക്കാൻ കഴിഞ്ഞില്ല പല്ലവിക്ക്. ഇത്രവേഗം...'

'എന്തു തെളിവുകളാണ്?' ആകാംക്ഷ അടക്കാൻ വയ്യാതെ അവൾ ചോദിച്ചു.

'എന്റെയൊരു ഫ്രണ്ട് എറണാകുളത്ത് എ.എസ്.പി ആണെന്ന് പറഞ്ഞിരുന്നില്ലേ...അവൻ സ്പെഷ്യൽ ഇന്ററസ്റ്റെടുത്ത് ഒരു ഇൻവെസ്റ്റിഗേ

ഷൻ നടത്തി. കലക്ട്രേറ്റിൽ ഓഫീസർമാരുടെ കാർ പാർക്കിംഗ് ഏരിയായിൽ ഒരു സി സിടിവി ക്യാമറയുണ്ട്. അതിൽനിന്ന് അന്നേദിവസത്തെ വിഷ്വൽസ് കിട്ടിയിട്ടുണ്ട്.'

'എന്താണത്?'

'രാവിലെ പതിനൊന്നരമണിക്ക് രണ്ടുപേർ അച്ഛന്റെ കാർ പലതരം ചാവിയിട്ട് തുറക്കാൻ ശ്രമിക്കുന്നത് വ്യക്തമായി കാണാം. താടിവച്ച ഒരു ചെറുപ്പക്കാരനാണ് കാറിന്റെ ഡോർ തുറന്നത്. കൂടെനിന്ന ഒരു തടിച്ച മനുഷ്യനാണ് പാന്റ്സിന്റെ പോക്കറ്റിൽനിന്ന് കവർ എടുക്കത് കാറിനുള്ളിൽ വയ്ക്കുന്നത്....' രാഹുൽ അറിയിച്ചു.

'എന്റീശ്വരാ...' അവൾ അറിയാതെ വിളിച്ചു.

'അതിന്റെ ക്ലിപ്പിംഗ്സ് എല്ലാ ചാനലുകാർക്കും കൊടുത്തിട്ടുണ്ട്. ഉടൻതന്നെ അവർ അത് ടെലികാസ്റ്റ് ചെയ്യും. ലോകം അറിയട്ടെ ഡെപ്യൂട്ടി കലക്ടർ ബാലകൃഷ്ണൻനായർ നിരപരാധിയാണെന്നും അദ്ദേഹത്തെ ആരോ ട്രാപ്പ് ചെയ്തതാണെന്നും.'

'താങ്ക്സ് രാഹുലേട്ടാ...താങ്ക്യൂ വെരിമച്ച്.' അവൾ ആഹ്ലാദത്തോടെ പറഞ്ഞു.

'ശരി പല്ലവീ, ഞാനിപ്പോൾ കുറച്ച് ബിസ്സിയാണ്. പിന്നെ സൗകര്യം പോലെ വിളിക്കാം.'

'ഓക്കെ. ബൈ. ഞാൻ വീട്ടിലേക്കൊന്നു വിളിക്കട്ടെ.'

കോൾ കട്ട് ചെയ്തിട്ട് അവൾ ഉടൻതന്നെ ബാലകൃഷ്ണൻനായരുടെ മൊബൈലിലേക്ക് വിളിച്ചു. പക്ഷേ ആ നമ്പർ അപ്പോൾ ബിസ്സിയായിരുന്നു.

അവൾ ഉടൻതന്നെ വീട്ടിലേക്കു വിളിച്ച് രാജേശ്വരിയെ സന്തോഷവാർത്ത അറിയിച്ചു.

***

രാഹുൽ അന്ന് പതിവിലും നേരത്തെ വീട്ടിലെത്തി. പ്രൊഫസർ ശിവദാസും ഗിരിജാകുമാരിയും മുൻവശത്തെ മുറിയിലിരുന്ന് ടിവി കാണുകയായിരുന്നു അപ്പോൾ.

'മോനേ ഇപ്പോൾ ടിവിയിൽ ന്യൂസുണ്ടായിരുന്നു. ആ കുട്ടീടെ അച്ഛൻ നിരപരാധിയാ. ആരോ അദ്ദേഹത്തിന്റെ കാറിൽ പണം കൊണ്ടുചെന്ന് വെച്ചതാ. അതൊക്കെ ടിവിയിൽ കാണിച്ചു.' ചാടിയെണീറ്റ് ഗിരിജാകുമാരി പറഞ്ഞു.

ശിവദാസ് ഗൗരവഭാവത്തിൽ ഒന്നും സംഭവിക്കാത്ത മട്ടിൽ ടിവിയിൽ

നോക്കി ഇരുന്നതേയുള്ളു.

'ഞാൻ പറഞ്ഞില്ലേ അമ്മേ അദ്ദേഹം കൈക്കൂലി വാങ്ങുന്ന ആളല്ല. ഡിപ്പാർട്ട്മെന്റിലെ എല്ലാർക്കും അതറിയാം. ആരും വിശ്വസിച്ചിട്ടില്ല അദ്ദേഹം അങ്ങനെ ചെയ്യുമെന്ന്.'

'നമ്മൾ മണ്ടത്തരം കാണിച്ച് എടുത്തുചാടി ഒന്നും ചെയ്യാൻ പാടി ല്ലായിരുന്നു.' ഗിരിജാകുമാരി ഖേദിച്ചു.

'പക്ഷേ ഇനിയും വൈകിയിട്ടൊന്നുമില്ല. ഈഗോ മാറ്റിവച്ച് ആ കുട്ടി യുടെ അച്ഛനോട് ഒന്നു സംസാരിച്ചാൽ ഒരു സോറി പറഞ്ഞാൽ ചില പ്പോൾ...'

പെട്ടെന്ന് ശിവദാസ് തലതിരിച്ച് അയാളെ നോക്കി.

'ഞാൻ സോറി പറയാനോ. അതിന് ഒരിക്കൽക്കൂടി ജനിക്കണം.'

അദ്ദേഹം ഒട്ടും മയമില്ലാത്ത സ്വരത്തിൽ പറഞ്ഞു.

'അച്ഛൻ നാണംകെടണ്ട. ഞാൻ സംസാരിക്കാം. ഇനി എതിർക്കാതി രുന്നാൽ മതി. എന്താ?' രാഹുൽ ചോദിച്ചു.

'നീ സംസാരിക്ക് മോനേ. നമ്മളായിട്ട് ശ്രമിച്ചില്ലെന്ന് പിന്നെയൊരു വിഷമം വേണ്ടാ.' ഗിരിജാകുമാരി അയാൾക്ക് പിന്തുണ കൊടുത്തു.

ശിവദാസ് ഒന്നും മിണ്ടിയില്ല.

രാഹുൽ മുകളിലേക്ക് ചെന്ന് അയാളുടെ മുറിയിലെത്തിയിട്ട് മൊ ബൈൽ എടുത്ത് ബാലകൃഷ്ണൻനായരെ വിളിച്ചു.

'ഹലോ..' അദ്ദേഹം കോൾ എടുത്തു.

'ഗുഡ് ഈവനിംഗ് സാർ. ഞാൻ രാഹുലാണ്.'

'മനസ്സിലായി.'

'എന്റെയൊരു ഫ്രണ്ട് എഎസ്.പി...'

'പല്ലവി എന്നെ വിളിച്ച് അതൊക്കെ പറഞ്ഞിരുന്നു.'

'ഞാനിപ്പോൾ വിളിച്ചത് എന്റെ അച്ഛനുവേണ്ടി മാപ്പു പറയാനാണ്. അച്ഛൻ പൊതുവെ ഒരു ശാഠ്യക്കാരനും മുൻകോപിയുമാണ്. അങ്ങനെ യൊക്കെ സംഭവിച്ചതിൽ അച്ഛന് വല്യ വിഷമമുണ്ട്. നേരിട്ട് സംസാരി ക്കാൻ പ്രയാസമുള്ളതുകൊണ്ടാണ് എന്നെക്കൊണ്ട് വിളിപ്പിക്കുന്നത്.'

'രാഹുൽ കാര്യം പറയൂ.' ബാലകൃഷ്ണൻനായർ ആവശ്യപ്പെട്ടു.

'അത്...എന്താണെന്നു വച്ചാൽ...നമ്മൾ നേരത്തെ തീരുമാനിച്ച മുഹൂർത്തത്തിൽതന്നെ വിവാഹം നടത്താൻ വിരോധമില്ലെങ്കിൽ....'

'അയാം സോറി രാഹുൽ. പല്ലവിക്ക് ഞങ്ങൾ വേറെ കല്യാണം തീരു മാനിച്ചുകഴിഞ്ഞല്ലോ.' ബാലകൃഷ്ണൻനായർ പറഞ്ഞു.

'ആരുമായിട്ട്.?' വിശ്വസിക്കാനാവാതെ അയാൾ ചോദിച്ചു.

'അനുരാഗ് എന്നാണ് പയ്യന്റെ പേര്. ആലപ്പുഴയിലുള്ള ഒരു ബിസിനസ്സ് ഫാമിലിയാണ്. അവളുടെ എക്സാം കഴിഞ്ഞു കല്യാണം നടത്താനാണ് പ്ലാൻ.'

കോൾ പെട്ടെന്ന് കട്ടായി.

രാഹുൽ തളർച്ചയോടെ ബെഡ്ഡിലേക്ക് ഇരുന്നു.

പതിനേഴ്

ഫോൺ കട്ട് ചെയ്തിട്ട് ബാലകൃഷ്ണൻനായർ ഒരുനിമിഷം നിശ്ചലനായി ഇരുന്നു. ഉള്ളിലെ ക്ഷോഭം അടങ്ങാൻ പക്ഷേ അല്പനേരം എടുത്തു.

രാജിയോടും പല്ലവിയോടും അഭിപ്രായം ചോദിക്കാതെ രാഹുലിനോട് അങ്ങനെയങ്ങ് പറഞ്ഞത് ശരിയായോ? ആവേശം ഇത്തിരി കൂടിപ്പോയില്ലേ.

ഓഫീസ്റൂമിലായിരുന്നു അദ്ദേഹം. എഴുന്നേറ്റ് ഊണുമുറിയിലേക്കു ചെന്നു. അത്താഴം കഴിഞ്ഞ് ഡൈനിംഗ് ടേബിൾ വൃത്തിയാക്കുകയായിരുന്നു രാജേശ്വരി.

'ഞാനൊരു എടുത്തുച്ചാട്ടം നടത്തിയോ എന്നൊരു സംശയം.' അല്പമൊരു ഖേദത്തോടെ അദ്ദേഹം പറഞ്ഞു.

രാജേശ്വരി മുഖമുയർത്തി നോക്കി.

'എന്താ ചെയ്തേ?'

'ആ രാഹുൽ ഇപ്പോ വിളിച്ചിരുന്നു.

'എന്തിന്?' രാജേശ്വരി ആശ്ചര്യത്തോടെ ചോദിച്ചു.

'കല്യാണം നടത്താൻ ഇപ്പോൾ അവർക്ക് താല്പര്യമുണ്ടെന്ന്.'

'എന്നിട്ട് നടത്താമെന്ന് സമ്മതിച്ചോ?' കുറ്റപ്പെടുത്തുന്ന മട്ടിൽ രാജേശ്വരി ചോദിച്ചു.

'അങ്ങനെയല്ല രാജീ...ഞാൻ പറഞ്ഞു, ആലപ്പുഴയിലുള്ള പയ്യനുമായി അവളുടെ കല്യാണം തീരുമാനിച്ചുകഴിഞ്ഞെന്ന്.'

'അതുനന്നായി. മുഖത്തടി കിട്ടിയപോലെ തോന്നിക്കാണും.' രാജേശ്വരിക്ക് അതിഷ്ടപ്പെട്ടു.

'എന്റെ കൈകൾ ശുദ്ധമാണെന്നറിഞ്ഞപ്പോൾ...ഒരു ഔദാര്യംപോലെ...എനിക്കത് ഒട്ടും ഇഷ്ടപ്പെട്ടില്ല. ഇത്രയേ ഞാൻ പറഞ്ഞുള്ളു. അതും ആ പയ്യനായതുകൊണ്ട്. അവന്റെ അച്ഛനാണ് വിളിച്ചിരുന്നതെങ്കിൽ

ഇതൊന്നുമായിരിക്കില്ലായിരുന്നു എന്റെ പ്രതികരണം.'

'വേണ്ട ബാലേട്ടാ. എന്തിനാ നമ്മുടെ മാന്യത മറന്ന് പെരുമാറുന്നേ. ഇത്രയും പറഞ്ഞാൽമതി. നമ്മുടെ മോൾക്ക് വേറെ പയ്യനെ കിട്ടുമെന്ന് ഒന്നറിയട്ടെ.'

'എനിക്കതല്ല രാജീ...മോളോട് കൂടി ഒന്നു ചോദിച്ചിട്ട് മതിയായിരുന്നില്ലേ എന്ന് എനിക്കിപ്പോൾ ഒരു സംശയം. ഇക്കാലത്തെ കുട്ടികൾക്ക് അവരുടേതായ അഭിപ്രായങ്ങൾ കാണും. നമ്മളത് അവഗണിക്കാൻ പാടില്ല.' ലേശമൊരു കുറ്റബോധത്തോടെ ബാലകൃഷ്ണൻനായർ പറഞ്ഞു.

'ഏയ്...ആ വിഷമമൊന്നും വേണ്ട. അവൾ അന്നേ പറഞ്ഞതല്ലേ. കല്യാണകാര്യത്തിൽ അച്ഛനും അമ്മയും എടുക്കുന്ന തീരുമാനമാണ് അവളുടേതെന്ന്.' രാജേശ്വരി അദ്ദേഹത്തെ സമാധാനിപ്പിച്ചു.

'അതിനെന്താ...മോളെ ഇപ്പത്തന്നെ ഒന്നു വിളിക്ക്. അവൾക്ക് താല്പര്യക്കുറവുണ്ടെങ്കിൽ ഇനിയായാലും നമുക്കത് വേണ്ടാന്നു വയ്ക്കാമല്ലോ. കാരണം ആലപ്പുഴക്കാരോട് നമ്മൾ കല്യാണം നടത്താമെന്ന് പറഞ്ഞിട്ടില്ലല്ലോ.'

'അതു ശരിയാണ്.'

ക്ലോക്കിൽ നോക്കിയപ്പോൾ മണി ഒമ്പതാകാൻ പത്തുമിനിറ്റ്. പല്ലവി എന്തായാലും ഉറങ്ങാൻ കിടന്നുകാണുകയില്ല. അദ്ദേഹം അവളുടെ നമ്പർ എടുത്തു വിളിച്ചു.

പക്ഷേ ബെല്ലടിച്ചുനിന്നതല്ലാതെ അവൾ കോൾ എടുത്തില്ല.

'സാരമില്ല ബാലേട്ടാ...നാളെ രാവിലെ വിളിച്ച് വിവരം പറഞ്ഞാൽ മതി. അവൾക്ക് ഒട്ടും അതൃപ്തി കാണത്തില്ല.' രാജേശ്വരി പറഞ്ഞു.

എങ്കിലും ബാലകൃഷ്ണൻനായരുടെ മനസ്സിൽ ഒരു വിമ്മിട്ടം മാറാതെ നിന്നു.

രേണു ചെറിയാന്റെ റൂമിലായിരുന്നു അപ്പോൾ പല്ലവി.,

മൈക്രോ എക്കണോമിക്സിന്റെ ഒരു ബുക്ക് ലൈബ്രറിയിൽ അന്വേഷിച്ചപ്പോൾ അത് രേണുവിന്റെ കൈയിലാണെന്നാണ് അറിഞ്ഞത്.

ചെന്നപ്പോൾ രേണുവിന്റെ മേശപ്പുറത്ത് അതുണ്ട്.

'എനിക്ക് ഇന്നത്തേക്കുകൂടി ഇതാവശ്യമുണ്ട് പല്ലവീ. നാളെ ഞാനിത് റിട്ടേൺ ചെയ്യും. അന്നേരം എന്റെ കൂടെ ലൈബ്രറിയിലേക്ക് വന്നാൽ മതി. തനിക്കിത് അപ്പോൾത്തന്നെ എടുക്കാമല്ലോ. എന്താ'

രേണു പറഞ്ഞു.

'അതുമതി. ഇനി കഷ്ടിച്ച് രണ്ടാഴ്ചകൂടിയല്ലേ ക്ലാസുള്ളു. അതിനുമുപ് മാക്സിമം റഫർ ചെയ്യാനാണ്.' പല്ലവി ഉദ്ദേശ്യം അറിയിച്ചു.

'അതിനെന്താ...നാളെ തരാമല്ലോ.'

രേണുവിന് താങ്ക്സ് പറഞ്ഞ് അവൾ സ്വന്തം മുറിയിലേക്കു പോയി.

'എടീ നിനക്കൊരു കോൾ ഉണ്ടാരുന്നു.' അവൾ ചെന്നപ്പോൾ പൗർണമി പറഞ്ഞു.

പല്ലവി ബാഗിൽനിന്ന് മൊബൈൽ എടുത്തു നോക്കി. അച്ഛനാണ് വിളിച്ചത്. സാധാരണ രാത്രിയിൽ അമ്മയാണ് വിളിക്കാറുള്ളത്.ഈ നേരത്ത് അച്ഛൻ വിളിച്ചെങ്കിൽ അതു വെറുതെ വിളിച്ചതായിരിക്കില്ല.

മൊബൈലുമായി അവൾ വാതിൽ തുറന്ന് ഇടനാഴിയിലേക്ക് ഇറങ്ങി. എന്നിട്ട് അച്ഛന്റെ നമ്പറിൽ വിളിച്ചു.

'ഞാൻ നിന്നെയൊന്ന് വിളിച്ചിരുന്നു മോളേ.' ബാലകൃഷ്ണൻനായർ ഉടൻ ഫോണെടുത്തു.

'മിസ്ഡ് കോൾ കണ്ടിട്ടാ അച്ഛാ ഞാൻ വിളിക്കുന്നത്. ഞാൻ ഒരു കൂട്ടുകാരിയുടെ റൂമിലായിരുന്നു.'

'മോളേ ഞാൻ വിളിച്ചത്...നിന്നോട് ഒന്നുകൂടി ചോദിക്കുംമുമ്പ് നിന്റെ കല്യാണത്തിൽ ഒരു തീരുമാനമെടുക്കേണ്ടിവന്നു. അനുരാഗുമായി നിന്റെ കല്യാണം തീരുമാനിച്ചിരിക്കുകയാണെന്ന് എനിക്കൊരാളോട് പെട്ടെന്ന് പറയേണ്ടി വന്നു.'

'ആരോടാണച്ഛാ?'

'രാഹുലിനോട്. അവൻ കുറച്ചുമുമ്പേ വിളിച്ചിരുന്നു. അവർ തയ്യാറാണെന്ന് പറയാൻ. അപ്പോഴാണ് ഞാൻ...'

'അതിൽ ഒരു തെറ്റുമില്ലച്ഛാ. എന്റെ വിരലിൽ അണിയിച്ച മോതിരം അവർ നിർബന്ധിച്ച് ഊരി വാങ്ങിക്കൊണ്ടുപോയില്ലേ. അതിലും വലിയ ക്രൂരത വേറെയുണ്ടോ?' അവൾ ചോദിച്ചു.

അതുകേട്ടപ്പോൾ ബാലകൃഷ്ണൻനായരുടെ നെഞ്ചിൽനിന്ന് വലിയൊരു ഭാരം ഇറങ്ങിപ്പോയി.

'ഇപ്പോൾ ഞാൻ കുറ്റക്കാരനല്ലെന്ന് കണ്ടപ്പോഴാണ് ഒരു മനസ്സുമാറ്റം. സുഖത്തിൽമാത്രമല്ല, ദുഃഖത്തിലും ഒപ്പംനിൽക്കേണ്ടവരല്ലേ മോളേ ബന്ധുക്കൾ. ഭാവിയിലും നമുക്കൊരു വിഷമസ്ഥിതി ഉണ്ടായാൽ അപ്പോഴും അവർ നമ്മളെ കയ്യൊഴിയും. അതുകൊണ്ടാണ് അച്ഛൻ...'

അദ്ദേഹം വിശദീകരിക്കാൻ ശ്രമിച്ചു.

അച്ഛൻ ചെയ്തതിൽ ഒരു തെറ്റുമില്ല. ഞാൻ പറഞ്ഞിരുന്നല്ലോ...അച്ഛനും അമ്മയും എന്തു തീരുമാനമെടുത്താലും അതെന്റെ നന്മയ്ക്കായിരിക്കുമെന്ന്.'

'ശരിമോളേ. ഇനി എന്തായാലും വൈകിക്കുന്നില്ല. നാളെത്തന്നെ

അനുരാഗിന്റെ അമ്മയെ വിളിച്ച് സമ്മതം അറിയിക്കാമെന്നാ അച്ഛൻ വിചാരിക്കുന്നത്.'

'ശരി അച്ഛാ.'

'ഗുഡ്നൈറ്റ് മോളേ.'

'ഗുഡ്നൈറ്റ് അച്ഛാ.'

സംസാരിച്ചുകഴിഞ്ഞ് ബാലകൃഷ്ണൻനായർ ഫോൺ വച്ചിട്ടും പല്ലവി അല്പനേരം ഇടനാഴിയുടെ അറ്റത്തുണ്ടായിരുന്ന ജനാലയുടെ അടുത്തു നിന്നു.

തെളിഞ്ഞ ആകാശമായിരുന്നു. ഹോസ്റ്റലിന്റെ മുന്നിലെ വാകമരത്തിന് മുകളിൽ പൂർണ്ണചന്ദ്രൻ ഉദിച്ചിരുന്നു. അന്തരീക്ഷത്തിൽ വെളുത്ത നാരകപ്പൂക്കളുടെ നേർത്ത ഗന്ധം. അപ്രതീക്ഷിതമായ ചില നീക്കങ്ങളിലൂടെയാണ് ഓരോരുത്തരുടേയും ജീവിതത്തിന്റെ ഗതിമാറ്റം സംഭവിക്കുന്നതെന്ന് അയാൾക്കു തോന്നി. മനസ്സിൽ തൂക്കിയിരുന്ന ഒരു ചിത്രം പൊടുന്നനെ ഇളകി വീഴുന്നു. വൈകാതെ വേറൊരു ചിത്രം അവിടെ സ്ഥാനം പിടിക്കുന്നു.

അനുരാഗ് കാണാൻ ഭംഗിയുള്ള ചെറുപ്പക്കാരനാണ്. എത്രമാത്രം സൗന്ദര്യം നിറഞ്ഞതാണ് അയാളുടെ ഉള്ളെന്ന് ഇപ്പോൾ നിർണ്ണയിക്കാൻ കഴിയില്ല. അനുഭവങ്ങൾക്കുമാത്രമേ അതു വെളിവാക്കിത്തരാൻ പറ്റൂ. വിധിച്ചിരിക്കുന്നത് എന്തായാലും അത് സ്വീകരിക്കുക മാത്രമാണ് ഇനി മുന്നിലുള്ള വഴി. ഒരു നെടുവീർപ്പോടെ അവൾ റൂമിലേക്ക് മടങ്ങി. അച്ഛൻ എന്തിനാണ് വിളിച്ചതെന്ന് ശീതളോ പൗർണമിയോ അന്വേഷിച്ചില്ല. അവൾ പറഞ്ഞതുമില്ല.

പിറ്റേന്നുരാവിലെ രാഹുൽ അവളെ വിളിച്ചു.

'ഇന്നലെ ഞാൻ പല്ലവിയുടെ അച്ഛനെ വിളിച്ചിരുന്നു.

'ഞാനറിഞ്ഞു.'

അവൾ പറഞ്ഞു.

'വിവാഹം തീരുമാനിച്ചു എന്ന് അദ്ദേഹം പറഞ്ഞപ്പോൾ എനിക്കതൊരു ഷോക്കായിരുന്നു. ഇത്രപെട്ടെന്ന്....'

'ഈ പ്രപ്പോസൽ പുതിയതല്ല. രാഹുലേട്ടൻ എന്നെ കാണാൻ വീട്ടിൽ വന്ന് ഒരു ധാരണയിലെത്തിയശേഷമായിരുന്നു ഇതു വന്നത്. മാര്യേജ് ഫിക്സ് ചെയ്തു എന്ന്പറഞ്ഞ് അച്ഛൻ മടക്കി അയക്കുകയായിരുന്നു.'

'അനുരാഗിനെക്കുറിച്ച് പല്ലവി എന്നോട് സംസാരിച്ചിട്ടുണ്ടല്ലോ. പക്ഷേ, അയാളെക്കുറിച്ച് ഒരു നല്ല ചിത്രമല്ല എനിക്കു കിട്ടിയിട്ടുള്ളത്.'

'ഇഷ്ടപ്പെട്ട ആളിനെ സ്വന്തമാക്കാൻ ചിലർ എന്തുമാർഗ്ഗവും സ്വീക

രിക്കുമെന്ന് ഞാൻ കേട്ടിട്ടുണ്ട്.'

'തർക്കിക്കാൻ വേണ്ടിയല്ല പല്ലവീ ഞാൻ വിളിച്ചത്. എനിക്ക് നിന്നെ വിധിച്ചിട്ടില്ല. ഞാനത് അംഗീകരിക്കുന്നു. പക്ഷേ, നീ നല്ല കൈകളിൽ ത്തന്നെ എത്തിച്ചേരണമെന്ന് എനിക്കാഗ്രഹമുണ്ട്.' അവൾ അതിന് മറുപടിയൊന്നും പറഞ്ഞില്ല.

'ഈ അനുരാഗിനെക്കുറിച്ച് ഞാൻ എന്റെ നിലയിൽ ഒരു അന്വേഷണം നടത്തട്ടെ. എനിക്ക് അതിനുള്ള നെറ്റ് വർക്ക് ഉണ്ട്.'

'വേണ്ട രാഹുലേട്ടാ. അച്ഛൻ തീരുമാനിച്ചുകഴിഞ്ഞു. ഇനി അതിൽ നിന്ന് പിൻമാറില്ല. ഒരു വിവാഹം മാറിപ്പോയി. ഇനി ഒരിക്കൽകൂടി അങ്ങനെ സംഭവിച്ചാൽ അത് എന്റെ അച്ഛനും അമ്മയ്ക്കും താങ്ങാൻ പറ്റില്ല. നല്ല ആളാണെങ്കിലും സ്വന്തമായി ഒരു തീരുമാനമെടുക്കാൻ കഴിയില്ലെങ്കിൽ പിന്നെ മനസ്സിലെ നന്മകൊണ്ട് എന്തു പ്രയോജനം?'

'എന്നെ ഉദ്ദേശിച്ചാണ് പല്ലവി ഇതു പറഞ്ഞതെന്ന് എനിക്കു മനസ്സിലായി. ഈ പരിഹാസം ഞാൻ അർഹിക്കുന്നു.' അയാൾ പറഞ്ഞു.

'സോറി രാഹുലേട്ടാ. വേദനിപ്പിക്കാൻ പറഞ്ഞതല്ല. അറിയാതെ...വെരി സോറി.' അവൾ കളങ്കമില്ലാതെ ക്ഷമ ചോദിച്ചു.

'ശരി. വിധിപോലെ നടക്കട്ടെ. എങ്കിലും മുമ്പൊരിക്കൽ പറഞ്ഞത് ഞാൻ ആവർത്തിക്കുന്നു. എന്നെങ്കിലും എന്റെ എന്തെങ്കിലും തരത്തിലുള്ള സഹായം ആവശ്യമായി വന്നാൽ ഒട്ടും മടിക്കരുത്.'

'താങ്ക്സ് രാഹുലേട്ടാ.' അയാൾ കോൾ കട്ട് ചെയ്തു.

പല്ലവി കണ്ണുകളടച്ചു ധ്യാനത്തിലെന്നപോലെ ഇരുന്നു. അദൃശ്യമായ ബന്ധിക്കപ്പെട്ട നൂലുകൾ പൊട്ടിച്ചുകളഞ്ഞ് എന്തു കൊണ്ട് രാഹുലിന് പോകാൻ കഴിയുന്നില്ല. വീണ്ടും വീണ്ടും എന്താണിങ്ങനെ.

***

അനുരാഗ് രാവിലെ ഉണർന്നപ്പോൾ എട്ടുമണി കഴിഞ്ഞിരുന്നു. ഉണർന്നിട്ടും അവൻ എഴുന്നേൽക്കാൻ മടിച്ച് അലസതയോടെ കിടന്നു. അല്പനേരം കഴിഞ്ഞപ്പോൾ വാതിലിൽ ആരോ മുട്ടി. സുമിത്രയായിരിക്കും എന്ന് അവന് അറിയാമായിരുന്നു. വീട്ടിലെ വേറെ ഒരു ജോലിക്കാർക്കും അവന്റെ മുറിയിലേക്ക് പ്രവേശനമില്ല.

വാതിൽ ഉള്ളിൽനിന്ന് അനുരാഗ് പൂട്ടിയിട്ടില്ലെന്ന് സുമിത്രയ്ക്ക് അറിയാമായിരുന്നു. അതുകാരണം മുന്നറിയിപ്പു കൊടുത്തിട്ട് കതകു തുറന്ന് അവൾ അകത്തേക്ക് കയറിവന്നു. അവളുടെ കൈയിലെ ട്രേയിൽ ആവി പറക്കുന്ന ഒരു മഗ് കാപ്പിയുണ്ടായിരുന്നു.

'ഗുഡ്മോണിംഗ് ആന്റീ.' അവളെ കണ്ട് അവൻ പറഞ്ഞു.

'മണി എട്ടേകാലായി.' മേശപ്പുറത്ത് ട്രേ വച്ചിട്ട് അവൾ പറഞ്ഞു.

'നേരത്തെ എഴുന്നേറ്റിട്ട് ഞാനെന്തു ചെയ്യാനാ ആന്റീ?'

'ഓഫീസിൽ പോകണം.'

'അവിടെ ചെന്നാലും എനിക്ക് ഒരു പണിയുമില്ല.'

'അതെന്താ?'

'എന്നോടുള്ള സ്നേഹംകൊണ്ട് അവിടെയുള്ള ആരും എന്നെക്കൊണ്ട് ഒരു ജോലിയും ചെയ്യിക്കാറില്ല.' അനുരാഗ് എഴുന്നേറ്റ് ഇരുന്നു

'അതു ശരിയല്ല. അവിടെ നടക്കുന്ന സകല ബിസിനസ്സിനെക്കുറിച്ചും മിട്ടുമോൻ എല്ലാം അറിഞ്ഞിരിക്കണം. ഇക്കാലത്ത് സ്വന്തം നിഴലിനെപ്പോലും വിശ്വസിക്കാൻ പാടില്ല.'

'അച്ഛന്റെ കാലത്തേയുള്ള ആളാണ് ഗോപിയങ്കിൾ. അച്ഛന്റെ വിശ്വസ്തനായിരുന്നു. നമ്മൾ പിന്നെ അവിശ്വസിക്കേണ്ട കാര്യമുണ്ടോ ആന്റീ.'

'ഗോപിനാഥ് അത്ര നല്ല ആളൊന്നുമല്ല.' അവൾ പറഞ്ഞു.

'അതെന്താ ആന്റീ?'

'അതൊന്നും മിട്ടുമോനോട് പറയാൻ കൊള്ളില്ല. കാപ്പി കുടിച്ചിട്ട് വേഗം വാ. അമ്മയവിടെ കാത്തിരിക്കുകയാണ്. മോൻ വന്നിട്ട് ബ്രേക്ക്ഫാസ്റ്റ് കഴിക്കാൻ.'

സുമിത്ര വാതിലിനുനേരെ നടന്നു.

'അരമണിക്കൂറെടുക്കും ഞാൻ.' അവൻ പറഞ്ഞു.

'അതിൽ കൂടുതൽ എടുക്കരുത്.'

അവൾ പുറത്തിറങ്ങിയിട്ട് വാതിലടച്ചു. അനുരാഗ് പല്ല് ബ്രഷ് ചെയ്യുമ്പോൾ സുമിത്ര പറഞ്ഞതിനെക്കുറിച്ചാണ് ആലോചിച്ചത്. ഗോപിയങ്കിളിനെക്കുറിച്ച് സുമിത്രയാന്റി അങ്ങനെ പറഞ്ഞതെന്താണ്? നാല്പതു വയസ്സായിക്കാണും. എങ്കിലും ഇപ്പോഴും സുന്ദരിയാണ് സുമിത്രാന്റി. ഗോപിയങ്കിൾ കല്യാണം കഴിച്ചിട്ടില്ല. പക്ഷേ, ജയന്തി എന്ന സ്ത്രീ ഭാര്യയെപ്പോലെയാണെന്നറിയാം.

കാപ്പി മെല്ലെ കുടിച്ചുകൊണ്ടാണ് അവൻ മൊബൈൽ എടുത്തുനോക്കിയത്. മൂന്ന് മിസ്ഡ് കോളുകൾ വന്നുകിടക്കുന്നു. മൂന്നും രേഖയുടേത്. എത്ര ഒഴിവാക്കാൻ ശ്രമിച്ചിട്ടും അവൾ വിട്ടുപോകുന്നില്ല.

അവൻ രേഖയെ വിളിച്ചു.

'ഞാൻ നാലഞ്ചുതവണ നിന്നെ വിളിച്ചു. നീയെന്താ കോളെടുക്കാത്തത്?' അവൾ പരിഭവം പറഞ്ഞു. പിണക്കണ്ട. മയത്തിൽ സംസാരിച്ച് അവസാനിപ്പിക്കുന്നതാണ് നല്ലത്.

'ഞാൻ ഇന്നലെ ലേറ്റായിട്ടാ ഉറങ്ങിയത്. നീ വിളിച്ചത് കേട്ടില്ല. ഉറങ്ങുവാരുന്നു.' അവൻ പറഞ്ഞു.

'നമ്മളിനി എപ്പഴാ കാണുന്നേ?'

'പറയാം. ഉടനെയെങ്ങും ഫ്രീയാകുമെന്ന് തോന്നുന്നില്ല.'

'അതെന്താ...ഇപ്പം ഒരു തിരക്ക്. നീ മുമ്പ് ബിസ്സിയല്ലായിരുന്നല്ലോ.' അവൻ പറഞ്ഞത് അവൾ വിശ്വസിച്ചില്ല.

'ഓഫീസിൽ ചില പ്രശ്നങ്ങൾ. അതുകാരണം ഓൾ ടൈം അവിടെ ഇരിക്കാതെ പറ്റില്ല.'

'ശരി, നെക്സ്റ്റ് സൺഡേ നമുക്ക് കാണാം എന്താ?'

'ഞാനും അമ്മയും കൂടി ശനിയാഴ്ച ഗുരുവായൂർ പോകും. പിറ്റേന്ന് വൈകുന്നേരമേ തിരിച്ചുവരൂ.'

'അനൂ സത്യം പറ. നിനക്കെന്നെ മടുത്തോ?' അവൾ ചോദിച്ചു.

'നീ ബുദ്ധിയുള്ളവളാണെന്നാ എന്റെ വിചാരം.'

'അതുകൊണ്ടാ ഞാൻ ചോദിച്ചത്. നീയെന്നെ അവോയിഡ് ചെയ്യുകയാണ് അല്ലേ.'

'നമുക്ക് പിന്നെ സംസാരിക്കാം. ഞാൻ വെയ്ക്കുവാണ്.'

അനുരാഗ് കോൾ കട്ട് ചെയ്തു. ബുദ്ധിയുള്ളവളാണെങ്കിൽ ഇപ്പോൾ മനസ്സിലായിക്കാണും.

അനുരാഗ് താഴേക്ക് ഇറങ്ങിച്ചെന്നു. ഗായത്രീദേവി അവനെ കാത്തിരിക്കുന്നുണ്ടായിരുന്നു.

'നമുക്ക് കഴിക്കാം മോനേ.'

'ഉം.'

പന്ത്രണ്ടുപേർക്ക് ഇരിക്കാവുന്ന വലിയ ഡൈനിംഗ് ടേബിൾ. പക്ഷേ ഒരറ്റത്ത് രണ്ടുപേർ മാത്രമേ ഉണ്ടായിരുന്നുള്ളു ഇരിക്കാൻ.

'എന്നും നമ്മളിങ്ങനെ രണ്ടുപേർ മാത്രമേ കാണൂ. അതായിരിക്കും വിധി.' ദുഃഖത്തോടെ ഗായത്രീദേവി പറഞ്ഞു.

'അമ്മ വിഷമിക്കണ്ട. എനിക്കുവേണ്ടി ഒരു പെണ്ണിനെ കണ്ടുപിടിക്ക്. ഞാൻ കല്യാണം കഴിക്കാം.' അവൻ പറഞ്ഞു.

'എല്ലാം ശരിയായി കഴിയുമ്പോൾ ഒടുവിൽ നീ കാലുമാറുമോ?'

ആശങ്കയോടെ ഗായത്രീദേവി ചോദിച്ചു.

'ഇല്ലമ്മേ.' അവർ ഭക്ഷണം കഴിച്ചുകൊണ്ടിരിക്കുമ്പോഴാണ് ഫോൺ ബെല്ലടിച്ചത്.

'ആരാണെന്ന് നോക്കൂ സുമിത്രേ.' ഗായത്രിദേവി പറഞ്ഞു.

സുമിത്ര ചെന്ന് റിസീവറെടുത്തു. 'ഹലോ.'

'ഞാൻ മൂവാറ്റുപുഴയിൽനിന്ന് ബാലകൃഷ്ണൻനായരാണ് വിളിക്കുന്നത്. ഇത് ഗായത്രീദേവിയുടെ വീടല്ലേ?'

'അതെ.'

'മാഡത്തിന് ഒന്ന് കൊടുക്കുമോ?'

'ഒന്ന് ഹോൾഡ് ചെയ്യൂ.'

റിസീവർ മാറ്റിവച്ചിട്ട് അവൾ ഡൈനിംഗ് റൂമിലേക്ക് ചെന്നു.

'ചേച്ചീ മൂവാറ്റുപുഴയിൽനിന്ന് ഒരു ബാലകൃഷ്ണൻനായരാണ്.'

ഗായത്രീദേവിയും അനുരാഗും പരസ്പരം ഒന്നു നോക്കി.

'സന്തോഷവാർത്ത തന്നെയായിരിക്കും മോനേ.'

അവർ എഴുന്നേറ്റു കൈ കഴുകിയിട്ട് വേഗം ചെന്ന് റിസീവറെടുത്തു.

'ഹലോ...'

'അനുരാഗിന്റെ അമ്മയല്ലേ?'

'അതെ.'

'ഞാൻ....'

'മനസ്സിലായി..പല്ലവിയുടെ അച്ഛൻ. സാറ് പറഞ്ഞാട്ടെ.' ഉയരുന്ന ഹൃദയമിടിപ്പോടെ ഗായത്രീദേവി അഭ്യർത്ഥിച്ചു.

'വിവാഹം നടത്താൻ സമ്മതമാണ്. അക്കാര്യം അറിയിക്കാനാണ് ഞാൻ ഇപ്പോ വിളിച്ചത്.'

'സന്തോഷം. ഇന്ന് ഞാൻ മോൾടെ കാര്യം ഓർത്തതാണ്. അവൻ ഇതുവരെ ഒരു പെൺകുട്ടിയെക്കുറിച്ചും എന്നോട് വന്ന് പറഞ്ഞിട്ടില്ല.'

'ജാതകവും നോക്കിച്ചു. ഒന്നാന്തരം പൊരുത്തം. അപ്പോൾപ്പിന്നെ വേറൊന്നും നോക്കാനില്ല ഇനി.'

രണ്ടുപേരും അല്പനേരം സംസാരിച്ചു.

'മോനെ ഞങ്ങൾക്കൊന്നു കാണണമല്ലോ. അധികം വൈകാതെ ഇങ്ങോട്ടൊന്നു വിട്ടാൽ കൊള്ളാമായിരുന്നു.'

ബാലകൃഷ്ണൻനായർ പറഞ്ഞു.

'അതിനെന്താ...അടുത്ത ഞായറാഴ്ച വിടാം. അന്ന് സൗകര്യമല്ലേ.'

'അതെ. മോൾ എല്ലാ വീക്കെന്റിലും വരും. ഞാനുമുണ്ട്.'

'അവനും ഒരു കൂട്ടുകാരനും കൂടിയായിരിക്കും വരുന്നത്.'

'അതുമതി. സന്തോഷമേയുള്ളൂ.'

റിസീവർ വച്ചിട്ട് അനുരാഗിന്റെ അടുത്തേക്ക് അവൾ വേഗം ചെന്നു. അപ്പോഴേക്കും അവൻ ചായ കുടിച്ചുകഴിഞ്ഞിരുന്നു.

'ഞാൻ പറഞ്ഞില്ലേ മോനേ. അവർക്ക് സമ്മതമാണെന്ന്. അടുത്ത ഞായറാഴ്ച അവിടെവരെ ഒന്നു പോണേ. നിന്നെ അവർക്കൊന്നു കാണ

ണ്ടേ.'

'ഞാനൊറ്റയ്ക്കോ. അതു വയ്യ. അമ്മകൂടി വരണം.'

'അമ്മ ഒന്നു പോയതല്ലേ മോനേ. ഇനി വേണ്ട. പീയുഷും നീയും കൂടി പോയാൽ മതി. ഞാൻ ബാലകൃഷ്ണൻനായരോട് പറഞ്ഞും കഴിഞ്ഞു.'

'പീയുഷെങ്കിൽ പ്രശ്നമില്ല. ഞങ്ങൾ രണ്ടുപേരും കൂടി പോകാം.' അവൻ സമ്മതിച്ചു. ഉടൻതന്നെ ഗോപിനാഥിനെ വിളിച്ച് ഗായത്രീദേവി ആ സന്തോഷവാർത്ത അറിയിച്ചു.

'ഞാൻ പറഞ്ഞില്ലേ ദേവിയേടത്തി ചെന്നുപറഞ്ഞാൽ കാര്യം നടക്കുമെന്ന്. ഇനി നമുക്ക് എത്രയും വേഗം ബാക്കിയുള്ള നീക്കങ്ങൾ നടത്തണം.' അയാൾ പറഞ്ഞു.

'എല്ലാം ഞാൻ ഗോപിയെ ഏൽപ്പിക്കുകയാണ്. കല്യാണം ഗംഭീരമാക്കണം. ഒന്നിനും ഒരു കുറവും വരരുത്.'

'ദേവിയേടത്തി കണ്ടോ, ഇതുപോലൊരു കല്യാണം ഈ ആലപ്പുഴ പട്ടണത്തിൽ നടന്നിട്ടുണ്ടാവില്ല. തലേന്ന് ഗംഭീരപാർട്ടി. പിന്നെ കല്യാണം കഴിഞ്ഞ് റിസപ്ഷൻ.'

'മതി. എനിക്ക് ഗോപിയുടെ കഴിവിൽ വിശ്വാസമാ.'

ആ ഞായറാഴ്ച രാവിലെ പീയുഷിനോടൊപ്പം അനുരാഗ് മൂവാറ്റുപുഴയിലേക്ക് പുറപ്പെട്ടു. പീയുഷാണ് കാർ ഡ്രൈവ് ചെയ്തത്.

'എടാ എനിക്ക് ചെറിയൊരു ടെൻഷനുണ്ട്.' അനുരാഗ് പറഞ്ഞു.

'എന്തു ടെൻഷൻ. പല്ലവിയെ നിനക്ക് അറിയാം. നിന്നെ ആ കുട്ടിക്കും അറിയാം. കല്യാണം നടത്താൻ രണ്ടുവീട്ടുകാരും തീരുമാനിച്ചിട്ടുമുണ്ട്.'

'അതല്ലെടാ ആ വീട്ടിൽ ചെല്ലുമ്പോൾ എങ്ങനെയൊക്കെ പെരുമാറണമെന്ന്. എനിക്ക് ഇക്കാര്യത്തിൽ ഒരു ഐഡിയയും ഇല്ലല്ലോ.'

'അതു സാരമില്ല. നീ എല്ലാവരോടും സ്നേഹത്തോടെ സംസാരിച്ചാൽ മതി. അബദ്ധങ്ങളൊന്നും പറയരുത്. അതു പറ്റില്ലേ.'

'ശരി. ഞാനൊരക്ഷരം മിണ്ടണില്ല. മതിയല്ലോ.' അവൻ പറഞ്ഞതു കേട്ട് പീയുഷ് ചിരിച്ചു.

പതിനൊന്നുമണി കഴിഞ്ഞ് അവർ പല്ലവിയുടെ വീട്ടിലെത്തിയപ്പോൾ വിശേഷിച്ച് ബാലകൃഷ്ണൻനായരുടെ അനുജൻ ഹരികൃഷ്ണനും ഭാര്യ സുജാതയും ഉണ്ടായിരുന്നു അവിടെ. കാറിൽനിന്ന് ഇറങ്ങിയപ്പോൾത്തന്നെ പല്ലവിയൊഴിച്ച് എല്ലാവരും അനുരാഗിനെ കണ്ടു.

'ഈശ്വരാ എന്തൊരു ഭംഗിയാ ആ കുട്ടിയെ കാണാൻ.'

രാജേശ്വരി അത്ഭുതപ്പെട്ടു.

'നമ്മുടെ പല്ലവിമോൾക്ക് ഒന്നാന്തരമായി ചേരുന്ന പയ്യൻ. അവളെന്താ കാണാൻ മോശമാണോ?' സുജാത പറഞ്ഞു.

ഒറ്റനോട്ടത്തിൽത്തന്നെ അനുരാഗിനെ ബാലകൃഷ്ണൻനായർക്കും ഇഷ്ടപ്പെട്ടു.

'ഇതാരാണ്?' പീയുഷിനെ ഉദ്ദേശിച്ച് അദ്ദേഹം ചോദിച്ചു.

'എന്റെ ഫ്രണ്ടാണ് പീയുഷ്. നമ്മുടെ ഓഫീസിൽതന്നെയാണ് ഇവൻ വർക്ക് ചെയ്യുന്നത്.' അവൻ പറഞ്ഞു.

'മോന്റെ വീട്ടിൽ ആരൊക്കെയുണ്ട്?' ഹരികൃഷ്ണൻ ചോദിച്ചു.

'അമ്മയും ഞാനും മാത്രം. അച്ഛൻ നേരത്തെ മരിച്ചു.' സ്വീകരണമുറിയിലിരുന്ന് അവർ അല്പനേരം സംസാരിച്ചു. വളരെ ഭവ്യതയോടെയുള്ള പെരുമാറ്റമായിരുന്നു അവന്റേത്.

'ഇനി പെണ്ണിനെ കാണണ്ടേ?' കളിമട്ടിൽ ഹരികൃഷ്ണൻ ചോദിച്ചു.

'അവർ തമ്മിൽ കണ്ടിട്ടുള്ള സ്ഥിതിക്ക് ഇനി അതിന്റെ ആവശ്യമുണ്ടോ?' തമാശയായി സുജാത ചോദിച്ചു.

'എന്നാലും ചടങ്ങുകൾ അതിന്റെ വഴിക്കുതന്നെ നടക്കട്ടെ. ചായ കുടിച്ചിട്ട് മതി ബാക്കി കാര്യങ്ങൾ.' അവർ എല്ലാവരും കൂടി ഡൈനിംഗ് റൂമിലേക്ക് പോയി. മേശപ്പുറത്ത് പലതരം വിഭവങ്ങൾ പ്ലേറ്റുകളിൽ നിരത്തിയിട്ടുണ്ടായിരുന്നു.

'ഇരിക്ക് മോനേ.'

അനുരാഗും പീയുഷും അടുത്തടുത്താണ് ഇരുന്നത്.

'മോളെ വിളിക്ക്.' ബാലകൃഷ്ണൻനായർ പറഞ്ഞു. രാജേശ്വരി ചെന്ന് പല്ലവിയെ വിളിച്ചുകൊണ്ടുവന്നു. അവൾ അധികമൊന്നും ഒരുങ്ങിയിരുന്നില്ല. ഒരു സാധാരണ ചുരിദാർ ടോപ്പായിരുന്നു വേഷം. എന്നിട്ടും അവൾ പതിവിൽ കവിഞ്ഞു സുന്ദരിയാണെന്ന് അനുരാഗിന് തോന്നി.

'അനുരാഗ് ഇതാണ് കുട്ടി. പണ്ട് കണ്ടിട്ടുണ്ടെങ്കിലും ഒരിക്കൽ ക്കൂടി കാണുന്നതിൽ ഒരു തരക്കേടുമില്ല.' ഹരികൃഷ്ണൻ പറഞ്ഞു.

അതുകേട്ട് എല്ലാവരും പൊട്ടിച്ചിരിച്ചു. പല്ലവിക്കും ചിരി വന്നു.

'മോളിരിക്ക്.' ബാലകൃഷ്ണൻനായർ പറഞ്ഞു.

'അനുരാഗിന് എതിർവശത്തുള്ള കസേരയിൽ പല്ലവി ഇരുന്നു. രണ്ടുപേരും പരസ്പരം ഒന്നു നോക്കി. അനുരാഗിന്റെ ചുണ്ടിൽ വിരിഞ്ഞ മന്ദഹാസം അവളുടെ ചുണ്ടുകളിലേക്ക് പറന്നു. സുജാതയും രാജേശ്വരിയും കൂടിയാണ് എല്ലാവരുടെ കപ്പുകളിലും ചായ പകർന്നുകൊടുത്തത്. അനുരാഗിനെക്കുറിച്ചും ആർ.കെ അസോസിയേറ്റ്സ് എന്ന സ്ഥാപനത്തെക്കുറിച്ചും കൂടുതൽ ചോദിച്ചുമനസ്സിലാക്കാനാണ് അപ്പോ

ൾ നടന്ന സംഭാഷണം ഉപകരിച്ചത്. എല്ലാം കേട്ട് പല്ലവി നിശ്ശബ്ദയായി ഇരുന്നതേയുള്ളു.

'ഇനി നിങ്ങൾ രണ്ടുപേർക്കും എന്തെങ്കിലും സംസാരിക്കാനുണ്ടെങ്കിൽ...' ഹരികൃഷ്ണൻ ഒടുവിൽ പറഞ്ഞു.

'ഒന്നുമില്ല അങ്കിൾ.' അനുരാഗ് പറഞ്ഞു.

'മോൾക്കോ?'

'ഒന്നുമില്ല.' പുഞ്ചിരിയോടെ അവളും പറഞ്ഞു.

സന്തോഷത്തോടെയാണ് അനുരാഗിനെയും പീയുഷിനെയും യാത്രയാക്കിയത്. തിരിച്ചുപോകുമ്പോൾ അനുരാഗാണ് കാറോടിച്ചത്.

'പത്തോ പന്ത്രണ്ടോ മുറികളുണ്ട് ഞങ്ങളുടെ ബംഗ്ലാവിന്. പക്ഷേ, അതൊരു വീടല്ലെന്ന് ഇന്നാണെനിക്കു മനസ്സിലായത്. പല്ലവിയുടെ വീട് കണ്ടപ്പോൾ. വീട് വീടാകണമെങ്കിൽ ആളുകൾ വേണം. അവർ തമ്മിൽ സ്നേഹം വേണം.' അവൻ പറഞ്ഞു.

'സാരമില്ല. ഇനി ആ ബംഗ്ലാവ് അസ്സൽ വീടായിക്കോളും. പല്ലവി ഒന്നു വന്നോട്ടെ.' പീയുഷ് പറഞ്ഞു.

പിറ്റേന്ന് അനുരാഗ് ഹോട്ടൽമുറിയിലിരിക്കുമ്പോൾ വാതിൽ തുറന്ന് രേഖ കയറിവന്നു. അവളെ അവൻ ഒട്ടും പ്രതീക്ഷിച്ചിരുന്നില്ല.

'നിന്റെ കല്യാണം തീരുമാനിച്ചു അല്ലേ?' അവൾ കോപത്തോടെ ചോദിച്ചു.

'ആരു പറഞ്ഞു?' അവനു ദേഷ്യം വന്നു.

'ഒന്നും അറിയില്ലെന്നാണോ നീ വിചാരിച്ചത്. അറിഞ്ഞിട്ടുതന്നാ വന്നത്. പക്ഷേ ആ കല്യാണം ഞാൻ നടത്തത്തില്ല മോനേ. ഇത്രയും നാൾ എന്നെ സ്നേഹിച്ചിട്ട്, എനിക്കുള്ളതെല്ലാം ഞാൻ നിനക്ക് തന്നിട്ട്...ഇനി നിനക്ക് വേറൊരു പെണ്ണു വേണ്ടാ.'

'രേഖാ ഇറങ്ങിപ്പോ. ഐ സേ യു ഗെറ്റൗട്ട്.' അവൻ ഒച്ചയുയർത്തി.

'പോകാം. പക്ഷേ, ഈ കല്യാണം നടക്കത്തില്ല. ഇത് നീ കണ്ടോ. ഇത് ഞാനങ്ങ് കൊടുക്കും അവൾക്ക്.'

അവൾ മൊബൈൽ എടുത്ത് അവനെ ഒരു വീഡിയോ കാണിച്ചു. അവനും അവളും കൂടിയുള്ള ഒരു വീഡിയോ ആയിരുന്നു അത്. കുമരകത്തെ ആ ഹോട്ടലിൽ ഒന്നിച്ചൊരു രാത്രി.

അനുരാഗ് സ്തബ്ധനായി നിന്നു.

പതിനെട്ട്

രേഖ കാണിച്ച വീഡിയോയിൽനിന്ന് അനുരാഗ് പെട്ടെന്ന് കണ്ണുകൾ പിൻവലിച്ചു. അവൾ ഇങ്ങനെ ഒരു ചതി ചെയ്യുമെന്ന് അവൻ സ്വപ്നത്തിൽപ്പോലും വിചാരിച്ചില്ല.

'ആരു പറഞ്ഞു എന്റെ കല്യാണം ഫിക്സ് ചെയ്തെന്ന്.' ദുർബലമായ സ്വരത്തിൽ അവൻ ചോദിച്ചു.

'അത് നീ അറിയേണ്ട കാര്യമില്ല. ഞാൻ പറഞ്ഞത് സത്യമല്ലേ.'

അവൻ മിണ്ടിയില്ല.

'ഞാൻ നിന്നെ സിൻസിയറായിട്ട് സ്നേഹിച്ചു. നിന്റെ സ്നേഹവും ആത്മാർത്ഥമാണെന്ന് വിചാരിച്ചു. അതുകൊണ്ടാണ് നീ വിളിച്ചിടത്തെല്ലാം ഞാൻ കൂടെ വന്നത്. നീ ആഗ്രഹിച്ചതെല്ലാം ഞാൻ തന്നത്.'

അവൾ പറഞ്ഞു.

'നിന്റേത് ആത്മാർത്ഥ സ്നേഹം ആയിരുന്നില്ല. അതുകൊണ്ടാണ് പതിനായിരങ്ങൾ തന്നപ്പോൾ നീ ഒരു മടിയുമില്ലാതെ വാങ്ങിച്ചത്.'

'അത്...അത് നീയെനിക്കുതന്ന പോക്കറ്റ് മണിയാണെന്ന് ഞാൻ വിചാരിച്ചു.'

'യഥാർത്ഥ സ്നേഹമായിരുന്നെങ്കിൽ ഒരിക്കലും ഞാനറിയാതെ ഇങ്ങനെ വീഡിയോ എടുത്തു വയ്ക്കില്ലായിരുന്നു.' അവൻ വീണ്ടും അവളെ കുറ്റപ്പെടുത്തി.

'അത് നിന്നോടുള്ള ഇഷ്ടം കൊണ്ടായിരുന്നു. നീ അടുത്തില്ലാത്തപ്പോഴൊക്കെ എനിക്കു കാണാൻ.'

അനുരാഗിന്റെ വാദങ്ങൾക്കെല്ലാം അവൾക്ക് ന്യായീകരണങ്ങൾ ഉണ്ടായിരുന്നു

'നോ രേഖാ നീ ഉദ്ദേശിക്കുന്ന തരത്തിൽ ഞാൻ നിന്നെ ഒരിക്കലും സ്നേഹിച്ചിട്ടില്ല. നീ തന്ന സന്തോഷങ്ങൾ ഞാൻ വില കൊടുത്തു വാങ്ങിയതാണ്. എന്റെ ജീവിതത്തിൽ നിനക്ക് ഒരു സ്ഥാനവുമില്ല.'

അവൻ ഉറപ്പിച്ചുപറഞ്ഞു.

രേഖ അവനെ പകയോടെ ഒന്നുനോക്കി.

'നീ ദുഃഖിക്കേണ്ടിവരും അനൂ. നിന്റെ ജീവിതത്തിലേക്ക് ഇനി വേറൊരു പെണ്ണും കടന്നുവരാൻ ഞാൻ അനുവദിക്കുകയില്ല.'

'ഈ വീഡിയോ കാണിച്ച് നീ എന്നെ വിരട്ടാൻ നോക്കണ്ട. ഇതിലൊന്നും ഞാൻ വീഴുകയില്ല. നീ ചെന്ന് വേറെയാരെയെങ്കിലും കണ്ടു

പിടിക്ക്. നീ തന്ന സേവനങ്ങൾക്ക് ആവശ്യത്തിലേറെ പ്രതിഫലം നീ പറ്റിയിട്ടുണ്ട്.'

'നിനക്കങ്ങനെ ഈസിയായിട്ട് എന്നെ ഒഴിവാക്കാൻ പറ്റത്തില്ല. ഞാൻ രേഖയാണെങ്കിൽ നീ ഒരു പെണ്ണിന്റെ കഴുത്തിൽ താലി കെട്ടുമെങ്കിൽ അത് എന്റെ കഴുത്തിലായിരിക്കും. അല്ലെങ്കിൽ നമുക്കു കാണാം.'

അവനെ തറപ്പിച്ചു ഒന്നു നോക്കിയിട്ട് രേഖ ഒരു കൊടുങ്കാറ്റുപോലെ മുറിയിൽനിന്ന് ഇറങ്ങിപ്പോയി.

അനുരാഗ് തളർച്ചയോടെ ബെഡ്ഡിലേക്ക് ഇരുന്നു. അവളുടെ മുൻപിൽ ധൈര്യം അഭിനയിച്ചുനിന്നെങ്കിലും ഭീഷണി നിസ്സാരമായി തള്ളിക്കളയാൻ പറ്റില്ലെന്ന് അവനറിയാമായിരുന്നു.

സ്വർഗ്ഗം കിട്ടിയ വാശിയിലാണ് ഇപ്പോൾ അമ്മ. തന്റെ വിവാഹം നടന്നുകാണാൻ അമ്മ അറിയാവുന്ന ക്ഷേത്രങ്ങളിലെല്ലാം നേർച്ചകൾ നേർന്നിട്ടുണ്ട്. കല്ല്യാണം കഴിഞ്ഞ് ഒരുമാസം യാത്രയിലായിരിക്കും എന്ന് ഇന്നലെ പറയുകയും ചെയ്തു. വിവിധ ക്ഷേത്രങ്ങൾ സന്ദർശിക്കാൻ.

അവൻ മൊബൈൽ എടുത്ത് പീയുഷിനെ വിളിച്ചു.

'നീയെവിടെയാണ്?'

'ഓഫീസിലുണ്ട്.' പീയുഷ് പറഞ്ഞു.

'വേഗം ഹോട്ടലിലേക്കു വാ.'

കൃത്യം പതിനഞ്ചു മിനിറ്റ് കഴിഞ്ഞപ്പോൾ അനുരാഗിന്റെ ഹോട്ടൽ മുറിയിലെത്തി.

'എന്തുപറ്റി അനൂ' അവന്റെ തകർന്ന ഭാവം കണ്ട് പീയുഷ് തിരക്കി.

'കുറച്ചുമുമ്പ് അവൾ വന്നിരുന്നു. ആ രേഖ.' അവൾ വന്നതെന്തിനാണെന്ന് അനുരാഗ് അവനോട് പറഞ്ഞു.

'ഞാൻ...ഞാനാണ് അവളോട് നിന്റെ കല്യാണം ഫിക്സ് ചെയ്തെന്നും ഇനി അവനെ ശല്യപ്പെടുത്തരുതെന്നും പറഞ്ഞത്.'

അബദ്ധം പറ്റിയവനെപ്പോലെ പീയുഷ് പറഞ്ഞു.

'എപ്പോൾ?'

'അവൾ രാവിലെ നിന്നെ കാണാൻ ഓഫീസിൽ വന്നിട്ടുണ്ടായിരുന്നു. അവൾ എത്ര വിളിച്ചിട്ടും നീ ഫോണെടുക്കാതിരുന്നതു കൊണ്ട്. അന്നേരമാണ് ഞാൻ പറഞ്ഞത്.

അനുരാഗ് ഒന്ന് ആലോചിച്ചു.

'പല്ലവിയാണ് വധുവെന്ന് നീ അവളോട് പറഞ്ഞോ?'

'ഇല്ല. അവൾ ഒരുപാട് ട്രൈ ചെയ്തു അറിയാൻ. ഞാൻ പറഞ്ഞില്ല. അവിടുന്നായിരിക്കണം അവൾ ഇങ്ങോട്ട് വന്നത്.'

'ഞാൻ വിവാഹം ചെയ്യാൻ പോകുന്നത് ആരെയാണെന്ന് അധികനാൾ മറച്ചുവെയ്ക്കാൻ പറ്റില്ലല്ലോ. ഒരുദിവസം അവൾ അറിയും. അവൾ ചെന്ന് പല്ലവിയെ കണ്ടാൽ...അതോടെ എല്ലാം അവസാനിക്കും.' അനുരാഗ് വിഷണ്ണനായി മുഖം കുനിച്ച് ഇരുന്നു. പീയുഷ് ആലോചനയോടെ പുറത്തേക്ക് നോക്കി. ഉച്ചവെയിലിൽ ബീച്ച് വെട്ടിത്തിളങ്ങുന്നു. നീലക്കടലിൽനിന്ന് വെളുത്ത തിരകൾ വന്ന് കരയിൽ അലതല്ലിച്ചിതറുന്നു.

'അനൂ...' പെട്ടെന്ന് അവൻ വിളിച്ചു.

അനുരാഗ് തലയുയർത്തി നോക്കി.

'ജി.എൻസാറിനെ വിളിച്ച് കാര്യം പറ. പുള്ളി എന്തെങ്കിലും വഴി കണ്ടുപിടിക്കും. അല്ലാതെ നമുക്ക് സോൾവ് ചെയ്യാൻ പറ്റുന്ന പ്രോബ്ലം അല്ലിത്.'

ഒന്നും പറയാതെ അനുരാഗ് മൊബൈൽ എടുത്ത് ഗോപിനാഥിന്റെ നമ്പറിൽ വിളിച്ചു.

***

മുൻവാതിൽ അടയ്ക്കുന്ന ശബ്ദം കേട്ട് രേഖ കൺതുറന്നു നോക്കി. ക്ലോക്കിൽ മണി കൃത്യം ഒമ്പത്.

മമ്മിക്ക് എല്ലാ കാര്യങ്ങളിലും കൃത്യനിഷ്ഠയുണ്ട്. ടൈംടേബിൾ അനുസരിച്ചാണ് മമ്മിയുടെ ജീവിതം. എന്നും ഒൻപതു മണിയാകുമ്പോൾ ഓഫീസിൽ പോകാനിറങ്ങും. ഒരുമിനിറ്റുപോലും വ്യത്യാസം വരില്ല.

ഡാഡിയാണെങ്കിൽ മമ്മിയുടെ എതിർസ്വഭാവക്കാരനാണ്. ഒന്നിനും ഒരു ചിട്ടയുമില്ല. വന്നാൽ വന്നതുപോലെ. പോയാൽ പോയതുപോലെ.

ചുമ്മാതല്ല കഴിഞ്ഞ ഏഴുവർഷമായി രണ്ടുപേരും രണ്ടുമുറികളിലാണ് ഉറങ്ങുന്നത്.

രേഖ എഴുന്നേറ്റ് പല്ലു ബ്രഷ് ചെയ്തു. നല്ല വിശപ്പ്. മമ്മി എന്താണ് ഉണ്ടാക്കിവെച്ചിരിക്കുന്നത് എന്നറിയില്ല.

പപ്പ എട്ടുമണിക്കുപോകും. ഒരിക്കലും വീട്ടിൽനിന്ന് ബ്രേക്ക് ഫാസ്റ്റ് കഴിക്കാറില്ല. രാത്രിയിൽ വൈകിയേ വരൂ. ഏതെങ്കിലും ബാറിൽനിന്ന് ഫുഡ് കഴിച്ചിട്ടുണ്ടാകും.

മൂന്ന് ബെഡ്റൂമുള്ള ഫ്ളാറ്റ് ആയിരുന്നു. മൂന്നുപേരും മൂന്ന് ലോകങ്ങളിലായിരുന്നു അവിടെ താമസം.

അവൾ ചെന്നുനോക്കിയപ്പോൾ ഡൈനിംഗ് ടേബിളിൽ ഒരു കാസറോൾ ഉണ്ടായിരുന്നു. അവൾ അതു തുറന്നു. ഉപ്പുമാവ്.

അവൾ ഏറ്റവും കൂടുതൽ വെറുക്കുന്ന സാധനമായിരുന്നു ഉപ്പുമാവ്. അരിശത്തോടെ അവൾ കാസറോൾ അടച്ചു. ഫ്രിഡ്ജ് തുറന്നുനോക്കിയപ്പോൾ ഭാഗ്യത്തിന് മുട്ടയുണ്ട്. അവൾ രണ്ടു മുട്ടയെടുത്ത് പൊട്ടിച്ച് ചെറിയ ബൗളിൽ ഒഴിച്ചു. ഓംലെറ്റ് ഉണ്ടാക്കാം. രാവിലെ കാപ്പിയും ഓംലെറ്റും കുഴപ്പമില്ല.

പച്ചമുളകും ചെറിയ ഉള്ളിയും അരിഞ്ഞിട്ടു. എന്തുണ്ടാക്കിയാലും ഇത്തിരി രുചിയൊക്കെ വേണ്ടേ. ഒരു ഫ്രയിംഗ്പാൻ സ്റ്റൗവിൽ വച്ച് എണ്ണ പുരട്ടുമ്പോഴാണ് മൊബൈൽ ബെല്ലടിച്ചത്.

അവൾ അതെടുത്തുനോക്കി.

അനുരാഗ് കോളിംഗ്.

അവൾ ഒന്ന് ഊറിച്ചിരിച്ചു. അങ്ങനെ വഴിക്കുവാ മോനേ.

അവൾ ആ കോൾ എടുത്തില്ല. അത് ബെല്ലടിച്ചുനിന്നു. വീണ്ടും വിളിക്കുമോ എന്നറിയാമല്ലോ.

അത്യാവശ്യമാണെങ്കിൽ വിളിക്കും.

അവൾ ഓംലെറ്റുണ്ടാക്കി കാപ്പിയുമായി ഡൈനിംഗ് ടേബിളിന്റെ അടുത്തുവന്ന് ഇരുന്നപ്പോൾ അനുരാഗിന്റെ വിളി വീണ്ടും വന്നു. അപ്പോൾ അത്യാവശ്യമാണ്. ആ അറിവിൽ അവളുടെ ആത്മവിശ്വാസം ഏറി.

'ഹലോ.' അവൾ കോൾ എടുത്തു.

'രേഖാ എനിക്ക് നിന്നെ ഒന്നു കാണണം.' അവൻ പറഞ്ഞു.

'എന്തിന്?' അവൾ അത്ര താല്പര്യമില്ലാത്ത മട്ടിൽ ചോദിച്ചു.

'സംസാരിക്കാനുണ്ട്.'

'എന്തു സംസാരിക്കാൻ?'

'അതു നേരിട്ടു കാണുമ്പോൾ പറയാം.'

'ശരി. നീ എവിടെയാണ്?' അവൾ ചോദിച്ചു.

'ഗസ്റ്റ് ഹൗസിലാ. ഞാൻ വണ്ടി അയക്കാം. പത്തുമിനിറ്റിനുള്ളിൽ അവിടെ വരും. നീ റെഡിയായി നിന്നാൽ മതി.'

'ഏതു വണ്ടി?'

'മെറൂൺ ഹോണ്ട. നമ്പർ പതിനൊന്ന് പതിനൊന്ന്.'

'പത്തുമിനിറ്റ് പോരാ. അരമണിക്കൂർ കഴിഞ്ഞ് വിട്ടാൽ മതി.'

അവൾ പറഞ്ഞു.

'ശരി.'

പറയുന്ന നേരത്ത് ചെല്ലാൻ ഞാനാര്? അവന്റെ വേലക്കാരിയോ?

സമയമെടുത്ത് അവൾ ബ്രേക്ക്ഫാസ്റ്റ് കഴിച്ചു. സോപ്പുപയോഗിച്ച് കൈയും മുഖവും വൃത്തിയായി കഴുകി. മുട്ടയ്ക്ക് അത്ര സുഖകരമ

ല്ലാത്ത മണമാണ്. അഥവാ അവന് ഒന്ന് ഉമ്മവയ്ക്കണമെന്ന് തോന്നിയാലോ. രേഖ ചെന്ന് വേഷം ധരിച്ചു. ജീൻസിന്റെ പോക്കറ്റിൽ മൊബൈൽ തിരുകിവച്ചു. വാതിൽ പൂട്ടി ഇറങ്ങുമ്പോൾ ക്ലോക്കിലേക്ക് വെറുതെ ഒന്നു നോക്കി. പറഞ്ഞ അരമണിക്കൂർ ആകാൻ അഞ്ചുമിനിറ്റ് ബാക്കിയുണ്ട്.

ഏഴാമത്തെ നിലയിലാണ് ഫ്ളാറ്റ്. ലിഫ്റ്റ് വഴി അവൾ താഴെയെത്തി പുറത്തിറങ്ങി നിൽക്കുന്നതാണ് നല്ലതെന്ന് അവൾക്കു തോന്നി. ഒരു കാർ വന്ന് മോളെ കൊണ്ടുപോയി എന്ന് സെക്യൂരിറ്റി സ്റ്റാഫ് മമ്മിയോടോ ഡാഡിയോടോ പറഞ്ഞുകൂടെന്നില്ല.

അവൾ ഗേറ്റിനു വെളിയിലിറങ്ങി കാത്തുനിന്നു. ദൂരെനിന്ന് മെറൂൺനിറത്തിലുള്ള ഒരു കാർ വരുന്നത് അവൾ കണ്ടു. അടുത്തു വന്ന് നിന്നപ്പോഴാണ് നമ്പർ വ്യക്തമായത്. പതിനൊന്ന് പതിനൊന്ന്. അവളെ കണ്ട് ഡ്രൈവർ ഗ്ലാസ് താഴ്ത്തി. അവൾ അടുത്തേക്ക് ചെന്നു.

'ഇത് ആരയച്ച കാറാണ്?' അവൾ അയാളോട് ചോദിച്ചു.

'അനുരാഗ് സാർ.'

'ആരെ കൊണ്ടുപോകാനാണ്?'

'രേഖ എന്നാണ് കുട്ടിയുടെ പേര് പറഞ്ഞത്.'

'അതു ഞാനാണ്.'

അവൾ ഡോർ തുറന്ന് ബാക്ക് സീറ്റിൽ ഇരുന്നു. വണ്ടി മുന്നോട്ടു നീങ്ങി.

മണ്ണഞ്ചേരിയിലുള്ള ഗസ്റ്റ് ഹൗസിലേക്കാണ് കാർ ചെന്നത്. കൂറ്റൻ മതിൽക്കെട്ടിനുള്ളിലുള്ള വലിയ ഇരുനില ബംഗ്ലാവ്. മരങ്ങൾ വളർന്നു നിൽക്കുന്ന വിശാലമായ പറമ്പിന്റെ നടുവിലാണ് പഴയമട്ടിൽ പണിത ആ കെട്ടിടം.

പോർച്ചിൽ ചെന്ന് കാർ നിന്നു.

രേഖ കാറിൽനിന്നിറങ്ങിയപ്പോൾ വെള്ള പാന്റ്സും ഷർട്ടും ധരിച്ച ഡ്രൈവർ കൂടെയിറങ്ങി.

'സാർ മുകളിലത്തെ നിലയിലാ. സ്റ്റെയർകേസ് കയറിച്ചെല്ലുമ്പം ഇടതുവശത്തുള്ള ആദ്യത്തെ റൂമിൽ.' അയാൾ പറഞ്ഞു.

മുൻപ് ഒരിക്കലും ആ ഗസ്റ്റ് ഹൗസിൽ അവൾ വന്നിട്ടുണ്ടായിരുന്നില്ല. ആർ.കെ അസോസിയേറ്റ്സിന് ടൗണിൽ എവിടെയൊക്കെ സ്വത്തുണ്ടെന്ന് അനുരാഗിന് തന്നെ അറിയാമോ എന്ന് സംശയമാണ്. അവൾ കോണിപ്പടികൾ കയറി മുകളിൽ ചെന്നു. ഇടതുവശത്തുള്ള മുറിയുടെ വാതിൽ അടഞ്ഞുകിടക്കുകയായിരുന്നു. അവൾ അത് തള്ളിത്തുറന്ന്

അകത്തേക്ക് കയറിചെന്നു. അത് ഒരു ഹാൾ ആയിരുന്നു. കൂറ്റൻ സെറ്റിയിൽ ഉണ്ടായിരുന്നത് അനുരാഗ് ആയിരുന്നില്ല. ഗോപിനാഥ് ആയിരുന്നു. അയാളെ കണ്ട് അവൾ ഒന്നു പകച്ചു.

'അനുമോന്റെ കൂട്ടുകാരിയല്ലേ. വരൂ ഇവിടെ ഇരിക്കൂ.'അയാൾ പുഞ്ചിരിയോടെ ക്ഷണിച്ചു.

'അനുരാഗിനെ കാണാനാണ് ഞാൻ വന്നത്. അവനെവിടെ?'

അവൾ ചോദിച്ചു.

'അവൻ വരില്ല.അവനുവേണ്ടി ഞാനാണ് സംസാരിക്കാൻ പോകുന്നത്.' അയാൾ പറഞ്ഞു.

'എനിക്ക് നിങ്ങളോടൊന്നും സംസാരിക്കണ്ട. ഞാൻ പോവാ.'

അവൾ പോകാനായി തിരിഞ്ഞപ്പോൾ പെട്ടെന്ന് വെളിയിൽ നിന്ന് ആരോ വാതിൽ അടച്ചു. അവൾ ഭയത്തോടെ അയാളെ നോക്കി.

'മോൾ പേടിക്കണ്ട. ഇവിടെ വന്ന് ഇരിക്ക്. നമുക്ക് സംസാരിക്കാം. അനുമോന്റെ അങ്കിൾ എന്ന സ്ഥാനത്ത് നിന്നുകൊണ്ടാണ് ഞാൻ സംസാരിക്കാൻ പോകുന്നത്. ഇങ്ങനുള്ള കാര്യങ്ങളിൽ തീരുമാനമെടുക്കാനുള്ള അവകാശം വീട്ടിലെ കാരണവർക്കാണല്ലോ.'

ഗോപിനാഥ് എഴുന്നേറ്റ് അവളുടെ അടുത്തേക്ക് ചെന്നു.

അവൾ ഭയന്ന് ഒരടി പിന്നിലേക്കു മാറി.

'നിനക്ക് അനുരാഗിനെ കല്യാണം കഴിക്കണം അല്ലേടീ. നിന്നെ ഭാര്യയാക്കാമെന്ന് എന്നെങ്കിലും എന്റെ ചെറുക്കൻ പറഞ്ഞിട്ടുണ്ടോ' അയാളുടെ മുഖത്ത് തെളിഞ്ഞ ക്രൂരഭാവം കണ്ട് അവൾ വീണ്ടും ഞെട്ടി.

'പറയെടീ.'അയാൾ ഒച്ച ഉയർത്തി.

'ഇല്ല.' അവൾ വിക്കിവിക്കി പറഞ്ഞു.

'നിന്നെ പ്രേമിക്കുന്നു എന്ന് എപ്പോഴെങ്കിലും പറഞ്ഞിട്ടുണ്ടോ?'

'ഇല്ല.'

'നീ ചോദിച്ചപ്പോഴൊക്കെ അവൻ നിനക്ക് പണം തന്നിട്ടില്ലേ? ചോദിക്കാതെയും തന്നിട്ടില്ലേ? പിന്നെ നിനക്കവനിൽ എന്ത് അവകാശമാണെടീ ഉള്ളത്?'

'ഞാൻ...എനിക്ക്...'

അടുത്തനിമിഷം തന്നെ അയാൾ കൊന്നുകളയുമെന്ന് അവൾക്കു തോന്നി. അയാൾ കൈനീട്ടി അവളുടെ കഴുത്തിൽ ഒന്നു തലോടി. ശ്വാസമടക്കിപ്പിടിച്ച് അവൾ നിന്നു. അയാൾ ഇടതുകൈകൊണ്ട് അവളുടെ ഹിപ് പോക്കറ്റിൽനിന്ന് മൊബൈൽ വലിച്ചെടുത്തു.

'ഇതിലാണോ നിന്റേം അവന്റേം ക്ലിപ്പിങ്ങ്സ് ഉള്ളത്? അതോ വേറെ

വിടെങ്കിലും കോപ്പി ചെയ്ത് സൂക്ഷിച്ചിട്ടുണ്ടോ?'

അവൾക്ക് മിണ്ടാൻ കഴിഞ്ഞില്ല.

'എന്തുതന്നെയായാലും രേഖമോൾ ഒരു യാത്ര പോകാൻ പോവാണ്. അനുമോന്റെ കല്യാണം കഴിയുന്നതുവരെ നീ ഈ നാട്ടിൽ ഉണ്ടാവാൻ പാടില്ല. നിന്റെ നാവിൽനിന്ന് വേണ്ടാത്ത എന്തെങ്കിലും വെളിയിൽ വന്നാൽ അന്ന് നിന്റെ അന്ത്യമായിരിക്കും.'

പെട്ടെന്ന് ഗോപിനാഥ് അവളുടെ കഴുത്തിൽ പിടിമുറുക്കി. ശ്വാസം കിട്ടാതെ അവൾ ഒന്നു പുളഞ്ഞു.

***

രാത്രി എട്ടുമണിയായപ്പോഴാണ് പല്ലവിയുടെ മൊബൈലിലേക്ക് ബാലകൃഷ്ണൻനായരുടെ വിളി വന്നത്.

'അച്ഛാ....' അവൾ കോൾ എടുത്തു.

'നിന്റെ സ്റ്റഡി ലീവ് അടുത്താഴ്ച തുടങ്ങുമെന്ന് അമ്മ പറഞ്ഞു.

'അതെ അച്ഛാ. ഈ ഫ്രൈഡേവരെ ക്ലാസുണ്ട്. അതു കഴിഞ്ഞാൽ മൂന്നാഴ്ച പഠിക്കാനുള്ള സമയമുണ്ട്.' അവൾ പറഞ്ഞു.

'ആ സമയത്ത് ഇങ്ങു വരുന്നോ അതോ ഹോസ്റ്റലിൽത്തന്നെയോ?'

'ഞാൻ വീട്ടിലേക്ക് വരുവാണ്. എക്സാം തുടങ്ങുന്നതിന്റെ രണ്ടുദിവസം മുമ്പ് ഇവിടെ വന്നാൽ മതി.'

'എന്നാൽ ശനിയാഴ്ച രാവിലെ ഞാൻ വണ്ടി അയക്കാം. നിന്റെ ബുക്സൊക്കെ കൊണ്ടുവരണ്ടേ?'

'വേണം.'

'അമ്മ പറഞ്ഞുകാണുമല്ലോ...ഞായറാഴ്ച രാവിലെ ഞങ്ങൾ ആലപ്പുഴയ്ക്കു പോകും. അന്ന് വാക്കു കൊടുക്കണം.'

'ഉം.'

'ബാക്കി കാര്യങ്ങൾ മോൾ വന്നിട്ട് സംസാരിക്കാം.'

'ശരി അച്ഛാ.' അവൾ കോൾ കട്ട് ചെയ്തു.

'സ്റ്റഡീ ലീവിന് ഞാൻ ഇവിടെത്തന്നാ. വീട്ടിലേക്ക് പോയാൽ ശരിയാവത്തില്ല.' ശീതൾ പറഞ്ഞു.

'അതെന്താടീ?' പൗർണമി ചോദിച്ചു.

'ചേച്ചിയുടെ രണ്ടുമക്കളില്ലേ...അവർ ഒരു സ്വൈര്യവും തരില്ല.'

'എങ്കിൽപ്പിന്നെ പോകാതിരിക്കുന്നതാ നല്ലത്.'

'ഞാൻ ശനിയാഴ്ച രാവിലെ പോകും.' പല്ലവി പറഞ്ഞു.

'നിന്റെ വീട് ഒരു സ്വർഗ്ഗമാ. അച്ഛനും അമ്മയും മാത്രം. അമ്മ ഇടയ്ക്കിടയ്ക്ക് നല്ല രുചിയുള്ള ഭക്ഷണം ഉണ്ടാക്കിത്തരും., നിനക്ക് ചുമ്മാ

ഇരുന്ന് പഠിച്ചാൽ മാത്രം മതി.' ശീതൾ പറഞ്ഞു.

'ഒരു വിശേഷം കൂടിയുണ്ട്.' പല്ലവി പറഞ്ഞു.

'എന്താണ്?' കൂട്ടുകാരികൾ രണ്ടുപേരും ആകാംക്ഷയോടെ അവളെ നോക്കി.

'ഈ വരുന്ന ഞായറാഴ്ച വാക്കുറപ്പാണ്. അനുരാഗിന്റെ വീട്ടിൽവെച്ച്.'

'അതെയോ. എന്നായിരിക്കും കല്യാണം?'

'എക്സാം കഴിഞ്ഞുള്ള ഡേറ്റ് എടുക്കും. മിക്കവാറും മേയ് ആദ്യം.'

'അപ്പോൾ എൻഗേജ്മെന്റ് ഇല്ലേ?'

'വേണ്ടാന്ന് വച്ചു. ഒന്നു കഴിഞ്ഞതല്ലേ. ഒന്നൂടെ വേണ്ടെന്ന് പറഞ്ഞപ്പോൾ അനുരാഗിന്റെ വീട്ടുകാരും അതു സമ്മതിച്ചു.'

'അതു നന്നായി.'

ആ ശനിയാഴ്ച രാവിലെ മൂവാറ്റുപുഴയിൽനിന്നു കാർ വന്നു. തലേന്നുതന്നെ കൊണ്ടുപോകാനുള്ള പുസ്തകങ്ങളും നോട്ടുബുക്കുകളും വസ്ത്രങ്ങളും പല്ലവി ബാഗിലാക്കി വെച്ചിരുന്നു. കൂട്ടുകാരികളോട് യാത്ര പറഞ്ഞ് അവൾ ചെന്ന് കാറിൽ കയറി. ഉച്ചയ്ക്കുമുമ്പ് അവൾ വീട്ടിൽ ചെന്നു. രാജേശ്വരി അവളെ കാത്തിരിക്കുന്നുണ്ടായിരുന്നു.

കാറിൽനിന്ന് ബാഗുകൾ അവളുടെ മുറിയിൽ കൊണ്ടുചെന്ന് വെയ്ക്കുവാൻ അമ്മയും സഹായിച്ചു.

'ചോറു വിളമ്പട്ടെ മോളേ.' രാജേശ്വരി ചോദിച്ചു.

'അച്ഛന് ഇന്നും ഓഫീസിൽ പോണമായിരുന്നോ അമ്മേ?'

അവൾ ചോദിച്ചു.

'കലക്ടറുടെ കോൺഫറൻസ് ഉണ്ട്. അച്ഛൻ ഇല്ലാതെ പറ്റില്ലല്ലോ. കഴിയുന്നതും നേരത്തെ വരാമെന്നാ പറഞ്ഞത്.'

'എന്നാൽ നമുക്ക് ഊണുകഴിക്കാം.'

രാജേശ്വരിയും പല്ലവിയും ഒന്നിച്ചിരുന്നാണ് ചോറുണ്ടത്. ഇടയ്ക്ക് അവൾ അമ്മയ്ക്ക് വിളമ്പിക്കൊടുത്തു. അമ്മ അവൾക്കും വിളമ്പിക്കൊടുത്തു.

'നമ്മളിവിടുന്ന് ഏഴുപേർ പോകാനാ ഉദ്ദേശിക്കുന്നത്.'

വാക്കുറപ്പിനെക്കുറിച്ച് അപ്പോൾ രാജേശ്വരി പറഞ്ഞു.

'ആരൊക്കെ?'

'ഇവിടുന്ന് അച്ഛനും ചിറ്റപ്പനും. പിന്നെ കോഴഞ്ചേരിയിൽനിന്ന് വേണുമാമനും അഖിലും. തൊടുപുഴയിൽനിന്ന് ഉണ്ണിച്ചേട്ടൻ വരും.'

അവൾ എല്ലാം മൂളിക്കേട്ടു.

'നാളെ ജാതകവും കൈമാറും. അവർ ഒരു ജ്യോത്സ്യനെ വരുത്തു

ന്നുണ്ട്. അപ്പോൾത്തന്നെ ഡേറ്റും ഫിക്സ് ചെയ്യും.'

'ഏപ്രിൽ കഴിഞ്ഞേ ഡേറ്റ് എടുക്കാവൂ.'

'അത്രേയുള്ളു. തന്നേമല്ല ഇവിടുത്തെ ഓഡിറ്റോറിയങ്ങളുടെ അവയിബിലിറ്റിയും നോക്കണമല്ലോ.'

'ഉം.'

'മേടമാസമല്ലേ. എല്ലാംകൊണ്ടും നല്ലതാ കല്യാണത്തിന്. രാജേശ്വരിക്ക് സന്തോഷമായിരുന്നു. രാഹുലിനെക്കാൾ അമ്മയ്ക്ക് ഇഷ്ടപ്പെട്ടത് അനുരാഗിനെയാണെന്ന് പല്ലവിക്കു തോന്നിയിട്ടുണ്ട്.

'അനുരാഗ് പിന്നെ നിന്നെ വിളിച്ചോ?'

'ഇല്ലമ്മേ.'

'ഒരുപക്ഷേ നിന്റെ ഭാഗ്യത്തിനായിരിക്കും മോളേ ആദ്യത്തേത് തെറ്റിപ്പോയതും രണ്ടാമത് ഇതുതന്നെ വന്നതും. അല്ലെങ്കിൽ ത്തന്നെ വിധിച്ചതേ നടക്കൂ.'

'ഉം.'

'നിനക്ക് വിഷമമൊന്നുമില്ലല്ലോ.'

'ഇല്ലമ്മേ.'

അവർ ഊണുകഴിച്ച് എഴുന്നേറ്റു.

'ഇനി മോൾ കുറച്ചുനേരം ഒന്നു കിടക്ക്. യാത്ര ചെയ്ത് വന്നതല്ലേ. റസ്റ്റെടുത്തിട്ട് വായിച്ചാൽ മതി.' രാജേശ്വരി പറഞ്ഞു.

'ശരി അമ്മേ.' പല്ലവി അവളുടെ മുറിയിലേക്കു ചെന്നു.

അമ്മ പറഞ്ഞത് ശരിയാണ്. വിധിച്ചതേ നടക്കൂ. അവൾ ബെഡ്ഡിലേക്ക് കിടന്ന് കണ്ണുകൾ അടച്ചു.

***

ഉച്ചയൂണ് കഴിഞ്ഞ് രാഹുൽ ഓഫീസിലിരിക്കുമ്പോഴാണ് എറണാകുളം എ.എസ്.പി നിഷാന്ത് ചതുർവേദി അയാളെ വിളിച്ചത്.

'രാഹുൽ ഐ ഹാവ് എ ന്യൂസ് ഫോർ യു. അന്ന് ആ ഡെപ്യൂട്ടി കലക്ടറുടെ കാറിൽ രണ്ടുലക്ഷം രൂപ പ്ലാൻ ചെയ്തതിന്റെ ഡീറ്റേയിൽസ് കിട്ടിയിട്ടുണ്ട്.' അയാൾ പറഞ്ഞു.

'എന്തൊക്കെയാണ്?'

'ആലപ്പുഴയിലെ ഒരു ജീവനും പ്രതീഷും ചേർന്നാണ് ക്യാഷ് കാറിൽ വച്ചത്. രണ്ടുദിവസംമുമ്പ് സ്റ്റേറ്റ് ബാങ്കിൽനിന്നാണ് ആ രണ്ടുലക്ഷം രൂപ വിത്ഡ്രോ ചെയ്തതും.' നിഷാന്ത് പറഞ്ഞു.

'ആരുടെ അക്കൗണ്ടിൽനിന്നാണ് അത് വിത്ഡ്രോ ചെയ്തതെന്ന് അറിയാൻ കഴിഞ്ഞോ?'

'യേസ്. ആർ.കെ അസോസിയേറ്റ്സ്. ഒരു വൻ ബിസിനസ്സ് ഫേമാണ്.'

രാഹുൽ ഒന്നു ഞെട്ടി.

പല്ലവിയുടെ അച്ഛന്റെ മുഖത്ത് കരിവാരിത്തേക്കാനും അതുവഴി കല്യാണം മുടക്കാനുമുള്ള ആസൂത്രിതമായ ഒരു നീക്കമായിരുന്നു അപ്പോൾ അത്.

ഒടുവിൽ അവർ അതിൽ വിജയിക്കുകയും ചെയ്തു.

'അതിന്റെ പിന്നിലെ മോട്ടിവേഷൻ മാത്രം കണ്ടുപിടിച്ചാൽ മതി ഇനി.' നിഷാന്ത് പറഞ്ഞു.

'മോട്ടിവേഷൻ എനിക്കു മനസ്സിലായി നിഷാന്ത്.'

രാഹുൽ പറഞ്ഞു.

'വാട്ടീസ് ദാറ്റ്?'

'ആർ.കെ അസോസിയേറ്റ്സിന്റെ ഉടമയുടെ മകൻ അനുരാഗുമായിട്ടാണ് പല്ലവിയുടെ വിവാഹം തീരുമാനിച്ചിരിക്കുന്നത്.'

'ഓ ഐ. സീ. ദെൻ ഇറ്റ് വാസ് എ കാൽക്കുലേറ്റഡ് പ്ലാൻ.'

'യേസ്.'

'ഗ്രൂമിന്റെ പേര് അനുരാഗ്. അല്ലേ?'

'യേസ്.'

'ഡോണ്ട് വറി. ദെയർ മസ്റ്റ് ബി എ ബ്യൂട്ടിഫുൾ ഗേൾ...സംവെയർ... വെയിറ്റിംഗ് ഫോർ യു.'

നിഷാന്ത് അയാളെ ആശ്വസിപ്പിച്ചു.

'താങ്ക്സ്.'

ഫോൺ ക്ട്ട ചെയ്തിട്ട് ഒരുനിമിഷം രാഹുൽ ചിന്താമഗ്നനായി ഇരുന്നു. പല്ലവിയെ വിളിച്ച് കാര്യം പറഞ്ഞാലോ?

അല്ലെങ്കിൽ എന്തിനു പറയണം. ഒരു പ്രയോജനവുമില്ല. ഒരുമണിക്കൂർ കഴിഞ്ഞ് നിഷാന്തിന്റെ വിളി വീണ്ടും വന്നു.

'ഐ ഹാവ് സം അദർ ന്യൂസ് ഫോർ യു. ആലപ്പുഴ എ എസ് പി വിവേക്ശർമ്മ എന്റെ ഒരു ദോസ്താണ്. ഐ മെയിഡ് ആൻ എൻക്വയറി എബൗട്ട് ദിസ് ഗൈ അനുരാഗ്.'

'എന്നിട്ട്?'

'അയാൾ നമ്പർ വൺ വുമനൈസർ ആണ്. കളിപ്പാട്ടങ്ങൾ പോലെ അയാൾ സുന്ദരിയായ പെൺകുട്ടികളെ മാറിമാറി ഉപയോഗിക്കുന്നവനാണ്. പാതിരാത്രി കഴിയും ബാറിൽനിന്ന് പോകുമ്പോൾ. പിന്നെ ചില നൈറ്റ് പാർട്ടികളും.'

രാഹുൽ സ്തംഭിച്ച് ഇരുന്നു.

ആ സ്ത്രീലമ്പടനെയാണോ പല്ലവി അർഹിക്കുന്നത്? അവളെ ഇക്കാര്യം അറിയിക്കാതിരുന്നാൽ അതിൽപ്പരം ചതി വേറെയുണ്ടോ?

പത്തൊൻപത്

രാഹുലിന്റെ കാർ വീടിന്റെ മുറ്റത്ത് വന്നുനിന്നു. കാർ വന്ന ശബ്ദം കേട്ട് ഗിരിജാകുമാരി ചെന്ന് വാതിൽ തുറന്നു.

ക്ലോക്കിൽ മണി ഏഴര.

പതിവിലും നേരത്തെയാണല്ലോ അവൻ എന്ന് ഗിരിജാകുമാരിക്ക് തോന്നാതിരുന്നില്ല.

കാർ ലോക്ക് ചെയ്തിട്ട് രാഹുൽ സിറ്റൗട്ടിലേക്ക് കയറിവന്നു. അമ്മ അയാളുടെ മുഖം ശ്രദ്ധിച്ചു. പതിവിലും കൂടുതൽ മ്ലാനത.

'എന്താ മോനേ?' അവർ ചോദിച്ചു.

'ഒന്നുമില്ലമ്മേ.'

ഗിരിജാകുമാരി വാതിലിനടുത്തുനിന്നു മാറിക്കൊടുത്തു. സന്തോഷവാനായിട്ട് രാഹുലിനെ കണ്ടിട്ട് കുറെ ദിവസങ്ങളായി. കൈമാറിയ മോതിരം തിരികെ വാങ്ങിയതിനുശേഷം അയാൾ ചിരിച്ചുകണ്ടിട്ടില്ല.

'അച്ഛനെവിടെ?'

'ഓഫീസ്മുറിയിലുണ്ട്.'

എഴുതാനും വായിക്കാനുമുള്ള മുറിയാണ് പ്രൊഫസർ ശിവദാസിന്റെ ഓഫീസുമുറി. രണ്ടു വലിയ അലമാര നിറയെ പുസ്തകങ്ങളുണ്ട്.

'അമ്മ വന്നേ. ഒരു കാര്യം പറയാനുണ്ട്.' രാഹുൽ സ്റ്റെയർകേസ് കയറി മുകളിലേക്കു പോയി.

ഗിരിജാകുമാരിയുടെ ഉള്ളൊന്നാളി.

എന്തോ ഗൗരവമുള്ള കാര്യം സംഭവിച്ചിരിക്കുന്നു. അത്തരം കാര്യങ്ങൾ ഉണ്ടാകുമ്പോൾ സാധാരണ അച്ഛനുമായിട്ടാണ് സംസാരിക്കുന്നത്. പക്ഷേ, അച്ഛനും മകനും തമ്മിൽ മിണ്ടിയിട്ട് നാളുകളായി. അക്കാര്യത്തിൽ ഗിരിജാകുമാരിക്ക് വലിയ സങ്കടമുണ്ട്.

കോണിപ്പടി കയറി അവർ മുകളിലേക്കു ചെന്നു. രാഹുൽ ബെഡ്ഡിൽ ഇരിക്കുന്നുണ്ടായിരുന്നു.

'എന്താ മോനേ?'

'അമ്മ ഇരിക്ക്.'

ഗിരിജാകുമാരി കസേര നീക്കിയിട്ട് ഇരുന്നു.

'പല്ലവിയെ വിവാഹം ചെയ്യാൻ പോകുന്നത് ആലപ്പുഴയിലെ ഒരു വൻ ബിസിനസ്സ് ഗ്രൂപ്പിന്റെ ഉടമസ്ഥയായ ഗായത്രീദേവിയുടെ മകൻ അനുരാഗ് എന്ന പയ്യനാണമ്മേ.'

'ചിലപ്പോൾ അതായിരിക്കും ആ കുട്ടിക്ക് വിധിച്ചിട്ടുള്ളത്.'

'ആ പയ്യനെക്കുറിച്ച് വളരെ ആധികാരികമായ ചില വിവരങ്ങൾ കിട്ടിയിട്ടുണ്ട്. അതു സത്യമാകാനാണ് സാധ്യത. എങ്കിൽ ആ കുട്ടിക്ക് ഒട്ടും യോജിച്ച പയ്യനല്ല അവൻ.'

'അതെന്താ?'

'സ്വഭാവദൂഷ്യം. വൃത്തികെട്ട എല്ലാ ശീലങ്ങളുമുണ്ട്. മദ്യപാനം പാതിരാവരെ. കൂട്ടുകാരുമൊത്ത് അതിരുവിട്ട ഒത്തുകൂടൽ. ധാരാളം പെൺകുട്ടികളുമായി അടുപ്പം പണത്തിന്റെ ബലത്തിൽ മാത്രമാണ് പോലീസ് കേസോ ജയിൽശിക്ഷയോ ഇതുവരെ കിട്ടാഞ്ഞത്.'

ഗിരിജാകുമാരി ഞെട്ടിത്തരിച്ച് ഇരുന്നു.

'പല്ലവിയുടെ അച്ഛനെ വിളിച്ച് ഒരു മുന്നറിയിപ്പ് കൊടുത്താലോ എന്നു വിചാരിച്ചതാണ്. നാളെ വാക്കുറപ്പാണ് എന്നു തോന്നുന്നു. രക്ഷപ്പെടാൻ ഇനിയും സമയമുണ്ട്.'

'വേണ്ടമോനേ. ഒന്നും പറയരുത്.' നിഷേധാർത്ഥത്തിൽ ഗിരിജാകുമാരി തലയാട്ടി.

'ഞാനത് അറിയിച്ചാൽ വേറെ തരത്തിൽ തെറ്റിദ്ധരിക്കപ്പെടുമെന്നു തോന്നി. അതുകൊണ്ടാ അമ്മയുമായി ഒന്ന് ആലോചിച്ചിട്ട് മതിയെന്ന് തീരുമാനിച്ചത്.'

'നീ വിളിച്ചുപറയാഞ്ഞത് നന്നായി. കല്യാണം മുടക്കാൻ വേണ്ടി നീ കഥയുണ്ടാക്കി പറയുകയാണെന്നേ അവർ വിചാരിക്കൂ. ആരായാലും അങ്ങനെയേ വിശ്വസിക്കൂ.' ഗിരിജാകുമാരി പറഞ്ഞു.

'വേറെന്താണമ്മേ ഒരു മാർഗ്ഗം?'

രണ്ടുപേരും ആലോചനയോടെ ഇരുന്നു.

'ഞാൻ പല്ലവിയെ വിളിച്ച് ഒരു സൂചന കൊടുക്കട്ടെ?'

അയാൾ ഒടുവിൽ ചോദിച്ചു.

'അവൾക്കു അത് വിഷമമാകും. ഉടൻതന്നെ അച്ഛനോട് പറയാതിരിക്കുമോ? നീയാണ് വിളിച്ചുപറഞ്ഞതെന്ന് അവൾക്ക് പറയേണ്ടിവരില്ലേ?'

ഗിരിജാകുമാരി അതു തടഞ്ഞു.

'ശരിയാണ്. പക്ഷേ ഭാവിയിൽ അവളുടെ ജീവിതത്തിൽ കണ്ണീരു നിറഞ്ഞാൽ എനിക്ക് വല്ലാത്ത കുറ്റബോധം ഉണ്ടാകും. ഞാനൊരു മുന്ന

റിയിപ്പ് കൊടുത്തിരുന്നെങ്കിൽ ആ ദുരന്തം ഒഴിവാക്കാൻ കഴിയുമായിരുന്നെന്ന്.' വ്യസനത്തോടെ അയാൾ അമ്മയെ നോക്കി.

'നീയായിട്ട് ഒരു കാരണവശാലും അത് അറിയിക്കണ്ട. വാക്കു കൊടുക്കുന്നു എന്നല്ലേയുള്ളു. രക്ഷപ്പെടാൻ പിന്നെയും സമയമുണ്ടല്ലോ. അതിനുള്ളിൽ പയ്യനെക്കുറിച്ച് അന്വേഷിച്ച് അവർ തീരുമാനമെടുക്കട്ടെ.'

ഗിരിജാകുമാരി പറഞ്ഞതിനോട് അയാൾ യോജിച്ചു. പക്ഷേ, പല്ലവിയെ ഇക്കാര്യം ആരറിയിക്കും?

'പല്ലവി ഇനി നിന്റെ ആരുമല്ല മോനേ. നാട്ടിലുള്ള ധാരാളം പെൺകുട്ടികളിൽ ഒരാൾ മാത്രം. അവരുടെയൊക്കെ രക്ഷകനാകാൻ നിനക്കു കഴിയുമോ? ഇല്ല. അതുകൊണ്ട് നീ അവളെ മനസ്സിൽനിന്ന് എന്നന്നേക്കുമായി ഇറക്കിവിട്ടേക്ക്. നമ്മളിനി അവളെക്കുറിച്ച് സംസാരിക്കുകയില്ല.' ഗിരിജാകുമാരി പറഞ്ഞു.

പക്ഷേ, പല്ലവിയെ അങ്ങനെയങ്ങ് ഉപേക്ഷിക്കാൻ പറ്റില്ലല്ലോ.

രാഹുൽ നെടുവീർപ്പിട്ടു.

***

രണ്ടുകാറുകളിലാണ് അവർ രാവിലെ മൂവാറ്റുപുഴയിൽനിന്ന് ആലപ്പുഴയിലേക്ക് പുറപ്പെട്ടത്. മൊത്തം എട്ടുപേർ.

ഒരു കാർ ബാലകൃഷ്ണൻനായരുടേതായിരുന്നു. മറ്റേത് അദ്ദേഹത്തിന്റെ അനുജൻ ഹരികൃഷ്ണന്റേയും.

വീട്ടിൽനിന്ന് കാറുകൾ പുറപ്പെടുമ്പോൾ രാജേശ്വരിയും പല്ലവിയും ഹരികൃഷ്ണന്റെ ഭാര്യ രേവതിയും അതു നോക്കിനിന്നു.

'ദേവീ എല്ലാം മംഗളകരമായി നടത്തിത്തരണേ.' രാജേശ്വരി ഒരുനിമിഷം കണ്ണുകളടച്ച് പ്രാർത്ഥിച്ചു.

ആലപ്പുഴയിൽ ജില്ലാക്കോടതി റോഡിൽ കിടങ്ങാംപറമ്പ് ക്ഷേത്രത്തിനടുത്താണ് ആർ.കെ ബംഗ്ലാവ് എന്ന് ഗായത്രീദേവി അറിയിച്ചിരുന്നു. ടൗണിൽത്തന്നെ ആയിരുന്നതിനാൽ അവർക്ക് മനോഹരമായ ആ ഇരുനിലമാളിക കണ്ടുപിടിക്കാൻ ഒട്ടും ബുദ്ധിമുട്ടേണ്ടിവന്നില്ല.

ഗേറ്റ് അടഞ്ഞുകിടക്കുകയായിരുന്നു. പക്ഷേ, അവർ ചെന്നപ്പോൾ യൂണിഫോം ധരിച്ച സെക്യൂരിറ്റി ഗാർഡ് പെട്ടെന്ന് തുറന്നുകൊടുത്തു.

വിശാലമായ മുറ്റം. നാലഞ്ചുകാറുകൾ വന്നുകിടപ്പുണ്ടായിരുന്നു. ഒഴിവുള്ള സ്ഥലത്ത് രണ്ടുകാറുകളും പാർക്ക് ചെയ്തു.

ഗോപിനാഥ് ഇറങ്ങിവന്നാണ് ബാലകൃഷ്ണൻനായരെയും കൂട്ടരേയും സ്വീകരിച്ചത്. കരയുള്ള മുണ്ടും ഷർട്ടുമായിരുന്നു അയാളുടെ വേഷം. നെറ്റിയിൽ ചന്ദനക്കുറി ഉണ്ടായിരുന്നു.

'സ്ഥലം കണ്ടുപിടിക്കാൻ പ്രയാസം വന്നില്ലല്ലോ?' ബാലകൃഷ്ണൻനായരുടെ കൈപിടിച്ച് സൗഹൃദത്തോടെ അദ്ദേഹം ചോദിച്ചു.

'ഇല്ല. കൃത്യമായ വഴി പറഞ്ഞുതന്നിരുന്നല്ലോ.'

ഒപ്പം വന്നവരെ ബാലകൃഷ്ണൻനായർ അയാൾക്കു പരിചയപ്പെടുത്തിക്കൊടുത്തു. അയാൾ എല്ലാവരേയും കൈകൂപ്പി വണങ്ങി.

'ഇത് ഗോപിനാഥ്. കമ്പനിയുടെ പ്രധാന മാനേജരാണ്. അനുരാഗിന്റെ അച്ഛനുള്ള കാലം മുതലേ ഉണ്ടായിരുന്ന ആൾ.' അയാളെ എല്ലാവർക്കും ബാലകൃഷ്ണൻനായർ പരിചയപ്പെടുത്തിക്കൊടുത്തു.

'വന്നാട്ടേ.' അയാൾ എല്ലാവരേയും ക്ഷണിച്ചു. വലിയ ഒരു ഹാൾ ആയിരുന്നു സ്വീകരണമുറി. ഇരുപതോ ഇരുപത്തിയഞ്ചോ പേർക്കു സുഖമായി ഇരിക്കാവുന്ന സെറ്റികൾ ഉണ്ടായിരുന്നു. നിലത്ത് ജയ്പൂരി കാർപ്പെറ്റ് വിരിച്ചിരുന്നു.

അതിഥികൾ വന്നതറിഞ്ഞ് ഗായത്രീദേവി ഹാളിലേക്ക് വന്നു. ഭംഗിയുള്ള ഒരു സിൽക്ക്സാരിയാണ് അവർ ഉടുത്തിരുന്നത്. മുടിയിൽ നിറയെ മുല്ലപ്പൂമാല. അത്യാവശ്യംമാത്രം ആഭരണങ്ങൾ.

'എല്ലാവർക്കും നമസ്കാരം.' അവർ അതിഥികളെ പുഞ്ചിരിയോടെ തൊഴുതു.

'അനുരാഗിന്റെ അമ്മയാണ് ഗായത്രീദേവി. ഇപ്പോൾ ആർ.കെ. അസോസിയേറ്റ്സ് ഉടമ.' ഗോപിനാഥ് അവരെ പരിചയപ്പെടുത്തി.

'കുടിക്കാനെന്താണ്?'

'ആപ്പിൾ ജ്യൂസാവട്ടെ.'

നീണ്ട ഗ്ലാസുകളിൽ അപ്പോഴുണ്ടാക്കി. ആപ്പിൾ ജ്യൂസ് എല്ലാവർക്കും കൊടുത്തു. അപ്പോഴേക്കും വേറെയും അതിഥികൾ വന്നു. അനുരാഗിന്റെ അമ്മയുടെ അടുത്ത ബന്ധത്തിലുള്ള അമ്മാവന്മാരും ഇളയച്ഛന്മാരും ചേട്ടന്മാരും.

എല്ലാവരും പരസ്പരം പരിചയപ്പെട്ടു.

മണി പതിനൊന്നരയായി അപ്പോൾ.

'എങ്കിൽ നമുക്ക് ചടങ്ങുകളിലേക്ക് കടക്കാം അല്ലേ?'ഗോപിനാഥ് എല്ലാവരോടുമായി ചോദിച്ചു.

'അതെ. ഇനി താമസം വേണ്ട.'

ഹാളിന്റെ ഒരു ഭാഗത്ത് ഗണപതിക്ക് ഒരുക്കി നിലവിളക്ക് കത്തിച്ചു വച്ചു. വെള്ളമുണ്ട് വിരിച്ച് മധ്യവയസ്കനായ ജ്യോത്സ്യൻ ഇരിപ്പുറപ്പിച്ചു.

'അനുമോനെ വിളിക്കൂ. വന്നവർക്ക് കാണണ്ടേ പയ്യനെ.'പെട്ടെന്ന്

ഗോപിനാഥ് പറഞ്ഞു.

അനുരാഗിനെ വിളിക്കാൻ ആൾ പോയി. ഉടൻതന്നെ സ്റ്റെയർകേസ് ഇറങ്ങി അവൻ താഴേക്കുവന്നു. മുണ്ടും ഷർട്ടുമായിരുന്നു വേഷം. മൂവാറ്റുപുഴയിൽനിന്ന് വന്നവർ അത്ഭുതത്തോടെ അവനെ നോക്കി. ഇത്ര സുന്ദരനായിരിക്കും പയ്യൻ എന്ന് അവർ വിചാരിച്ചിരുന്നില്ല. സിനിമാതാരത്തെപ്പോലെ.

അവൻ എല്ലാവരേയും ആദരപൂർവ്വം തൊഴുതു.

ബാലകൃഷ്ണൻനായർക്ക് അഭിമാനം തോന്നി. എന്തുകൊണ്ടും പല്ലവിമോൾക്ക് യോജിച്ച വരൻ.

'ഇനി വധുവിന് വേണ്ടപ്പെട്ടയാളും വരന്റെ വേണ്ടപ്പെട്ടയാളും പരസ്പരം കുട്ടികളുടെ ജാതകം കൈമാറാം.' ജ്യോത്സ്യൻ പറഞ്ഞു.

മഞ്ഞൾ പുരട്ടി പാവനമാക്കിയ തലക്കുറി ബാലകൃഷ്ണൻനായർ ഗായത്രീദേവിക്ക് കൊടുത്തു. അവരുടെ കയ്യിൽ ഉണ്ടായിരുന്നത് അയാൾക്കും കൊടുത്തു.

'വിവാഹമുഹൂർത്തം ഇപ്പോൾത്തന്നെ നോക്കിക്കളയാം അല്ലേ?'

ജ്യോത്സ്യൻ ചോദിച്ചു.

'അങ്ങനെയാവട്ടെ.'

അനുരാഗിന്റെയും പല്ലവിയുടെയും ഗ്രഹനിലകൾ തമ്മിൽ ഒത്തുനോക്കി. ജ്യോത്സ്യൻ മേയ്മാസത്തിൽ കിട്ടാൻ സാധ്യതയുള്ള മുഹൂർത്തങ്ങൾ നോക്കി.

'മേയ് ഒന്നാംതീയ്യതി ഒരു മുഹൂർത്തമുണ്ട്. അതു കഴിഞ്ഞാൽ പന്ത്രണ്ടിനും ഇരുപത്തിയാറിനും.' ജ്യോത്സ്യൻ പറഞ്ഞു.

'മോൾക്ക് പരീക്ഷ കഴിയുമോ അപ്പോഴേക്ക്?'

ഗായത്രിദേവി ചോദിച്ചു.

'ഏപ്രിൽ അവസാനം അവളുടെ പരീക്ഷ തീരും.' ബാലകൃഷ്ണൻനായർ പറഞ്ഞു.

'എന്നാൽപ്പിന്നെ മെയ് ഒന്ന് എടുക്കാം. അധികം നീട്ടണ്ട.'

ഗായത്രീദേവി പറഞ്ഞു.

'അന്ന് പൊതു അവധി ദിവസമാണ്. എല്ലാംകൊണ്ടും സൗകര്യവുമാണ്.' ഗോപിനാഥ് പറഞ്ഞു.

മുഹൂർത്തം പതിനൊന്ന് നാല്പത്തഞ്ചിനും പന്ത്രണ്ടേകാലിനും മധ്യേ.

'അന്ന് കല്യാണം മണ്ഡപം ഒഴിവുണ്ടാകുമോ?' ആരോ ചോദിച്ചു.

'ഉണ്ട്. അക്കാര്യത്തിൽ ബുദ്ധിമുട്ടില്ല.' ഹരികൃഷ്ണൻ പറഞ്ഞു.

'എന്നാൽ ഇപ്പോൾത്തന്നെ വിളിച്ച് ബുക്ക് ചെയ്തേക്ക്. അതാണ് ബുദ്ധി.'

ഹരികൃഷ്ണൻ അപ്പോൾത്തന്നെ വിളിച്ച് മെയ് ഒന്നിന് ഓഡിറ്റോറിയം ബുക്ക് ചെയ്തു.

എല്ലാവർക്കും സന്തോഷമായി.

പിന്നെ ഭക്ഷണം കഴിക്കാൻ എല്ലാവരെയും ക്ഷണിച്ചു. വലിയഡൈനിംഗ് ടേബിളിൽ ഇലയിട്ട് സദ്യ വിളമ്പിയിരുന്നു. മൂവാറ്റുപുഴയിൽനിന്ന് വന്നവർ ആദ്യം കഴിച്ചു.ഭക്ഷണംകഴിച്ചശേഷം ബാലകൃഷ്ണൻനായരും ഗോപിനാഥും തമ്മിൽ അല്പനേരം സംസാരിച്ചു.

'അനുരാഗ് മോന് പല ആലോചനകളും വരുന്നുണ്ടായിരുന്നു. എറണാകുളത്തുനിന്നും തൃശൂർനിന്നും കൊല്ലത്തുനിന്നുമുള്ള ചില ബിസിനസ്സ് ഫാമിലികളിൽനിന്നും. പക്ഷേ, ദേവിയേടത്തി പറഞ്ഞു ബിസിനസ്സ് ഫാമിലി വേണ്ടാ. അല്ലാതുള്ള ഏതെങ്കിലും നല്ല കുടുംബത്തിൽ പിറന്ന പെൺകുട്ടി മതിയെന്ന്.'

ബാലകൃഷ്ണൻനായർ പുഞ്ചിരിച്ചു.

'പണം കൂടിയാലും മനസ്സമാധാനം നശിക്കും. ഉള്ള ബിസിനസ്സ് നേരെ ചൊവ്വേ നടത്തിക്കൊണ്ടുപോയാൽ പോരേ എന്നാണ് ദേവിയേടത്തി ചോദിക്കുന്നത്. അതും നേരാ. പക്ഷേ ആ പോളിസി ചില ശത്രുക്കളെയും ഉണ്ടാക്കി.'

'അതെന്താ?'

'വേറൊന്നുമല്ല, കിട്ടാത്ത മുന്തിരി പുളിക്കുമല്ലോ. അനുരാഗ് മോനെക്കുറിച്ച് മോശമായ പല കാര്യങ്ങളും അവർ പറഞ്ഞുണ്ടാക്കി. പണക്കാരുടെ മക്കൾക്ക് ചില സ്വഭാവദൂഷ്യങ്ങൾ ഉണ്ടാകാറുണ്ടല്ലോ. അതൊക്കെ അനുരാഗ് മോനുണ്ടെന്ന്.'

'ആളുകൾ പല തരക്കാരല്ലേ. നമുക്ക് ആരെയും നിയന്ത്രിക്കാൻ പറ്റില്ലല്ലോ ഗോപിനാഥ്.' ബാലകൃഷ്ണൻനായർ പറഞ്ഞു.

'എന്റെ അറിവിൽ അനുരാഗ് മോനെപ്പോലെ സ്വഭാവഗുണമുള്ള വേറെ ചെറുപ്പക്കാരില്ല. വഴി തെറ്റിക്കുന്നത് പലപ്പോഴും കൂടെനടക്കുന്ന കൂട്ടുകാരാ. പക്ഷേ അനുരാഗ് മോന് ഒരേയൊരു കൂട്ടുകാരനേയുള്ളു. പീയുഷ്. നല്ലൊരു ചെറുപ്പക്കാരൻ.' ഗോപിനാഥ് പറഞ്ഞു.

'അറിയാം. അന്ന് രണ്ടുപേരും കൂടിയാണ് വീട്ടിൽ വന്നത്.'

'മനുഷ്യരെ നന്നാക്കിയെടുക്കാൻ വലിയ പ്രയാസമാണ്. പക്ഷേ, ചീത്തയാക്കാൻ ഒരു നിമിഷം മതി.'

'നേരാണ്.'

ഒടുവിൽ തിരിച്ചുപോരാനുള്ള സമയമായി.

'ബാക്കിയുള്ള കാര്യങ്ങൾ നമുക്ക് പരസ്പരം ആലോചിച്ച് തീരുമാനിക്കാം. ഇവിടുന്ന് എന്ത് സഹായം വേണമെങ്കിലും പ്രതീക്ഷിക്കാം. ഗോപിയോട് വിളിച്ചുപറഞ്ഞാൽ മതി.' ഗായത്രീദേവി പറഞ്ഞു.

'ഞാൻ വിളിക്കാം. സഹായത്തിനല്ല. ചില അഭിപ്രായങ്ങൾ അറിയാൻ. ഒരു വീഴ്ചയും ഒരിടത്തും അറിഞ്ഞോ അറിയാതെയോ ഉണ്ടാകാൻ പാടില്ലല്ലോ.' ബാലകൃഷ്ണൻനായർ പറഞ്ഞു.

'ശരി. അങ്ങനെയാവട്ടെ.'

തൃപ്തിയോടെയാണ് ബാലകൃഷ്ണൻനായരും കൂട്ടരും മടങ്ങിപ്പോന്നത്. അവർ നാലുമണിയോടെ വീട്ടിലെത്തി. അതിഥികൾ നേരത്തെ തന്നെ യാത്ര പറഞ്ഞുപോയി.

'മെയ് ഒന്നാംതീയ്യതിയാണ് കല്യാണം.' വീട്ടിൽ വന്ന് ബാലകൃഷ്ണൻനായരും ഹരികൃഷ്ണനും വിശേഷങ്ങൾ അറിയിച്ചു.

'ഇനിയിപ്പോൾ കഷ്ടിച്ച് നാല്പതു ദിവസം മാത്രം.' രാജേശ്വരി പറഞ്ഞു.

'അത്രയും സമയം മതി. തുണിക്കടയിലും സ്വർണ്ണക്കടയിലും പോകണം. അതിന് ഓരോ ദിവസം വേണം. പിന്നെ ക്ഷണിക്കാൻ പോണം പലരേയും. ബാക്കി കാര്യങ്ങളൊക്കെ നമ്മൾ കോൺട്രാക്ട് കൊടുക്കുവല്ലേ.' ഹരികൃഷ്ണൻ പറഞ്ഞു.

'ചെന്ന് കണ്ടിട്ട് എങ്ങനെയുണ്ട് വീടും ആളുകളും.' അതായിരുന്നു രാജേശ്വരിക്ക് അറിയേണ്ടിയിരുന്നത്.

ഹരികൃഷ്ണനാണ് വീടിനെക്കുറിച്ച് വിവരണം കൊടുത്തത്.

'നമ്മുടെ കുടുംബത്തിലും തായ്‌വഴിയിലും പെട്ട ആർക്കും ഇതുപോലൊരു ബന്ധം ഇതുവരെ കിട്ടിയിട്ടില്ല ഏട്ടത്തീ. പല്ലവിമോൾ ഭാഗ്യം ചെയ്തവളാ.'

പല്ലവി എല്ലാം കേട്ട് നിശ്ശബ്ദയായി ഇരിക്കുന്നുണ്ടായിരുന്നു.

'പയ്യനാണെങ്കിൽ ഒരു പാവം. ഇത്രയും വലിയ സ്വത്തിന്റെ ഏക അവകാശിയെങ്കിലും അതിന്റെ അഹന്തയോ അഹങ്കാരമോ ഒന്നുമില്ല. പെരുമാറ്റത്തിൽ നല്ല ഭവ്യതയുണ്ട്. മുതിർന്നവരെ ബഹുമാനിക്കാനറിയാം.' പറഞ്ഞിട്ടും പറഞ്ഞിട്ടും തീർന്നില്ല ഹരികൃഷ്ണന്.

ചായ കുടിച്ചിട്ടാണ് അയാൾ രേവതിയുമൊത്ത് പോയത്. വീട്ടിൽ അച്ഛനും അമ്മയും മകളും മാത്രം അവശേഷിച്ചു.

'നിന്റെ പ്ലാൻ എങ്ങനാ മോളേ?' ബാലകൃഷ്ണൻനായർ ചോദിച്ചു.

'ഏപ്രിൽ പത്തിന് എക്സാം തുടങ്ങും അച്ഛാ. ഇരുപത്തിനാലിന്

തീരും. എക്സാം തുടങ്ങുന്നതിന് രണ്ടുദിവസം മുമ്പ് ഹോസ്റ്റലിൽ പോകണം.' അവൾ പറഞ്ഞു.

'എക്സാം തീരുന്ന അന്നുതന്നെ തിരിച്ചുപോരാൻ പറ്റുമോ?'

ബാലകൃഷ്ണൻനായർ ചോദിച്ചു.

'രാവിലെ ഒമ്പതരമുതൽ പന്ത്രണ്ടര വരെയാ എക്സാം. ഉച്ചകഴിഞ്ഞ് പോരാവുന്നതേയുള്ളൂ.'

'അല്ലാ അതുകഴിഞ്ഞ് കഷ്ടിച്ച് ഒരാഴ്ച മാത്രമേയുള്ളൂ കല്യാണത്തിന്. ആ സമയത്ത് തുണിയും സ്വർണ്ണവുമൊക്കെ എടുത്താൽ മതിയോ? അതിനുമുമ്പാണെങ്കിൽ പഠിക്കാനുള്ള രണ്ടുദിവസം വേസ്റ്റാകത്തില്ലേ?'

'സ്വർണ്ണം എടുക്കുന്നത് പരീക്ഷ കഴിഞ്ഞിട്ട് ആയാലും മതി. പക്ഷേ സാരിയൊക്കെ നേരത്തെ എടുക്കണം. ബ്ലൗസ് തയ്ച്ചുകിട്ടണ്ടേ.'

രാജേശ്വരി പറഞ്ഞു.

'അതു സാരമില്ലമ്മേ. പരീക്ഷയ്ക്കു മുമ്പ് ഒരുദിവസം നമുക്ക് പോകാം.' പല്ലവി പറഞ്ഞു.

'ഇനി വെഡ്ഡിംഗ് കാർഡ് പ്രിന്റ് ചെയ്യിക്കണം. സാമ്പിൾ കാർഡുകൾ ഞാൻ വാങ്ങിക്കൊണ്ടുവരാം. മോൾക്ക് ഇഷ്ടമുള്ളതു സെലക്ട് ചെയ്താൽ മതി.' ബാലകൃഷ്ണൻനായർ പറഞ്ഞു.

'എന്നെ കാണിക്കുകയൊന്നും വേണ്ട. അച്ഛന് ഇഷ്ടമുള്ളത് സെലക്ട് ചെയ്താൽ മതി.' അവൾ പറഞ്ഞു.

അന്നുമുതൽ കല്യാണത്തിനുള്ള ഒരുക്കങ്ങൾ ആരംഭിച്ചു. ഒരു വർഷംമുൻപ് വീട് പെയിന്റ് ചെയ്യിച്ചതാണ്. അതുകൊണ്ട് ഉടൻ പെയിന്റിംഗ് വേണ്ട. പിറ്റേന്നുതന്നെ വെഡ്ഡിംഗ് കാർഡ് പ്രിന്റ് ചെയ്തു കൊണ്ടുവന്നു. അച്ഛന്റെ സെലക്ഷൻ അവൾക്ക് ഇഷ്ടപ്പെട്ടു. അച്ഛനും അമ്മയും കൂടി ക്ഷണിക്കേണ്ടവരുടെ ലിസ്റ്റ് എഴുതിയുണ്ടാക്കിയപ്പോൾ പല്ലവി അവളുടെ മുറിയിലിരുന്ന് മറ്റൊന്നും ശ്രദ്ധിക്കാതെ പഠിച്ചു. രണ്ടു ദിവസം കഴിഞ്ഞപ്പോൾ അനുരാഗ് അവളെ വിളിച്ചു.

'ഞാൻ ശല്യപ്പെടുത്തുകയാണോ?' അവൻ ചോദിച്ചു.

'എന്തേ അങ്ങനെ ചോദിച്ചേ?'

'പല്ലവി എക്സാമിനുവേണ്ടി പ്രിപ്പയർ ചെയ്യുകയല്ലേ. അതിന്റെ ഇടയിൽ ഞാൻ വിളിച്ച് ശ്രദ്ധ തെറ്റിക്കണ്ട എന്നു വിചാരിച്ചാണ്.'

അവൾ ചിരിച്ചു. 'എന്റെ ശ്രദ്ധ അങ്ങനെയൊന്നും തെറ്റുകയില്ല.'

ഇവിടെ കല്യാണത്തിന്റെ ഒരുക്കങ്ങൾ തുടങ്ങി.' അവൻ പറഞ്ഞു.

'ഇവിടെയും തുടങ്ങി.'

'എനിക്കെന്തോ ഒരു പേടിപോലെ.'

'അതെന്താ?' അവൾ ചോദിച്ചു.

'ഇതുവരെ ഫ്രീയായിട്ട് നടന്നിട്ട്...വലിയ ഒരു ഉത്തരവാദിത്തം ഏറ്റെടുക്കാൻ പോവല്ലേ.'

'അതിനെന്തിനാ പേടിക്കുന്നേ?'

'അല്ലാ എന്റെ ഭാഗത്തുനിന്ന് എന്തെങ്കിലും പാളിച്ച ഉണ്ടാകുമോ എന്നാണ്. വലിയ പ്രതീക്ഷയോടെയല്ലേ പല്ലവി വിവാഹജീവിതത്തിലേക്ക് പ്രവേശിക്കാൻ പോകുന്നത്. പ്രതീക്ഷകൾക്കൊന്നും മങ്ങലേൽപ്പിക്കാതെ നിറവേറ്റിത്തരാൻ കഴിയുമോ എന്നാണ്.'

'അങ്ങനെയാണെങ്കിൽ അതേ പേടി എനിക്കും ഉണ്ടാവണ്ടേ?'

അവൾ ചോദിച്ചു.

'ഇല്ലേ?'

'ഇല്ലെന്ന് ചോദിച്ചാൽ ചെറുതായിട്ട് ഉണ്ട്. പക്ഷേ നമുക്ക് പരസ്പരം അത് പരിഹരിക്കാവുന്നതല്ലേയുള്ളൂ.'

'അതു ശരിയാണ്. അമ്മ എപ്പഴും പറയുന്നുണ്ട്. നീ പഴയ പൊട്ടത്തരങ്ങളൊന്നും കാണിക്കല്ലേന്ന്. ഭർത്താവാകാൻ പോവല്ലേ. കുറച്ച് മെച്വർ ആയിട്ട് പെരുമാറണം എന്നൊക്കെ.'

പല്ലവി അതുകേട്ട് മെല്ലെ ചിരിച്ചു.

'അതെങ്ങനാ...അമ്മയുടെ മിട്ടുമോനല്ലേ ഇപ്പഴും. ഇള്ളക്കുട്ടി. പല്ലവി വന്നിട്ടുവേണം അതൊക്കെ മാറ്റിയെടുക്കാൻ.'

'അമ്മയുടെ ഇള്ളക്കുട്ടി അമ്മയുടെ അടുത്ത് അതുപോലെ പെരുമാറിയാൽ മതി.'

'അപ്പോൾ പല്ലവിയുടെ അടുത്തോ?'

'അനുരാഗവിലോചനനായിട്ട്.'

അവൻ പൊട്ടിച്ചിരിച്ചു.

'തമാശ പറയാൻ അറിയാമല്ലോ.' അവൻ ചോദിച്ചു.

'തമാശയല്ല. അറിയാതെ നാവിൽനിന്ന് വന്നുപോയതാ.'

അവൾ അല്പനേരം സംസാരിച്ചു. അത് സുഖമുള്ള ഒരു അനുഭവമായിരുന്നു പല്ലവിക്ക്.

'ഇടയ്ക്ക് വിളിക്കണേ. ഞാൻ പഠിച്ചു പഠിച്ച് ബോറടിക്കുമ്പോൾ ഇതുപോലെ.' അവൾ പറഞ്ഞു.

'പല്ലവിക്ക് ബോറടിക്കുമ്പോൾ എന്നെ വിളിച്ചാൽ മതി.'

'വിളിക്കാം.'

അമ്മയുടെ മിട്ടുമോൻ...അവൾ അതോർത്ത് പുഞ്ചിരിച്ചു.

പിറ്റേന്ന് അപ്രതീക്ഷിതമായി രാഹുൽ അവളെ വിളിച്ചു.

'പല്ലവി ഫ്രീയാണോ ഇപ്പോൾ?'

'അതെ. വീട്ടിലാണ്. സ്റ്റഡീലീവ്.'

'എന്തുണ്ട് വിശേഷം?'

'മാര്യേജ് ഫിക്സ് ചെയ്തു. മെയ് ഒന്നിനാണ് ഡേറ്റ്.'

'ഇത്ര പെട്ടെന്ന്...' വിശ്വാസം വരാതെ അവൻ ചോദിച്ചു.

'പെട്ടെന്നല്ലല്ലോ. ഇനി ഒരുമാസത്തെ സമയമുണ്ട്. എന്താ രാഹുലേട്ടാ വിളിച്ചത്?'

'ഒന്നുമില്ല. ഞാൻ...വെറുതെ...'

എന്തോ പറയാൻ വേണ്ടിയാണ് അയാൾ വിളിച്ചതെന്ന് അവൾക്ക് തോന്നി.

'എന്തായാലും പറയൂ.' അവൾ ആവശ്യപ്പെട്ടു.

'ഇനി പറഞ്ഞിട്ട് കാര്യമില്ല.'

'അതെന്താ?'

'ചില കാര്യങ്ങൾ അറിയേണ്ട കാലത്തുതന്നെ അറിയണം. വൈകിപ്പോയാൽ പിന്നെ പ്രയോജനമില്ലാതാകും.'

'രാഹുലേട്ടൻ എന്തോ മനസ്സിൽ വെച്ചുകൊണ്ടാണ് സംസാരിക്കുന്നത്.'

'ശരി പല്ലവീ പഠിക്കുകയല്ലേ. അതു നടക്കട്ടെ.' അയാൾ പെട്ടെന്ന് കോൾ കട്ട് ചെയ്തു.

അവൾക്ക് ഒന്നും മനസ്സിലായിനല്ല.

പിറ്റേന്ന് ബാലകൃഷ്ണൻനായർ ഓഫീസിൽ ഇരിക്കുമ്പോൾ ഞെട്ടിച്ച ഒരു സംഭവമുണ്ടായി.

ഡിവൈഎസ്.പി സുരേന്ദ്രൻ അദ്ദേഹത്തെ വിളിച്ചു.

'സാറിനെ ട്രാപ്പ് ചെയ്യാൻ ശ്രമിച്ച ആ ബ്രൈബൽ കേസില്ലേ...ചില ഇൻഫർമേഷൻ കൂടി കിട്ടിയിട്ടുണ്ട്.'

'എന്താണ്?'

'അവർ സാറിന്റെ കാറിൽ കൊണ്ടുവന്നു വെച്ച ആ രണ്ടുലക്ഷംരൂപ പിൻവലിച്ചത് ആലപ്പുഴ ടൗൺ എസ്.ബി.ഐയിൽനിന്നാണ്.'

'ആലപ്പുഴ?'

'അതെ. ആർ.കെ അസോസിയേറ്റ്സ് എന്ന കമ്പനിയുടെ അക്കൗണ്ടിൽനിന്ന്. അതായത് സാറിനെ ട്രാപ്പ് ചെയ്യാൻ ആ കമ്പനി കൂട്ടുനിന്നു എന്നാണ് പോലീസിന്റെ നിഗമനം.'

ബാലകൃഷ്ണൻനായർ നടുങ്ങി.

ഇരുപത്

രാജേശ്വരി കടുപ്പത്തിലുണ്ടാക്കിയ ചായയുമായി വന്നപ്പോൾ ആലോചനാമഗ്നനായി ബാലകൃഷ്ണൻനായർ സെറ്റിയിൽ ഇരിക്കുന്നുണ്ടായിരുന്നു.

ഓഫീസിൽനിന്നു വന്ന വേഷത്തിലായിരുന്നു അപ്പോൾ അദ്ദേഹം.

'ഇതു കുടിക്കൂ. തലവേദന മാറും.' രാജേശ്വരി ചായ നീട്ടി.

അദ്ദേഹം അതു വാങ്ങി കൈയിൽത്തന്നെ വച്ചതല്ലാതെ കുടിച്ചില്ല.

'ഇപ്പഴും എനിക്കങ്ങോട്ട് വിശ്വസിക്കാൻ കഴിയുന്നില്ല ബാലേട്ടാ.' എതിർവശത്തെ സെറ്റിയിൽ രാജേശ്വരി ഇരുന്നു.

'വിശ്വസിക്കാതിരിക്കാൻ ഒരു കാരണവുമില്ല. കാരണം ആ ഡി.വൈ.എസ്.പിയെ എനിക്ക് പേഴ്സണലായി അറിയാം. ഉത്തരവാദപ്പെട്ട ഒരു പോലീസ് ഓഫീസറാണ് അയാൾ. അന്വേഷിച്ചറിഞ്ഞ് സത്യം ബോധ്യപ്പെട്ടശേഷമാണ് അയാൾ എന്നെ വിളിച്ചത്.' ബാലകൃഷ്ണൻനായർക്ക് ഒരു സംശയവും ഇല്ലായിരുന്നു.

'പക്ഷേ, എന്തിന് അവർ അതു ചെയ്യണം?' എന്നിട്ടും രാജേശ്വരിക്ക് ബോധ്യപ്പെട്ടില്ല.

'രാഹുലുമായിട്ടുള്ള കല്യാണം മുടക്കാൻ. മുടങ്ങിക്കഴിയുമ്പോൾ അവരുടെ മോനെക്കൊണ്ട് നമ്മുടെ മോളെ കല്യാണം കഴിപ്പിക്കാൻ. രണ്ടും നടന്നില്ലേ. ഒരു വെടിക്ക് രണ്ടുപക്ഷി.'

'അതിനുവേണ്ടി രണ്ടുലക്ഷം രൂപ മുടക്കുകാന്നു പറഞ്ഞാൽ....'

'ഇരുന്നൂറുകോടി കൈയിലുള്ളവർക്ക് രണ്ടുലക്ഷംരൂപ നിസ്സാരമാണ്. അവരുടെ കണക്കുകൂട്ടലുകൾ കൃത്യമായിരുന്നു.'

ബാലകൃഷ്ണൻനായർ തളർച്ചയോടെ സെറ്റിയിലേക്ക് ചാഞ്ഞു.

'പക്ഷേ ബാലേട്ടാ അവർ ആദ്യത്തെ കല്യാണം മുടക്കിയത് അവർക്ക് നമ്മുടെ മോളെത്തന്നെ വേണം എന്ന നിർബന്ധമുണ്ടായിട്ടല്ലേ. അതുകൊണ്ട് നമ്മൾ അതു ക്ഷമിക്കുന്നതല്ലേ നല്ലത്.'

'അങ്ങനെ വിചാരിക്കാൻ എനിക്കു പറ്റുന്നില്ല രാജീ. ചതിയിലൂടെയല്ലേ അവർ അതു ചെയ്തത്. അതും എന്റെ മുഖത്ത് കരിവാരി തേച്ച്. എങ്ങനെ അത്തരം ആളുകളുമായി ബന്ധം വയ്ക്കാൻ പറ്റും?'

ബാലേട്ടൻ പറഞ്ഞുവരുന്നത്... അതോർത്തപ്പോൾ രാജേശ്വരി ഒന്നു ഞെട്ടി.

'ഇനിയിപ്പോ എന്തു ചെയ്യാൻ പറ്റും?' അവർ ചോദിച്ചു.

'രാവിലെ ഹരികൃഷ്ണനോട് ഒന്നു വരാൻ പറയാം. അവനുമായി

ഒന്നാലോചിച്ചിട്ട്...'

'തൽക്കാലം മോൾ ഇതൊന്നും അറിയണ്ടാ.' അദ്ദേഹം പെട്ടെന്ന് പറഞ്ഞു.

'അല്ലെങ്കിൽത്തന്നെ എനിക്കു വയ്യ അവളോട് പറയാൻ. അവളുടെ മനസ്സ് തകരും. ആദ്യത്തെ മാറിപ്പോയി ഇനി രണ്ടാമത്തെയും...എന്റെ കുഞ്ഞിന് എന്തോ ശാപം കിട്ടിയിട്ടുണ്ട് ബാലേട്ടാ. അല്ലെങ്കിൽ പിന്നെ...'

രാജേശ്വരി കരഞ്ഞു.

പക്ഷേ അതു കണ്ടിട്ടൊന്നും ബാലകൃഷ്ണൻനായരുടെ മനസ്സു മാറിയില്ല.

പല്ലവി ഒന്നും അറിഞ്ഞില്ല. അവൾ എപ്പോഴോ വന്ന് അത്താഴം കഴിച്ചു. വീണ്ടും മുറിയിൽ കയറി വാതിലടച്ച് പഠിച്ചു.

ബാലകൃഷ്ണൻനായർക്കും രാജേശ്വരിക്കും ആ രാത്രി ഉറങ്ങാൻ കഴിഞ്ഞില്ല. പിറ്റേന്നു രാവിലെ ഹരികൃഷ്ണനെ ഫോണിൽ വിളിച്ചതനുസരിച്ച് അയാൾ വന്നു.

'എന്താ ബാലേട്ടാ?'

ബാലകൃഷ്ണൻനായരുടെയും രാജേശ്വരിയുടെയും മുഖത്തെ മ്ലാനത കണ്ട് ഹരികൃഷ്ണൻ തിരക്കി.

'ഒരു പ്രശ്നമുണ്ട് ഹരീ.' ബാലകൃഷ്ണൻനായർ പറഞ്ഞു.

'എന്താണ്?'

പുതിയ സംഭവവികാസങ്ങളെക്കുറിച്ച് ബാലകൃഷ്ണൻനായർ അയാളോട് വിശദമായി സംസാരിച്ചു. കാര്യത്തിന്റെ ഗൗരവം അയാൾക്കു മനസ്സിലായി.

'പക്ഷേ നമ്മൾ ഇക്കാര്യം അറിഞ്ഞില്ലെന്ന് നടിക്കുന്നതാ ബാലേട്ടാ നല്ലത്.' ഒടുവിൽ ഹരികൃഷ്ണൻ പറഞ്ഞു.

'അതെന്താ?'

'ഒരിക്കൽ മോതിരമിടൽ കഴിഞ്ഞ കുട്ടിയാണ്. അത് അവർതന്നെ വന്ന് ഊരിക്കൊണ്ടുപോയി. അപശകുനം തന്നെയാ അത്. സംശയമുണ്ടോ?' അയാൾ ചോദിച്ചു.

ബാലകൃഷ്ണൻനായർക്കും രാജേശ്വരിക്കും മറുപടിയില്ലായിരുന്നു.

'രണ്ടാമതൊരു ആലോചന വന്നു. നമുക്ക് അത് സ്വീകാര്യമായി തോന്നി. അതിന്റെ ജാതകമാറ്റവും കഴിഞ്ഞു. രണ്ടാമത്തേയും നമ്മൾ വേണ്ടാന്നുവച്ചാൽ പല്ലവിമോൾക്ക് അത് താങ്ങാൻ പറ്റുമോ? അവളുടെ ചോദ്യത്തിന് നമ്മൾ എന്ത് ഉത്തരം കൊടുക്കും?'

ആരും ഒന്നും മിണ്ടിയില്ല.

'മൂന്നാമത്തെ കാര്യം. പല്ലവിമോളെ അത്രയ്ക്ക് ഇഷ്ടമുണ്ടായിട്ടും അവളെത്തന്നെ ഭാര്യയായി വേണമെന്ന് ആ പയ്യൻ ആഗ്രഹിച്ചതുകൊണ്ടാ. അല്ലെങ്കിൽ മരുമകളായി അവളെത്തന്നെ വേണമെന്ന് അവന്റെ അമ്മ ആഗ്രഹിച്ചതുകൊണ്ടാ...അല്ലേ അവർ ഇങ്ങനൊരു കടുംകൈ ചെയ്തത്. അത് നമുക്ക് ക്ഷമിച്ചുകൂടേ.' ഹരികൃഷ്ണൻ ചോദിച്ചു.

'എനിക്കും അതേ അഭിപ്രായമാണുള്ളത്. അവളെ സ്നേഹിക്കുന്ന വീട്ടിലേക്കല്ലേ അവൾ പോകേണ്ടത്. അല്ലാതെ മനുഷ്യരേക്കാളേറെ അന്തസ്സും അഭിമാനവും വലുതെന്ന് വിചാരിക്കുന്നവരുടെ അടുത്തേക്കാണോ?' രാജേശ്വരിചോദിച്ചു.

രണ്ടുപേർ പറഞ്ഞതും ശരിയാണെങ്കിലും ബാലകൃഷ്ണൻനായരുടെ മനസ്സിൽ പിന്നെയും ഒരു അതൃപ്തി അവശേഷിച്ചു.

അപ്പോഴാണ് അദ്ദേഹത്തിന്റെ മൊബൈൽ ബെല്ലടിച്ചത്. നോക്കിയപ്പോൾ ഗോപിനാഥാണ് വിളിക്കുന്നത്.

'ആരാ?' അദ്ദേഹത്തിന്റെ മുഖഭാവം മാറിയതു കണ്ട് രാജേശ്വരി ചോദിച്ചു.

'ആ ഗോപിനാഥാണ്.'

'എന്നാൽ വേഗം കോളെടുക്കൂ ബാലേട്ടാ. അയാൾ വിളിക്കുന്നത് എന്തിനാണെന്ന് അറിയാമല്ലോ. ലൗഡ് സ്പീക്കറിലിട്. ഞങ്ങൾക്കും കേൾക്കണം.' ഹരികൃഷ്ണൻ പറഞ്ഞു.

ബാലകൃഷ്ണൻനായർ കോൾ എടുത്തു. 'ഹലോ.'

'സർ ഇതു ഗോപിനാഥാണ്. ആലപ്പുഴനിന്ന്...'

'മനസ്സിലായി'

'സർ, ഞാനിപ്പോൾ വിളിച്ചത് ഒരു പ്രത്യേക കാര്യം അറിയിക്കാൻ വേണ്ടിയാണ്. ചിലപ്പോൾ ഒരു വാർത്ത അവിടേയും വരും. കേൾക്കുമ്പോൾ തെറ്റിദ്ധാരണയുണ്ടാകാൻ സാധ്യതയുണ്ട്. അതുകൊണ്ട് മുൻകൂറായി...'

'എന്തു വാർത്ത?'

'സാറിന്റെ കാറിൽ രണ്ടുലക്ഷം രൂപ കൊണ്ടുചെന്ന് വെച്ചത് ആർ.കെ അസോസിയേറ്റ്സിന്റെ അക്കൗണ്ടിൽനിന്നു പിൻവിലിച്ച പണമാണെന്ന് അവിടെ വിവരം കിട്ടിയേക്കും. അതിൽ കുറച്ച് സംശയവുമുണ്ട്.' ഗോപിനാഥ് പറഞ്ഞു.

ഹരികൃഷ്ണനും രാജേശ്വരിയും ആ സംസാരം കേട്ടുകൊണ്ട് ഇരിക്കുകയായിരുന്നു. അവർ പരസ്പരം നോക്കി.

'മനസ്സിലായില്ല.' ബാലകൃഷ്ണൻനായർ പറഞ്ഞു.

'ജീവനെന്നും പ്രതീഷെന്നും പേരുള്ള രണ്ടുപേരാണ് സാറിന്റെ കാറിൽ ആ പണം കൊണ്ടുവന്നുവെച്ചത്. ആർ.കെ. അസോസിയേറ്റ്സിലെ സ്റ്റാഫായിരുന്നു ജീവൻ. ഓഫീസിൽ ക്രമക്കേട് കാണിച്ചതിനെ തുടർന്ന് അവനെ രണ്ടാഴ്ച മുമ്പ് ഞങ്ങൾ പിരിച്ചുവിട്ടിരുന്നു. കനകാംബരൻ എന്ന ഒരുത്തന്റെ ബന്ധുവാണ് ഈ ജീവൻ.'

ബാലകൃഷ്ണൻനായർ പറഞ്ഞ് കനകാംബരനെക്കുറിച്ച് ഹരികൃഷ്ണനും രാജേശ്വരിക്കും അറിയാമായിരുന്നു.

'പ്രതീഷും ജീവനും ഉറ്റ സുഹൃത്തുക്കളായിരുന്നു. ഓഫീസ് ആവശ്യത്തിനുവേണ്ടി പ്രതീഷിനെക്കൊണ്ട് ബാങ്കിൽനിന്ന് രണ്ടുലക്ഷം രൂപ പിൻവലിക്കാൻ വിട്ടെങ്കിലും അവൻ പണവുമായി മുങ്ങി. കൂട്ടത്തിൽ ജീവനും ഉണ്ടായിരുന്നു. സാറിനോട് പ്രതികാരം ചെയ്യാൻ വേണ്ടി കനകാംബരൻ അവരെ ഉപയോഗിക്കുകയായിരുന്നു.

'ഗോപിനാഥ് ഇതൊക്കെ പറഞ്ഞതു നന്നായി. അല്ലെങ്കിൽ ഈ വിവരം അറിയുമ്പോൾ ഞാൻ തെറ്റിദ്ധരിച്ചേനേ.'

ബാലകൃഷ്ണൻനായർ പറഞ്ഞു.

'നമ്മളറിയാതെ രഹസ്യമായി പലതും നടക്കും സർ. പലപ്പോഴും നമ്മളത് അറിയുമ്പോഴേക്കും വൈകിപ്പോകും. പ്രതീഷിനെ ഞങ്ങൾ അന്നുതന്നെ പിരിച്ചുവിട്ടു. രണ്ടുപേർക്കുമെതിരെ പോലീസിൽ കംപ്ലെയിന്റ് കൊടുക്കാമെന്ന് ഞാൻ പറഞ്ഞെങ്കിലും ദേവിയേടത്തി സമ്മതിക്കുന്നില്ല.'

'സാരമില്ല. നമ്മളിനി അതു വലിയ സംഭവമാക്കണ്ട ഗോപിനാഥ്. വലിയ പബ്ലിസിറ്റി കിട്ടാതെ അത് ആരുമറിയാതെ അങ്ങനെ പോകട്ടെ.'

'ശരി സാർ. താങ്ക് യു.'

'കോൾ കട്ട് ആയി.

'ഇപ്പോഴങ്ങനെയിരിക്കുന്നു ബാലേട്ടാ. നമ്മൾ അറിയുന്നതൊന്ന്. സത്യം വേറൊന്ന്. കാള പെറ്റു എന്ന് കേൾക്കുമ്പോൾത്തന്നെ നമ്മൾ കയറെടുക്കാൻ പാടില്ല.' ഹരികൃഷ്ണൻ പറഞ്ഞു.

'മനസ്സ് വല്ലാതെ വിഷമിച്ചുപോയി. ഇപ്പോഴാ ആശ്വാസമായത്. പുത്തരിയിൽ കല്ലു കടിച്ചതുപോലെയാ എനിക്കു തോന്നിയേ.' ബാലകൃഷ്ണൻനായർ പറഞ്ഞു.

'അല്ലെങ്കിൽത്തന്നെ ആ ഗായത്രീദേവിയെ കണ്ടാൽത്തന്നെ അറിയാമല്ലോ അവർ തറവാടിത്തമുള്ള സ്ത്രീയാണെന്ന്. ഒരിക്കലും അവർ അത്തരം പ്രവൃത്തികൾക്ക് കൂട്ടുനിൽക്കത്തില്ല.'

രാജേശ്വരി പറഞ്ഞു.

അപ്പോഴാണ് പല്ലവി അവളുടെ മുറിയിൽനിന്ന് വന്നത്. മൂന്നുപേരും പൊടുന്നനെ നിശ്ശബ്ദരായി.

അവൾ മൂന്നുപേരെയും ഒന്നു നോക്കി. 'ഏതോ ഗൂഢാലോചനയുടെ മണമടിക്കുന്നുണ്ട്.'

ഗൗരവം നടിച്ച് അവൾ പറഞ്ഞു.

'ഒരു കല്യാണം നടത്താനുള്ള ഗൂഢാലോചയിലാണ് ഞങ്ങൾ.' ഹരി കൃഷ്ണൻ പറഞ്ഞു.

'അതെയോ...ആരുടെ കല്യാണം?'

ആലപ്പുഴയിലുള്ള ഒരു ഗായത്രീദേവിയുടെ മകൻ അനുരാഗിന്റെ.'

പല്ലവി അതുകേട്ട് പരിഭവം അഭിയനയിച്ച് എല്ലാവരേയും നോക്കി.

'ഇവിടൊരുത്തി കല്യാണപ്രായം കഴിഞ്ഞ് പുര നിറഞ്ഞ് നിൽക്കുന്നു. ആ കൊച്ചിന്റെ കാര്യത്തിൽ എന്തെങ്കിലും ഒരു നീക്കുപോക്കുണ്ടാക്കാതെ വല്ലയിടത്തും കിടക്കുന്ന ഏതോ ഒരുത്തന്റെ കാര്യത്തിലാ നിങ്ങൾക്കു താല്പര്യം?'

അവൾ പറഞ്ഞതുകേട്ട് മൂന്നുപേരും പൊട്ടിച്ചിരിച്ചു.

അവളും ചിരിച്ചു.

***

ആർ.കെ അസോസിയേറ്റ്സിന്റെ ഹെഡ് ഓഫീസിലെ ഗോപിനാഥിന്റെ ഓഫീസ്മുറി.

റിവോൾവിംഗ് ചെയറിൽ ഇരുന്നുകൊണ്ട് അയാൾ മാനേജർ മദന ഗോപാലനെ ഒന്നു നോക്കി. മേശയുടെ എതിർവശത്ത് ഉത്തരവ് പ്രതീക്ഷിച്ചുനിൽക്കുകയായിരുന്നു മദനഗോപാലൻ.

'അന്നത്തെദിവസം മുതൽ ജീവനും പ്രതീഷും നമ്മുടെ സ്റ്റാഫല്ല. ഒരു ഡേറ്റുവച്ച് അവരുടെ പിരിച്ചുവിടൽ നോട്ടീസ് തയ്യാറാക്കണം. അതു ഫയലിൽ ഇടണം.'

'ശരി സാർ.'

'ഇതൊരു താൽക്കാലിക അഡ്ജസ്റ്റുമെന്റാണെന്ന് രണ്ടുപേരോടും പറയണം. ശമ്പളസഹിതം രണ്ടുമാസത്തെ അവധിപോലെ കണക്കാക്കിയാൽ മതിയെന്നു പറഞ്ഞാൽ മതി.'

മദനഗോപാലൻ തലകുലുക്കി.

'പോലീസിന് അവർ അങ്ങനെ മൊഴി കൊടുത്തതാണ് കുഴപ്പമായത്.' ഗോപിനാഥ് അനിഷ്ടം മറച്ചുവച്ചില്ല.

'പോലീസ് അവരെ ശാരീരികമായി ഉപദ്രവിച്ചു സാർ. നിവൃത്തിയില്ലാതെയാണ്.'

'സാരമില്ല. കേസ് പിൻവലിക്കാൻ ഞാൻ ബാലകൃഷ്ണൻനായരെ ഒന്ന് പ്രസ്സ് ചെയ്യും. അയാൾ സമ്മതിക്കും. അല്ലെങ്കിൽ സമ്മതിപ്പിക്കും.'

ഗോപിനാഥ് പറഞ്ഞാൽ അത് നടത്തിയിരിക്കുമെന്ന് മദനഗോപാലന് അറിയാമായിരുന്നു.

'ശരി. പോയ്ക്കോളൂ.'

അനുവാദം കിട്ടിയപ്പോൾ മദനഗോപാലൻ വാതിൽ തുറന്ന് മുറിയിൽ നിന്നിറങ്ങി.

അപ്പോഴാണ് ജയന്തിയുടെ വിളി വന്നത്.

'ഹലോ' അയാൾ കോൾ എടുത്തു.

'എന്തായീ കാര്യങ്ങൾ?' അവൾ ചോദിച്ചു.

'ഒന്നും പറയാറായിട്ടില്ല.'

'കല്യാണം നടക്കുമോ?'

'നടക്കാതിരിക്കാൻ പറ്റില്ലല്ലോ.'

'ഇന്ന് വരുമോ?' അവൾ ചോദിച്ചു.

'വരും.'

'വരണം. എനിക്കു കാണണം. ഒരു മനസ്സമാധാനവും ഇല്ല.'

അവൾ പറഞ്ഞു.

'ഞാൻ വരാം.'

'വരുമ്പോൾ സന്തോഷവാർത്ത തരണം.'

'തരാം.'

'ശരി. വയ്ക്കുവാ.'

ജയന്തി ഫോൺ കട്ട് ചെയ്തു. ഗോപിനാഥ് സ്വയം ഒന്നു ചിരിച്ചു. പാവത്തിന് ഇപ്പോൾ ഒരേയൊരു ചിന്തയേയുള്ളൂ. അനുരാഗിന്റെയും പല്ലവിയുടെയും വിവാഹം നടന്നുകാണണം.

അന്ന് സന്ധ്യ കഴിഞ്ഞ് അയാൾ ജയന്തിയുടെ വീട്ടിലെത്തി.

പതിവു ഫിൽട്ടർ കോഫി കുടിച്ചുതീരുന്നതുവരെ അവൾ വിശേഷമൊന്നും ചോദിച്ചില്ല. അയാൾ പറഞ്ഞതുമില്ല.

'നമുക്ക് അകത്തേക്കു പോകാം.'

അവൾ കിടപ്പുമുറിയിലേക്ക് ക്ഷണിച്ചു.

'ജഗൻ എവിടെ?' എഴുന്നേറ്റുകൊണ്ട് അയാൾ ചോദിച്ചു.

'പുറത്തുപോയതാണ്. വന്നില്ല.'

'ആൺകുട്ടികൾക്ക് എട്ടുമണിവരെ സ്വാതന്ത്ര്യം കൊടുക്കാം. അതു

കഴിഞ്ഞാൽ വീട്ടിലെത്തണം. നീയത് കർശനമായി അവനോട് പറയണം.'

'പറയാം.'

'സാരംഗി മോൾ എക്സ്കേർഷന് പോകുന്നത് എന്നാണ്?'

'അടുത്ത ഫ്രൈഡേ ഈവനിങ്ങ് പോയിട്ട് സൺഡേ നൈറ്റ് വരും.'

'ജഗൻ സ്കൂളിൽചെന്ന് കൊണ്ടുവരില്ലേ?'

'ഉം.'

'അല്ലെങ്കിൽ കാറയക്കാം.'

'നോക്കട്ടെ.'

ബെഡ്റൂമിലെത്തിയപ്പോൾ ജയന്തി വാതിൽ ചേർത്തടച്ചു.

'എനിക്ക് ഒരു ഡ്രിങ്ക് വേണം.' അയാൾ കട്ടിലിൽ ഇരുന്നിട്ട് പറഞ്ഞു.

അവൾ അയാളെ ഒന്നു നോക്കി.

'കഴിഞ്ഞയാഴ്ച കൊണ്ടുവന്നതിന്റെ ബാക്കി കാണുമല്ലോ.'

അയാൾ പറഞ്ഞു.

'സ്കോച്ച്?'

'ഉം.'

അവൾ വാതിൽ തുറന്ന് പുറത്തേക്കിറങ്ങി. ഒരു ചെറിയ ബൗൾ നിറയെ ഐസ് ക്യൂബും ഒഴിഞ്ഞ ഗ്ലാസുമായിട്ടാണ് അവൾ വന്നത്. അലമാരയിൽനിന്ന് സ്കോച്ച് വിസ്കിയുടെ കുപ്പിയെടുത്ത് അവൾ മേശപ്പുറത്തു വെച്ചു. എന്നിട്ട് ഗ്ലാസിലേക്ക് നാലഞ്ചു കഷണം ഐസ് കട്ടകൾ എടുത്തിട്ട ശേഷം ഐസ് കട്ടകൾ പാതി മുങ്ങാൻ മാത്രം വിസ്കി ഒഴിച്ചു.

'ഇതാ.'

അവൾ കൊടുത്ത ഗ്ലാസ് കൈയിൽ വച്ചുകൊണ്ട് അയാൾ അല്പ നേരം ഇരുന്നു.

'മതി എന്നെ ടെൻഷനടിപ്പിച്ചത്.' പ്രേമം കലർന്ന പരിഭവത്തോടെ ജയന്തി പറഞ്ഞു.

ഗോപിനാഥ് അവളെ നോക്കി ഒന്നു ചിരിച്ചു.

'ഞാനിന്ന് അവളുടെ അച്ഛനെ വിളിച്ചു സംസാരിച്ചു. ഞാൻ പറഞ്ഞ കള്ളം അയാൾ വിശ്വസിച്ച മട്ടാണ്.'

'അപ്പോൾ കല്യാണം നടക്കും. അല്ലേ?' ആശ്വാസത്തോടെ അവൾ ചോദിച്ചു.

'നടക്കും.'

'ഇനിയെങ്കിലും അബദ്ധങ്ങൾ പറ്റാതെ നോക്കണേ. അവളുടെ അച്ഛൻ ഒരു പ്രത്യേക ടൈപ്പാണെന്ന് തോന്നന്നു. അതുകൊണ്ടല്ലേ അനു

രാഗിന്റെ ആലോചന ചെന്നിട്ടും അയാൾ മറ്റേ കല്യാണത്തിൽ ഉറച്ചുനിന്നത്.' അവൾ പറഞ്ഞു.

'ഉം. അയാൾ സ്വത്തും പണവും കണ്ട് മനസ്സ് മാറ്റുന്നവനല്ല. അതായിരുന്നു എന്റെയും പേടി. പക്ഷേ ഞാൻ പറഞ്ഞത് അയാൾ വിശ്വസിച്ചിട്ടുണ്ട്. പോലീസ് ഒന്നു പെരുമാറിയപ്പോൾ ആ പ്രതീഷ് പേടിച്ചുപോയി. അതാ പറ്റിപ്പോയത്.'

ഗോപിനാഥ് ഗ്ലാസിൽനിന്ന് അല്പം വിസ്കി കുടിച്ചു. ജയന്തി ചെന്ന് അയാളുടെ കാൽച്ചുവട്ടിൽ ഇരുന്നു. അവൾ മുഖമുയർത്തി അയാളെ നോക്കി.

മഷിയെഴുതിയ കണ്ണുകളിൽ നനവുള്ള തിളക്കമുണ്ടായിരുന്നു. ചുവന്ന അധരം അല്പമൊന്ന് വിടർന്നപ്പോൾ അവളുടെ ഭംഗിയുള്ള പല്ലുകൾ അയാൾ കണ്ടു. നോവിക്കാതെ അമർത്തിക്കടിക്കാൻ അവൾ മിടുക്കിയാണ്.

'എനിക്ക് ഒരേയൊരു ആഗ്രഹമേയുള്ളു. എന്റെ ജഗനെ അപമാനിച്ചവൾക്ക് തക്ക ശിക്ഷ കിട്ടണം. കല്യാണം കഴിഞ്ഞാൽ അവന്റെ കാമുകിമാർ വന്ന് അവനെ കൊത്തിയെടുത്തു കൊണ്ടുപോകുന്നത് എനിക്കു കാണണം. അവളുടെ കണ്ണീര് കണ്ട് എനിക്ക് സന്തോഷിക്കണം.'

അയാൾ അല്പം വിസ്കി കൂടി കുടിച്ചു.

'കോടീശ്വരനാണ് ഭർത്താവെന്നായിരിക്കും അവളുടെ വിചാരം. അവൻ വെറും വട്ടപൂജ്യമാണെന്ന് അവൾ മനസ്സിലാക്കണം. ഒരു കുപ്പി ചാന്തുപൊട്ടിനുള്ള പണംപോലും അവന്റെ കൈയിലില്ലെന്ന് അറിയുമ്പോൾ അവൾ നമ്മുടെ മുമ്പിൽവന്ന് കൈനീട്ടുന്നതു എനിക്കു കാണണം.' ജയന്തി പറഞ്ഞു.

'അതിമോഹമൊന്നും വേണ്ടാ. അവൾ ഏകമകളാണ്. അത്യാവശ്യം ജീവിക്കാനുള്ള പണം അവളുടെ അച്ഛൻ കൊടുക്കും.'

'കല്യാണം കഴിഞ്ഞാലും അച്ഛന്റെ ചെലവിൽ ജീവിക്കുന്നത് അത്ര അഭിമാനകരമാണോ? എത്രനാൾ അച്ഛൻ സഹായിക്കും. ഭർത്താവ് അവന്റെ പല പെണ്ണുങ്ങളിൽ ഒരുത്തി മാത്രമാണ് താനെന്ന് അറിയുമ്പോൾ...' അയാൾ കൈനീട്ടി അവളുടെ ചുണ്ടിൽ ചൂണ്ടുവിരൽ വച്ചു.

'മതി. തന്റെ ആഗ്രഹങ്ങളെല്ലാം നടക്കും. ഞാനല്ലേ പറയുന്നത്. അവൾ നിന്റെ കാൽച്ചുവട്ടിൽ വന്നുവീഴും. നിന്റെ ദയ യാചിച്ച്.'

'ഉം. അതുമതി.' ജയന്തി അയാളുടെ കാലുകളിൽ കെട്ടിപ്പിടിച്ച് ഒരു നിമിഷം ഇരുന്നു.

***

ദിവസങ്ങൾ വളരെ വേഗമാണ് കടന്നുപോയത്. പല്ലവിയുടെ അവസാനദിവസത്തെ പരീക്ഷ കഴിഞ്ഞപ്പോഴേക്ക് അവളെ വീട്ടിലേക്ക് കൊണ്ടുപോകാൻ ബാലകൃഷ്ണൻനായരും രാജേശ്വരിയും ഹോസ്റ്റലിൽ എത്തി. ശീതളിനോടും പൗർണമിയോടും അവൾ യാത്ര പറഞ്ഞു.

'രണ്ടുപേരും കല്യാണത്തിന് നേരത്തെ അങ്ങു വന്നേക്കണം തലേ ദിവസം തന്നെ. എനിക്ക് വേറെ ആരുമില്ല മിണ്ടാനും പറയാനുമെന്ന് അറിയാമല്ലോ.'

'കല്യാണമല്ലേ. നിന്റെ റിലേറ്റീവ്സൊക്കെ വീട്ടിൽ വരില്ലേ?'

ശീതൾ ചോദിച്ചു.

'തൊട്ടടുത്ത് ഹരി കൊച്ചച്ഛൻ മാത്രമേയുള്ളു. കൊച്ചച്ഛന് രണ്ട് ആൺമക്കളാ. അവർ വന്നിട്ടും കാര്യമില്ല. ബന്ധുക്കളൊക്കെ കല്യാണത്തിന്റെ അന്നേ വരൂ.'

'ഞങ്ങൾ നേരത്തെ വരാമെടീ.' പൗർണമി ഏറ്റു.

ഹോസ്റ്റലിലെ മദറിനെയും സിസ്റ്റർമാരേയും കണ്ട് അനുഗ്രഹം വാങ്ങിയിട്ടാണ് അവൾ കാറിൽ കയറിയത്.

'എക്സാം പൊതുവെ എങ്ങനെയുണ്ടായിരുന്നു മോളേ?'

കാറോടിക്കുന്നതിനിടയിൽ ബാലകൃഷ്ണൻനായർ ചോദിച്ചു.

'നന്നായി എഴുതിയിട്ടുണ്ടച്ഛാ. എനിക്ക് നല്ല സാറ്റിസ്ഫേക്ഷൻ ഉണ്ട്.'

'റാങ്ക് കിട്ടുമോ?' രാജേശ്വരി വെറുതെ ചോദിച്ചു.

'കിട്ടിയാൽ അമ്മ ഞെട്ടരുത്.'

രാജേശ്വരി ചിരിച്ചു.

അടുത്തദിവസമാണ് അവർ കല്യാണത്തിനുള്ള സ്വർണ്ണം വാങ്ങാൻ പോയത്. ഒപ്പം ഹരികൃഷ്ണനും രേവതിയും ചെന്നു.

കല്യാണത്തിന് വെറും മൂന്നുദിവസംകൂടി മാത്രം. ഒരുക്കങ്ങളെല്ലാം പൂർത്തിയായിക്കഴിഞ്ഞിരുന്നു.

വൈകുന്നേരം അനുരാഗ് അവളെ വിളിച്ചു.

'എന്തായീ അവിടുത്തെ കാര്യങ്ങൾ?' അവൻ തിരക്കി.

'ഇവിടെ എല്ലാം റെഡി.' അവൾ പറഞ്ഞു.

'ഇവിടെ എല്ലാ അറേഞ്ച്മെന്റ്സും അമ്മ ഗോപിയങ്കിളിനെ ഏൽപ്പിച്ചിരിക്കുകയാ. അതുകൊണ്ട് അമ്മയ്ക്ക് ടെൻഷനില്ല.'

'മോന് ടെൻഷനുണ്ടോ?' അവൾ കളിയാക്കി ചോദിച്ചു.

'സത്യം പറഞ്ഞാൽ എനിക്കു നല്ല ടെൻഷനുണ്ട്. ഞാൻ മുണ്ടുടുക്കാറില്ല. കല്യാണസമയത്ത് മുണ്ട് അഴിഞ്ഞുപോകുമോന്നാ പേടി.'

അവൾ അതുകേട്ട് ചിരിച്ചു.

'അന്നേരം പീയുഷ് പറഞ്ഞു, ബെൽട്ട് കെട്ടിയാൽ മതിയെന്ന്. അതോടെ ആ ടെൻഷൻ മാറി.'

'വേറെ ടെൻഷനുണ്ടോ?'

'താലി കെട്ടുമ്പോൾ കൈ വിറയ്ക്കുമോ എന്നൊരു പേടിയുണ്ട്.'

'പേടിയൊന്നും വേണ്ടാ. സമാധാനമായിട്ട് കെട്ടിയാൽ മതി. ഇഷ്ടം പോലെ സമയമെടുത്ത് ഞാൻ തല കുനിച്ച് ഇരുന്നുതരാം.'

'എങ്കിൽ പ്രശ്നമില്ല.'

അനുരാഗ് ഒരു പാവമാണെന്ന് പല്ലവിക്കു തോന്നി. ഇടയ്ക്കിടെ ഇതു പോലെ ധൈര്യം കൊടുക്കേണ്ടിവരും.

തലേദിവസം വീടിന്റെ മുറ്റത്ത് ഷാമിയാന ഉയർന്നു. വൈകുന്നേരം മുതൽ അതിഥികൾ വന്നുതുടങ്ങി. ഉച്ചയ്ക്കു മുമ്പേ പൗർണമിയും ശീതളും എത്തി.

സന്ധ്യയായതോടെ കല്യാണവീട് ഉണർന്നു. വീടിന് മുൻവശത്ത് അനേരം ചെറിയ ബൽബുകൾ മിന്നിക്കത്തി. അതിഥികളുടെ സംസാരവും പൊട്ടിച്ചിരിയും ഉയർന്നു. രാജകുമാരിയെപ്പോലെ പല്ലവി അവർക്കിടയിൽ പാറി നടന്നു. പിറ്റേന്നുരാവിലെ ബ്യൂട്ടീഷൻ വന്നു. ചെറുപ്പക്കാരിയായ സ്ത്രീയും അവരുടെ അസിസ്റ്റന്റും. അവർ വധുവിനെ അണിയിച്ചൊരുക്കി. പട്ടുസാരിയും സ്വർണ്ണാഭരണങ്ങളും മുടി നിറയെ മുല്ലപ്പൂമാലയും. വധുവായി ഒരുങ്ങിയ മകളെ കണ്ട് അച്ഛന്റെയും അമ്മയുടെയും കണ്ണുകളിൽ കുളിർമ്മ നിറഞ്ഞു. മുഹൂർത്തത്തിനുമുമ്പ് കല്യാണമണ്ഡപത്തിലേക്ക് യാത്ര. അവിടെ ചെന്നപ്പോഴേക്കും വരനും പാർട്ടിയും എത്തിയിരുന്നു. ഓഡിറ്റോറിയം നിറയെ അതിഥികൾ. അന്തരീക്ഷം സംഗീതസാന്ദ്രമാക്കി ജുഗൽബന്ദി.

മുഹൂർത്തസമയത്തുതന്നെ വരനും വധുവും കതിർമണ്ഡപത്തിൽ ഇരിപ്പുറപ്പിച്ചു. പല്ലവി ഇടംകണ്ണിട്ട് അനുരാഗിനെ ഒന്നു നോക്കി. മുഖത്ത് ചെറിയ പരിഭ്രമമുണ്ട്.

അവൻ പറഞ്ഞ കാര്യങ്ങൾ അവൾക്ക് അപ്പോൾ ഓർമ്മ വന്നു. അവൾ അറിയാതെ ഒന്നു മന്ദഹസിച്ചു.

കൃത്യസമയത്തുതന്നെ വിവാഹം നടന്നു. കൈ വിറച്ചെങ്കിലും അനുരാഗ് അവളുടെ കഴുത്തിൽ താലികെട്ടി. ക്യാമറാകണ്ണുകൾ ചിമ്മി. വീഡിയോകൾ അതെല്ലാം പകർത്തിയെടുത്തു.

ഓഡിറ്റോറിയം നിറയെ അതിഥികൾ ഉണ്ടായിരുന്നു. പക്ഷേ ഒരു മുഖവും അവളുടെ ശ്രദ്ധയിൽ പെട്ടില്ല.

ഫോട്ടോസെഷനുകൾ, സദ്യ, പരിചയപ്പെടൽ, ആശംസകൾ എല്ലാം

കഴിഞ്ഞ് വധൂഗൃഹത്തിലേക്ക് പുറപ്പെടാനുള്ള സമയമായി. പല്ലവി അച്ഛന്റെയും അമ്മയുടെയും കാലുകൾ തൊട്ടുവന്ദിച്ചു. രാജേശ്വരി കരഞ്ഞപ്പോൾ അറിയാതെ അവളുടെ കണ്ണുകളും നനഞ്ഞു.

അലങ്കരിച്ച പുതിയ കാറിലേക്ക് അവൾ കയറി. ഒപ്പം അനുരാഗും. കാർ മുന്നോട്ടു നീങ്ങിയപ്പോൾ അവൻ അവളെ നോക്കി പുഞ്ചിരിച്ചു.

'അച്ഛനെയും അമ്മയെയും പിരിയുന്നതിൽ സങ്കടമുണ്ട് അല്ലേ?'

'ഉം.'

'വിഷമിക്കേണ്ട. എപ്പോൾ വേണമെങ്കിലും നമുക്ക് അവരെ ചെന്നു കാണാമല്ലോ.'

അവൻ അവളുടെ മൈലാഞ്ചിയിട്ട കൈ എടുത്തുപിടിച്ചു. അവളുടെ ശരീരം അറിയാതെ ഒന്നു വിറകൊണ്ടു.

ഒടുവിൽ ആർ.കെ ബംഗ്ലാവിന്റെ വിശാലമായ മുറ്റത്ത് ചെന്ന് കാർ നിന്നു. വണ്ടിയിൽനിന്ന് ഇറങ്ങിയ പല്ലവി ആ വീടുകണ്ട് അമ്പരന്നു. ഇന്നുമുതൽ താൻ ഈ കൊട്ടാരത്തിലാണ് താമസിക്കാൻ പോകുന്നത്.

ഗായത്രീദേവിയും കൂട്ടരും അവളെ കത്തിച്ചുവെച്ച നിലവിളക്കു കൊടു ത്ത് സ്വീകരിച്ചു. പൂജാമുറിയിലേക്കാണ് അവർ അവളെ കൊണ്ടുപോയത്.

അവിടെ മിക്ക ദേവന്മാരുടേയും ദേവിമാരുടേയും ചിത്രങ്ങൾ ഉണ്ടായിരുന്നു. നിലവിളക്ക് പീഠത്തിൽ വച്ച് അവൾ തൊഴുതു. സുമിത്ര പിന്നെ അവളെ ഏറ്റെടുത്തു.

'മിട്ടുമോന്റെ വളർത്തമ്മ എന്നൊക്കെ വേണമെങ്കിൽ പറയാം. മിട്ടു എന്നെ ആന്റീ എന്നാണ് വിളിക്കുന്നത്. മോൾക്കും അതുപോലെ...'

മിട്ടുമോൻ...അവൾ ഉള്ളിൽ ചിരിയടക്കി.

അതിഥികൾ പിരിഞ്ഞുപോകുന്നതുവരെ അവൾക്ക് വധുവിന്റെ വേഷത്തിൽത്തന്നെ നിൽക്കേണ്ടിവന്നു.

അതു കഴിഞ്ഞ് ആഭരണങ്ങൾ അഴിച്ചുവക്കാൻ സുമിത്ര അവളെ സഹായിച്ചു. കുളി കഴിഞ്ഞ് വേഷം മാറിയിട്ടാണ് അവൾ അനുരാഗിനോടൊപ്പം ഭക്ഷണം കഴിക്കാനിരുന്നത്. മുണ്ടുമാറ്റി അവൻ പൈജാമയിലേക്ക് മാറിയിരുന്നു.

ഒടുവിൽ ആദ്യരാത്രിയുടെ സമയമെത്തി. ഗ്ലാസിൽ പാലുമായി സുമിത്രയാണ് അവളെ അനുരാഗിന്റെ മുറിയിലേക്ക് വിട്ടത്. മുല്ലപ്പൂമാലകൾകൊണ്ട് അലങ്കരിച്ച ബെഡ്ഡിൽ അവൻ കാത്തിരിക്കുന്നുണ്ടായിരുന്നു.

'വരൂ...' അവൻ ചെന്ന് അവളുടെ കൈയിൽനിന്ന് പാൽ വാങ്ങി മേശ

പ്പുറത്ത് വെച്ചു. എന്നിട്ട് വാതിൽ അടച്ചു.

അപ്പോഴാണ് അവന്റെ മൊബൈലിൽ കോൾ വന്നത്.

അവൻ ചെന്ന് അതെടുത്ത് നോക്കി. പരിചിതമല്ലാത്ത ഒരു നമ്പർ ആയിരുന്നു. എടുക്കണോ എന്നു വിചാരിച്ചെങ്കിലും പല്ലവി എന്തു വിചാരിക്കും എന്ന് ഭയന്ന് അവൻ ആ കോൾ എടുത്തു.

'ഹലോ..'

'ആദ്യരാത്രി ആരംഭിച്ചോ?' ഒരു പെൺസ്വരം ചോദിച്ചു.

'ആരാണ്?' ഭീതിയോടെ അവൻ ചോദിച്ചു.

'അഖിലയാണ്. എന്റെ നമ്പരിൽനിന്ന് വിളിച്ചാൽ എടുക്കില്ലെന്നറിയാം.'

അനുരാഗിന്റെ മുഖം വിളറി. പല്ലവി അതു കണ്ടു.

www.ingramcontent.com/pod-product-compliance
Lightning Source LLC
LaVergne TN
LVHW092052051026
849517LV00013B/1778
* 9 7 8 9 3 9 3 3 9 7 8 3 6 *